I0688492

44 Năm Văn Học
Việt Nam Hải Ngoại (1975-2019)
TẬP 5

44 năm văn học
Việt Nam hải ngoại (1975-2019)
Tập 5
Nguyễn Vy Khanh
Luân Hoán
Khánh Trường
Mở Nguồn xuất bản
Bìa Khánh Trường
Kỹ thuật: Tạ Quốc Quang
Dàn trang: Nguyễn Thành
Đọc bản thảo: Vy Thượng Ngã

ISBN: 9781794869981
California - USA 2019

NGUYỄN VY KHANH
LUÂN HOÁN
KHÁNH TRƯỜNG

44 NĂM VĂN HỌC VIỆT NAM HẢI NGOẠI (1975-2019)

5

Q-S-T(1)

Chủ trương
KHÁNH TRƯỜNG

MỞ NGUỒN
2019

TÁC GIẢ GÓP MẶT TRONG TUYỂN TẬP 44 NĂM VĂN HỌC VIỆT NAM HẢI NGOẠI (1975-2019)

Ái Cẩm, Bạt Xứ, Bắc Phong, Bùi Bảo Trúc, Bùi Bích Hà, Bùi Vĩnh Phúc, Cái Trọng Ty, Cao Bình Minh, Cao Đông Khánh, Cao Mỵ Nhân, Cao Nguyên, Cao Tần (Lê Tất Điểu), Cao Xuân Huy, Chân Phương, Chim Hải, Chu Vương Miện, Cung Tích Biền, Cung Trầm Tưởng, Cung Vũ, Diên Nghị, Doãn Quốc Sỹ, Du Tử Lê, Duyên Anh, Dư Mỹ, Dương Kiền, Dương Như Nguyện, Dương Thu Hương, Đặng Hiển, Đặng Mai Lan, Đặng Phú Phong, Đặng Phùng Quân, Đặng Thơ Thơ, Đặng Tiến, Đinh Cường, Đinh Huyền Dương, Đoàn Nhã Văn, Đoàn Nhật, Đoàn Thêm, Đoàn Xuân Kiên, Đỗ Hoàng Diệu, Đỗ Kh., Đỗ Quí Toàn, Đỗ Quyên, Đỗ Trường, Đông Duy, Đức Phổ, Giang Hữu Tuyên, Hà Huyền Chi, Hà Kỳ Lam, Hà Nguyên Du, Hà Thúc Sinh, Hà Thượng Nhân, Hạ Quốc Huy, Hạ Uyên, Hàn Song Tường, Hoa Văn, Hoài Ziang Duy, Hoàng Anh Tuấn, Hoàng Chính, Hoàng Du Thụy, Hoàng Khởi Phong, Hoàng Lộc, Hoàng Mai Đạt, Hoàng Nga, Hoàng Ngọc Tuấn, Hoàng Phủ Cương, Hoàng Quân, Hoàng Thị Bích Ti, Hoàng Xuân Sơn, Hồ Đình Nghiêm, Hồ Minh Dũng, Hồ Phú Bông, Hồ Trường An, Huy Trâm, Huy Tưởng, Huỳnh Hữu Ủy, Huỳnh Liễu Ngạn, Hư Vô, Khánh Trường, Khế Iêm, Kiệt Tấn, Kiều Diễm Phượng, Kinh Dương Vương, Lâm Chương, Lâm Hảo Dũng, Lãm Thúy, Lâm Vĩnh Thế, Lê An Thế (Lê Bi), Lê Cần Thơ, Lê Đại Lãng, Lê Giang Trần, Lê Hân, Lê Lạc Giao, Lê Mai Lĩnh, Lê Minh Hà, Lê Nguyên Tịnh, Lê Phương Nguyên, Lê Thị Huệ, Lê Thị Nhị, Lê Thị Thấm Vân, Lê Thị Ý, Lê Uyên Phương, Lê Văn Tài, Lệ Hằng, Liễu Trương, Linh Vang, Luân Hoán, Lương Thư Trung, Lưu Diệu Vân, Lưu Nguyễn, Lữ Quỳnh, M.H. Hoài Linh Phương, Mai Khắc Ứng, Mai Ninh, Mai Thảo, Mai

Trung Tĩnh, Miêng, Minh Đức Hoài Trinh, Nam Dao, Nghiêu Đề, Ngọc (Ngọc Nguyễn), Ngọc Khôi, Ngô Du Trung, Ngô Nguyên Dũng, Ngô Thế Vinh, Ngu Yên, Nguyên Lương, Nguyên Nghĩa, Nguyên Sa, Nguyên Vũ, Nguyễn Âu Hồng, Nguyễn Bá Trạc, Nguyễn Chí Kham, Nguyễn Đăng Thường, Nguyễn Đăng Trúc, Nguyễn Đăng Tuấn, Nguyễn Đình Toàn, Nguyễn Đông Giang, Nguyễn Đông Ngạc, Nguyễn Đức Bạt Ngàn, Nguyễn Đức Lập, Nguyễn Hải Hà, Nguyễn Hàn Chung, Nguyễn Hoàng Nam, Nguyễn Hoàng Văn, Nguyễn Hưng Quốc, Nguyễn Hương, Nguyễn Hữu Nhật, Nguyễn Lương Vy, Nguyễn Mạnh An Dân, Nguyễn Mạnh Trinh, Nguyễn Minh Nữu, Nguyễn Minh Phương, Nguyễn Mộng Giác, Nguyễn Nam An, Nguyễn Ngọc Ngạn, Nguyễn Phước Nguyên, Nguyễn Sao Mai, Nguyễn Tấn Hưng, Nguyễn Tất Nhiên, Nguyễn Thanh Châu, Nguyễn Thị Hải Hà, Nguyễn Thị Hoàng Bắc, Nguyễn Thị Minh Ngọc, Nguyễn Thị Ngọc Lan, Nguyễn Thị Ngọc Nhung, Nguyễn Thị Thanh Bình, Nguyễn Thị Vinh, Nguyễn Tiến, Nguyễn Trung Hối, Nguyễn Vạn Lý, Nguyễn Văn Sâm, Nguyễn Văn Trung, Nguyễn Vy Khanh, Nguyễn Xuân Hoàng, Nguyễn Xuân Quang, Nguyễn Xuân Thiệp, Nguyễn Xuân Tường Vy, Nguyễn Ý Thuần, Nhã Ca, Nhật Tiến, Như Quỳnh de Prelle, Phạm Cao Hoàng, Phạm Chi Lan, Phạm Công Thiện, Phạm Hải Anh, Phạm Hồng Ân, Phạm Miên Tưởng, Phạm Ngũ Yên, Phạm Nhã Dự, Phạm Quốc Bảo, Phạm Thăng, Phạm Thị Hoài, Phạm Thị Ngọc, Phạm Trần Anh, Phạm Văn Nhàn, Phạm Việt Cường, Phan Huy Đường, Phan Lạc Tiếp, Phan Nguyên, Phan Nhật Nam, Phan Nhiên Hạo, Phan Ni Tấn, Phan Quỳnh Trâm, Phan Tấn Hải, Phan Tấn Uẩn, Phan Thị Trọng Tuyến, Phan Việt Thủy, Phan Xuân Sinh, Phùng Nguyễn, Phương Tấn, Phương Triều, Quan Dương, Quyên Di, Quỳnh Thi, Sĩ Trung, Song Hồ, Song Nhị, Song Thao, Song Vinh, Sương Mai, Sỹ Liêm, Tạ Tỵ, Tâm Thanh, Thái Tú Hạp, Thái Tuấn, Thanh Nam, Thanh Tâm Tuyền, Thành Tôn, Thảo Trường, Thận Nhiên,

Thế Giang, Thế Uyên, Thi Vũ, Thu Nga, Thu Thuyền, Thụy
Khuê, Thường Quán, Tiểu Thu, Tiểu Tử, Tô Thùy Yên, Tôn
Nữ Thu Dung, Trạch Gầm, Trang Châu, Trầm Phục Khắc,
Trân Sa, Trần Dạ Từ, Trần Diệu Hằng, Trần Doãn Nho, Trần
Đại Sỹ, Trần Hạ Vi, Trần Hoài Thư, Trần Hồng Châu, Trần
Hồng Hà, Trần Long Hồ, Trần Mộng Tú, Trần Phù Thế, Trần
Thị Diệu Tâm, Trần Thị Hương Cau, Trần Thị Kim Lan, Trần
Thị Lai Hồng, Trần Thu Miên, Trần Trúc Giang, Trần Trung
Đạo, Trần Văn Nam, Trần Văn Sơn, Trần Vũ, Trần Yên Hòa,
Triều Hoa Đại, Triệu Châu, Trịnh Gia Mỹ, Trịnh Khắc Hồng,
Trịnh Thanh Thủy, Trịnh Y Thư, Trung Hậu, Trùng Dương,
Trương Anh Thụy, Trương Văn Dân, Trương Vũ, Túy Hồng,
Tường Vũ Anh Thy, Tưởng Năng Tiến, Uyên Nguyên, Vi
Khuê, Vĩnh Hảo, Võ Đình, Võ Hoàng, Võ Kỳ Điền, Võ Phiến,
Võ Phú, Võ Phước Hiếu, Võ Quốc Linh, Võ Thị Điểm Đạm,
Vũ Huy Quang, Vũ Kiện, Vũ Quỳnh Hương, Vũ Quỳnh N.H.,
Vũ Thị Thanh Mai, Vũ Thùy Hạnh, Vũ Thư Hiên, Vũ Trà My,
Vũ Uyên Giang, Vương Đức Lệ, Vương Trùng Dương, Xuân
Vũ, Xuyên Trà, Y Chi, Yên Sơn.

TÁC GIẢ TRONG NƯỚC

Bùi Chát, Bùi Ngọc Tấn, Cao Thoại Châu, Dương Nghiễm
Mậu, Đoàn Văn Khánh, Hoàng Hưng, Khoa Hữu, Khuất
Đẩu, Lê Văn Trung, Lê Vĩnh Thọ, Nguyên Cẩn, Nguyên Minh,
Nguyễn An Bình, Nguyễn Dương Quang, Nguyễn Hiến Lê,
Nguyễn Hữu Hồng Minh, Nguyễn Huy Thiệp, Nguyễn Lệ
Uyên, Nguyễn Thành, Nguyễn Thụy Long, Nguyễn Văn Gia,
Nguyễn Viện, Như Không, NP Phan, Phạm Hiền Mây, Phạm
Ngọc Lư, Phan Huyền Thư, Phùng Cung, Thiếu Khanh, Tiêu
Dao Bảo Cự, Trần Đĩnh, Trần Mạnh Hảo, Trần Thị Ng.H.,
Trần Vạn Giã, Trần Vàng Sao, Văn Quang, Vy Thượng Ngã

Họa sĩ Nguyễn Đại Giang by Trương Đình Uyên

QUAN DƯƠNG

Tên thật Dương Công Quan sinh năm 1950, tại Ninh Hòa Khánh Hòa Việt Nam. Cựu học sinh trung học Trần Bình Trọng, Ninh Hòa. Cựu sĩ quan Việt Nam Cộng Hòa.

Sau 1975, mất 6 năm "cải tạo". Đến Hoa Kỳ tháng 6 năm 1993 (HO 17). Hiện định cư tại Louisiana USA. Bắt đầu làm thơ năm 1995 và đăng trên các tạp chí tại Hoa Kỳ: *Văn, Văn Tuyển, Văn Học,...*

Tác phẩm đã xuất bản:
- *Ngậm Ngùi* (thơ; Gretna LA, TGXB, 1996)
- *Ruột Đau Chín Khúc* (thơ; 1998)
- *Đợi Khuya Tàn Bắt Sống Một Chiêm Bao* (văn thơ tuyển; 2002)

Tôi ngồi trước biển

Tôi ngồi trước biển mênh mông
Vầng dương rụng phía sau lưng quê nhà
Tôi ngồi với bóng chiều tà
Lắng nghe gió thở xuyên qua nỗi buồn

Tôi ngồi cát ngủ dưới chân
Vết đau trổ nhánh trong thân thể gầy
Tôi ngồi ngay chỗ này đây
Như con chim biển lạc bầy bị thương

Tôi ngồi ôm một cố hương
Nhìn con sóng biếc chồm ôm dấu còng
Xa xa có lẽ cánh buồm
Lênh đênh sóng đẩy nhánh rong dạt bờ

Tôi ngồi cùng với hư vô
Đắp lên thân thể một tờ hư danh
Như con sao biển gãy cành
Nằm phơi thân chết ngon lành vô tư

Tôi ngồi. Tôi thả biển dâu
Hoàng hôn theo xuống trên cầu nhân gian.

Tình xa – xà tinh

Cuối năm trở lạnh trùm mền
Cái ray ráy nhớ không tên chui vào
Trái tim vốn đã hư hao
Ray ráy như muối xát vào rát thêm

Trong mơ em chạy suốt đêm
Cẳng giò ta mọc trong hồn rượt theo
Tiếc chi cái vẫy tay chào
Em đi mang cả ngọt ngào đi luôn

Sáng nay có cớ để buồn
Ôm con nướng ngủ trên giường thở ra
Từ xà tinh hát tình xa
Ta giăng mạng nhớ mình ta dính vào.

Ni cô chưởng

Hôm qua chẳng biết bệnh gì…
Lên chùa cầu Phật độ trì. Phật ơi
Ni cô quì cạnh Phật ngồi
Lưng ong óng tỏa một trời quan âm

Cây nhang đang thả hương trầm
Bỗng nhiên lả ngọn vẽ vòng ngu ngơ

Ai mang gió lộng vô chùa
Thổi ta lộn ngược trở ra cõi trần
Câu kinh chưa kịp khấn thầm
Trúng ni cô chưởng trở thành bệnh thêm.

Nguyệt quỳnh

Em đang thiêm thiếp giấc nồng…
Trăng chui khe cửa đến nằm kề bên
Tựa đầu em gối lên trăng
Hồn nhiên phơi đáy nguyệt rằm
tinh khôi

Mắc chi tôi
thẫn thờ tôi
Ghen trăng ngậm chặt môi đòi trao hôn
Trèo lên cõi mộng treo hồn
Tôi thả xuống đất cái buồn nhức xương

Lót thơ làm chiếu thay giường
Mượn heo may gió ngoài đường thả vô
Hỏi em biết đến bao giờ
Cùng chia tôi hạt trăng mơ nhấm cùng.

1/2013

Hạt bụi

Chiều hôm trái gió trở trời
Xốn con mắt giống có người ngồi trong
Tưởng đâu hạt bụi vô tình
Từ thiên thu lội mây ngàn ghé thăm

Xa hơn là chỗ tôi nằm
Hai tay trên bụng hai chân khép đùi
Mai kia dù có trở trời
Hạt bụi hết chỗ còn nơi tìm về

Tôi là hạt bụi xa quê
lênh đênh nắng gió bốn bề hư không.

13/9/2015

Quan Dương

QUYÊN DI

Tên thật Bùi Văn Chúc, sinh năm 1947 tại Bạch Mai, Hà Nội; nguyên quán: làng Ngọc Lũ, huyện Bình Lục, tỉnh Hà Nam, Bắc Việt. Dạy học; phụ tá Giám Đốc Ban Tu Thư Viện Đại Học Đà Lạt. Biên tập viên bán nguyệt san *Tuổi Hoa* từ 1964 – một thời điều hành bán nguyệt san này. Chủ biên bán nguyệt san thiếu niên *Ngàn Thông* (Sài Gòn 1971-1972). Vượt biển tháng 12, 1977. Định cư tại Hoa Kỳ tháng 4-1978.

Ở hải ngoại, đã từng là chủ nhiệm nguyệt san thanh thiếu nhi *Tuổi Hoa* và chủ nhiệm nguyệt san *Thần Học – Tu Đức Thời Điểm Công Giáo*; đã cộng tác với nhiều nhật báo, tuần báo, tập san.

Là nhà văn, đồng thời là nhà giáo, Quyên Di dạy môn ngôn ngữ, văn chương và văn hóa Việt Nam tại các đại học University of California Los Angeles (UCLA), Cal State University Long Beach, Cal State University Los Angeles; dạy ngành sư phạm song ngữ tại Cal State University Fullerton; dạy thần học (thỉnh giảng) tại trường thần học Oblate School of Theology (San Antonio, Texas).

Tác phẩm đã xuất bản:
Tuổi Trăng Tròn I – Tuổi Trăng Tròn II – Vết Chân Chim – Tuổi ươm Mơ – Cánh Phượng Rơi – Thu – Chuông Đêm – Thoáng Mây Bay – Hành Trang Lên Đường – Tương Lai Giới Trẻ Việt Nam Hải Ngoại – Hoa Hồng Nhà Kín – Nhìn Xuống Cuộc Đời và nhiều bộ sách giáo khoa tiếng Việt.

Bước lang thang

1

Trong nội cỏ mùa xuân

Người Yêu Dấu,

Xin ân cần nhắc với Người rằng: khi gửi người vào đời, Thượng đế đã giấu kín trong trái tim Người một hạt giống tình yêu. Ở trong nơi sâu kín ấy, hạt giống nảy mầm, lớn lên… và khiến cho Người lúc nào cũng sống trong dạt dào tình cảm.

Xin mời Người cùng tôi đi dạo trong nội cỏ mùa Xuân. Dưới chân chúng ta là mượt mà cỏ xanh. Mây trắng quá, bềnh bồng trôi nổi. Hãy đặt gót chân trên con đường đất đỏ ngoằn ngoèo giữa nội cỏ mênh mông. Đằng xa kia, Người có thấy không, một nếp nhà gỗ cũ kỹ, với ống khói lò sưởi đang thở những sợi khói lụa mềm huyền ảo. Chúng ta sẽ đến ngôi nhà đó, nhưng chẳng cần vội vàng. Mình cứ đi, thở hơi trong gió sớm và mắt nhìn những cánh chim chao lượn trên nền trời. Tôi sẽ mời Người lắng nghe tiếng nói dịu dàng của trái tim tôi, tiếng nói gọi mời sự cảm thông và lòng kiên nhẫn. Và tôi nghĩ trái tim Người cũng nhẹ nhàng hé mở, cho tôi thấy trong đó hạt giống tình yêu đã trở thành một bóng cây xanh diễm lệ.

Người hỏi tôi có bao giờ vấp ngã trên đoạn đường đất đỏ này. Tôi trả lời bằng một cái nhìn lặng lẽ, không buồn thảm mà cũng chẳng hân hoan. Tôi muốn nói rằng khi chân ta không đụng đến sỏi đá trên đường thì không thể nào vấp ngã, nhưng đã có đôi lần tôi nằm xuống thảm hoa cúc trắng bên đường để tưởng nghĩ về Người. Trong cái tĩnh lặng mà tưng bừng của nội cỏ mùa Xuân, tôi thấy Người cúi xuống bên tôi mà nói những lời ân ái.

Có tiếng bê kêu bên kia con lạch nhỏ, lẫn tiếng gù gù của bầy bồ câu đang tìm kiếm những hạt lúa vàng ở mảnh ruộng con con. Chuông nhà thờ vang dội trên đỉnh đồi kia. Siêu nhiên như đụng chạm tới tự nhiên. Tình của trời cao ôm hôn tình người trần thế. Tôi với Người trang trọng hôn nhau. Đắm đuối mà linh thiêng.

Tôi hỏi Người có thấy mỏi chân? Chúng ta ngồi nghỉ dưới một đụn rơm. Rơm thơm mùi thời gian quá khứ. Rơm gọi mời một thuở xa xưa, thời có những hạt thóc con gái, mới đọng một chút sữa tinh khiết của đất trời. Rơm quyến rũ tôi tìm một cơn ngủ mơ màng. Nhưng Người đã đặt giữa hai cánh môi tôi một cọng rơm vàng óng. Cọng rơm đánh thức tôi, tỉnh táo để thấy một bông cúc trắng vắt trên vành tai Người trắng hồng, ngon như một miếng cùi dừa mềm mại.

Khi những cụm mây không còn chạy đuổi xôn xao và ánh mặt trời đi ngủ bên sườn đồi, một vài cánh sao đến sớm đã lấp lánh trên cao, chúng ta đặt chân đến ngôi nhà gỗ thân quen. Phải chăng đó là đích điểm của chuyến đi dạo mùa Xuân?

Những dây thường xuân vươn lên tươi tốt, tô màu xanh thẫm cả một bờ tường, dường như muốn che phủ một điều bí mật của cuộc đời. Tôi mường tượng rằng điều bí mật ấy mang một chút ý nghĩa của tình yêu. Sự bí mật làm cho tình yêu thêm quyến rũ.

Thoảng đâu đây có mùi hương sơn chi. Tôi tìm kiếm, quả nhiên thấy những đóa sơn chi trắng như sứ, e thẹn lấp ló bên dưới cánh cửa sổ gỗ nâu. Những đóa sơn chi này giống như những nàng thiếu nữ, khiêm tốn ẩn mình mà vẫn tỏa hương.

Chìa khóa giấu dưới phiến đá đã phủ rêu. Tôi tra chìa vào ổ khóa với những ngón tay run rẩy. Tôi sợ hãi mà hân hoan để sắp sửa bộc lộ cả nội tâm mình cho Người thấy rõ. Nội tâm tôi, căn nhà kín ẩn, sắp mở ra đón bước Người vào.

Than trong lò vẫn còn đượm, lửa vẫn bập bùng, giống như hôm nào tôi đóng cánh cửa, khóa trái lại và cất bước ra đi. Tôi đưa lên môi Người ly rượu thơm mùi mận chín. Người không uống mà đã ngây ngất cho má đỏ bừng. Người đặt bàn tay mềm mại trên vai tôi đã chai cứng vì gánh cuộc đời. Người cúi xuống, trong ánh lửa chập chờn, bóng Người lung linh phủ kín thân tôi, phủ kín đời tôi. Đôi mắt Người là hai cánh sao lấp lánh.

Có tiếng chuông đêm từ ngọn đồi kia vọng về. Chúng ta lắng tai nghe. Lẫn trong hồi chuông là tiếng róc rách của dòng suối nhỏ sau nhà. Dòng suối này đã reo tự thiên thu và sẽ còn reo hoài chín kiếp. Tôi biết đêm nay suối sẽ reo vui trong âm thầm, và… sau hồi chuông này, tháp chuông sẽ im lìm trong giấc ngủ khuya, chờ bình minh hôm sau mới rộn rã reo vui, đánh thức chúng ta dậy, để cùng với vũ trụ, cất lời ca ngợi tình yêu.

Trong khoảng thời gian tịch mịch đó, trên kệ sách, những tập thơ của Tagore, của Kahlil Gibran, của Nguyễn Du thì thầm với nhau lời yêu đương mật ngọt. Hỡi Người Yêu Dấu, còn chúng ta, chúng ta hãy nồng nàn mà lặng lẽ yêu nhau.

2

Hương của rơm khô

Người Yêu Dấu,

Phải chăng gót chân son đã mỏi vì cuộc đi dạo khá dài? Hãy cùng tôi nằm xuống thảm rơm vàng óng này mà nghỉ ngơi.

Hé mắt nhìn lên, Người sẽ thấy một vòm cây xanh, ngàn vạn chiếc lá rung lên như xúc động vì bản nhạc buổi chiều tà của thiên nhiên. Cao hơn nữa, Người thấy gì không? Từng mảng mây trắng nõn trôi nổi trên bầu trời mênh mông.

Tôi khẽ thì thầm bên tai người câu thơ cổ: "Thiên thượng phù vân như bạch y". (1)

Nhưng đấy là chuyện trên trời. Còn chúng ta đang nằm trên một thảm rơm. Rơm với chúng ta gần gũi biết bao. Rơm làm nệm êm ái cho chúng ta nằm, tấm nệm còn thơm mùi hương vừa hiền lành vừa quyến rũ của cánh đồng lúa chín. Một ngày nào, những bông lúa vàng trĩu xuống, đó là kết quả tuyệt vời của bao nhiêu ngày người nông dân cày sâu cuốc bẫm. Những chàng trai lực lưỡng mà hiền lành, những cô gái dẻo dai mà duyên dáng, từ trong làng rủ nhau ra cánh đồng, gặt những bông lúa chín gánh về. Họ vừa làm việc vừa hò hát, tiếng hát trong trẻo của họ vượt qua dòng sông bạc, vẳng sang tận làng bên. Tiếng hát ấy làm cho những con chim chích, chim sẻ, chim gì mê mệt, quên cả cất tiếng như chúng vẫn thường đua nhau hót vào những buổi chiều nắng nhạt.

Người ta đem lúa về, để rơm lại. Rơm không hề buồn tủi. Rơm biết số phận của mình và biết chính mình. Chiều về… chiều về… bầu trời sẫm lại. Rơm nằm im trên cánh đồng vắng, âm thầm tỏa mùi hương hiền lành, thứ hương mà rơm kín đáo cất giữ lại của những bông lúa chín, trộn lẫn với mùi đất bùn và mùi cỏ dại, làm thành một thứ mùi rất quen thuộc của đồng quê. Lòng rơm trống, rơm chẳng cất giữ gì ngoài mùi hương hiền lành ấy.

Cuối cùng, rơm cũng được đem về. Người ta gánh từng gánh rơm, mà cũng có khi chất rơm cao nghễu nghện trên những chiếc xe bò. Bò thảnh thơi kéo xe rơm về làng, cái lục lạc treo ở cổ bò đu đưa, vang lên những tiếng nghe thật vui vẻ. Còn trẻ con thì ngồi chót vót trên đống rơm cao, vừa đùa nghịch vừa cất tiếng hát những bài đồng dao ngộ nghĩnh.

Có lẽ Người sẽ hỏi tôi là người ta làm gì với những đống rơm này. Người ta làm được nhiều điều chứ. Này nhé, người ta lấy rơm cho trâu bò ăn. Trâu bò chẳng hề chê rơm.

Rơm tuy không ngon nhưng làm cho lòng trâu lòng bò đỡ đói. Cũng như rơm, trâu bò thật hiền lành, cam phận và không hề biết kén chọn. Kén chọn là danh từ vừa xa xỉ vừa lạ tai đối với những con vật hiền lành đó.

Người ta lấy rơm trộn với bùn, làm thành vách nhà. Vách này tuy không đẹp nhưng giữ được nhiệt độ trong nhà, dù là trời nóng hay trời lạnh. Trong túp nhà tranh vách đất, mùa Hè trời mát mà mùa Đông trời ấm. Để tăng cường thêm cái ấm áp, người ta trải trên nền nhà những ổ rơm. Nằm bên nhau trên ổ rơm, khi lửa trong bếp còn đượm, người ta thấy ấm cơ thể mà cũng ấm áp cả cõi lòng.

Người ta đốt rơm để mồi lửa vì rơm rất dễ cháy mặc dù rơm mau tàn. "Lửa gần rơm lâu ngày cũng bén", cái câu tục ngữ vừa gợi cảm vừa thân thương, cái câu tục ngữ ngụ ý răn đe mà sao lại khiến người ta càng thêm bị lôi cuốn. Thật ra thì chẳng cần phải lâu ngày, cứ khi nào rơm gần lửa là thế nào rơm cũng bén lửa. Con trai con gái gần nhau thì thế nào con trai con gái cũng thương nhau. Phải chăng đó chính là hạnh phúc?

Và hạnh phúc biết bao nhiêu khi buổi chiều nay chúng ta nằm cạnh nhau trên thảm rơm khô, vẫn còn thơm mùi lúa chín. Yên lặng như thế này mà sao cõi lòng rạo rực. Ngưng đọng như thế này mà sao như cuồn cuộn dòng sông. Thanh tịnh như thế này mà sao nhưđam mê cuồng nhiệt. Mái tóc Người buông thả, ngát hương bồ kết, hương nhu. Trời ơi, hương lúa, hương tóc, hương bồ kết, hương nhu làm tôi như ngây dại. Hạnh phúc trên thảm rơm khô, có chăng chỉ kém hạnh phúc trên thiên đàng tí chút.

Tối dần... tối dần... trời và đất hôn nhau thân mật, sáng và tối hôn nhau mênh mang, ngày và đêm hôn nhau chan chứa, rơm và cỏ hôn nhau nồng nàn, Người và tôi hôn nhau đắm đuối...

3

Nắng giữa rừng cây

Người Yêu Dấu,

Buổi sáng hôm nay chúng ta đi giữa một rừng cây ngát nắng. Hương thơm man dại của cỏ hoa khiến tôi ngây ngất, còn hơn vừa uống một ly rượu nồng nàn. Nắng phủ xuống từng vạt óng vàng trên những ngọn cây cao, nắng thêu trên đường đi những bóng lá khiến chân chúng ta bước thật vui mà cũng thật êm, nắng reo trong bụi cây cùng với bầy chim ríu rít, nắng làm rám vỏ những quả cam tròn trĩnh toả mùi thơm ngào ngạt, nắng chứa đựng trọn vẹn vẻ đẹp huy hoàng của buổi sáng mùa Xuân.

Người im lặng bước đi bên cạnh tôi. Nắng đổ trên đôi vai trần của Người và làm cho đôi mắt Người ánh lên những tia vừa dịu dàng vừa rực rỡ. Đôi khi tôi nghĩ rằng Người hòa tan trong nắng, mà cũng có lúc tôi thấy nắng đang chan chảy trong cõi lòng Người. Tôi không rõ Người hay nắng đang làm cho lòng tôi chứa chan hạnh phúc.

Chúng ta ngồi nghỉ chân bên một bờ suối. Nắng lóng lánh giữa dòng, soi chiếu xuống tận lòng suối trong veo. Những viên sỏi trắng thẹn thùng ngâm mình dưới nước mà lại phơi thân trong nắng không hề e thẹn. Người thả đôi chân trần xuống dòng nước mát. Đôi chân khoắng nhẹ như cái vẫy đuôi của con cá màu hồng và làm cho những hạt nắng tung tăng nhảy múa. Một lúc sau thì buổi trưa về.

Trưa trong rừng thật im lặng. Nắng cũng ngưng đọng trên những cành cây. Chúng ta nằm lim dim bên nhau. Nắng đậu xuống trên thân thể mềm mại của Người. Nằm bên Người tôi thấy thật ấm áp. Tôi không biết nắng ấm áp hay thân Người ấm áp.

Buổi chiều đến. Bóng chiều dâng lên. Nắng ẩn mình

sau sườn núi, đổ bóng núi lên rừng cây, thật êm. Bóng tối mênh mông dâng lên dần, cho đến khi chỉ còn chút nắng đậu trên những ngọn cây cao vút. Chiều về rất nhanh và nắng đi rất vội.

Rừng như khép lại. Tưng bừng hân hoan buổi sáng nhường chỗ cho tịch mịch trầm lắng buổi hoàng hôn. Chiều về, nắng tắt, cõi lòng chúng ta như cũng lắng xuống. Người đọc cho tôi nghe thơ Bà Huyện Thanh Quan:

> *Trời chiều bảng lảng bóng hoàng hôn,*
> *Tiếng ốc xa đưa lẫn trống dồn*
> *Gác mái, ngư ông về viễn phố*
> *Gõ sừng, mục tử lại cô thôn*
> *Ngàn mai gió cuốn, chim bay mỏi*
> *Rặng liễu sương sa, khách bước dồn*
> *Kẻ chốn chương đài, người lữ thứ*
> *Lấy ai mà kể nỗi hàn ôn. (2)*

Thực vậy, nắng rời rừng cây, trở về với cội nguồn của nó, lôi kéo theo tất cả những cuộc trở về. Chim về với tổ, thuyền về với bến, lữ khách tìm về mái nhà ấm và những người thân.

Nắng đã trở về với cái huyền bí sâu xa của vũ trụ. Và chúng ta, chúng ta trở về với nội tâm sâu thẳm của mình. Người lặng lẽ nhìn tôi, cũng với đôi mắt sâu thăm thẳm. Ánh mắt Người cuốn hút tôi, như lòng giếng sâu cuốn hút kẻ khát nước buổi trưa hè. Tôi không biết cái huyền bí của vũ trụ sâu thẳm hơn hay nội tâm kín ẩn của Người sâu thẳm hơn.

Nắng tàn. Rừng tối. Người cầm tay tôi, tín cẩn. Chúng ta bước về. Người Yêu Dấu, nắng đi vội, nhưng chúng ta, bước chân đừng vội. Hãy để đôi chân lang thang qua những lối đường mòn, và qua cả những thảm cỏ chưa có vết chân ai. Cuộc đời dù có nắng hay nắng đã tàn, vẫn đẹp và vẫn có nhiều ý nghĩa. Rồi khi chúng ta về đến nhà, bóng đêm đã phủ kín tất cả, thì trong cái bóng tối mênh mang đó, vẫn có những vẻ đẹp âm thầm.

Một điều tôi không biết rõ, là, cuộc đời đẹp hơn hay lòng Người đẹp hơn.

4

Linh hồn của gió

Người Yêu Dấu,

Từ một miền cô tịch, đêm nay Gió về với vườn tôi.

Nơi cánh rừng trùng điệp, Gió cuốn về đây những chiếc lá phong đỏ ối. Trong Gió, lồng lộng hương của bạt ngàn hoang dại, và văng vẳng đâu đây tiếng nai con lạc đàn gọi mẹ. Tiếng kêu tội nghiệp làm thổn thức mọi cõi lòng.

Từ một bãi biển xa xôi, Gió về đây, đem theo mùi nước biển. Biển gọi mời những chuyến viễn du. Một cánh buồm trắng và vùng biển bát ngát xanh thẫm trước mắt là nỗi đam mê tuyệt vời của những lãng tử không thích bó chân nơi một chốn ấm êm.

Trên đỉnh núi cô đơn, đêm nay Gió cuốn về đây. Gió đem theo khí trời lồng lộng, thứ không khí trong lành và lạnh buốt, thứ không khí của một nơi rất gần với những vì sao lấp lánh. Nghe như trong gió có tiếng cừu tiếng dê và tiếng sáo buồn buồn của gã mục đồng đang chìm dần vào giấc ngủ về đêm.

Nơi cánh đồng óng vàng hạt thóc và vàng óng ánh trăng, Gió về vườn tôi mang theo mùi lúa chín, mùi rơm khô, mùi cỏ dại. Gió còn cất giữ để mang theo tiếng sáo diều vi vu lưng trời trong buổi chiều nay. Gió còn mang theo lời tình tự thì thầm của chàng thanh niên và cô thiếu nữ lúc đêm về.

Người Yêu Dấu,

Trong vườn tôi treo một chiếc phong linh. Người ta kể

rằng ngày xưa có một người con gái vô cùng lãng mạn. Mỗi lần nàng thấy Gió về thì thương lắm, vì Gió chẳng có nhà. Nàng đâu biết rằng Gió không thích có nhà, vì đời của Gió là lang thang khắp chốn. Nàng đục cho Gió một hang đá, nhưng hang đá không giữ được Gió. Nàng dựng cho Gió một túp lều, nhưng lều cũng không giữ được Gió. Đến khi nàng mở cửa nhà mình cho Gió thì Gió tràn vào. Nhà không giữ được gió, nhưng sắc đẹp của nàng khiến Gió dừng chân. Tuy nhiên vì gió cứ cuốn lấy thân nàng nên nàng xấu hổ. Nàng bèn nghĩ ra cách làm một chiếc phong linh. Nàng bảo Gió ẩn vào trong phong linh mà ngắm nàng chứ đừng quấn lấy nàng như thế. Gió nghe lời ẩn vào phong linh và cất tiếng gọi nàng, khi thì vui vẻ, khi thì buồn rầu, nhưng lúc nào cũng vô cùng tha thiết. Từ đấy người ta bảo phong linh giữ linh hồn của Gió…

Tôi ngồi trong căn phòng mênh mông bóng tối. Phòng thật tĩnh lặng, nhưng nhìn ra ngoài vườn, tôi thấy phong linh chao nghiêng và tai nghe tiếng kêu u tịch thì biết Gió đang trở về. Tôi mở hé cánh cửa, Gió ùa vào quấn lấy thân tôi. Trong hương Gió, tôi thấy có cánh rừng hoang dại, có biển mặn mênh mông, có đỉnh núi cao buốt lạnh, có nội cỏ và cánh đồng.

Tiếng phong linh rộn rã kêu vang, vui mừng, hớn hở.

5

Chuyện một dòng sông

Người Yêu Dấu,

Xin vui lòng nghe tôi kể chuyện về một dòng sông.

Dòng sông ấy đã trôi chảy từ một thời rất xa xưa. Thuở ấy có hai người yêu nhau, lúc nào cũng tưởng nghĩ về nhau. Nhưng một người ở đầu sông, còn một người ở cuối sông, cả hai cùng uống nước của dòng sông nhưng không gặp được nhau:

Quân tại Tương giang đầu

Thiếp tại Tương giang vĩ
Tương tư bất tương kiến
Đồng ẩm Tương giang thủy. (3)

Để tôi dịch sang lục bát Việt Nam cho người nghe nhé:

Chàng thì ở ngọn sông Tương,
Thiếp thì ở cuối sông Tương xa vời.
Tương tư mà chẳng thấy người,
Cùng nhau uống nước một ngòi sông Tương.

Chẳng biết hai người ấy có nhờ dòng sông gửi gì cho nhau không, ngoài những lời thở than, và biết đâu, những dòng nước mắt; nhưng dòng sông thì vẫn lững lờ trôi từ năm này sang năm khác, từ thời này sang thời khác. Và vào thời nào thì dòng sông cũng chứng kiến những cuộc chia ly. Ở nơi đầu sông cuối bãi, có những cuộc tiễn đưa, những bàn tay đan chặt, những gót chân bịn rịn. Dòng sông cất giữ tất cả những hình ảnh này vào cõi lòng mình. Một lúc nào đó, dòng sông trải lòng ra, người ta nhìn thấy trong ấy biết bao cuộc chia ly, khi đó, nếu uống nước của dòng sông, người ta thấy có vị mặn của nước mắt.

Một hôm nào, có bàn tay ngọc ngắt những bông trà hoa nữ mà thả xuống dòng sông. Sông vỗ về những bông hoa ngơ ngác. Sông đưa hoa đi, lặng lẽ tìm cho hoa một bờ bến bình an. Tay ngọc ơi, *hoa rụng ven sông (4)* là một cảnh buồn, tự ý ngắt hoa thả xuống dòng sông, phải chăng tự thâm tâm tay ngọc muốn tìm kiếm một cuộc phiêu lưu, cho dù trong cuộc phiêu lưu ấy có những điều buồn tủi? Dù sao ra đi về một miền vọng tưởng cũng đẹp hơn ở lại một nơi ủ rũ những muộn phiền. Trong cuộc ra đi ấy, biết đâu có đôi bông hoa trôi dạt với nhau và cùng nhau đậu về một bến.

Người Yêu Dấu, có nghe lời tôi rủ Người, hôm nay chúng ta ra ngồi cạnh một dòng sông? Trong lặng lẽ, mình nghe dòng sông thầm thì kể chuyện.

Sông kể rằng sông cũng có những cuộc hẹn hò và những lời thề hứa. Sông hẹn với trăng mà thề với núi. Sông ít nói nhưng luôn giữ lời. Đừng nghĩ rằng ở lại như núi đã là son sắt, mà ra đi như sông thì sẽ chóng quên. Cũng đừng nghĩ rằng vằng vặc trên cao đã là trong sáng mà âm thầm dưới đất thì vốn tối tăm. Sông thông cảm với những ai bị phụ bạc và những người bị hiểu lầm, vì sông đã từng bị phụ bạc và chịu hiểu lầm.

Sông cũng kể cho chúng ta nghe rằng có những con thuyền thả trên dòng sông, lớn nhỏ khác nhau và vì những mục đích khác nhau. Để vớt tôm bắt cá, để chở người sang bến, để ca hát ngao du, để thả trôi một đời lãng mạn. Hay để cho những điều khác nữa. Sông biết tất cả mục đích và dự tính của những con thuyền, có những điều trong sáng cao thượng, có những điều bình thường nhưđời sống con người, có những điều thấp hèn u tối. Trong âm thầm, sông cất lời khích lệ hoặc khuyên can. Có những con thuyền nghe thấy, nhưng hầu hết thì không.

Sông lại kể ngày kia có một người con gái đứng bên dòng sông mà tâm sự rằng:

Đời con gái
Như dòng Hương
Kết bằng chuỗi
Những tầm thường. (5)

Người con gái ấy tâm sự bằng những lời nhẹ nhàng và bình thản. Sông hiểu. Bởi vì chẳng riêng gì đời con gái, đời ai cũng là một chuỗi những chuyện tầm thường. Ta có là gì với cái vũ trụ bao la. Nhưng trong cái tầm thường ấy có biết bao nhiêu là điều ý nghĩa. Xin hãy hỏi dòng sông, sông sẽ nói cho chúng ta nghe về ý nghĩa và giá trị của những chuyện tầm thường trong cõi người ta.

Sông mở lòng ra để cho ta thấy tâm vô lượng. Sông có

sức cuốn hút, sông có thể hung hăng, nhưng chẳng có mấy khi sông dùng sức mạnh. Trong lòng sông chứa đựng một kho tàng và một điều nguy hiểm. Nhận được kho tàng hay nhận lấy điều nguy hiểm, cái đó tùy thuộc vào chính người đến với sông. Sông hiến tặng tất cả. Hiến vật nào, tùy thuộc tâm của người đời nhận lãnh.

Và trong sông có chứa đựng một điều huyền bí. Người thường chỉ nhìn thấy trong lòng sông có tôm cá, có phù sa, và chỉ thấy sông trôi đi, trôi đi mãi. Sông chờ đợi ai đó đến với sông, đừng thấy tôm cá, đừng thấy phù sa, nhưng thấy cái lấp lánh của dòng nước, cái bát ngát của hơi thở dòng sông, cái mênh mang chẳng có bến bờ, cái ngưng đọng của thời gian và không gian, cái tiếng âm vang thâm trầm của vũ trụ… Lúc đó sông sẽ không e ngại hé mở cho người thấy điều huyền bí của sông, tặng vật vô giá chỉ hiến dâng cho ai có thể nhìn thấy.

Nhưng thôi, Người Yêu Dấu hỡi, đừng nói những điều triết lý xa xôi. Hãy nhìn vào mắt tôi, để tôi thấy trong đáy mắt Người *dường như có điều gì tuyệt vọng (6)*. Tôi có cảm tưởng, bây giờ, cuộc sống Người như một dòng sông phân nhánh, mà không biết nước sẽ tuôn chảy về hướng nào. Tôi hy vọng cuộc sống Người không phải là một dòng sông nghẽn lối. Sông nghẽn lối thì nước sẽ tràn bờ, khổ cho sông và làm khổ biết bao người. Nếu quả thật, trong tâm Người có điều gì tuyệt vọng, xin hãy thả nó trôi chảy trên dòng sông. Sông đón nhận tất cả, sông chôn vào lòng sông niềm tuyệt vọng đó, và đổi lại cho Người là dòng nước ngọt ngào êm mát. Người Yêu Dấu, có nghe không, tiếng ân cần từ ái của dòng sông?

6

Thoảng tiếng dương cầm

Người Yêu Dấu,

Hãy ở lại trong nơi cô tịch mà yên ấm. Để buổi chiều

nay mình *tôi lang thang đi giữa hoàng hôn (7)*. Giây phút giao thoa giữa bóng tối và ánh sáng, giữa ngày và đêm, là vẻ huy hoàng rực rỡ của mặt trời tỏa ánh quang lần cuối trong ngày. Người có nhớ không? Một hoàng hôn nào đó, Người giục giã tôi đuổi theo mặt trời, vì Người muốn nhìn thấy cảnh mặt trời lặn trên vùng biển vắng. Nụ cười tươi tắn trên môi Người làm tan đi nét giận hờn vừa chớm hiện, đã là phần thưởng quý giá cho tôi, và bõ công cho chuyến xe lao nhanh chạy đuổi thời gian.

Hôm nay, một mình tôi đi giữa hoàng hôn. Bước chân tôi đã qua nhiều thành phố và xóm làng, nhiều rừng thắm và biển xanh. Mặt trời nạm vàng nhà cửa và vung vãi kim cương trên khắp cánh đồng. Mặt trời làm rừng núi thêm linh thiêng và biển cả thêm quyến rũ. Phần Người, hãy ở trong nơi cô tịch và lắng nghe tiếng chuông chiều từ chốn xa xôi vọng lại. "Chuông gọi hồn Người" (8) hay hồn Người làm rộn rã tiếng chuông? Tôi không biết rõ, nhưng chỉ biết cả tiếng chuông và hồn Người đều làm cho lòng tôi thổn thức.

Người Yêu Dấu, đang khi tôi vọng tưởng về Người theo từng bước chân giữa buổi hoàng hôn, xin Người hãy ở trong nơi cô tịch mà yên ấm. Nhưng dù vậy, tôi muốn trái tim Người cũng thấy xôn xao khi Người nghĩ về những bước chân tôi. Chim đã tìm đường về tổ mà bước chân tôi vẫn mãi lang thang.

Người Yêu Dấu, khi tưởng nghĩ về Người, tôi mường tượng đến một mái tóc huyền óng ả. Mái tóc Người thơm mùi hương nhu trong những buổi trưa hè. Mùi hương nhu ẩn giấu trong mái tóc Người làm tươi mát con người tôi vốn khô khan, và gợi cho tôi những khao khát mông lung. Tôi nghĩ về một đêm trăng, tôi với Người ở bên nhau trong vườn hoa ngâu. Mái tóc Người cất giữ cả ánh trăng. Làm sao mái tóc giữ được ánh trăng? Đó là một điều huyền diệu, nhưng với Người, đó là một điều có thật.

Đã biết bao lâu rồi, mái tóc thả trên đôi vai thon của Người, ngoan hiền mềm mại. Cũng mái tóc Người đã phủ kín một đời tôi hoang lạnh, sưởi ấm lòng tôi vào những buổi hoàng hôn nắng tắt. Mái tóc Người là dòng suối mát, đưa tôi đi đến những miền xa xôi diễm ảo. Thuyền đời tôi thả trên suối tóc Người, trôi giữa mênh mang của tình yêu thánh thiện.

Người Yêu Dấu, buổi chiều nay tôi ngồi bên một bờ giếng cạn. Lòng giếng sâu vọng lên những tiếng u buồn. Tôi nhìn lên lầu cao, nơi vang lên nhè nhẹ tiếng dương cầm thánh thót. Tôi mường tượng bóng dáng Người, tóc huyền trên vai óng ả, những ngón tay thon lướt nhẹ trên phím đàn, tạo thành những âm thanh quyến rũ. Tôi đọc bài thơ về tiếng dương cầm cho Người nghe nhé:

Khi anh đến, chùm hoa ngâu đã rụng
Rong rêu bờ tường ngả sắc vàng phai
Anh tưởng nhớ một mùi hương nguyệt quế
Nhắm mắt nhìn cho rõ bóng tương lai.

Ngôi nhà cổ sao cũng buồn quá thế
Cổng im lìm, sân đá rất thênh thang
Bờ giếng cạn đón nắng chiều đã xế
Cỏ trải dài một nỗi nhớ miên man.

Thấy mường tượng dáng em trên lầu cũ
Dương cầm nào rơi nốt nhạc Chopin
Anh lặng đứng trong một cơn lộng vũ
Ngỡ nơi này cây lá vẫn còn xanh.

(Q.D.)

Chắc Người đã nhớ ra khu vườn ngâu, bờ giếng cạn, cánh cổng im lìm và căn lầu cũ đó. Một buổi xa xưa, chúng ta đã gặp nhau ở đấy, và trân trọng trao cho nhau tình yêu thánh khiết. Từ đó, dù có xa Người, mỗi lần nghe tiếng dương cầm, trái tim tôi lại rung lên nhịp điệu tình yêu thánh khiết đó. Tình yêu ấy đã nuôi dưỡng tôi, và đã giúp tôi hồi sinh, khi, cuộc đời đã nhiều lần làm tôi chết đi trong mê dại. Hỡi Người, hãy cùng tôi lặng nghe tiếng dương cầm.

7

Hương hoa với hương đêm

Hỡi Người Yêu Dấu,

Buổi chiều đã trở về sau khi cánh chim trên nền trời chao lượn mấy vòng và mờ dần trong đám mây xám đục. Bầy ong lãng mạn đã rời bụi mẫu đơn và trốn đi đâu biệt tích. Tường vi trên giàn cây leo cúi đầu ngái ngủ. Hoa bưởi trong vườn vừa tỏa hương kín đáo. Chim sẻ đã thu mình chui vào ống nứa trên nóc nhà…Đó là lúc tôi trở về bên Người, sau một ngày thả chân trên khắp lối, làm những chuyện khôn ngoan và những điều vụng dại. Đầu tôi gục vào ngực Người, tín cẩn, như trẻ con sau một ngày chơi đùa chạy về nép mình bên lòng mẹ.

Người hỏi tôi đâu là chuyện khôn ngoan nhất tôi đã làm trong ngày hôm nay. Tôi ngượng ngập trả lời rằng đó là chuyện tôi yêu. Người hỏi tôi đâu là chuyện vụng dại nhất tôi đã làm trong ngày hôm nay, tôi cũng ngượng ngập trả lời rằng đó là chuyện tôi yêu. Người đắm nhìn tôi bằng đôi mắt từ ái, và nói rằng đừng tính chuyện khôn ngoan hay vụng dại, như thế sẽ thấy nỗi bình an chan chảy trong trái tim cằn cỗi mà thơ dại của tôi.

Đêm từ ngoài vườn tràn vào trong phòng. Tôi ngửi thấy mùi gỗ thông tỏa thơm trong bóng tối. Khi nằm im nhìn những vì sao lấp lánh trên bầu trời qua khung cửa sổ, tôi tưởng nghĩ đến đóa hướng dương mình đã ân cần cúi xuống hôn vào buổi sáng hôm nay. Nụ hôn đụng chạm đến một điều kỳ diệu của tương lai và làm tan đi một mỗi muộn phiền trong quá khứ. Tôi nhớ rằng đóa hướng dương đã run rẩy khi tôi đặt đôi môi khờ dại trên nó, và lúc ấy có những con ong bay vù vù trong không gian ngập tràn nắng vàng óng ánh mật ong.

Buổi trưa hôm nay, khi cô thiếu nữ xách một giỏ hoa đi từ thành phố đầy tràn tiếng động ra cánh đồng mơn mởn cỏ xanh, hoa đã nở nụ cười kín đáo mà hân hoan trong giỏ. Hoa trở về với nơi chốn nó đã sinh ra, cuộc trở về bất ngờ và đầy ngạc nhiên thích thú. Đêm nay, bên bờ suối, hoa chữa lành vết thương, với dòng nước mát lạnh và với thảm cỏ thơm. Còn cô thiếu nữ thì hồn nhiên và vô tư trở về nhà. Chắc nàng đã ngủ say trong đêm, mà trong giấc mộng thanh xuân không có bóng dáng những bông hoa.

Tôi biết rằng trong đêm tối, có một loài hoa trắng ngoài vườn đang vọng tưởng đến bầu trời cao nó đã giã từ vào nhiều ngàn năm trước, khi nó là bạn của bầy tiên áo trắng, ngày ngày làm mưa hoa xuống cõi nhân gian. Mối liên hệ duy nhất còn lại giữa những cánh hoa và bầy tiên áo trắng là những hạt mưa bụi, từ trên cao âm thầm rơi xuống vào những đêm thật sâu, tìm đến những cánh hoa trắng trong khu vườn kín đáo mà vuốt ve, an ủi.

"Hoa bưởi thơm rồi, đêm đã khuya".(9) Thi nhân đã viết như thế vì thi nhân đã cảm như thế. Thời gian của đêm không đo bằng đồng hồ, bằng âm thanh hay bằng ánh sáng, nhưng bằng hương hoa. Đêm đẫm mùi hương của hoa cỏ. Hoa bưởi ơi, đo được thời gian của đêm, hoa bưởi có đo được lòng tôi đang náo nức, muốn nở tung nhưđóa quỳnh giữa đêm trăng?

Hỡi Người Yêu Dấu, đêm nay Người nói chuyện gì cho tôi nghe? Phải chăng là một chuyện của thời quá khứ? Phải chăng là một chuyện sẽ xảy tới trong tương lai? Hay phải chăng là một chuyện đang xảy ra hôm nay? Để trả lời câu hỏi của tôi, Người đặt ngón tay lên đôi môi hé mở, ra hiệu cho tôi đừng nói thêm gì cả. Tôi lắng nghe những tiếng nói êm đềm mà thinh lặng trên đôi môi người giờ đây khép kín. Tôi tập nghe tiếng nói của thời gian. Hỡi Người Yêu Dấu, trong nỗi thinh lặng của Người, tôi cảm nhận rằng Người bảo tôi hãy lắng nghe tiếng nói thầm thì của những loài hoa trong một đêm sâu.

Nơi cái ao xinh xắn ngoài kia, tôi biết, trăng đã gọi những bông hoa súng thức dậy sau giấc ngủ ngắn ngủi. Cánh hoa súng tím đẫm ướt sương khuya còn cánh hoa súng trắng đẫm ướt ánh trăng. Tôi thầm nhủ ngày mai khi bình minh đến, tôi ra sẽ ao hái một bông súng còn ướt át, vắt lên mái tóc Người, lúc Người còn thả thân mềm trong giấc ngủ an nhiên.

Lúc ấy, tôi biết Người sẽ thức dậy và nhẹ nhàng hỏi tôi lúc nào thì cất bước ra đi. Tôi lặng thinh không nói, nhưng nếu nhìn trong đáy mắt tôi, Người sẽ thấy câu trả lời: tôi chẳng ra đi, cho dù chân tôi cất bước. Đêm qua Người đã nói với tôi rằng đừng nghĩ đến chuyện khôn ngoan cũng như những điều vụng dại, hãy chỉ yêu. Hỡi Người Yêu Dấu, tôi hiểu rõ lắm, chỉ khi nào ở bên cạnh Người, tôi mới sống với trái tim cằn cỗi mà thơ dại, chỉ có niềm bình an, không có chuyện khôn ngoan hay điều vụng dại. Những điều này tôi mới biết, nhưng Người, và cả những bông hoa trong đêm, đều đã biết rõ tự ngàn xưa.

Quyên Di

---

(1) Thơ Đỗ Phủ *(Khả Thán)*
(2) Thơ Bà Huyện Thanh Quan *(Chiều Hôm Nhớ Nhà)*
(3) Thơ Lương Ý Nương *(Trường Tương Tư)*
(4) Nhan đề một bài hát của Phạm Duy *(Hoa Rụng Ven Sông)*
(5) Thơ Tỉ Tỉ *(ghi phía sau một bức ảnh)*
(6) Theo ý một câu hát của Trịnh Công Sơn *(Gần Như Niềm Tuyệt Vọng)*
(7) Theo ý nhan đề một bài hát của Văn Phụng *(Tôi Đi Giữa Hoàng Hôn)*
(8) Dựa theo nhan đề tác phẩm "For Whom The Bell Tolls" của Ernest Miller Hemingway
(9) Thơ Xuân Diệu *(Buồn Trăng)*

QUỲNH THI

Tên thật Phạm Quang Vinh. Sinh ngày 5-2-1946 tại Áng Sơn, Ninh Bình.

Nguyên sinh viên trường Đại Học Y Khoa Sài Gòn

Trước 1975 phục vụ trong ngành Cán Bộ Xây Dựng Nông Thôn.

Sang Mỹ theo diện đoàn tụ gia đình ngày 20-4-1995.

Đã cộng tác với các tạp chí văn học: *Tạp chí Thơ, Hợp Lưu, Văn, Văn Học, Phố Văn, Văn Uyển, Khởi Hành* và các trang Web: Talawas, Đàn Chim Việt, Dân Lam Báo, Da Màu. . .

Hiện sinh sống tại Houston Texas USA.

Tác phẩm thơ đã xuất bản:
- *Trên Vùng Trời Cùng Khổ* (Sài Gòn, 1974)
- *Tên Em Là Hoa Kỳ* (Hoa Kỳ, 1998)
- *Mùa Chuộc Tội* (trường ca; Tạp Chí Thơ, 2002)

Tiếng gõ vào cửa nước thiên đàng của Chúa
(Kính dâng linh hồn cha tôi)

1.
Thầy nằm ở đây Thầy đã nằm ở đây
trên chiếc giường trắng toát
thể xác ánh lên dương quang
của những chiếc bóng đèn nhân thế
chi chít chung quanh là cuộc đời
đang thở hơi thoi thóp
khi tất cả không ý thức được
mầm sống nào đang chảy ra lênh láng mỗi giây mỗi phút

Ở con người
thờ ơ là lúc họ đang khỏe mạnh
trong điều kiện tất yếu đưa đẩy hoan lạc
dây leo bẩm sinh trong mọi thời tiết
suối nước chảy nồng nàn như dòng tinh dịch
mỗi việc làm lời nóihay rong chơi
đều là đời sống
được tính từ lúc con người sinh ra
cho đến khi trái tim ngừng đập lần cuối
ít có sự nhắn nhủ đều đặn
bao nhiêu là năng lượng
bao nhiêu điều tốt lành dành cho con người
kể cả đau khổ và bất hạnh
làm cho họ lớn hơn cao hơn mong được hoàn thiện để làm
người

Nếu không có đau khổ
thì hạnh phúc là một thứ gì không đáng khát khao
và đây rồi nạm kim cương quí giá
trong mỗi tâm hồn tìm kiếm

2.
Thầy nằm đây hai mắt nhắm nghiền
từng giọt nước trong ống chảy vào tĩnh mạch
nào đâu nghe được
        róc rách sự sống
trong tòa nhà nguy nga của những người đang nằm chờ đợi
        và đó cũng là nơi dừng chân
                ở trạm ga cuối cùng trên mặt địa cầu xinh đẹp

Đã đến rồi thứ rệu rã bèo mây
chập chùng một đáy vực hư vô chờ sẵn
con người đang chứng kiến sự bất lực của mình
trước thời gian và vĩnh cửu
sự hồi tưởng đang ray rứt những người còn tỉnh trí
ô haynhững thống khổ buồn bã lại dành cho những người
        con thân yêu bạn hữu quyến thuộc của thầy đang đứng
quanh đây
xúc cảm nơi mỗi người thay lời nói yêu thương
cội nguồn của dòng huyết thống

Thầy biết không
con tim của con đang đập thổn thức là huyết thống của thầy
nó nuôi dưỡng thể xác và trí tuệ
những tiếng nấc lẫn thơ của con cũng đang viết bằng máu
của thầy
chảy lênh láng cả cuộc đời
thấm đẫm tình yêu
và con đang đứng đây ngắm nhìn một tâm hồn đáng kính
trong cái thân xác
        bất động
                thanh tịnh đẹp đẽ
thầy biết không
suối nguồn của đời con là một chuỗi dài tràng hạt đau đớn
lẫn cô đơn

con muốn gửi gắm cho thầy
nó trộn vào cơm con ăn mỗi ngày
vào thơ của con linh hiện cứ hoài năm tháng. . .
dài dằng dặc chẳng biết khi nào ngừng

Ôi! Thầy nằm ở đây trong giờ hấp hối
xa cả một quê hương mênh mông chất nặng
những con chim Việt lìa tổ thở than
hay đang trốn biền biệt một mùa đông chưa biết
khi nào hết lạnh
đàn chim con từ trước ở quê hương đến lúc bay xa ngút ngàn
thế giới
hết thảy đều câm lặng
        như chờ một cuộc tử nạn lần cuối

thầy nằm đây
giờ khắc của một định mệnh sắp diễn ra
môi đức hạnh chất chứa không bao giờ thừa thãi
rung vang lời thánh hóa ngọt ngào trong con
nơi đặt để một đền thờ tội lỗi

Ngoài kia nắng vẫn hanh vàng
xin hơi nóng thiêu tan lòng sợ hãi (lẫn cô đơn và đớn đau!)
trong cõi nào điếng tê
thầy có nghe con nói
bằng tĩnh lặng âm thầm
sống ở thác về
nhưng dòng chảy của nó là hai chiều khác biệt
giữa ý thức và vô tri
chỉ có hồn thơ là trong suốt
sự diễm lệ như ngày linh hiện
mật độ tối tăm những gì còn lại
những suy luận rối rắm lý luận
không sao nói hết trước khung cửa vĩnh hằng

và cửa tử cung bước vào đã khép
quả đất cũng chỉ là một tinh cầu vô tri
không còn héo lánh sự sống
tắt đi cùng với hơi thở

Sắc màu ở đâu lòng thamgiàu có
mọi thứ bây giờ thành vô nghĩa
đêm tối réo gọi thất thanh trùng điệp hư vô
mặc niệm một lần cho điều hữu hạn bất lực
và hết thảysẽ là một đống chôn vùi
ở nơi đó hứa hẹn sự tự do tuyệt đối

mới ngày hôm qua
ánh tà dương nơi chân trời màu đỏ
cái nhảy từ bên này vực thẳm
nằm gọn lỏn hai chân vào nước thiên đàng
không một sát na khinh động nào ngăn kịp
lằn răn với biên giới con người
mong manh một làn hơi thở
mà cả một đống triết lý giãi bày
tắt nghẹn

Con biết nói làm sao
viết làm sao
kẻ yếu đuối mộng mơ
ngồi ở đây nghe hư vô réo gọi
gió ngoài trời không còn miên man
mà chỉ từng đợt gầm rú dữ dội trên những ngọn cây phong
mùa hạ
miệng lưỡi con khô ran
nỗi thống khổ đang làm tê liệt từng giác quan
chỉ còn hai con mắt trợn tròn kinh ngạc
3.
Thầy đang nằm ở đây

lời ca thánh và kinh nguyện sắp mình kính cẩn

hôm nay là ngày mười tám tháng tám
đúng ngày này chín năm trước
đứa con trai duy nhất của con đã vĩnh viễn ra đi
trong lưỡi hái cay nghiệt của định mệnh
giữa chao đảo khốn cùng tuyệt vọng
tử thần tàn bạo giống như một tên bất lương khốn kiếpvề giết
     người giữa ban ngày hợp pháp
con chới với rệu rã cả đức tin…
…
Thằng bé vừa chớm tuổi thanh xuân đã…

4.
Những đóa hoa trong vườn đang gục héo trưa hè
dưới khung cửa sổ buồn rầu vắng lặng

thầy nằm ở đây
ký ức có kịp nhìn về quê hương
nơi chốn xưamột thời nồng ấm
chung quanh đây dày đặc rừng thông
giống như ở đà lạt quê nhà
gió trên những ngọn thông conroe rì ràorì rào than khóc
quặn thắt lòng con

Trên chiếc giường trắng tinh kia
thiên đàng và địa ngục hay niết bàn… hay gì gì đi nữa
chỉ đủ cảnh tỉnh những người còn sống như con
hay là điều thánh hóa những tâm hồn cằn cỗi u mê
đối với thầytất cả đều vô nghĩa
vì cái chết đã gột rửa hết thảyđể thầy được an nghỉ trong
thượng đế đời đời

Thầy nằm đây

trong thế giới huyền mộng bình an
chỉ mình con với những điều không sao nói hết
thầm thì với thầy người cha thân yêu muôn đời của con
như những giọt dịch truyền chảy vào dòng máu yêu thương
thăm thắm.

(3-2014)

Gió thổi vàng ngọn cây

Người như thoảng gió ngàn
Hay như cơn gió lạ đến trong đời
Một sớm nào lại bay về đây
Bay về bất chợt
Gió thổi vàng ngọn cây
Gió rụng rơi những cành phong đỏ

Tôi thương nàng như người em gái
Cũng nhiều lúc yêu nàng như người con gái trong tim
Những lần gặp nhau
Lúc chia tay lén ánh nhìn tha thiết
Mắt ướt lệ em vội vàng giấu kín
Tiếc mà chi khi giã từ nhau
Tôi nhận ra thì xe đã lăn bánh
Thật ra đời nhiều nỗi xót xa
Không sao nói hết

Thủa đó
Tôi ở cách xa nàng ba trăm cây số
Nàng nghèo lắm
Khách đến chơi không có chỗ để ngồi
Mà lúc đó
tôi cũng túng thiếu chẳng kém chi
Có một điều chắc chắn
Là hai người dư dả yêu thương

Một lần đến thăm
Lúc từ giã nghẹn ngào cũng không có gì tặng nàng
Trên tay mình chỉ còn cái đồng hồ là đáng giá
Tôi lặng lẽ len lén tháo ra
Bỏ vào chiếc ngăn bàn nhà nàng

Thế mà niềm vui
 mấy chục năm trôi qua
Chẳng có cơ gặp lại!
Đến nay thấy lòng vẫn còn
 ấm áp

Người ơi
Em như con gió thoảng
Một thoáng bay về
Gió thổi vàng ngọn cây
Gió rụng rơi một mùa cổ tích
Vô thường đời người trăm năm.

Thơ và ta
(Xin chia sẻ cùng TĐ người anh yêu dấu)

Thơ và ta
Chơi với nhau từ thời còn nhỏ
Thủa cùng mẹ nằm nôi
Thân với nhau
Như mặt trời và trái đất
Cho đến giờ
Thơ cõng ta khi tuổi đã chớm già

Chỉ thơ hiểu
Lúc nào ta ngồi khóc
Lúc nào ta
Và trời đất nổi điên

Chỉ thơ hiểu
Lúc nào ta sống thực
Men tiếng cười
Hất lộn cả bạc đen
Thì lúc đó
Ta thở ra toàn máu độc
Thơ và ta bay lộn trong một bầu trời

Thơ ơi
Thơ có biếtngày
Mai ta chết
Cũng chỉ có thơ là bạn
Lãng đãng hồn
Thơ bay lượn khắp hư vô
Lúc đất trời đã lìa nhau
Và con người đi vào cõi yên lặng
Thơ với ta

và ta với thơ
bay lượn trong một bầu trời

Thơ yêu dấu ơi
Cõi nhân gian này
Sao lắm mật ngọt
Và nhiều gian dối
Nhiều ganh ghét và đầy rẫy hận thù
Nhiều tôn giáo chỉ thương yêu bằng miệng lưỡi
Nhiều chủ nghĩa để lừa bịp nhân loại
Tạo nguồn cơn là nguyên nhân chém giết lẫn nhau
Để thơ buồn nên bầu bạn cùng ta
Nên sống với con người
Ta khó đồng hành để suốt đời cô độc
Lang thang mòn mỏi một mình
Mong tìm ra chân lý ra hạnh phúc
Để bớt khổ đau
Có phải đó chỉ là vô vọng cho đến ngày ta nhắm mắt xuôi tay
Hả thơ ơi!

Cám ơn thơ
Vì
Thơ cũng là tình yêu là hơi thở trong tâm linh đời
 ta
Để ta còn vui sống
được.

(Viết lại, Nov 12, 2018)

Kinh và lệ

Này người yêu của anh
Mai có đến nhà thờ
Đọc giúp anh lời kinh
Trong tim em chất chứa
Kính chúa và yêu anh

Nguyện giùm anh lời nào
Thiệt tình không dối gian
Dù tê môi cay đắng
Xin đừng có phụ nhau

Trong mắt sâu diệu vợi
Đã ủ chín tình anh
Đêm về trăng ngây ngất
Trăng cũng tỏ lòng thành

Vườn nhà trông mướt xanh
Cây tình yêu lớn nhanh
Ta rắc đấy thương nhớ
Nắng nồng nàn hương xa

Đêm từng đêm thiết tha
Không có anh thiệt tội
Em vò võ một mình
Kinh và lệ rơi hoài
Đọng đã đầy thơ anh.

Quỳnh Thi

SĨ TRUNG

Sĩ Trung tên thật Hà Sỹ Trung, sinh năm 1934 tại Gia Định (Sài Gòn) và mất tại Sài Gòn năm 2005.

Bước chân vào làng báo Sài Gòn từ năm 1958 với những bài phê bình tân nhạc, kịch trường và điện ảnh cho *Lẽ Sống* và *Lẽ Sống Mới*. Từ năm 1963, ông chuyển qua viết tiểu thuyết đăng từng kỳ trên các nhật báo trước khi đem xuất bản.

Năm 1981 ông cùng gia đình định cư tại Paris, tiếp tục sự nghiệp viết.

Sự nghiệp văn chương của Sĩ Trung gồm hơn 50 tác phẩm hầu hết là truyện dài, trong đó có những tác phẩm tiêu biểu đã được dựng thành tuồng cải lương, quay thành phim.

Tác phẩm đã xuất bản:

- Bóng chim tăm cá - Còn có tình thương - Như chim lạc đàn - Mây ngàn bay - Thương nhớ một mình - Đi tìm mộng đẹp - Đường vào tình yêu - Mùa mưa nước mắt - Ngưỡng cửa cuộc đời - Thảm kịch đời nàng - Tình thơ dại - Tương tư hạnh phúc - Xa mặt cách lòng - Sau lưng thành phố - Mười năm hương lửa - Xin một bông hồng cho tuổi thơ - Cơn xoáy nước - Đôi ngả - Một lần lầm lỡ (NXB Nam Á, Paris, 1986) - *Lạc Bóng Thiên Đường* (NXB Hội nhà văn, 2016; tác phẩm cuối cùng ông viết tại Paris do Sỹ Liêm (con trai ông) và gia đình xuất bản tại Việt Nam).

Đứa con của người lính dù

So với Quỳnh Như, Ngọc Như đẹp hơn. Hai chị em hao hao giống nhau về sắc vóc, nhưng Ngọc Như có sức quyến rũ đàn ông hơn từ giọng nói trong như chuông ngân, từ nụ cười tươi như hoa nở, từ thân hình tròn lẳn khiêu gợi đến lời lẽ dịu dàng, tâm hồn thơ mộng và tư tưởng lúc nào cũng hướng thượng.

Tiếng cười của Ngọc Như mỗi lần cất lên, kẻ đối diện nghe như mời gọi, lôi cuốn, nhứt là ánh mắt nàng, nó như thỏi đá nam châm thu hút mọi người. Bạn bè thân thường chế giễu hay dặn dò: "Như ơi! Mày đừng làm khổ đàn ông nghe. Tội chết đi. Đứng trước mặt mày, thầy tu cũng thấy động lòng. Mày mà dê nữa thì không ai chịu nổi", hoặc là "Hữu nhan sắc hữu ác đức. Hồng nhan thì đa truân. Hồng nhan là bạc mệnh..."

Mỗi lần được bạn bè khen, Ngọc Như về nhà hay ngắm mình trong gương và chính nàng cũng thấy mình đẹp. Niềm sung sướng hòa lẫn với nỗi lo âu vu vơ về số mệnh của mình, đa truân và bạc mệnh, hai nỗi đau khổ và vô phúc của người đẹp ám ảnh tâm trí Ngọc Như cùng với sự kiêu hãnh và tự cao về nhan sắc của nàng.

Song thân Ngọc Như cũng thường ngắm lén đứa con gái đầu lòng, ông bà vừa vui vừa lo: "Con Như nó đẹp gái, lại ngoan hiền. Nhưng mình sợ nó sống không thọ lắm. Nó có vẻ yếu tướng quá". Lúc Ngọc Như đã trổ mã, ong bướm dập dìu thì Quỳnh Như hãy còn thơ dại, nhưng Quỳnh Như cũng đã biết ghen với sắc đẹp của chị và đôi khi Quỳnh Như cũng mơ ước vu vơ sau nầy lớn lên bằng tuổi chị, mình cũng được như chị, cũng có nhiều chàng trai si mê, đeo đuổi. Muốn được tình cảm của chị, những cây si phải lấy cảm tình của em. Cô em có thích, có nói vô thì mình mới được chị chú ý tới và ban cho ân huệ như thế nào đó. Bởi thế nên Quỳnh Như được biếu tặng nhiều quà cáp lẫn tiền bạc.

Lo lót và hối lộ đã tập cho Quỳnh Như thành thói quen, một thói quen mà các "kiếm sĩ đa tình" đều thích, đều tha thiết muốn Quỳnh Như giữ nguyên thói quen đó cho mình được nhờ cậy! Cầm lá thư trong tay, Quỳnh Như hay lặp lại điệp khúc quen thuộc:

- Hổng có gì nữa sao? Chỉ có vầy thôi à?

Nếu "kiếm sĩ đa tình" nào đó đãng trí đáp: "Chỉ có vậy thôi, anh nhờ em giúp giùm" thì Quỳnh Như làm mặt nghiêm nghị trả thư lại bảo:

- Chị tôi không nhận thơ từ gì đâu. Chị tôi khó lắm. Chị tôi v.v...

Duy chỉ có một "kiếm sĩ" không nằm trong danh sách "nạn nhân" của Quỳnh Như, đó là Tánh. Tánh không mất một xu nào cho cô phát thơ ấy mà thư từ của anh vẫn tới tay Ngọc Như đều đều. Mỗi khi Ngọc Như đi vắng, Quỳnh Như lẻn vào phòng riêng của chị lục lạo đống thư từ. Bắt gặp thư Tánh, cô ta tức lồng lên:

- Cha nội nầy ghê thiệt. Thằng chả đi ngang về tắt, đưa thư cho chị mình mà không thèm qua tay mình. Được rồi, thằng chả sẽ biết tay tui.

Tức giận thì hăm dọa vậy thôi chứ Quỳnh Như không làm sao ngăn nổi những cánh thư tình của Tánh tấp nập bay tới Ngọc Như và những cánh thư ấy ngày càng kéo hai người xích lại gần nhau. Quỳnh Như thường thấy chị mình lén nhà đến gặp Tánh và ngày nào Ngọc Như cũng đi học về trễ, cô quả quyết là chị mình đã yêu gã thư sinh ấy. Cô thích chị mình dan díu với Hổ, người khách xộp nhứt trong số mười thí sinh vì Hổ vừa bô trai, vừa là con nhà giàu và nhất là cho Quỳnh Như bánh kẹo, quà cáp nhiều hơn hết.

Quỳnh Như ghét Tánh không phải chỉ vì Tánh đã được chị mình "chiếu cố" mà còn vì anh làm mặt khinh khỉnh mỗi khi gặp cô, xem cô chẳng có kí lô nào cả. Cô thấy cần phải cho Tánh một bài học.

Một hôm Tánh vừa ra khỏi lớp, Hổ xấn tới chặn đường gây sự. Tuy ốm yếu Tánh vẫn bình tĩnh đối phó. Hổ lùi ra sau ra lệnh cho hai đàn em, xông vào đấm đá Tánh túi bụi. Chỉ cần một tên tấn công thôi, Tánh cũng đã ngã quỵ rồi huống hồ gì trước vũ lực hung bạo của hai tên du đãng khỏe như trâu cuôi làm sao Tánh chịu cho thấu? Tánh bị đòn tơi tả. Anh không đánh trả được một "chiêu" nào... Quần áo Tánh rách nát. Mặt mũi Tánh đầy máu. Thân thể Tánh mềm nhũn như một trái chín. Ngọc Như đỡ Tánh đứng lên nước mắt ràn rụa:

- Anh... tại sao họ... đánh anh dữ vầy nè?

Tánh nghe đau đớn khắp châu thân. Anh gượng đáp:

- Có lẽ tại vì... Ngọc Như...

- Cái gì? Anh... nói gì kỳ cục vậy? Tại sao... lại... tại em?

- Thằng Hổ... nó ghen... với anh. Nó... để ý... thương em từ lâu rồi.

Quỳnh Như đứng sau lưng chị khóc rấm rứt. Cô đang ăn năn, hối hận. Cô không ngờ Hổ muốn giết Tánh. Lòng cô chỉ muốn Hổ cho Tánh một bài học nhẹ nhàng thôi. Chỉ vì cô mà Tánh ra nông nổi đó.

Xác thân đau đớn nhưng Tánh thấy tâm hồn mình thơi thới vì người mình yêu đã đổ lệ khóc cho mình. Nước mắt Ngọc Như khác gì thần dược xoa dịu cơn đau của xác thịt anh và phấn hương tỏa ngát trong tim anh.

*

Từ sau hôm ấy, Ngọc Như – Tánh càng gặp mặt nhau nhiều hơn và Tánh tưởng chừng như mơ ước của mình sắp hiện thực. Một ngày mưa rơi tầm tã, Ngọc Như ở lại nhà Tánh lâu hơn bao giờ hết. Mưa thu, mưa như thác lũ kéo dài từ sáng đến chiều. Tánh thấy không còn cơ hội nào thuận lợi hơn hôm nay để đặt thẳng với Ngọc Như chuyện tương lai hạnh phúc của hai người.

Anh đánh bạo:

- Ngọc Như, tình bạn của hai đứa chúng mình tới đây đã đủ chưa?

Ngọc Như cười hỏi lại:

- Anh thấy nó như thế nào?

- Anh thấy nó đã đủ, quá đủ.

- Sao gọi là đủ và chưa đủ hở anh?

Tánh nhìn đăm đăm vào đôi mắt quyến rũ và đôi môi khiêu gợi của người bạn gái. Mỗi lần đôi môi ấy hé mở, hàm răng ngà ngọc của nàng hiện ra như những viên cẩm thạch trắng được nhà điêu khắc đẽo gọt cực kỳ công phu. Môi ấy, răng ấy lúc nào cũng như chờ đợi, gọi mời. Ngọc Như khẽ hỏi:

- Anh nhìn gì em dữ vậy? Bộ muốn nuốt sống em hả? Sao anh không trả lời câu hỏi của em?

Tánh như kẻ đang mơ vừa được gọi tỉnh:

- Ờ, ờ! Đủ rồi là hai người đã hiểu rõ được nhau, thông cảm với nhau một cách tuyệt đối và hai người chỉ còn là một.

- Nếu chưa đủ thì phải làm sao cho đủ và phải như thế

nào?

- Chưa đủ thì vẫn tiếp tục làm bạn với nhau để chờ tới một ngày nào đó cho thật đầy đủ.

Ngọc Như được tiếng là thông minh, nhạy bén nhưng nàng đã không hiểu những lời bóng gió của Tánh. Nàng nhìn những giọt mưa rơi đều ngoài trời, mắt đăm chiêu, môi mấp máy lặp lại câu nói của Tánh – Tánh để yên cho nàng tìm hiểu tiếng nói sâu kín của lòng mình. Như mình đang say sóng trên một con thuyền giữa vùng biển động – Bàn tay nàng với những ngón dài trắng nuột thon nhỏ nhằm trên mặt bàn khẽ động đậy. Tánh mơ hồ như nàng đang vẫy gọi hồn mình. Trái tim của gã con trai mới lớn đập mạnh chẳng khác nào tiếng trống dồn dập của một bản làng ăn mừng chiến thắng.

Ngọc Như lắc đầu đáp: "Chịu, em chịu thôi. Anh dùng lời lẽ bóng bẩy, trừu tượng quá, em không đoán ra nổi ý anh muốn nói. Em tin là sau nầy anh sẽ trở thành thi sĩ hay văn sĩ".

Tánh không cầm được lòng nổi nữa. Anh thu hết can đảm nắm lấy tay Ngọc Như, gọi khẽ:

- Ngọc Như!

Anh nghe toàn thân lạnh toát – Hơi ấm bàn tay người con gái truyền điện qua người anh – Lần đầu tiên trong đời, anh chạm vào da thịt của một thiếu nữ. Cảm giác thật lạ và cũng thật xao xuyến.

Tánh sợ Ngọc Như có phản ứng, hoặc rút tay về hoặc chống trả lại cử chỉ suồng sã của anh, rồi ước mơ mà anh âm thầm nuôi dưỡng, tưng tiu từ hơn một năm nay sẽ tan ra mây khói. Nhưng Ngọc Như vẫn để yên đôi bàn tay nằm gọn trong nhau, nhìn Tánh trân trối. Đôi mắt thản nhiên của nàng làm Tánh hoảng sợ. Đối với Tánh, đôi mắt ấy có cái nhìn của một vị giáo sư chiếu thẳng vào một tên học trò vụng dại phạm lỗi.

Tánh liều mạng lao thẳng tới:

- Như em! Anh muốn tiến xa hơn một tình bạn giữa chúng mình. Nó đã quá đầy đủ. Nó đã thăng hoa cần được biến thể thành một thứ tình khác.

Ngọc Như rút tay về. Tánh cố giữ lại. Giọng anh tha thiết:

- Anh yêu em, yêu em nhiều lắm. Em có biết không, em là mối tình đầu đời của anh. Nếu em từ chối, anh sẽ chết mất.

Ngọc Như thở ra, cúi đầu:

- Em không từ chối, nhưng...

Tánh chồm tới:

- Nhưng sao?

- Anh đến với em đã quá trễ.

Tánh chết điếng. Anh những tưởng trong cuộc tranh đoạt trái tim Ngọc Như, anh là kẻ sắp đặt chân đầu tiên lên ngang mức đến và trong trái tim trinh nữ chỉ chiếu rọi hình ảnh của anh mà thôi. Nào ngờ...

Tánh ngồi ngay ngắn lại:

- Nghĩa là đã có kẻ đến với Như trước anh? Em không đùa giỡn chứ?

Tánh vẫn còn nuôi chút hy vọng. Ước mơ của anh còn đong đưa chưa rơi vào tuyệt vọng đau thương.

Ngọc Như cất giọng buồn buồn:

- Em đã yêu và trông đợi một người.

Tánh bấu chặt vào thành bàn; chiếc ghế anh đang ngồi lắc lư, từ từ bay bổng lên. Anh chới với, bềnh bồng giữa thinh không. Anh tin mình vừa nghe lầm câu nói của Ngọc Như:

- Em... đã yêu và...

Ngọc Như thành thật:

- Em không dám lừa dối anh, nói đúng hơn là em không thể giấu mãi một sự thật đang làm em rất khổ tâm. Em mong anh giữ mãi tình cảm đối với em và hãy xem em như em gái của anh.

Nàng đặt tay trái lên bàn, ngo ngoe ngón áp út đeo nhẫn cưới:

- Anh, đây là bằng cớ. Em đã hứa hôn với Văn, một sinh viên trường Võ bị Đà Lạt. Chờ ngày Văn ra trường, tụi em sẽ làm lễ thành hôn với nhau. Ba má em và bên gia đình Văn đã chấp nhận cuộc hôn nhân của tụi em.

Tánh chết lặng trên ghế. Bóng tối đổ chụp lên đầu anh. Anh thấy đất trời sụp đổ và anh rơi tõm xuống vực sâu, người anh rơi mãi, rơi mãi. Sắc mặt anh tối sầm lại. Anh không còn biết mình là ai nữa. Ngọc Như gọi khẽ:

- Anh! Anh Tánh. Anh có nghe em nói không?

Tánh buông xuôi:

- Nghe. Nói, nói đi!

Một phút sau, Ngọc Như tựa lưng vào thành ghế cất giọng thành khẩn như một con chiên xưng tội:

- Không phải lỗi tại em. Em không muốn anh tiến sâu thêm nữa rồi anh sẽ đau khổ nhiều hơn. Em không dối lòng em, em cũng mến anh nhưng em không thể quên lời hứa với Văn và làm khổ sở ba má em. Em trót nhận nhẫn đính hôn của Văn thì dù thế nào chăng nữa, em không thể làm Văn đau khổ và tuyệt vọng. Văn yêu em tha thiết. Văn sắp là một chiến sĩ, đời Văn sẽ nhiều gian khổ, hiểm nguy. Em làm Văn tuyệt vọng. Văn có thể liều lĩnh đi tìm cái chết chưa phải lúc.

Tánh nghẹn mất lời. Anh ngộp thở, đôi mắt cay xè. Đầu anh choáng váng, xây xẩm.

Anh nhìn ra ngoài trời, mưa đã lơi dần, sân nhà lầy lội. Tánh nghe lòng mình cũng lầy lội, nhão nhừ.

Anh chép miệng thở dài:

- Tình yêu đắng cay là thế đấy! Nhưng họ có sa ngã hay không lại là một chuyện khác.

Lần chia tay nầy không giống như bao nhiêu lần trước. Không còn hò hẹn, luyến lưu và cũng không để lại trong lòng mỗi người dư vị tươi mát của tình yêu. Nó để tang mối tình đầu của gã con trai, tiễn đưa người con gái đi vào bổn phận làm vợ và nó cũng đã chứng minh câu nói đùa của bè bạn Ngọc Như: "... Hồng nhan thì đa truân!"

*

Ngọc Trầm nhận lại từ Tánh quyển nhựt ký của mẹ. Nàng lau nước mắt hỏi Tánh:

- Chú đọc những dòng chữ của má con, chú có buồn không?

Tánh thở dài:

- Mới đây mà thấm thoát đã 20 năm qua. Thời gian đã vùi chôn bao nhiêu kỷ niệm tuổi học trò của chú và mẹ cháu. Chú chỉ con giữ lại hình hài, sắc vóc của Ngọc Như, mẹ cháu, trong tâm tưởng. Dù chú đã lấy dì của cháu, nhưng chú không bao giờ quên nổi mối tình đầu đời của chú.

Ngọc Trầm đưa Tánh xem bức ảnh đám cưới của Ngọc Như và Văn:

- Con chỉ còn có mỗi tấm ảnh nầy để tìm ba ruột của

con. Dù sau nầy, ba con không nhìn nhận con, con cũng có một bằng cớ con là... con của ba con. Nếu má con không chết sớm thì... đời con không côi cút bơ vơ như vầy!

Tánh vuốt tóc Ngọc Trầm, vỗ về, an ủi. Anh bất nhẫn không thể hiểu nổi vì nguyên nào Văn đã là đại tá Sư đoàn Dù – lại bỏ rơi đứa con đầu lòng của mình, kết quả của mối tình đầu đời mà Ngọc Như đã trao trọn cho anh? Hai người cưới hỏi nhau khá long trọng và trong những tháng năm đầu, họ sống rất hạnh phúc. Văn được Ngọc Như yêu quý hết mực. Anh đổi đi đâu cũng có Ngọc Như bên cạnh. Văn là một sĩ quan trẻ vừa ngang lì lại vừa ngang tàng. Lúc quân đội Việt Nam còn dưới quyền Pháp, Văn thường đánh trả lại thượng cấp mỗi khi người lính đồng chủng của anh bị người ngoại quốc làm nhục. Vừa được thăng chức, Văn đã bị giáng chức. Ngồi ghế Quận trưởng Gò Quao, anh từng bị Việt cộng tấn công bắn cháy hết tóc, nhưng Văn vẫn không ngán, tiếp tục cầm quân tìm địch tận sào huyệt của chúng mà đánh.

Văn thuộc vào những người hùng của quân đội. Tánh đã từng nghe danh đại tá Văn ở Sư đoàn Dù, nhưng Tánh không thể hiểu một người như Văn lại bỏ rơi Ngọc Trầm, quên nhanh hình ảnh mẹ nó. Người đàn ông có thể quên người vợ đã quá cố, ăn ở với nhiều đời vợ khác, nhưng không thể quên giọt máu của mình, kết quả của tình yêu đầu đời.

Ngọc Như có thai Ngọc Trầm. Bụng mang dạ chửa, nàng vẫn lặn lội theo chồng khắp bốn vùng chiến thuật. Gần tới ngày sanh nở, nàng về ở chung với cha mẹ ruột, không còn kề cận bên Văn được nữa. Tiền đồn không còn là nơi an toàn cho một người đàn bà sắp làm mẹ. Con gái có chồng và sau khi sinh nở thường về với mẹ ruột mình. Ở đó có đầy đủ tình thương và sự lo lắng, chăm sóc chu đáo. Bà mẹ nào cũng thương con gái mình lúc chửa đẻ còn non ngày non tháng. Bên chồng không bảo đảm sự an toàn của con dâu và có thể giết chết sản phụ chỉ vì một lời nói vô tình của mẹ chồng, em chồng.

Ngọc Như sinh Ngọc Trầm được một tuần thì thọ bệnh trầm trọng. Bác sĩ cho biết tử cung nàng bị nhiễm trùng và mặc dù gia đình bên nàng hết sức chạy chữa, bệnh tình nàng vẫn không thuyên giảm. Ngọc Như đã kiệt sức và biết mình không sao sống được nữa. Nàng đòi gặp mặt con và ôm con khóc sướt mướt:

- Má không sống để nuôi dưỡng con. Mất mẹ, đời con sẽ khổ sở vì ba con là một chiến sĩ suốt tháng năm chiến đấu, thách đố với tử thần, ba con không thể nào chăm sóc con và... một ngày nào đó ba con ngã gục ngoài chiến địa, đời con sẽ côi cút, bơ vơ.

Nàng cứ khóc, càng lo sợ cho tương lai của đời con thơ, sức nàng càng kiệt quệ. Nàng trối lại cho cha mẹ mình, nàng muốn Ngọc Trầm ở với bên ngoại, đừng cho nó sống với ông bà nội mà thân phận nó sẽ điêu linh thống khổ. Ngọc Như biết rõ tánh tình của mẹ chồng, khó khăn, khắc nghiệt, tiêu biểu cho mẫu mẹ chồng của thời phong kiến. Ngọc Như sắp vĩnh biệt cuộc đời. Cái chết chỉ còn trong gang tấc. Quỳnh Như chạy ra bưu điện Sài Gòn đánh điện tín gọi Văn về. Với hệ thống quân đội, đường dây viễn thông thường không thể liên lạc được với Văn. Người ta chỉ Quỳnh Như đến ga xe lửa đánh điện cho Văn. Đã tới giờ đóng cửa văn phòng, nhân viên quân bưu từ chối lời yêu cầu của Quỳnh Như. Nàng phải quỳ lạy, kêu khóc thảm thiết người ta mới chịu điện cho Văn.

Được hung tin, Văn bay ngay về nhà vợ. Ngọc Như chỉ còn thoi thóp chờ tử thần đến mang đi. Vừa trông thấy mặt chồng nàng hắt ra hơi thở sau cùng. Văn không kịp nói một lời gì với vợ. Mới chung sống bên nhau hơn một năm, hai người đã vĩnh viễn xa nhau. Trong đời một người lính chiến vào sanh ra tử, chưa bao giờ Văn rơi lệ. Nhưng trước cảnh tử biệt này, Văn đã khóc. Nước mắt của một người hùng, một chiến sĩ gan lì đã đổ ra, thấm ướt đôi má hãy còn hơi ấm của người vợ xấu số. Bế Ngọc Trầm trên cánh tay rám nắng. Văn nhìn trừng trừng xác vợ. Gương mặt sắt đá của anh đầm đìa nước mắt. Những ngày xông pha trên khắp chiến trường đầy bom đạn đã thu ngắn lại với giây phút sầu thảm nầy. Văn mất tất cả, Văn quên tất cả chiến công hiển trách của một quân nhân. Kẻ cận kề đêm ngày với tử thần lại không chết mà lại chết người yêu dấu ở vùng đất an toàn.

Ngọc Như không còn nữa nhưng Ngọc Trầm còn cha, còn Văn. Là cha, Văn có thẩm quyền giữ con. Lời trăng trối của Ngọc Như bị Văn phản đối quyết liệt. Cha mẹ Ngọc Như đành thúc thủ. Ông bà không thể lấy quyền ông bà ngoại truất bỏ quyền làm cha thiêng liêng của Văn.

Ngọc Trầm sống và lớn lên trong gia đình bên nội. Nó chỉ biết mặt cha và gặp mặt cha đôi lần lần lúc nó lên tám rồi sau đó, nó không còn gặp mặt Văn lần nào nữa. Văn đã có vợ và con khác. Anh đã quên nó sau tám chín năm gì đó.

Ngọc Trầm càng lớn càng giống mẹ, cô bị ông bà nội hắt hủi vì ông bà chỉ quý cháu trai và muốn Văn có con trai để nối dòng nối dõi. Ngọc Trầm tìm về bên ngoại. Ông bà ngoại nghèo quá, Quỳnh Như dì ruột nó đã lấy chồng và sống bên Lào, nó không gửi thân côi cút lâu dài được. Nó bước chân quá sớm vào cuộc đời để tìm cái sống ở lứa tuổi mười sáu. Đôi lúc nhớ tới cha, Ngọc Trầm muốn đi tìm Văn nhưng nó không biết Văn ở đâu và biết Văn có nhìn nó trước mặt người vợ sau của anh không? Nó chỉ còn biết khóc cho thân phận mình.

Gặp Tánh, một ký giả và nhà văn nổi tiếng, Ngọc Trầm hỏi thăm tin tức Văn. Nàng nghe nói trong ngày 30-4, Sư đoàn Dù ở Bảy Hiền đã anh dũng chiến đấu chống trả sức tấn công của đoàn thiết giáp cộng sản từ Bà Quẹo tràn vào thành phố và hôm đó có nhiều lính dù thương vong. Tình phụ tử, máu thịt khiến nàng lo sợ Văn đã chết. Nàng cần biết rõ cha nàng đã ra sao. Nếu Văn còn sống, vẫn sống, Ngọc Trầm sẽ không đi tìm cha như nàng đã tự nguyện từ lâu là không làm Văn khó nghĩ và khó xử đối với vợ con của ông, nàng vẫn sống lặng lẽ, cô đơn và xem như mình đã mồ côi cha lẫn mẹ!

Nàng hỏi Tánh:

- Chú có nghĩ là ba con đã chết rồi không? Nếu người còn sống thì hiện giờ ở đâu và ra sao? Con cầu nguyện cho ba con, nếu còn sống thì đừng có mặt ở Việt Nam đầy rẫy hận oán và trả thù nầy. Còn kẹt lại, ba con sẽ cùng chung số phận với bao nhiêu đồng đội khác đang bị giam cầm trong các ngục tù cộng sản.

Tánh trấn an:

- Chú nghe tin Văn, ba cháu đã ra nước ngoài rồi, nhưng chú không biết rõ ba cháu ở đâu? Mỹ, Pháp, Úc hay Canada?

Sắc mặt Ngọc Trầm sáng hẳn lên:

- Thiệt vậy hả chú? Trời ơi! Con mừng quá! Lạy trời cho điều chú nói là sự thật.

- Chú có nhiều bạn quen đi học tập cải tạo được thả về cho biết là ngay sau khi Sư đoàn Dù thất thủ, ba con đã chạy thoát và vượt biển ra ngoại quốc. Nếu còn kẹt lại thì các đồng đội của ba con ở tù về đã biết tin rồi. Không, trong danh sách Sĩ quan Dù đi cải tạo không có tên Văn, ba con.

Ngọc Trầm xiết chặt quyển nhựt ký của mẹ vào ngực, ngước lên cao lâm râm khấn nguyện:

- Xin ơn trên ban phước lành cho ba con. Má ơi! Hồn

má linh thiêng xin về phò hộ, độ trì cho ba. Ba được mạnh giỏi, bình an, con mừng.

Tánh hỏi:

- Còn cháu thì sao?

Ngọc Trầm chân thành:

- Con không cần gì hết. Đời con đã khổ đau nhiều rồi. Giờ đây, con có khổ thêm nữa thì... cũng chỉ là chịu chung cái khổ của người dân Việt Nam dưới chế độ mới nầy mà thôi.

- Chú muốn biết cháu đã có gia đình chưa và hiện giờ cháu sống ở đâu, ra sao?

Ngọc Trầm rùn vai:

- Chuyện chồng con, con ngao ngán quá rồi chú à! Hai lần yêu, cả hai lần đều dang dở. Con sợ khi có chồng rồi có con, con sẽ như má con, bỏ lại con dại và đời nó sẽ khổ đau, côi cút bơ vơ như con. Con không đẹp bằng má con nhưng con sợ giống má con chết quá sớm ở lứa tuổi đôi mươi. Vả lại thời buổi nầy có chồng có con, người đàn bà khổ lắm. Một thân một mình "lao động" đầu tắt mặt tối còn không đủ ăn no thì lấy đâu nuôi con đàn, từng lũ?!

Tánh hỏi dò:

- Nếu bắt được liên lạc với Văn và văn bảo lãnh cháu, cháu có chịu đi không?

Ngọc Trầm quyết liệt:

- Không, không bao giờ chú ạ! Lúc còn ở Việt Nam và đang làm lớn trong quân đội, ba còn không nhìn con, tìm gặp lại con thì đừng nói tới khi đã ra nước ngoài sống đầy đủ, sung sướng với vợ con, ba con lại nghĩ tới chuyện bảo lãnh một gánh nặng sao? Mà cho dù ba con có bảo lãnh con đi nữa, con cũng không đi. Con không muốn ba con vì đứa con mồ côi nầy mà mất hạnh phúc gia đình. Con ở lại với đồng bào con, con ở lại suốt đời với quê hương đau khổ nầy, con ở lại với nấm mộ của má con.

*

Tánh cho tiền, Ngọc Trầm không nhận. Tánh mời nàng về sống chung với vợ con anh vì dù sao vợ Tánh cũng là chị em bạn dì ruột của Ngọc Như, nàng cũng từ chối. Sống giữa gọng kìm của chế độ mới, nhà có thêm một người, gia chủ sẽ gặp nhiều phiền phức. Hộ khẩu là sợi dây thòng lọng treo lủng lẳng giữa nhà của mỗi gia đình. Thiếu người cũng chết, dư người cũng chết với bộ máy công an phường, quận. Tại sao thiếu? Kẻ vắng nhà đã đi đâu về đâu? Vượt biển chăng? Trốn vào rừng tham gia mặt trận phục quốc ư? Tại sao lại dư? Người không có tên trong sổ hộ khẩu là ai? Ở đâu đến? Phản động chăng? Trốn nghĩa vụ quân sự ư? Và người dư đó lấy gạo đâu ăn? Mỗi hộ khẩu đã có tiêu chuẩn mua gạo cá chánh thức và số gạo do phường bán ra chỉ vừa đủ cho cái dạ dày của từng người trong gia đình.

Biết bao nhiêu là khó khăn, nguy hiểm sẽ xảy tới cho kẻ có lòng nhân muốn giúp đỡ người hoạn nạn, khốn khổ. Ngọc Trầm đã sống dưới một chánh thể, trong đó người dân chỉ biết cúi đầu cam phận, không có quyền làm người, không có không khí tự do để thở và răm rắp tuân theo mệnh lệnh, chỉ thị của đảng và nhà nước. Nàng đã thấm đòn, đã chịu đựng và chỉ muốn treo cổ chết như triệu triệu đồng bào ruột thịt của nàng.

Ngọc Trầm chia tay Tánh. Tánh ngậm ngùi khi xa người con gái cô độc ấy. Anh nhìn Ngọc Trầm mà nghe kỷ niệm mối tình đầu sống lại trong tâm tưởng sau hai mươi năm bị chôn vùi dưới lớp bụi thời gian. Hai mươi năm về trước anh đã yêu một người con gái giống hệt Ngọc Trầm và anh đã đau đớn suốt mấy năm liền với vết thương của cuộc tình đầu tan vỡ hành hạ không phút nào nguôi.

Anh thầm nghĩ: Nếu anh là kẻ đến trước Văn trong trái tim Ngọc Như thì chắc chắn Ngọc Trầm chỉ thiếu tình mẫu tử nhưng Ngọc Trầm sẽ được sưởi ấm bằng tình phụ tử ấm áp, nồng nàn. Anh không hiểu sao Văn lại bỏ rơi con, bỏ rơi giọt máu của mình?

Tánh không rõ người chết có phần hồn sống mãi với thời gian không? Nếu quả có linh hồn thoát ra khỏi xác chết và ngất ngưởng ở đầu cây, ngọn cỏ thì hồn Ngọc Như có đau khổ cho thân phận của đứa con mất mẹ và có oán hận Văn, người chồng mà lúc sinh tiền nàng đã yêu thương tha thiết, đã đặt hết niềm tin, đã kính trọng về khí phách hiên ngang của anh?

Đang ở một phương trời tự do xa xăm nào đó, Văn có còn nhớ ra hiện ở quê nhà, mình có đứa con gái đầu lòng và nó đang lạc loài giữa muôn triệu đồng bào của anh chờ ngày chết rũ vì nghèo đói và mất tự do?

Sĩ Trung

SONG HỒ

Tên thật Nguyễn Thanh Đàm (còn có các tên gọi Nguyễn Viết Đạm, Nguyễn Ngọc Đạm, Nguyễn Thanh Đạm, Nguyễn Thành Đạm) với các bút hiệu: Sông Hồ, Chính Sử, Lê Hoài Bắc, Xu Chính, Cao Thanh, Xuân Thủy, Đào Hoa Thi, Tiểu Lão Đam, SH, HV, Kiss Hồ, sinh ngày 8-8-1932, (trên giấy tờ ghi 12-12-1936) tại Việt Vân Võ Giàng, Bắc Ninh. Khởi viết năm 1952 trên các báo *Tin Sáng, Giang Sơn, Đời Mới* ở Hà Nội và *Sống Mới* tại Sài-gòn. Vào Nam năm 1954, cộng tác với tạp chí *Quyết Thắng, Văn Nghệ Mới, Sinh Lực, Sáng Dội Miền Nam, Sống, Chiến Tuyến Tự Do*, các nhật báo *Tự Do, Chính Luận*, các đài Phát thanh Sài gòn, Tiếng Nói Tự Do *(Voice of Freedom)* và Việt Tấn Xã Sài-gòn. Đã làm chủ bút nhật báo *Hồn Việt* cho Việt kiều tại Phnom Penh (Cambodia) năm 1958, chủ biên nguyệt san *Hình ảnh Việt Nam* (1959-1961) cùng lúc dạy văn chương tại trường trung học Nguyễn Công Trứ Sài-gòn.

Vượt biên và đến Hoa Kỳ theo diện đoàn tụ gia đình (ODP), và cộng tác với các báo *Ngày Nay, Nhân Bản, Hướng Việt, Đẹp, Tự Do, Hương Quê, Văn Hóa Việt Nam* (Houston), *Rạng Đông* (Atlanta), *Pháp Duyên, Thời Tập, Khởi Hành, Sóng Văn, The WritersPost, Wordbridge* ở Hoa Kỳ và *Nắng Mới* ở Montréal, Canada. Định cư tại thành phố Houston rồi Austin, Texas và qua đời tại đây ngày 20-5-2009.

Tác phẩm đã xuất bản:
- *Hai Cánh Hoa Tim* (thơ 1949-1960; Huyền Trân, Sài-gòn, 1960),
- *Thơ Song Hồ* (gồm thơ 1949-1963, *Hai Cánh Hoa Tim* và *Tiếng Nói Mùa Xuân*; Khai Trí, 1964),
- *Đá và Hoa* (thơ; Hướng Dương, Houston, 1992; bản Anh ngữ *Rock & Flower*, Houston, 2000).

Kim Kim (Tình ngọt)

Bây giờ tháng mấy rồi Kim nhỉ?
Em mặc áo màu hay áo hoa?
Bây giờ tháng mấy rồi Kim nhỉ?
Tình yêu chúng mình như hôm qua.
Chúng mình yêu nhau trong ngày Phục Sinh
Khi những con chiên về nhà thờ
Và chuông giáo đường đang ngân tiếng
Kim ơi! Kim ơi! Kim nhớ không?
Em đã hôn anh như anh đã hôn em
Khi hai đứa chúng mình mới gặp nhau
Anh đưa em về trời vừa đổ tối
Chúng ta hẹn nhau ở ngày mai.
Ngày mai anh đón em ở Phú Nhuận Chi Lăng?
Chúng mình sẽ đi trên con đường Gia Định
Những con đường đầy bóng cây xanh
Hay những con đường Sài Gòn đầy màu áo?
Anh đưa em về anh không quên hôn em.
Nhưng buổi tối. Trời mưa
Hai đứa. Đi chung một áo
Lòng em sưởi ấm lòng anh
Chúng mình vừa đi vừa hôn
Ngoài trời vẫn mưa, vẫn mưa tuôn.
Vai em tròn như chiếc bình sứ
Môi em ngọt hơn nước mưa rơi
Kim ơi! Kim ơi! Kim ơi!
Những sáng Chủ Nhật Kim còn nhớ?
Anh cướp con chiên của Chúa rồi!
Và môi em nở nụ cười
Anh nguyện là người tình chung thủy
Đưa em về Thiên-Đường-Hoa-Cỏ-Tình-Yêu.
Chúng mình yêu nhau trong ngày Phục Sinh

Khi những con chiên về nhà thờ
Và chuông giáo đường đang ngân tiếng
Kim ơi! Kim ơi! Kim nhớ không?

Hai mươi câu tuổi trẻ

Xin thời gian đừng phai lạt thơ ngây
Xin mùa thu đừng héo hắt tim này
Xin mùa đông đừng cỗi cằn tuổi trẻ
Xin mùa hè đừng thiêu đốt niềm tin
Để chúng tôi dâng cuộc đời cho mùa xuân
Để mùa xuân vào cuộc đời vĩnh viễn
Anh của em, em của anh, sông của biển
Của chúng ta của rừng núi của trời mây
Như bướm hoa trên trái đất hôm nay
Hai người được yêu nhau trọn vẹn
Hai người được trao hết những yêu thương
Chúng tôi đang ngồi dưới gió mát trăng sao
Chúng tôi đang ngồi trước cỏ cây hoa lá
Chim muông ơi hãy về tấu những lời ca
Anh đã hôn em lên tay lên má
Và môi em ngọt lịm trên môi anh
Chúng tôi đang ôm chặt lấy ngày xanh
Chúng tôi đang ôm ghì lấy tình ái
Để tình yêu và tuổi trẻ mãi mãi
Cuộc đời xoá hết những thương đau
Thế kỷ hai mươi đau khổ quá nhiều
Tình yêu! Tình yêu! Vô cùng cần thiết

SONG NHỊ

Sinh quán tại Phú Gia, Hương Khê, Hà Tĩnh.

Trước năm 1975 viết báo, dạy học, đi lính, khóa 4/69 Sĩ quan Trừ Bị Thủ Đức, biệt phái Nha Hành chánh Nhân viên Phủ Tổng Thống.

Nguyên chủ bút BNS *Hướng Đi* SV Vạn Hạnh 1965-68, chủ bút đặc san *Máu Lửa* 1968. Biên tập viên nguyệt san *Bộ Binh* Trường Sĩ quan Thủ Đức 1969, biên tập viên nhật báo *Quật Cường* 1971-75

Giáo sư trung học ở vùng Sài Gòn từ 1966. Giám Đốc Học vụ Trung tâm Giáo dục Trương Minh Giảng, SG 1967-1972. Tù cải tạo từ Long Thành 1975, Quảng Ninh 1976, Thanh Hóa 1981 về Xuân Lộc 1983.

Định cư tại Hoa Kỳ ngày 16-2-1993. Công nhân hãng điện tử Samina tại San José. Cộng tác thường xuyên với nhật báo *Thời Báo* (Bắc California)cho tới ngày báo đình bản (2015). Trưởng Điều hành Cơ sở *Thi Văn Cội Nguồn* từ 1995; sáng lập và điều hành tạp chí văn học nghệ thuật *Nguồn* từ 2004 đến nay. Chủ biên trang *Văn Học Nghệ Thuật Cội Nguồn* hàng tuần trên *Thời Báo* (từ 7-1999). Chủ biên tạp chí văn nghệ *Cội Nguồn* trên trang nhà http://www.coinguon.org/. Giám đốc NXB Cội Nguồn – từ 1995 đến 2018 đã xuất bản 70 tác phẩm của các thành viên và các văn thi hữu.

Từng cộng tác với các báo và tạp chí khác: *Khởi Hành, Văn, Nghệ Thuật* (Canada), *Saigon Post, Tinh Hoa, Việt Nam Nhật báo, Thời Báo, Dân Ta, Tiếng Vang, Người Việt New York-Texas…*

Tác phẩm đã xuất bản:

Trước 1975 tại Sài Gòn: *Một Đời Không Nguôi* (thơ, 1968); *Trường Ca Người Viết Sử* (thơ, 1972), *Tình Còn Trong Lãng Quên* (thơ, 1975, in chung với Huỳnh Ngọc Điệp).

Tại hải ngoại, tất cả do Cội Nguồn xuất bản:
- *Tiếng Hờn Chiến Mã* (thơ, 1996; tái bản 2002, 2016)
- *Về Lối Đi Xưa* (thơ, 1999)
- *Lưu Dân Thi Thoại* (bút luận 25 năm thơ hải ngoại; đồng biên soạn với Diên Nghị, 2003)
- *Tiếng Hót Loài Chim Di* (thơ, 2004)
- *Nửa Thế Kỷ Việt Nam* (bút ký tự truyện, 2010; tái bản lần thứ ba)
- *Lời Rao Giảng của Thơ* (tuyển tập bút luận, 2014)
- *Tuyển Tập 50 Năm Cầm Bút* (2015).
- *Tuyển Tập Những Chặng Đường Thơ Song Nhị* (amazon, 2018)

Tiếng hót loài chim di

1.
Hỡi bầy chim trên khóm rừng già
hỡi đàn ngựa hoang trên cánh đồng khô
hãy thức dậy từ giờ
nghe tiếng hát và nghe lời giục giã

Hãy tiếp tục bước đi
đi suốt một ngày
một tháng
một năm
một đời

Một đời
sống
chết
không nguôi

Hãy mang đi những điều dang dở
hãy bước đi trên vô tận con đường
sẽ có gì trọn vẹn?
một niềm vui
mấy nỗi buồn!

2.
Hỡi trái tim
đời đời là máu đỏ
đời đời là yêu thương
sao cả trăm năm
trên quê cha khốn khổ
trên đất mẹ nhục nhằn
khổ đau và bội bạc

3.

Hỡi thân yêu
trăm nghìn lần yêu dấu
cuộc biển dâu làm vỡ vụn tinh cầu
thời gian qua chưa đủ mờ dĩ vãng
nên lòng còn trên chóp đỉnh thương đau
nên lòng còn trăm nghìn lời muốn nói
nên tình còn trăm nghìn điều mến thương
trong nỗi ngây ngất khôn cùng
hãy ném hồn lên đỉnh ngọn sầu đông
uống cạn sương mai giữa bầu trời lạnh giá

4.

Nếu im lặng như một chấp nhận
nếu bước đi như một an bài
nói làm gì
để một đời không nguôi thao thức
thêm nhọc nhằn cho toan tính ngày mai

5.

Hãy uống đi
uống cạn khối tình sầu nhung nhớ
hãy nghĩ về cuộc trùng phùng
là giả thuyết
ước mơ
hãy tạm quên ngày đau thương khổ nạn
để được yêu nhau hơn cả bao giờ

6.

Trời sẽ nắng cây rừng hoang sẽ dậy
Bầy chim di sẽ vỗ cánh bay về
Ngày sẽ tới và mặt trời sẽ mọc
Hỡi loài người vội vã tỉnh cơn mê.

Thêm một lần nói chuyện cũ với em

Tưởng sang Mỹ rồi lòng thanh thỏa
sang Mỹ rồi sẽ trả được cho em
trả những năm em lặn lội đi tìm
vượt núi băng rừng
từ Nam ra Bắc
gói đường, gói bột
con cá khô, muối mè, muối sả
vượt nghìn cây số đường xa lắc xa lơ
trên toa-xe-lửa-già khập khễnh
cứ sợ anh chết bụi chết bờ

Mỗi năm được phép một lần
gặp nhau năm, mười phút
để biết còn có nhau
cho anh còn hơi thở sống
để anh được ngắm được nhìn
được nghe em nói
được mềm lòng trong mắt em rưng rưng
hai hàng lệ chảy

Ít ra năm mười phút có nhau
mặc tên cai tù ngồi kề bên canh giữ
ta cứ nói cứ nhìn
anh được một bữa no cơm
no lòng tin

Rồi em quay về giữa bầu trời ảm đạm
giữa hoang vu móng vuốt rập rình
mười năm em như con thoi
đi thăm tù – về phố
tuổi chập hai mươi em hóa thành chinh phụ
hóa thành truyện kể dân gian
anh thì cứ mãi băn khoăn

tự hỏi:
làm gì để bắt em cùng gánh tội?

mười mấy tuổi
anh đã đi cùng sông cuối suối
lênh đênh theo mệnh nước vận nhà
anh quý vô cùng xương máu của ông cha
anh yêu vô cùng quê hương Tổ quốc,
anh yêu con người
anh yêu non nước
đó là tội hình?
em phải gánh chịu cùng anh

Tuổi xuân em
giữa hoang vu móng vuốt rập rình
bóng chiếc thân đơn đi về thấp thỏm

Tưởng sang Mỹ rồi sẽ trả được cho em
những lược gương và màu son phấn
trả em một thời lận đận
dậy sớm thức khuya chiếu giường hiu hắt
trả em bàn tay choàng bờ vai
những chiều dạo phố
bờ vai một thuở
mái tóc che không đủ ấm đêm dài

Tưởng sang Mỹ rồi sẽ gánh vác thay em
chiều hôm sớm mai
trả em thuở khúc khích hồn nhiên
em sẽ dạy các con lễ nghĩa thánh hiền
dạy các con học bài
đánh vần tiếng Mẹ
như lớp học rộn ràng thỏ thẻ
quên một thời vất vả truân chuyên.

Anh sẽ bên em viết lại cuộc tình

kể chuyện một thời dâu bể
một thời non nước điêu linh
chuyện những con người Việt Nam
vượt muôn nghìn gian khó
chuyển hóa cuộc hồi sinh
những tấm gương trung kiên
tiết liệt nghĩa tình
ơi! những nàng chinh phụ.

(San Jose 12/2000)

Tôi đi giữa đoàn tù vác đá

Ở đây trời đất vừa thu lại
còn một vòm đen chứa thế gian
và cả loài người như đổi lốt
bày trò dã thú lối chơi hoang

Tôi tưởng như mình vừa sống lại
tự nghìn kiếp trước nối oan khiên
oằn lưng gánh lấy hồn sông núi
hiu hắt trong lòng đóm lửa thiêng

Tôi đi giữa chốn tàn quân ấy
đội ngũ hùng binh đã một thời
nghe tiếng – quân thù kia khiếp sợ
một giờ cuồng nộ súng gươm rơi

Tôi đi núi đổ đè thân phận
đá cứa vai trần máu rướm tim
cả một đoàn người xoay trái núi
dời non chuyển đá dựng xà lim.

Canh bạc đã về tay bạo chúa
tình người đạo nghĩa đã nhường ngôi

tôi đi dưới bóng thời nô lệ
ngọn núi đè lên cả kiếp người

Đủ ngón đòn thù ân huệ lắm
quất lên da thịt đã chai sần
lưỡi dao sỉ nhục xuyên tim óc
vết chém khoan hồng tươm xác thân

Sắt thép nào không tan với lửa
thịt da mục rữa lẽ đương nhiên
nhưng tâm và chí đoàn ngươi ấy
lửa đốt lò nung không thể mềm

Ở đây chất ngất hồn non nước
vang bóng vua Lê buổi dựng cờ
vọng tiếng Bình Ngô hồn Nguyễn Trãi
đoàn người bước tới hẹn thời cơ.

(Lý Bá Sơ (Lam Sơn), Thanh Hóa 1978)

Bài thơ viết trước cổng trường vạn hạnh
(Tặng các bạn một thời trong khuôn viên trường cũ.)

Tôi trở về thăm lại trường xưa
Khuôn viên cũ đã thay lề đổi thói
Câu Duy Tuệ (*) xoáy lòng người nhức nhối
Từng nỗi buồn thấm lạnh từng cơn
Tôi trở về văng vẳng nỉ non
Ngọn tháp rưng rưng giữa chiều cuối hạ
Rên rỉ oán hờn
Quằn quại hồn Chiêm quốc
Mười năm núi lở đá mòn
Mười năm hồn người nhập viên đá cuội
Chìm lặng giữa dòng sông
Từng đợt sóng ngược dòng cuồn cuộn

Kéo tan hoang một cõi cơ đồ
Tôi trở về thăm lại trường xưa
Trong thác nguồn của thời Vọng Nghiệp
Cuốn đời theo thiên tai
Ngỡ ngàng hư thực
Mở cửa chân như: Lệ thấm Phật đài!
Tôi trở về thăm lại người xưa
Người xưa xuống núi
Tôi lục lọi từ hư vô
Tìm sắc hoàng y một thời rạng rỡ
Người năm xưa tán lạc mơ hồ
Ôm kinh điển trá hình vào cõi tục
Đám sinh đồ nhìn theo lơ ngơ
Gẫm từng trang Thị Nghiệp (*)
Tôi trở về thăm lại trường xưa
Cổ tháp rêu phong giữa đời gió bụi
Bầy chim nhỏ ẩn mình sau mái ngói
Kinh sách cuộn mình phủ bụi nằm mơ
Tôi trở về thăm lại trường xưa
Hồn mê mải góc giảng đường thư viện
Một thuở lòng say mê
Một thuở đời rộn rã...
Mười năm tơi tả tôi về
Chập chờn ác mộng
Thiện ác chân giả lập lờ
Một cõi trần ai nhốn nháo
Bặt tiếng kinh cầu
Trời đất hoang sơ.

(Sài Gòn 1985)

Song Nhị

(*) Duy Tuệ/Thị Nghiệp là châm ngôn trên logo Đại Học Vạn Hạnh.

SONG THAO

Tên thật: Tạ Trung Sơn. Sanh ngày 1 tháng 8 năm 1938 tại Hà Nội.

Học Trung Học Dũng Lạc (Hà Nội) và Chu Văn An (Sài Gòn), Đại Học Văn Khoa (Sài Gòn). Tốt nghiệp Cử Nhân Văn Khoa, 1964.

Từ 1959 đến 1975 cộng tác với các báo tại Sài Gòn: *Văn Học, Thời Nay, Thời Việt, Đời Nay, Tìm Hiểu, Thăng Tiến, Con Ong.*

Định cư tại Montréal, Canada, từ năm 1985.

Khởi viết truyện ngắn từ năm 1991.

Đã có bài trên các tạp chí: *Phố Văn, Làng Văn, Nắng Mới, Sóng Văn, Văn Học, Văn, Hợp Lưu, Thế Kỷ 21, Wordbridge, Sống.*

Tác phẩm đã xuất bản:
- *Bỏ Chốn Mù Sương* (Kinh Đô, Houston, 1993)
- *Đong Đưa Cuộc Tình* (Ngày Nay, Houston, 1996)
- *Còn Đó Bóng Hình* (Văn Mới, Los Angeles, 1997)
- *Chân Mang Giày Số 6* (Văn Mới, Los Angeles, 1999)
- *Cuối Ngày, Một Lần Ngồi Lại* (Văn Mới, Los Angeles, 2001)
- *Bên Lưng Những Con Chữ* (Văn Mới, Gardena, 2003)
- *To the Top of Whistler* (Nhân Ảnh, Toronto, 2009)

- *Tuyển Tập Truyện Ngắn Song Thao* (Tập I [Nhân Ảnh, Toronto, Canada, 2013]; Tập II [Nhân Ảnh, Toronto, 2013]; Tập III [Nhân Ảnh, Toronto, 2014])
- *Dấu Chân Lang Bạt*, du ký (Nhân Ảnh, Toronto, Canada, 2016)
- 22 cuốn *Phiếm* (từ 2005 đến tháng 1/2019)

Đã góp truyện trong các tuyển tập:
- *Hai Mươi Người Viết Tại Canada* (Nắng Mới, Montréal, 1995); *Hai Mươi Năm Văn Học Việt Nam Hải Ngoại 1975-1995* (Đại Nam, Glendale, 1995); *Tuyển Tập Truyện Ngắn Hai Mươi Năm Văn Học Việt Nam Hải Ngoại 1975-1995* (Văn Bút Việt Nam Hải Ngoại, Hoa Kỳ, 1995); *Nhà Thơ Và Nhà Văn Hải Ngoại: 1975-2000* (Đại Học Đông Nam, Houston, 2000); *Thơ Văn Hải Ngoại Năm 2000* (Văn Mới, Los Angeles, 2000).

Chốn cũ

Trời hoe nắng. Từ cửa sổ khách sạn, tôi nhìn thấy những sợi nắng óng ả ngơi nghỉ trên những tàn cây bàng trụi lá. Hà Nội đang trở rét, cái rét đậm đà người ta nói là mấy chục năm nay mới thấy lại. Dưới đường, khách bộ hành co ro trong những tấm áo dày mà kiểu cách hình như chỉ là chuyện phụ. Trên những chiếc xe gắn máy xuôi ngược nhộn nhạo, người lái xe che chắn kỹ lưỡng với mũ len, khăn choàng, găng tay ấm áp. Những bà già bán hàng, người cắp thúng, người đội, người gánh, khăn vuông chùm kín đầu, vừa tê tái rảo bước vừa lớn tiếng rao hàng. Những tiếng rao mất hút bên kia lớp cửa kính.

Tôi trở vào nằm dài trên giường, lười biếng. Bộ bàn ghế, tủ áo quần, chiếc bàn phấn, tất cả đều bằng gỗ mun khảm xà cừ, cho tôi một cảm giác lạ. Trên bàn phấn, nằm xộc xệch như muốn rơi khỏi góc bàn tờ tạp chí đang đọc dở tối qua tôi vất đại lên khi giấc ngủ tới làm ríu mắt. Lẽ ra phải có Diệu trong căn phòng này. Mặt bàn phấn trơ trên nhắc tôi sự thiếu vắng tưởng như không thể có được. Mọi khi, trong mỗi chuyến đi, trong mỗi phòng khách sạn, mặt bàn phấn bao giờ cũng ôm đầy những chai lọ làm đẹp của Diệu. Chuyến đi vội vã, bất chợt lần này của tôi đã khiến Diệu không theo kịp. Diệu vẫn mơ một chuyến ra Hà Nội, với tôi, cùng tôi đi lại những con đường thơ ấu của thời tôi non yếu cắp sách tới trường. Em muốn biết Hà Nội của anh, muốn cùng anh sống lại những xúc động khi anh trở về chốn cũ, thời anh chưa có em. Giọng Huế nói về Hà Nội mà cũng tha thiết như giọng Hà Nội.

Chiếc điện thoại cầm tay nằm vất vưởng nơi nào đó trên giường reo lên từng chập hối hả. Tôi lật chăn mền, tìm kiếm một hồi mới lôi ra được.

"Allô!"

"Em Phương đây anh. Hôm nay anh muốn đi đâu? Nửa giờ nữa em tới đón nhé".

Tôi ngần ngừ.

"Chắc sáng nay em khỏi tới. Anh muốn thả bộ một mình, loanh quanh coi thành phố. Nhẩn nha như một người Hà Nội dư thừa thời giờ".

"Ái chà! Anh lên cơn mơ mộng hồi nào vậy?"

Tiếng cười khanh khách rộn ràng bên tai tôi.

"Ở giữa Hà Nội mà không biết mơ mộng một chút thì mắc cỡ chết".

"Anh, dân Hà Nội không nói mắc cỡ. Anh phải nói xấu hổ".

Phương sửa lưng tôi. Mấy hôm nay tôi cứ bị sửa lưng hoài vì cái giọng Hà Nội mà dùng chữ Sài Gòn. Vậy mà mấy bà bán hàng, khăn nhung quấn nghiêm chỉnh trên đầu, ở các con đường có đội chữ Hàng đằng trước, cứ xoắn xuýt khen lấy khen để cái giọng Hà Nội tôi đã vác đi ta bà thế giới trong ngót năm chục năm qua là đúng giọng Hà Nội xưa. Giọng Hà Nội nay có khác. Nghe lượn lờ như có thêm múi chanh trên môi.

"Anh ơi, hôm nay rét lắm đấy. Mười hai độ, em vừa mới nghe đài loan báo như vậy. Anh thả bộ có được không?"

Giọng tôi nhuốm vẻ bỡn cợt.

"Mười hai độ lận!"

"Anh bỏ dùm chữ lận đi được không?"

"Ừ thì bỏ! Em rắc rối quá! Lưng anh bị sửa hoài, cứng ngắc, đi bộ ngoài đường người ta dám tưởng là hình nộm lắm đấy!"

Phương cười rúc rích bên kia đầu dây.

"Mười hai độ! Bên xứ anh, âm ba mươi, bốn mươi. Cái rét Hà Nội của em ăn nhằm gì!"

"Thôi, anh đừng nói nữa, em rùng mình. Anh ở cái nơi chốn gì mà kỳ quái. Chắc con người co rút lại chẳng nhìn thấy nhau nữa nhỉ?"

Câu nói vô tình mà hữu ý của Phương làm tôi khựng lại. Quả thật, từ khi về lại trên mảnh đất này con người tôi như trải rộng ra. Máu mủ tôi rần rần trong châu thân những người chung quanh. Tôi mềm lòng với những con người bên tôi. Tôi thương cả những cái ranh mãnh, mánh mung vặt vãnh của những con người mà đời sống đã dạy họ phải lắt léo với chút lợi lộc còm cõi.

Cái rét tháng chạp của Hà Nội chỉ vừa đủ làm tôi tỉnh táo hơn khi bước chân ra khỏi khách sạn. Ngõ Bảo Khánh nằm chen chân với những con phố cổ. Tôi chọn đại một bên đầu ngõ dẫn ra một ngã ba. Quẹo phải hay trái đây? Tôi mường tượng ra đường quẹo của chiếc xe gắn máy bụi đời của Phương. Tôi theo con đường và ngơ ngẩn trước ngã tư kế tiếp. Hàng gì đây chẳng biết? Tôi nhìn lên bảng tên đường. Hàng nào cũng đánh đố bước đi của tôi. Tôi quẹo mặt ngã tư kế tiếp. Người đi như hội. Ngoại kiều dập dìu lên xuống. Phố mang tên Hàng rất chuyên biệt nhưng Hàng nào cũng toàn những cửa tiệm bán cho du khách. Cái trật tự cũ đã quá lỗi thời. Những rươi, mắm, đường, than, trống chẳng thể ngang nhiên đi vào kinh tế thị trường được. Tôi nhởn nhơ sánh vai với các khách bộ hành khác mà đầu chẳng có một ý niệm gì về phương hướng. Đi một hồi chẳng thấy tới đâu, tôi dừng bước hỏi một bà bán hàng đường đi tới nhà thờ Lớn. *Cậu đi xuống hai ngã tư nữa rồi rẽ tay trái là thấy nhà thờ.* Lại đi lộn lại. Phương mà biết tôi vừa ngơ ngáo ra khỏi khách sạn đã lạc lung tung, chắc cô nàng cười phải biết. Hồi sáng,

Phương đã dặn đi dặn lại là nếu lạc thì gọi điện thoại ngay. *Dân Hà Nội chẳng lẽ đi lạc ngay giữa Hà Nội*, tôi đã vênh váo trả lời. Dại gì mà điện thoại, tôi phải cố giữ cái vênh váo vài chục phút trước. Bà bán hàng tài tình thiệt, vừa quẹo một cái là hai cái tháp chuông cổ lỗ đen đủi đã đập vào mặt!

Tôi đứng trên bậc cấp nhà thờ, bên trái tôi là trường Dũng Lạc cũ. Trường vẫn còn đó, với một cái tên mới, trường Hoàn Kiếm-Tân Trào. Hàng rào đã được xây lại, cửa sắt cao kín mít. Ngày xưa, giờ ra chơi, bàn tay tôi đã muôn lần vất vả chen lấn thọc qua những song sắt của chiếc cửa, tờ bạc một đồng kẹp giữa hai ngón tay, tranh nhau mua cây kem mát rượi. Tôi đảo mắt qua vạt đất trước hàng rào trường. Không một bóng người. Những tủ gánh thịt bò khô, bánh tôm loẹt xoẹt tiếng kéo rao hàng đã trốn đi đâu tất cả? Tôi như nhìn thấy ông thịt bò khô hai tay hai chai xì dầu pha đường và chai giấm lợn cợn ớt có những tép tỏi trắng hấp dẫn thi nhau dốc xuống những đĩa đu đủ thịt bò bày xúm xít trên mặt gương, bà bánh tôm má hồng trên lửa cuống quít với những tiếng lao xao đòi hỏi của bày trẻ háu ăn. Chợt nhớ tới cái mánh mua một cái bánh tôm mà lợi dụng lúc bà hàng bối rối lấy được tới hai ba đĩa rau muống chẻ ăn kềnh bụng, tôi mỉm cười một mình. Thằng nhỏ khoảng mười tuổi mặc chiếc áo len sọc xanh sọc nâu ngơ ngác nhìn tôi cười góp. Tôi như thấy lại tôi mấy chục năm trước. Tôi giơ chiếc máy hình rủ chụp hình chung, thằng nhỏ lắc đầu bỏ chạy một mạch. Tôi quẹo mặt theo phố Nhà Thờ. Phố xá ngày xưa yên tĩnh với những dãy nhà ở kín đáo nay nhộn nhịp những cửa hàng. Ngôi trường bà sơ giữa con phố hẹp vẫn nết na cửa đóng then cài. Ngày xưa, giờ chúng tôi tan học về cũng là giờ bầy con gái trong ngôi trường này túa ra. Cái tên trường chạy đâu mất tiêu trong ký ức tôi. Tôi dừng lại trước cánh cửa sắt nhỏ xíu của ngôi trường Tây kín cổng cao tường, đứng ngẩn ngơ chôn mắt như muốn soi thấu vào bên trong. Có một thời tôi quá nhỏ trước bầy con gái mượt mà sang cả, liếc mắt thích thú nhìn những anh lớn học đòi làm những con trống, những con trống vụng về tội nghiệp!

Đường Tràng Tiền hiện ra thênh thang xe cộ lên xuống. Tôi quẹo trái ra phía Bờ Hồ. Hồ Hoàn Kiếm tôi đã làm quen lại ngay buổi chiều ngày tôi đặt chân xuống phi trường Nội Bài. Anh tắc xi chạy văng mạng đưa tôi về tới khách sạn vào buổi trưa, vất chiếc va ly vào một góc, tôi gọi ngay cho Chí. Chí là anh của bạn của Hoàng. Hoàng mới là bạn tôi. Khi tôi vất vả về được tới Sài Gòn, điện thoại cho Hoàng, hắn hốt hoảng. *Sao ông về bất thần vậy? Tôi đang ở Hà Nội, mai tôi trở lại Sài Gòn, tôi sẽ hú ông.* Vừa tới Sài Gòn, hình như vẫn còn say Hà Nội, Hoàng hỏi tôi có rảnh được vài ngày không? *Làm chi vậy? Ông phải ra Hà Nội.* Thế là tôi phải đi Hà Nội. Chỉ nội trong một buổi sáng, Hoàng lấy vé máy bay, đặt phòng khách sạn, gọi anh Chí nhờ hướng dẫn tôi ở Hà Nội, và không quên đưa cho tôi chiếc điện thoại cầm tay để dễ liên lạc. Chí tới ngay khách sạn sau cú điện thoại của tôi. Chuyện trò một hồi cũng ra được một điểm chung. Chúng tôi cùng học ở Dũng Lạc ngày xưa, Chí trên tôi hai lớp. Nhìn Chí râu ria sợi đen sợi trắng, da mặt xếp nếp, tàn nhang vất vưởng trên má, tôi khó tưởng tượng được tôi hai năm sau.

"Thời thế cả anh ạ. Anh sa chân vào chỗ mát mẻ, người ngợm cũng mát mẻ. Tôi bị cột chân vào nơi bức bối, mặt mũi như bị thiêu đốt, trông chẳng ra làm sao cả".

Tôi với tay lấy ly bia Halida cao cao trên chiếc bàn mây. Bia lạnh không đá. Ly của Chí sóng sánh hai cục đá vuông. Chí cũng nhắc ly, nhìn tôi, cụng.

"Bỏ qua mọi chuyện đi. Mừng gặp anh, hai thằng Dũng Lạc của cha Nguyễn Huy Mai".

Chí hớp vội một hụm bia, khề khà.

"Cha Mai về sau làm Giám Mục. Cha Trịnh Văn Căn,

anh còn nhớ không, người kế chức Hiệu Trưởng sau cha Mai, làm tới Hồng Y. Các Ngài đã về với Chúa hết rồi".

Tôi cười khan với Chí.

"Thì anh như vậy, tôi như thế này. Các Ngài đã tới lúc đi hết cũng là phải. Mình còn lao đao muốn đi nữa là".

Tháp Rùa dưới nắng chiều như gần gũi trước mắt tôi. Liễu lê thê rũ bên bờ sạch sẽ. Ngày xưa, lúc về học, tôi vẫn cùng lũ bạn cắm cần câu bên bờ đất bắt mấy chú cá lòng tong dại dột. Chung quanh bờ bây giờ đã cẩn gạch thoai thoải, chỗ đâu mà cắm cần câu.

"Anh ở xa về lại chốn cũ, cũng ngót nghét nửa thế kỷ chứ ít gì, nghe mà thấy khiếp, anh thấy ra sao?"

"Tháp Rùa coi nhỏ quá anh ạ. Tôi có cảm tưởng với tay ra là đụng được".

Chí cười, pha trò.

"Chắc tại bây giờ anh lớn hơn".

"Già hơn chứ, tuổi mình hết lớn rồi anh ạ! Mà không hẳn như vậy. Tôi nghĩ cái gì trong kỷ niệm cũng vạm vỡ hơn trong thực tế. Mình thường phóng đại, tô hồng chuốt lục cho những kỷ niệm. Còn anh, ngồi lại với tôi trong khung cảnh cũ, anh thấy sao?"

Chí ngả người. Người anh lọt thỏm trong chiếc ghế mây rộng rãi. Mắt anh lim dim.

"Tôi thấy cái thiệt thòi của mình. Anh nhìn lại Tháp Rùa bằng con mắt khác, tôi nhìn Tháp Rùa bằng con mắt khác. Nó như cái gông trí trá, không những kìm giữ tôi lại, nó còn tước đi cuộc sống của tôi mỗi ngày, cho tới khi tôi phải tự cảm thấy tôi không còn cuộc sống nữa".

Tôi cố không nhìn thẳng vào mặt Chí. Có nỗi buồn nào đáng cho người ta muốn nhìn đâu. Tôi hất đầu ra phía bờ hồ.

"Hồi xưa anh có bao giờ ăn bánh mì pa tê của những anh nhí bán hàng chỗ này không?"

"Không, nhà tôi ở phía trên phố cổ nên ít la cà ở chỗ này. Hồi đó anh ở đâu?"

"Gần chợ Hôm".

"Vậy thì đi học anh phải ngang qua đây hằng ngày rồi".

"Chỗ này là đất của tôi mà! Để tôi kể anh nghe. Chỗ này là chỗ buổi sáng tôi thường mua bánh mì pa tê. Ngày xưa, nơi đây chỉ có cỏ với cây, làm gì có quán giải khát như thế này. Thằng nhỏ móc chiếc bánh mì nhỏ bằng bàn tay con nít ra khỏi chiếc bao tải. Nóng hôi hổi. Một lát dao rạch dọc, nhét vào một lát pa tê mỏng như lá lúa, xục xục chiếc lọ muối tiêu. Vậy mà ngon thấu trời anh ạ. Nhất là những bữa trời lạnh như ngày hôm nay".

"Thú nhỉ! Tôi chỉ biết những hàng nổi tiếng hơn. Như ông Tàu bán phát xa ở phía bờ bên kia".

Tôi theo ánh mắt của Chí bắt gặp chiếc tháp Hòa Phong vuông vức. Giọng tôi như reo.

"Tôi vẫn còn nhớ mặt mũi ông ta! Nếu bây giờ ông ấy đi ngang đây, tôi có thể ra nắm áo ông ấy mà không sợ nhầm. Cặp kính gọng đen xộc xệch, đôi mắt hấp háy kèm nhèm, cái miệng lúc nào cũng nhe ra như cười mà không phải cười, hàm răng cải mả có mấy chiếc răng cửa to bản, cái dáng ngồi co ro và bàn tay gian xảo. Anh có nhớ cái bàn tay ra tiền đó không? Bàn tay thọc vào túi lạc rang nóng ròn một cách mạnh bạo, tưởng như có thể rút hết lạc ở bên trong, nhưng khi rút ra thì chỉ có mấy hạt lạc dính theo mấy đầu ngón tay chụm hờ vào nhau. Nhả vội mấy hạt lạc vào chiếc sâu kèn quấn bằng giấy báo kín mít. Ba cái bốc như vậy, ấn tay cho kín cái đầu sâu kèn, trao cho khách và xòe rộng bàn tay nhận tiền. Có nài nỉ thêm thì cái bốc bất đắc dĩ còn tệ hại hơn nữa. Vậy mà cứ xúm nhau vòng trong vòng ngoài chờ tới lượt mua".

Chí rung đùi cười khoái chí.

"Cái mùi húng lìu thấm vào từng hạt lạc bất hủ thật!"

Tôi nuốt nước miếng.

"Nhất là những ngày trời mưa lạnh, ông Tàu ngồi vào trong chiếc tháp gạch bốn bề hở toang để trốn mưa và gió, mình đứng run run chờ gói lạc, nắm được chiếc sâu kèn, hơi ấm tỏa ra trong lòng tay, đã cách gì đâu!"

Tôi lang thang qua chiếc tháp gạch rêu phong. Nó có cũ thêm chút nào không? Tôi sờ tay vào lớp vôi sứt mẻ. Tôi mường tượng ông già Tàu ngồi trong đó. Chiếc tháp như vẫn vậy. Nó đã rêu phong tới mức không thể rêu phong thêm. Tôi đang chạm tay vào quá khứ. Nỗi tê dại làm tôi ngây ngất.

Tôi quay người lại khi nghe tiếng đằng hắng vọng lên từ phía sau.

"Đổi tiền không anh?"

Chị đàn bà mặc chiếc áo dạ dài phủ gần hết chân nhìn tôi chờ đợi. Nụ cười vẽ vội ra trên môi nằm cứng trên mặt. Tôi lắc đầu.

"Không, chị ơi".

"Em đổi giá nới hơn ở ngân hàng mà anh".

Tôi lại lắc đầu.

"Anh đổi giùm em đi. Từ sáng tới giờ chưa được mối nào".

Tôi lắc đầu, rảo bước, lòng phân vân không hiểu sao chị đổi tiền lại biết tôi có đô-la. Tôi phì cười nhìn xuống quần áo mình. Chúng đã mách lẻo nhiều chuyện. Liếc nhìn thấy nhà Gô-Đa cũ nay đã lột xác thành Trung Tâm Thương Mại Tràng Tiền ở phía bên trái, tôi thẳng bước. Phố Huế đây rồi.

Xuôi xuống tới chợ Hôm là nhà tôi. Phố phường rộ ra buôn bán. Ngày xưa đâu có lắm cửa hàng như thế này! Cảnh vật có lạ nhưng tôi thấy rõ ràng thiếu một cái gì rất thân quen. Lặng nghĩ một hồi, tôi mới nghiệm ra chiếc xe điện xưa leng keng kéo chuông giữa lộ nay đã biến đâu mất chẳng còn dấu tích. Ngày xưa, hai buổi đi học về học, chiếc xe điện vẫn là trò chơi thú vị của chúng tôi. Khi nhảy đổi tàu từng trạm dừng, khi luồn lách từ toa này qua toa khác, lũ học trò chúng tôi thích thú chơi trò cút bắt với mấy ông soát vé. Những đôi chân thoăn thoắt nhanh như sóc của chúng tôi bao giờ cũng làm tức giận các ông đội mũ kê-pi mặc áo trắng. Có bao giờ mấy ông ấy thu được tiền vé của chúng tôi đâu!

Chiếc điện thoại trong túi quần quần quại rung lên. Tôi bấm nghe. Tiếng Hoàng vang vang.

"Ông đang ở đâu vậy?"

"Tôi đang đi trên phố Huế".

"Ông đi đâu vậy?"

"Tôi tìm về nhà cũ của tôi".

"Ông đi với anh Chí hả?"

"Không, tôi đi một mình".

"Vậy anh Chí đâu?"

"Anh ấy bị cái rét Hà Nội đánh gục rồi. Mới đi với tôi một buổi, anh ấy lạnh quá không chịu nổi".

"Rồi làm sao?"

"Ông khỏi lo. Anh Chí của ông đàng hoàng lắm. Anh ấy sang tôi cho cô cháu con người bạn của ông ấy rồi".

"Số ông lạ nhỉ!"

"Lạ là sao?"

"Là hay hay. Kỳ này ông về lại Sài Gòn, tôi phải vạch

tay ông ra coi cái chỉ tay ông nó chạy lạng quạng ra sao mà cứ chỗ nào có hoa đào là tấp vào như vậy!"

"Nói bậy nào! Cháu chắt ấy mà!"

"Ông thì cháu chắt chồng chất! Thôi, không tán nhảm nữa. Tôi sẽ gọi ông sau".

Bỏ chiếc điện thoại nhỏ xíu vào túi lại, tôi nhớ cái giọng nhẽo nhẹt thảm khổ của Chí. Mới bảy giờ sáng, còn nằm nướng trên giường, tôi đã choàng tỉnh với cú điện thoại sớm sủa.

"Allô!"

"Tôi Chí đây anh. Đêm qua anh ngủ ngon không?"

"Ngủ được anh ạ. Cám ơn anh. Di chuyển suốt ngày mệt nên nằm xuống là làm một giấc chẳng biết trời trăng chi cả".

"Anh khỏe thật. Tôi bết bát hơn nhiều. Tôi bệnh rồi anh ơi".

Mấy tiếng ho phụ họa cho cái giọng khàn khàn đục đục.

"Chết chửa! Chắc tôi lôi anh đi nên anh bệnh. Trời lúc này đang lạnh, gió máy độc địa".

"Không phải tại anh đâu. Tại cái thân rệu rạo của tôi đấy. Chắc tôi lết đi với anh không nổi rồi. Nhưng tôi đã nhờ được cô cháu của một anh bạn đưa anh đi. Anh muốn đi đâu cứ nói với cháu. Con bé làm ở một công ty du lịch nên chắc biết nhiều hơn tôi. Chút nữa con bé sẽ tới gặp anh nhé. Chúc anh vui với Hà Nội. Của anh!"

Con bé cao như một người mẫu. Tôi đã thuộc loại cao mà Phương chẳng chịu nhường tôi phân nào. Mà không hề ăn gian nghe! Giày đế phẳng, tóc không uốn rẽ ngôi giữa nằm sát sạt trên đầu. Người kín bưng trong chiếc áo giả da nâu, áo len tím cao cổ, khăn choàng nửa nâu nửa đen kéo sát lên tới miệng, đôi găng len sậm màu và chiếc mũ len chỉ để ló ra mái tóc dài. Dân Hà Nội phòng thủ kỹ thật! Vượt qua tấm cửa kính rộng của khách sạn, Phương nhìn tôi đang ngồi chờ. Cười gượng. Vừa run vừa nhảy nhảy chống rét. Chờ cho bài nhảy vãn, tôi mới hỏi.

"Cô Phương phải không?"

"Vâng ạ. Để em xếp chương trình đi với anh nhé. Anh đã đi được những đâu rồi?"

Thật là chuyên nghiệp! Nhưng cách nói và cử chỉ của Phương cho tôi cái cảm tưởng không phải mới biết nhau lần đầu. Chẳng cứ Phương. Dân Hà Nội bây giờ hình như ít hình thức hơn. Cứ em em anh anh vô tư. Có lần Phương nói chuyện với một anh lái xe hợp đồng với công ty du lịch nơi Phương làm việc, Phương tự nhiên em anh. Anh lái xe cũng anh em mềm mỏng. Khi anh lái xe đi, hỏi Phương, Phương vẫn tự nhiên. *Không, em gặp anh ấy lần đầu đấy chứ!* Tôi cứ phân vân không hiểu tại sao người ta có thể phí phạm lối xưng hô thân mật thường chỉ dành cho những người thương đến như vậy.

Tôi ngơ ngáo trên những thước vỉa hè cũ. Nhìn lên bảng tên đường tôi giật mình. Phố Hàng Bài. Mình đi lạc rồi sao? Tôi nhìn quanh. Chỗ này phải là rạp chiếu bóng Ciro's chứ. Chẳng có dấu vết gì của một rạp chiếu bóng! Cửa hàng vẫn san sát chen lấn nhau. Chắc lạc thật rồi. Tôi hỏi bà cụ bán hàng bên lề đường. Đây là Phố Hàng Bài, cậu cứ đi thẳng xuống, không rẽ chỗ nào hết, là tới Phố Huế. Tôi cám ơn mà lòng vẫn phân vân. Cái tên Hàng Bài không có chỗ trong ký ức của tôi. Con đường này tôi đã hai buổi đi về trong bao nhiêu năm, làm sao mà lầm được. Đi một quãng, tôi gặp một trại lính. Ký ức tôi bừng dậy. Trại lính Bảo Chính Đoàn rồi Đệ Tam Quân Khu ngày xưa đây. Những buổi sáng đi học, tôi thường gặp ban quân nhạc từ cổng trại này ra đường đi tập. Cả trăm người hàng ngũ nghiêm chỉnh, kèn trống rền trời mà lũ chúng tôi chỉ hứng thú đi theo hai hàng cuối, nơi có những chiếc kèn đồng bóng loáng to lớn che kín mít ông lính thổi kèn. Những tiếng ùm ụp phát ra từ những chiếc kèn ngoại khổ giữ nhịp cho ban nhạc làm thích chí đám con nít chúng tôi. Mộng ước của chúng tôi lúc đó giản dị lắm: lớn lên đi lính thổi kèn to. Thổi như thế mới là thổi chứ! Ngôi trường Nguyễn Trãi xưa nay vẫn là trường học. Nhưng bên kia đường, rạp chiếu bóng Majestic nay đã được xây lại mang tên "Rạp Tháng 8" đang chiếu phim *The Quiet American*. Tôi đứng lặng nhìn qua. Lũ nhóc chúng tôi ngày xưa lăng xăng chạy đi kiếm cho được những tờ chương trình phim đang chiếu để bỏ vào bộ sưu tập. Xin ở quầy bán vé, ai mà cho. Phải len lỏi xin những khán giả đã đọc xong lơ là cuộn tròn trên tay hay lượm những tờ người ta vứt dưới đất. Tôi nhớ tới Trần, với cái trán to quá khổ mà chúng tôi thường gọi xách mé là quái thai, người có trí nhớ tuyệt vời. Chỉ đọc qua truyện phim trên tờ chương trình một lần là Trần có thể gấp lại, đọc thuộc lòng vanh vách không sai một chữ.

Bảng tên đường trên ngã tư kế tiếp làm tôi thở phào. Rõ ràng chữ Phố Huế. Con đường cắt ngang: Phố Hàm Long. Gần tới nhà tôi rồi. Hiệu sách Bình Minh thân quen, nhỏ xíu ngày xưa với bà bán sách đẹp kiêu sa, hình như là bà Hồ Dzếnh, nay chói chang ánh đèn của một tiệm bán kính đeo mắt thời trang. Hiệu kem Cẩm Bình kế đó đã mất dấu. Những que kem còn thở khói rút từ những chiếc khuôn lạnh ngắt ra còn làm nước miếng tôi kéo kín miệng. Kem đậu xanh đã ngon mà kem xúc-cù-là cũng tuyệt diệu không kém!

Chân tôi như có động cơ. Càng gần tới nhà, đôi chân càng cuống quít. Chợ Hôm bên kia đường không gợi được một nét quen thuộc nào ngôi chợ Hôm của tôi. Đâu còn chiếc hàng rào chợ cũ rích, đâu còn những gánh hàng lê lết trên vỉa hè trước chợ, đâu còn những chú bé len lỏi chào mời mua thơ Nguyễn Bính, đâu còn những đôi chân khẳng khiu thoăn thoắt di chuyển của những em nhỏ bán báo *Cậu Ấm Cô Chiêu, Khỏe* hay những tập truyện kiếm hiệp 16 trang ra hàng ngày.

Ngã tư Trần Xuân Soạn. Mắt tôi như mờ đi. Tôi đang đứng trước rạp chiếu bóng chuyên chiếu phim Tàu. Tên rạp là gì nhỉ? Trí nhớ tôi lại lạng quạng. Chỉ nhớ được là tôi đã từng xốn xang đếm từng ngày rạp sẽ khai trương với phim Hỏa Thiêu Hồng Liên Tự có cảnh các hiệp sĩ đằng vân. Mây trôi, gió cuốn ào ào, áo quần các hiệp sĩ bay phất phới mà ông quay phim lại lỡ tay quay xuống quá thấp làm khán giả thấy cả bức tường mà các hiệp sĩ đang đứng vững vàng trong khi đằng vân! Rạp nay đã thành tiệm bán áo cưới rộng mênh mông. Các hiệp sĩ ngày nhỏ của tôi nay đã di tản đi đâu? Tôi như người mộng du rẽ trái theo đường Trần Xuân Soạn. Xe cộ tấp nập, vỉa hè kín mít người. Tôi chong mắt nhìn về phía trước. Nhà tôi đó, nằm ngay góc ngã ba Phùng Khắc Khoan. Chân tôi như muốn vấp ngã. Tôi đã quá gần nơi chốn ấu thơ vẫn đậm nét trong trí tôi những ngày xa Hà Nội. Tôi len lỏi giữa dòng người lên xuống tấp nập. Mắt tôi choáng lên với những cửa hàng vải. San sát nhau toàn cửa hàng vải. Vườn trước nhà tôi nay cũng đã rào dậu thành hai cửa hàng vải. Tôi đứng lặng trên ngã ba đường. Cả con đường Phùng Khắc Khoan nay là chợ vải. Vải tràn lan trên hai lề đường. Tôi nhớ lại hai bên vỉa hè đất ngày xưa vắng lặng, nơi chúng tôi mải mê suốt ngày bắn bi, đánh đáo, đánh khăng, chơi quay… Đất thánh của tuổi thơ tôi. Mắt tôi hoa lên vì tức. Người ta đã ăn cắp vỉa hè của tôi. Tôi ngậm ngùi trước nhà cũ. Ngót nửa thế kỷ lưu lạc, tôi mới trở về. Tôi có phải khóc không nhỉ? Mắt tôi khô đi vì xúc động. Tôi đứng lặng người. Hình ảnh những ngày cũ quay mòng trong chiếc đầu đã hai thứ tóc, những sợi tóc bạc màu nằm lấn lướt những sợi tóc ngày xanh. Thấy cánh cửa bên hông nhà để ngỏ, tôi bước vào. Ba cửa phòng cõng ba chiếc khóa to bè bè. Chiếc cầu thang lên lầu nhớp nháp. Những lớp đất lưu cữu bám chặt vào từng bậc thang mà màu xanh đá mài còn bóng loáng trong tôi. Tôi bước lên thang không dám vịn vào tay cầm. Khoảng tiền sảnh rộng rãi trên lầu dẫn vào cửa ba căn phòng khác cũng nhớp nhúa. Những viên gạch bông nhiều màu sắc nay chỉ còn một màu xỉn ảm đạm. Lại ba chiếc khóa nằm lủng lẳng trên ba cửa phòng. Tôi theo hành lang cạnh cầu thang xuống nhà sau. Sân chơi trên nóc nhà để xe đã được xây kín mít thành một căn phòng khác. Tôi lặng người, nhìn lên, nhìn xuống. Đứng mãi cũng chẳng thấy bóng người. Chẳng có ai để tôi hỏi han. Đứng chán, tôi quay ra cửa. Nhà để xe ngày xưa nay cũng là một tiệm vải. Tôi hỏi thăm mới biết nhà nay có tới mười hộ chia nhau ở, mỗi hộ một phòng. Cửa nẻo, cầu thang, hành lang nay là chốn công cộng chẳng ai ngó ngàng tới. Ông chủ tiệm vải vui tính, biết tôi ngày xưa ở đây, đã dẫn tôi vào góc nhà, nơi đặt đồng hồ điện, bảo tôi nhìn kỹ đi. Tấm bìa ghi số điện tiêu thụ treo bên cạnh đồng hồ vẫn còn mang tên ba tôi. Ông cười trước bộ mặt ngẩn ngơ của tôi. Đồng hồ nước cũng vẫn còn để tên ông cụ đấy!

Ra trước nhà, tôi bâng khuâng ngó quanh, lòng rối bời. Có thực tôi đang giẫm lên những thước đất của thằng bé ham chơi nhếch nhác ngày xưa vẫn chạy nhảy không? Chiếc điện thoại trong túi lại lồng lộn như cá quẫy.

"Em, Phương đây anh. Anh đang ở đâu vậy?"

"Anh đang đứng trước nhà cũ".

"Chết cha! Em 'phôn' anh có được không? Sợ anh đang bận cảm động!"

Tiếng cười bong bong trong tai tôi. Phương có tiếng cười xổng xểnh. Chữ "xổng xểnh" tôi mới nghe được ở Hà Nội, chẳng biết dùng có đúng chỗ không. Tôi thích chữ này vì âm thanh tượng hình của nó. Nghe như lơi lỏng, buông rơi. Chờ cho Phương dứt tiếng cười, tôi mới nói.

"Này, cô bé, không ai có quyền cười trên sự cảm động của người khác đấy nhé!"

"Mà em lỡ cười rồi, thu lại làm sao được. Em đến đón anh nhé?"

"Ừ. Em đến đi. Anh chờ em trước cửa nhà".

"Anh vẫn còn đang cảm động phải không? Nhà anh chứ có phải nhà em đâu mà em biết. Nhà anh ở đâu mới được chứ?"

Tôi ngớ ra, cười trừ.

"Em tinh quái quá đi! Nhà anh ở góc đường Trần Xuân Soạn và Phùng Khắc Khoan. Em tới cứ vạch vải ra là thấy anh".

"Sao lại vạch vải? Thế anh nai nịt kỹ càng lắm à?"

"Không, chung quanh anh toàn tiệm bán vải. Anh đang đứng trên lề đường chen vai thích cánh với vải đây này".

"Ồ, chỗ chợ vải! Em biết chỗ đó rồi. Con gái mà anh! Vậy mà từ sáng tới giờ em cứ sợ anh đi lạc, hao mất mấy cân thịt rồi đó!"

"Ối dzào! Em cũng biết điêu ra phết đấy nhỉ!"

"Ối giời ơi! Ai ngờ anh nói được đúng tiếng Hà Nội như thế! Anh ơi, còn sớm, em tới đón anh rồi mình đi thăm lăng Bác anh nhé".

Lần này là lần thứ ba, Phương giục tôi đi thăm lăng. Lần đầu, khi Phương chở tôi đi ngang qua. Đang từ phố cổ chật chội, đi ngang lăng thấy nghênh ngang chiếm nhiều chỗ quá. Lần thứ hai, khi tôi mua tượng Chùa Một Cột bằng đá trong khu bán đồ kỷ niệm nơi Đền Ngọc Sơn, cầm tượng Chùa trên tay, tôi chợt muốn đi thăm Chùa. Phương vội bảo muốn đi thăm Chùa phải vào qua lăng. Tôi lơ đi.

Tôi nhìn thẳng vào mắt Phương. Làm sao có thể nói cho em hiểu là con người không thể nên thánh bằng cách mạnh bạo đắm mình theo con đường trần tục, rất trần tục.

"Thôi, để khi khác. Anh muốn đi tìm vài người bạn cũ ở quanh đây".

Tiếng Phương lỏng le.

"Vậy cũng được. Tùy anh".

Phương tới khi tôi vẫn còn nghểnh cổ nhìn vào ngôi nhà cũ. Chắc đã lâu, tòa nhà không biết mùi vôi vữa gì. Hai tấm hoa văn trắng chạy dọc từ trên xuống lấy gió và ánh sáng cho cầu thang nay đen đủi thảm hại. Chấn song sắt trên các cửa sổ nhìn ra đường vẫn là chấn song xưa nay đã bị thời gian gặm nhấm lồi lõm. Những cánh cửa vênh váo, sứt mẻ, tróc sơn không biết có còn đóng kín lại được không? Phương đứng bên tôi, ngắm tòa nhà, giọng e dè.

"Nhà anh đấy hả?"

Tôi gật đầu không nói gì. Phương dựa tay lên vai tôi, ghé sát tai nói nhỏ.

"Anh là con địa chủ!"

Tôi quay phắt người lại. Phương buông tay khỏi vai tôi, đứng sững. Tôi nhìn chằm chặp vào mặt Phương. Khi chiến tranh kết thúc, Phương còn chưa tượng hình trong bụng mẹ. Em học ở đâu được cái danh từ tưởng đã phải bị chôn vùi với thời gian từ lâu rồi. Mắt tôi chắc lạ lắm. Tôi thấy vẻ sửng sốt trên mặt Phương. Khắp người tôi ớn lạnh trước giọng nói nhởn nhơ của em. Mặt Phương bỗng giãn ra. Miệng em nhếch lên bày ra một nụ cười bằng hai hàm răng muốt mát. Cũng may! Phương có nụ cười hiền, thật hiền.

Song Thao

SONG VINH

Tên thật Ngô Gia Thành, sinh ngày 02-03-1955, tại Sài Gòn. Tốt nghiệp kỹ sư điện tử và Cao Học Điện Toán tại Hoa Kỳ. Có bài trên nhiều tạp chí tại hải ngoại.

Tác phẩm đã xuất bản:
- *Về Dưới Hiên Xưa* (thơ, Văn Tuyển, 1999)
- *Một Thoáng Kỷ Niệm* (thơ, in chung, Suối Nguồn, 2002)
- *Hương Mưa* (thơ, 2004)

Chợt thấy lòng

Thêm một chiếc lá vàng
thêm một chút hoang mang
thêm một chiều se lạnh
mùa thu về nhẹ nhàng

Thêm một thoáng thời gian
thêm một hơi thở than
thêm một lời cạn nghĩ
cùng theo về, chia tan

Đêm nay tàn cuộc rượu
trăng vườn sau mênh mang
một mình tôi thu dọn
lượm được cái tan hoang...

Ảo ảnh

Tìm nhau tìm cuối đường bay
Mù sương trắng nõn tháng ngày phù vân
Phố xưa giữ cái tần ngần
Cơn mưa phùn đến lúc gần lúc xa

U mê nẻo lạ đường qua
Quanh co lộn lại góc nhà buồn thêm
Vò tay ngọn tóc lênh đênh
Bài ca thương nhớ cũ mềm trên môi

Xưa người nhí nhảnh vui chơi
Giờ người còn giữ được lời vu vơ?
Bởi tôi:
ngu
chậm
gàn
khờ
Bạc đầu mà vẫn còn mơ tương phùng.

Gọi tên nỗi nhớ

"về,
quanh lòng phố thân thương
dòng đời:
   xanh
   đỏ
   vàng
     đường cô liêu
có em lòng ấm rất nhiều
yêu xa lộ chật buổi chiều
   kẹt xe

về,
thêm tiếng gọi thiết tha
quê hương:
   hai chữ; buồn,
   da diết buồn
đêm đêm trăn trở: cội nguồn
ngày treo mỏi mệt bên hồn tả tơi

về,
mơ còn được chốn ngồi
thân thương bụi phấn ngân lời thầy cô
biếng lười kẻ mắt người mơ
cùng phơi kỷ niệm bên bờ trán nhăn

về,
thêm một chốn:
   để nằm
   để đi,
   để đến,
   để thăm,
   để chào
để quanh từng giấc chiêm bao
đời chan nắng ngọt tôi chào
   mình tôi".

Nằm võng

Bây giờ còn lại mình ta
Phố ơi phố nhỏ buồn nhòa nắng trưa
Võng đi đều nhịp đong đưa
Gối tay nghe lượng máu lùa nhớ nhung

Lâng lâng từ cõi vô cùng
Lệ ai hay bụi mông lung dồn về
Chừng như sợi khói lê thê
Với tay nắm, ngẫm nỗi xê dịch đời

Nghe ra sỏi đá mỉm cười
Nghe ra thiên cổ phận người nhỏ nhoi
Lòng ta ai mở ra coi
Hỏi trong hiên vắng, hỏi ngoài em xa

Mây nghìn năm sống tà tà
Rũ ta lười biếng thật là xứng chân
Ngẫm xa chỉ thấy lần quần
Ngẫm gần vẫn chỉ có ngần ấy thôi.

SƯƠNG MAI

Tên thật Bùi Phụng Mai.

Sinh Quán: Cần Thơ

Hiện cư ngụ Bắc California.

Làm thơ yêu thơ từ thuở nhỏ.

Sáng lập viên Cội Nguồn cùng với Song Nhị; có tên trong Văn Bút Hải Ngoại Ở Mỹ va Canada; có thơ in chung trong nhiều tuyển tập và các tạp-chí như: *Văn, Văn Hoc, Thế Kỷ 21, Hợp Lưu, Đi Tới,…*

Tác phẩm thơ đã xuất bản:
- *Yêu Dấu Tan Theo* (2004)
- *Trăng Mộng* (1999)
- *Thơ Tình Sương Mai* (1998)
- *Thoảng Chút Hương Xưa* (1996)

Chim bay về núi

Một mai chim bỏ bay về núi
Bỏ lại mình ta với ngậm ngùi
Một thuở rừng xanh vang tiếng gọi
Lòng còn thương nhớ dễ đâu nguôi

Một mai chim bỏ bay về biển
Ta đứng một mình ngó nhánh sông
Ta khóc nhìn theo dòng nước chảy
Nghe trăm ngọn sóng vỗ trong lòng

Một mai chim bỏ bay đi mất
Mà nói gì đâu tiếng giã từ
Trang sử tình yêu theo gió thoảng
Thuỷ chung ai có hứa gì đâu?

Bụi đường

Năm xưa bỏ phố lên rừng
Chào con phố nhỏ ngập ngừng bước chân
Tưởng đâu trời hẹp mộng gần
Nào hay đất rộng phân vân chuyện lòng

Năn xưa bỏ biển về sông
Để hồn chìm giữa mênh mông núi đồi
Đau lòng dứt một cuộc chơi
Nằm nghe sóng cũ bồi hồi bãi xưa

Trải lòng trên tấm vải thưa
Mà nghe nhung nhớ len vừa sợi tơ
Thôi đành quẳng hết vào thơ
Cho lòng còn chút ơ hờ dễ thương

Năm xưa bỏ phố, bỏ phường
Phủi tay rớt chút bụi đường đâu đây!

Tội nghiệp

Dòng thơ cũ bỗng dưng mà tội nghiệp
Những hẹn hò đã bỏ lại bơ vơ
Lời yêu cũ chỉ còn là kỷ niệm
Con thuyền yêu không tìm được bến bờ

Dòng thơ cũ đã nhạt nhòa giấy mực
Dở từng trang ta vẫn thấy nao lòng
Những vết tích của ngày xưa yêu dấu
Câu thơ buồn lạnh quá một dòng sông

Màu hoa tím ai vẽ vời ngày cũ
Những bông hoa đã nắn nót gửi về
Ta đã bỏ quên vùi trong góc tủ
Một cuộc tình đau buốt đến tái tê

Ta không biết còn buồn bao lâu nữa
Những nhịp buồn đem ghép lại thành thơ
Thả theo gió cho bay về quá khứ
Để mơ màng một thuở vẫn đầy mơ

Dòng thơ cũ dở ra mà tội nghiệp
Tội nghiệp mình, tội nghiệp cuộc tình qua
Đem năm tháng làm nấm mồ dĩ vãng
Chôn cuộc tình khờ dại đã bay xa

Ta không nhắn gửi gì trong thơ nữa
Những câu thơ tội nghiệp giữ riêng mình
Những héo hắt cũng âm thầm cất giữ
Để cây cành tội nghiệp trổ hoa xinh.

Thu mắt nâu

Thu đã về kia em mắt nâu
Em đi mùa nắng đã phai màu
Chân cao chân thấp em vui bước
Chiều đã rơi vào thung lũng sâu

Thu đã dừng chân ở chốn đây
Lá vơi màu lá đã bao ngày
Những con chim nhỏ về bay nhảy
Tíu tít chuyện trò, mây trắng bay…

Thu đã ghé qua với nàng thơ
Nắng lung linh nhẹ mấy mành tơ
Gió rung khe khẽ bông hoa nhỏ
Con bướm cũng vừa bay lửng lơ

Thu đã về kia em mắt nâu
Đừng em, đừng nhé chớ u sầu
Ngoài kia thu sẽ vì em đến
Tô vẽ cho đầy những nét thu...

Sương Mai

Nguyễn Thị Khánh Minh by Đinh Cường

SỸ LIÊM

Tên thật Hà Sỹ Liêm, sinh năm 1963 tại Sài Gòn, định cư tại Paris từ 1979, trở lại Sài Gòn sinh sống năm 2003, hiện tái định cư tại Paris.

Khởi viết từ năm 1985. Bút danh: Sỹ Liêm, Tú Bì. Bài viết trên các tạp chí *Hợp Lưu, Văn Học* (Hoa Kỳ), *Làng Văn* (Canada),... và những trang web thực hiện tại hải ngoại.

Tác phẩm đã xuất bản:

Tập truyện ngắn:

- *Tình Nghĩa Thầy Trò* (Miệt Vườn, Winston Salem, HK, 1992)

- *Những Mảnh Đời Chắp Vá* (Miệt Vườn, Winston Salem, HK, 1993)

- *Ví Dầu Tình Bậu Muốn Thôi* (NXB Văn hóa – Văn nghệ, 2015)

Thi tập:

- *Em Là Tác Phẩm Đại Văn Chương*

- *Theo Ta Chữ Nghĩa Lên Trời Lãng Du* (NXB Hội nhà văn, 2016; Nhà xuất bản Nhân Ảnh – Hoa Kỳ, 2018).

Và góp mặt trong nhiều tuyển tập thơ in chung khác.

Con chim thời tiết

Những buổi trưa chói chang ánh nắng, khắp các hang cùng ngõ hẻm khu chợ trời Tân Bình, tiếng rao hàng lanh lảnh cất lên:

- Trà đá, trà đá đââây! Trà đá một đồng một ly, trà đá đââây!

Một người đạp xe ba bánh dừng lại, ngoắc:

- Ê trà đá, trà đá!

Đứa trẻ mặt mũi hom hem, đội nón rộng vành, tay bê bình trà đá, mừng rỡ hỏi:

- Dạ! Mấy ly!

Khách lột nón nỉ ra quạt, mắt hấp háy vì chói nắng.

- Một ly!

- Một đồng!

- Cám ơn!

Khách uống ừng ực, chìa tiền và đạp xe ba bánh đi mất. Đứa nhỏ đi dài theo đường hẻm vô chợ, tiếp tục rao:

- Trà đá, trà đá đââây! Trà đá một đồng một ly, trà đá đââây!

*

Đó là tiếng rao của tôi cách đây mấy mươi năm về trước. Tiếng rao và "bộ đồ nghề" tuy tầm thường, bé nhỏ nhưng đã cứu vãn gia đình tôi, ba miệng ăn, thoát khỏi cơn đói kém sau ngày miền Nam giải phóng, được một phần nào. Dạo đó tôi mới có mười hai tuổi, chưa hiểu gì về chuyện quốc gia đại sự, tình hình lầm than của đất nước. Tôi chỉ nghe người ta hô hào "giải phóng miền Nam", "hòa bình vĩnh cửu", "thống nhất hai miền Nam Bắc". Nhưng mà lạ thay, tôi chỉ thấy gia đình mình sa sút hẳn. Ba má tôi cứ than vắn, than dài. Phần ăn hằng bữa trong nhà được qui định, hạn chế chớ không còn dư thừa như trước nữa. Mỗi sáng tôi chỉ đứng dựa hàng ba, đưa mắt ngắm bà bán xôi nếp than đi qua rồi nuốt nước miếng cho qua cơn thèm khát. Ngày trước, mỗi sáng nhà tôi dùng phở hay cơm tấm, bún bò hay bún riêu, ít ai chịu ăn đồ ngọt. Giờ đây xôi, bắp nấu đối với tôi là món điểm tâm quí giá. Không thể nào tôi quên được món xôi nếp than, màu nó đen ửng tím, hột nếp suông suông óng ả, được nấu bằng trà nên mềm dẻo đặc biệt. Xôi khi bán được gói trong miếng lá chuối xanh tươi, trên mặt xôi được phủ một lớp đậu xanh tán nhuyễn màu vàng ngà, càng nhai càng béo, và điểm thêm một ít sợi dừa nạo trước khi rắc đường cùng muối mè và đậu phộng giã nhỏ. Bà bán xôi không dùng đường cát trắng, mà dùng đường mỡ gà hột nhuyễn mịn hơn, dù không trắng bằng đường cát… Xôi được gói bằng lá chuối tươi đã đẹp mắt, mà còn giữ nguyên vẹn mùi nếp, mùi đậu, mùi mè. Có gói xôi trong tay, tôi sẽ không nhai nuốt một hơi như bọn trẻ tham ăn khác đâu. Tôi sẽ ăn nhín nhín, ăn từ từ, lắng nghe cái dẻo mềm của hạt nếp, tận hưởng cái béo béo của đậu, của dừa nạo, của đậu phộng, cái ngọt đằm thắm của đường mỡ gà. Ôi đường mỡ gà! Thật khó tìm ở đất nước tôi đang tạm dung! Làm sao tôi tìm lại được thứ nếp dẻo mềm, ngon kinh khủng kia? Tôi thường điểm tâm tưởng tượng như vậy vào mỗi sáng cho cái bao tử nhỏ bé của mình. Nỗi đói khát bắt đầu đe dọa gia đình tôi. Rồi tôi thấy, mỗi buổi sáng già, lớn, trẻ, bé lũ lượt đổ ra đường, ra vỉa hè như một dòng thác lũ. Đoàn nầy đến đoàn khác. Kẻ chiếm được chỗ tốt ở vệ đường trải manh chiếu rách, người chọn một góc chợ để trải chiếc khăn thô, kẻ đứng thiểu não, người ngồi ủ rũ. Cứ thế khắp các ngã ba, ngã tư, từ đầu chợ trời cho tới cuối bãi rác kẻ đi qua hấp tấp, người đi lại tấp nập. Họ chen chúc nhau, kẻ bán người mua chẳng những từ hai bên vỉa hè, mà còn tràn xuống lề đường như nước vỡ bờ. Trên là người, ở dưới đất nào là ti vi, tủ lạnh, xe đạp, xe gắn máy, nồi, xoong, chảo, chén bát, bàn ghế, quần áo… nằm sắp lớp. Có thể nói tất cả những thứ thượng vàng hạ cám đều có mặt ở đây, không thiếu một món nào. Ở đầu nọ, tiếng gọi nhau ơi ới. Ở đầu nầy, tiếng chửi thề văng tục giành nhau một chỗ tốt. Ở đầu trên, một cuộc ấu đả giành một món hàng rẻ. Chính giữa hai bên lề đường, xe hơi nhấn kèn inh ỏi. Những thứ ấy trộn vào nhau làm đinh tai nhức óc mọi người, làm náo nhiệt nguyên con đường Trương Minh Ký, từ phở Quỳnh Tín kéo dài cho tới Lăng Cha Cả. Người ta đổ xô ra bán chợ trời và cái nghề bán nước trà đá bắt đầu xuất hiện.

Những cảnh hỗn loạn ấy cứ diễn ra hằng ngày trước cửa nhà tôi. Má tôi nhìn người ta buôn bán mà nôn nao, sốt ruột. Nhưng vì không có vốn, bà đành an phận đứng nhìn. Sau ngày "giải phóng", gia sản của ba má tôi chỉ còn căn nhà và đồ đạc lỉnh kỉnh. Thùng gạo nuôi gia đình sắp cạn thì có một món đồ "đội nón" ra đi khỏi nhà. Cứ thế mà lần lượt đồ đạc trong nhà chê chủ nghèo, tuần tự di tản… Riết rồi không còn một món gì để cứu vãn nổi thùng gạo, cái đói khổ cứ ám ảnh làm cho ba má tôi lo lắng bạc đầu. Sau nhiều ngày ăn cháo lòng, không còn cách gì hơn, má tôi quyết định đi bán trà đá tần tảo nuôi gia đình. Ba tôi, ngày trước là một nhà văn, đâu có biết gì chuyện buôn gánh, bán bưng. Khi nghe má tôi quyết định như vậy, ông buồn rầu, rơm rớm nước mắt, không nói một lời nào. Nhìn cảnh ba má đau khổ, tuy còn nhỏ mà tôi cũng thấy đau nhói trong tim. Và tôi bắt đầu nhận ra có điều gì không ổn sau ngày "giải phóng miền Nam".

Tôi là đứa con trai độc nhất của gia đình. Từ nhỏ sống trong vòng tay cưng chiều của ba má. Tôi bám má tôi như hình với bóng. Tôi theo ba tôi học hỏi đủ mọi điều. Từ nhỏ chưa một lần, tôi có thể tưởng tượng nổi cảnh đau khổ. Thấy má tôi vất vả, tôi tới gần ôm vai má, hỏi nhỏ:

- Sao má đi bán trà đá?

Má vuốt đầu tôi đùa:

- Má đi bán trà đá nuôi con học thành tài!

Tôi lắc đầu:

- Học để làm gì? Học mà ba má phải khổ, con học đâu có được!

Má tôi rưng rưng nước mắt:

- Con phải học. Ba má có một mình con, con phải học cho giỏi để nở mặt với đời.

Lần đầu tiên trong cuộc sống gia đình, tôi thấy má tôi khóc. Tôi vội vàng đưa tay quẹt nước mắt cho má. Tôi nghe trong cổ họng mình có cái gì nghèn nghẹn. Cách đó một năm, má tôi xinh đẹp, óng ả. Vóc người má tôi mảnh mai nên mặc tơ lụa nội hóa càng thêm sang trọng. Tay má trắng trẻo, mềm mại, đeo vòng cẩm thạch, ai cũng trầm trồ. Mỗi tháng, má đi làm tóc, giũa và sơn móng tay tại tiệm chú Lòn ở Bảy Hiền vài lần để đi dự các buổi tiếp tân với ba tôi. Ba là nhà văn viết truyện feuilleton ăn khách. Ba còn hùn hạp với một nhà xuất bản và má tôi có mở một nhà in máy typo nho nhỏ… Ba má cứ dự tiệc tùng liên miên nên má ưa làm đẹp. Mấy đứa bạn cùng lớp đều khen má tôi tuy lớn tuổi mà con giữ vẻ phong lưu, chải chuốt. Ba ưa mặc áo vest, hút xì gà, và ba có cái ống pipe mắc tiền. Khi nhà tôi có mở tiệc, má mặc áo nhung trơn, đeo một vài món nữ trang hột xoàn lấp lánh. Tay má đeo vòng cẩm thạch lên nước xanh biêng biếc.

Khi Sài Gòn thay đổi, nhà xuất bản bị đóng cửa, nhà in cũng bị nhà nước tịch thu. Tất cả những bản thảo chưa kịp in ra sách và mấy chục tác phẩm đã in của ba được cân ký bán cho ông chệt Tàu buôn ve chai. Ba nhìn theo bóng ông chệt gánh tác phẩm của mình cho đến hút tầm mắt, nước mắt ông chảy ròng ròng cho những đứa con tinh thần bỏ ông ra đi vĩnh viễn. Ba tôi bị cấm hành nghề. Tiền bạc mà má tôi gởi trong các trương mục ngân hàng kể như tiêu tùng mây khói. Lần đổi tiền đầu tiên, má chỉ có đủ tiền mua một bao gạo. Cảnh thiếu hụt làm cho trán má thêm nhăn, má má thêm hóp, mắt má sâu hoắm và vóc mình má ốm nhom như cây sậy. Bàn tay má đã chai, đã thô, gân xanh nổi lên mu bàn tay như trùn bò. Hình hài của má tôi đã bị thời cuộc cướp đi nét cao sang, thanh tú.

Tôi nói với má:

- Con muốn nghỉ học đi kiếm tiền nuôi ba má.

Má tôi lấy vạt áo quẹt nước mắt, cười buồn:

- Rán học thành tài rồi nuôi ba má cũng đâu có muộn. Bây giờ con còn nhỏ xíu, làm sao mà nuôi ba má được?

Tôi lắc đầu, chu mỏ:

- Sao không được, con đi bán trà đá nuôi ba má!

Má tôi cười, giọng xúc động:

- Thôi đi thằng Bếp Ghẻ của má. Làm sao mà con bán trà đá cho được?

Tôi thường hay vô bếp lẽo đẽo theo gót má, phụ má vo gạo nấu cơm, dọn bàn, rửa chén, làm những việc vặt vãnh và chân tôi có nhiều mụn ghẻ, nên ba má kêu tôi là Bếp Ghẻ. Thấy má tôi không tin tưởng nơi tôi, tôi giậm chân tức tối:

- Sao không được hả má? Mấy thằng nhỏ bằng con, tụi nó bán trà đá thiếu gì ở ngoài chợ kia kìa!

Má tôi thở dài thườn thượt:

- Má biết, nhưng má đâu có để cho Bếp Ghẻ của má đi bán trà đá được. Người ta cười má chết. Thôi, không được đâu con.

Rồi bà siết tôi vào lòng, hôn lên trán tôi. Tôi nghe tình mẫu tử thấm nhuần tâm hồn, ướp mát trái tim tôi. Tôi ôm cổ bà nũng nịu:

- Không, con thương má lắm. Con phải đi bán trà đá nuôi ba má. Mình đi bán trà chớ bộ mình ăn cắp, ăn trộm sao mà sợ người ta cười mình?

Má tôi lặng thinh. Tôi cảm thấy có giọt nước mắt rớt trên vai, thấm vào trái tim làm tôi đau nhói. Ba tôi ngồi gần đó trầm ngâm với điếu thuốc rê. Qua làn khói mờ ảo, tôi thấy trên khuôn mặt cứng cỏi của người có hai dòng nước mắt tuôn lấp lánh. Tôi nhận ra một điều rằng sau ngày "giải phóng miền Nam" gia đình của tôi thiếu hẳn nụ cười. Thay vào đó là những giọt nước mắt, nét đăm chiêu, vẻ mặt mệt mỏi của bậc sanh thành. Tôi thường tự hỏi với chính mình: "Tại sao như vậy?", Nhưng vì tuổi hãy còn nhỏ nên không tài nào tôi giải đáp nổi. Và tôi biết chắc một điều: "Cái thiếu thốn đã tới. Còn cái đói đã gần kề!"

Sự nhất quyết của tôi đã lung lạc được ba má tôi. Hai ông bà đồng ý cho thằng con trai độc nhất của mình bôn ba, lặn hụp với đời. Cuộc sống ngây thơ của tôi đã bị thời cuộc đẩy vào một xó tối của cuộc đời, hiện tại tôi chỉ thấy một tương lai đầy hệ lụy. Tôi hụt hẫng, chới với trong niềm đau tuổi nhỏ. Ngày đầu tiên má tôi trao bình trà đá cho tôi và ôm siết tôi vào lòng, mắt bà thâm quầng vì đêm qua mất ngủ, khóc rấm rứt. Ba tôi nhìn cảnh tượng ấy, lặng thinh, mặt buồn khôn tả, tóc người bạc trắng. Những giọt nước mắt của tôi tuôn ra thấm ướt vai gầy của má, xát muối tâm hồn của ba tôi. Tôi đã từng khóc những khi bị ba đánh đòn, quở phạt. Lần nầy khác, tôi khóc thương cho ba má, tôi khóc thương cho chính bản thân mình, chạnh nghĩ những ngày sung túc đã qua, sợ hãi những ngày sắp tới. Tôi không thể tưởng tượng nổi cái bình trà đá kia đã đè nặng trên vai đứa trẻ mười hai tuổi, mà cách đây hai năm, đứa trẻ đó đi học có người đưa rước, nó chỉ quanh quẩn khu phố mình ở, chưa từng quen cơn nắng chang chang và bụi bặm của phố phường.

Những ngày đầu tiên tôi lầm lũi đi trong chợ. Tiếng rao hàng đầu đời hãy còn bỡ ngỡ và ngượng ngập. Vừa đi tôi vừa nghĩ chuyện nầy đến chuyện kia. Đầu óc tôi âm ỉ sầm mênh mông. Những luồng tư tưởng lang thang như những sợi tơ trời bị gió cuốn bay bổng, phất phơ và oằn oại trong không gian mà chẳng biết sẽ rơi vào đâu. Tương lai của tôi đã bị rừng biểu ngữ che khuất bóng hạnh phúc. Tôi thường hát nho nhỏ: "Thằng bé âm thầm đi vào phố nhỏ. Cuộc sống nay đã mang nhiều âu lo…" Lúc đầu tôi hát vì cám cảnh, sau đó tôi hát vì thói quen, dù lúc bình trà đã cạn, mà trời hãy còn sớm, bóng chiều chưa phủ xuống phố phường. Thời gian đã làm cho tôi trở thành lanh lẹ, tháo vát và khuôn mặt tôi đã quen thuộc với bụi đường và những người bán hàng ở khu chợ. Tiền bán trà đá tôi giao hết cho má. Tôi còn nhớ ngày đầu tiên tôi cầm tiền đưa cho bà. Bà ôm tôi khóc như mưa bấc. Riêng tôi, tôi thấy tâm hồn mình bay bổng. Gia đình tôi đã đỡ một gánh nặng, mỗi bữa nồi cơm không quá lưng. Cuộc sống đã tạm ổn.

Bước chân tôi đi mòn khắp các ngõ. Tiếng tôi rao lảnh lót có vần, có điệu. Mắt tôi thấy và tai tôi nghe những chuyện nọ chuyện kia. Đầy dẫy đó đây, những hình vẽ trên tranh cổ động sao mà mỉa mai quá. Người trong tranh đều cười thật rộng, mắt hướng về phía trước có vẻ tin tưởng lắm. Còn tôi, tôi làm sao cười nổi, tin tưởng nổi khi chân tôi lê khắp chợ Ông Tạ, khắp Bảy Hiền, Tân Bình, Trương Minh Ký… miệng tôi rao trà như cầu xin muốn rát cổ, mắt tôi thèm thuồng nhìn vào hàng quà bánh, vào tiệm ăn. Tôi không dám bỏ tiền ra mua quà, và tiệm ăn đối với tôi hấp dẫn như một cảnh giới thiên đường.

Tôi thường đứng lặng nhìn những tấm biểu ngữ cổ động những điều đẹp đẽ dán đầy đường phố với tâm trạng phân vân nghi ngờ, hết còn mơ mộng vào cái gì nữa hết. Tôi có cảm tưởng con đường đi bán trà đá dài thăm thẳm, diệu vợi, nắng mặt trời oi ả, bụi bặm của phố phường, mồ hôi của thân thể làm tôi khó thở, bình trà đá trên tay nặng sao mà nặng dữ.

- Trà đá, trà đá đâââY! Trà đá "hòa bình, độc lập, tự do" một đồng một ly đââây!

Dưới ánh nắng gay gắt, cuộc sống bán trà đá đã rèn đúc tôi thành một thằng bé cứng rắn, giỏi sức chịu đựng. Má tôi hay nói:

- Thằng Bếp Ghẻ của má đã lớn trước tuổi. Ngày xưa khi còn nhỏ, má đâu đã được như con bây giờ.

Ba tôi lắc đầu:

- Đời nó thiệt khổ quá. Anh vẫn tưởng làm ăn để dành dụm cho nó sau nầy. Ai dè của cải mất hết…

Ông thường bỏ lửng câu nói như vậy rồi thở dài chán nản. Tình thương của ba má cho tôi vô bờ bến. Ra đường tôi là thằng bán trà đá lém lỉnh, không nhường nhịn ai. Nhưng bước vô nhà tôi vẫn luôn luôn là thằng Bếp Ghẻ của ba má muôn thuở. Tôi yêu quí má, tôi kính mến ba hơn tất cả những gì hiện hữu trên cõi đời nầy. Người ta thường nói: "Công cha như núi Thái Sơn. Nghĩa mẹ như nước trong nguồn chảy ra", tôi thấy hai câu đó ngọt lìm lịm. Nhưng bảo rằng "Bác Hồ hơn mẹ hơn cha" thì tôi không thể chấp nhận và bất cứ đứa trẻ nào cũng nghĩ như vậy.

Lối xóm nhìn tôi bằng ánh mắt thiện cảm. Những lúc ấy má tôi cười sung sướng, ba tôi nhìn tôi hãnh diện. Tôi thường ôm má trong vòng tay bé nhỏ và hỏi:

- Sao má thương con thì chẳng có ai khen? Mà con thương ba má thì người ta lại khen?

Má tôi cười thật hiền, giải thích:

- Ở đời người ta cho ba má nuôi con là bổn phận. Con

nuôi ba má là hiếu thảo. Bổn phận ba má nuôi con là chuyện thường tình. Còn con nuôi ba má là chuyện ít có trên cõi đời nầy. Người ta thường nói: "Cha mẹ nuôi con bằng trời, bằng bể. Con nuôi cha mẹ kể tháng kể ngày". Ở đời cái gì hiếm hoi thì người ta để ý, người ta khen, con hiểu không?

Tôi thắc mắc:

- Tại sao con nuôi cha mẹ là chuyện ít có?

Má tôi ôn tồn:

- Tại vì những người con không thấu hiểu nổi tình cha mẹ nuôi con cực khổ đến mức độ nào? Với lại nó cũng là luật nhơn quả. Gieo hạt nào thì ra trái đó. Nó như những giọt nước rơi từ trên cao xuống. Giọt nước trước như thế nào thì giọt nước sau cũng vậy.

Tôi gãi đầu:

- Là làm sao, hả má?

Má vuốt đầu tôi, kiên nhẫn giải thích:

- Thì cũng như nếu ngày xưa ba má không hiếu thảo với ông ngoại, bà ngoại, ông nội, bà nội con thì con cũng sẽ bất hiếu lại với ba má. Con hiểu không?

Tôi hiểu mù mờ. Nhưng cũng gật đầu đại cho má vui. Ba má tôi nhìn nhau cười cười. Lâu lắm rồi, tôi mới thấy mắt ba tôi sáng long lanh và mặt má tôi rạng rỡ như vậy.

Đi bán dạo cả ngày, tôi mệt, vừa ngả người lên võng đã ngáy khò khò.

Vẫn là cơm nấu bằng thứ gạo có mùi mốc meo, nên trước khi vo gạo, má tôi đã ngâm một lát bằng nước muối, dù sao đó cũng là gạo bán cho từng hộ khẩu mà khi mua má tôi phải xếp hàng ngồi chờ cả ngày mới có mà ăn. Hôm nay má thay món trứng vịt luộc dầm nước mắm bằng một dĩa cá lụn vụn kho tiêu, tô canh rau dền nấu với một nhúm tôm khô.

Ba tôi ăn xong, ngồi cặm cụi dưới ánh đèn vàng, trải từng miếng giấy quyến mỏng, vấn từng điếu thuốc để má bán lẻ. Còn má thì ngồi đan giỏ cho tổ hợp của phường. Lưng ba đã cong, má hóp lại, sắc mặt mệt mỏi. Bàn tay cầm bút nay đã trở thành bàn tay quấn thuốc rê sinh sống. Cuộc đổi đời làm ba xoay xở không kịp nên ba xây xẩm ngơ ngác. Má thì lúc nào cũng có vẻ cam chịu, kiên nhẫn... Nhưng còn tôi, tôi không có tuổi ấu thơ. Sự vất vả đã làm cho tôi khôn sớm, nhìn thẳng vào thực tế sớm và trở nên tinh ma quỉ quái. Tôi trưởng thành một cách lệch lạc trong hoàn cảnh lầm than. Bị lâm vào cảnh bí bách, ba tôi còn biết gì hơn là than thở số phận và rồi cũng phải ngoan ngoãn phục tùng cảnh ngộ, và ba càng hoang mang ngơ ngác hơn. Bị cấm viết lách, ba cảm thấy như bị chặt tay chân, tâm hồn bị dồn nén khổ sở. Ba loay hoay sống với cái dĩ vãng vàng son của mình. Các văn hữu của ba, lớp thì di tản trước 30/4/1975, lớp thì đi học tập cải tạo, lớp thì vì miếng cơm manh áo nên không đến viếng thăm như thuở xưa. Ba cảm thấy bơ vơ, lạc lõng, không biết chia sẻ tâm sự với ai ngoài vợ con mình. Nhưng má tôi đâu có kiến thức rộng về văn chương, để đàm đạo với chồng. Còn tôi thuở đó, văn chương, nghệ thuật là những điều hoàn toàn xa lạ với tầm kiến thức của tôi. Tôi chỉ biết *Tin Tin, Lữ Hân, Phi Lục...* những truyện bằng hình mà thôi!

Một bữa tôi đề nghị với má:

- Má ơi! Con muốn bỏ nghề trà đá nhảy sang bán chợ trời.

Má tôi nhìn tôi ngạc nhiên:

- Bán chợ trời?

- Dạ, có bán chợ trời thì mình mới có tiền nhiều hơn.

- Làm sao con biết cách mua đi bán lại mà làm nghề đó?

Tôi quàng vai má cố thuyết phục:

- Con đi bán trà đá mỗi ngày, có dịp thấy người ta buôn

đầu chợ, bán cuối chợ. Con đã tìm hiểu và bây giờ con rành một cây xanh dờn.

Má tôi vuốt đầu tôi, lắc đầu:

- Mình đâu có vốn nhiều mà tính chuyện mua bán, con?

Tôi khoác tay:

- Đâu có cần nhiều má. Chỉ cần năm đồng là đủ.

Má tôi tròn xoe đôi mắt lộ vẻ không tin. Bà cười lớn:

- Trời ơi! Năm đồng mà mua bán cái nỗi gì, con?

Tôi vỗ vai má:

- Con nói được là được. Con buôn bán mấy thứ lặt vặt. Rồi chừng có lời, con buôn bán mấy thứ lớn mấy hồi. Mấy đứa nhỏ trong chợ đều làm như vậy.

- Mấy thứ lặt vặt mà con vừa nói là mấy thứ gì?

Tôi ra vẻ sành sỏi:

- Chẳng hạn như gạt tàn thuốc, ly, chén, muỗng… nè!

Má tôi nhìn tôi suy nghĩ, rồi lắc đầu ngao ngán:

- Cũng được. Nhưng con còn nhỏ ra buôn bán sẽ bị thiên hạ gạt gẫm!

- Hổng có đâu. Con rành lắm má ơi. Mấy ông bộ đội lơ ngơ lắm. Cái gì họ cũng mua hết.

Người ở trong chợ gọi họ là 5V: "vội vàng vào vơ vét".

Má tôi cười lớn:

- Đừng có nói bậy bạ, ở tù chết!

- Thiệt mà!

- Rồi con tính đi lường gạt người ta sao?

- Dạ không. Thuận mua vừa bán mà má. Con đâu có

ngu. Mà má cho con bán chợ trời nghe? Con sẽ bán được cho má coi.

Má tôi thở dài rồi ỡm ờ bảo:

- Thôi, con có mua bán gì thì cứ mua bán thử. Nếu không được thì bán trà đá tiếp. Đâu có sao!

Nói xong má tôi móc túi đưa cho tôi năm tờ giấy một đồng. tôi mừng quýnh, nhảy lên ôm cổ má hôn vào má thật mạnh, bỏ tiền vô túi áo, cài cây kim tây cẩn thận.

Tôi nhảy vào lãnh vực chợ trời từ đó.Tôi lăn lộn từ đầu chợ cho tới cuối chợ. Với số vốn năm đồng, tôi mua lại những thứ lặt vặt với giá rẻ rồi bán giá cao cho người ta. Càng đi sâu vô chuyện bán buôn, tôi càng thấy cái văn minh miền Bắc, miền Nam khác nhau một trời một vực. Từ số vốn năm đồng tôi tạo được gấp hai mươi lần. Ba má tôi mừng vui khôn xiết. Có vốn lớn, tôi đề nghị với má lập ra cái sạp để buôn bán trước cửa nhà. Vừa đỡ khổ cực, không phải chạy rong ngoài đường, vừa có má chăm nom phụ. Má tôi tán thành, ba tôi lấy ván đóng cho tôi cái sạp vừa đủ để mấy cái ti vi và những đồ vặt vãnh. Gian hàng tôi ngày càng xôm tụ, vài cái ti vi nho nhỏ, một nồi cơm điện cộng với ly, chén đủ màu, đủ kiểu, khách hàng lui tới tấp nập. Ti vi nào tôi bán cũng được giá. Bật ti vi lên, lúc chưa có chương trình, chỉ có những chấm đen hiện lên màn ảnh. Tôi nói:

- Nè chú coi! Ti vi tốt hết sức. Lăng quăng lội cả bầy!

Ông khách môi thâm, mặt tái trầm trồ:

- Ừ, tốt nhỉ! Năng quăng nội cả bầy như cá nội ở ao chuôm. Tớ mua cái này!

Còn như ti vi không có chấm đen. Tôi nói:

- Nè chú coi! Ti vi tốt hết sức. Không có con lăng quăng nào!

Một ông khách khác đưa hàm răng như bàn nạo dừa ra cười, mắt long lanh:

- Ừ, tốt thật đấy. Không có một con năng quăng nào mà chỉ có một màu tối đen như cái hầm trốn máy bay Mỹ ngụy. Tớ nấy cái lày!

Khi má tôi ra sạp bán hàng thì ba tôi vẫn miệt mài ngồi vấn thuốc. Thuốc hút của ông vấn khéo không thua thuốc điếu Bastos, Mélia thuở trước, hai đầu bằng nhau. Và ông làm việc có khi quá nửa khuya. Nhưng có lần, giữa đêm khuya tôi bắt gặp ông ngồi hí hoáy viết bên ngọn đèn dầu leo lét. Bóng ông in trên tường ngả nghiêng, lung linh mờ ảo. Ông không mua nổi một cây viết bic, phải viết bằng ngòi viết lá tre chấm vào hũ mực tím, y như một cậu học trò trường tiểu học. Ông viết miên man, viết say sưa. Tôi đoán ông không viết thư cho ai hết. Có thể là ông làm thơ hoặc viết văn gì đó.

Quả vậy, ông thường lén làm thơ, viết tùy bút. Ông bị cấm hành nghề viết lách nên ông bứt rứt, phải chọn lúc canh tàn, khắc lụn để sáng tác, để tự mình thưởng thức của mình, dù không hy vọng được đăng báo hay xuất bản trong tương lai. Ông viết để trang trải lòng mình, để tưởng mình quay về với thuở vàng son văn nghệ. Nghiệp dĩ văn chương đã ràng buộc ông, thấm nhập vào tâm hồn ông mất rồi. Ông viết để phá hủy cái vẻ chai cứng bên ngoài. Tôi biết rất rõ tâm trạng của ba tôi, nhưng tôi chỉ biết nhìn và thấy đau nhói tận tim gan.

Má tôi dù không hiểu nhiều về văn nghệ, văn gừng, nhưng má rất quí trọng những tác phẩm của ba tôi. Má đời nào đem những ấn bản quí của ba tôi nộp cho ủy ban thông tin phường? Má tìm cách giấu chui, giấu nhủi chúng. Và cũng đợi đến đêm hôm khuya khoắt, trong lúc ba đưa đẩy ngòi bút lá tre chạy rào rào trên mặt giấy ố vàng thì má lôi ra từng cuốn sách đóng bìa da, chữ mạ vàng, bảo tôi:

Con coi nè, mấy ấn bản quí mà nhà xuất bản dành cho

tác giả thiệt là sang, bằng giấy buvard, tức là giấy chậm mực của học trò, vừa mềm, vừa xốp, vừa nhẹ, thấm mực rất đều.

Giấy buvard màu xanh da trời, màu hường lợt đẹp quá là đẹp. Tôi lật từng tờ, gượng nhẹ. Ba tôi nhắm vào quần chúng mà viết sách, gợi niềm tin yêu, chuyện nhơn nghĩa cho người đọc. Vào hai thập niên 60-70 sách ông bán chạy. Có vài soạn giả thoại kịch, soạn giả cải lương phỏng theo tác phẩm của ông để làm thành vở tuồng trình diễn trân sân khấu. Hai vở tuồng "Thương Nhớ Một Mình" và "Bóng Chim Tăm Cá" đã làm biết bao khán thính giả say mê cải lương rơi lệ.

Khi tôi ngừng lật, ngước lên thì bắt gặp má ướt đẫm nước mắt.

Tất cả tác phẩm của ba tôi, tôi đọc không thiếu một cuốn nào. Tôi bỗng mơ ước trở thành văn sĩ và sống chết với ngòi bút. Và tác phẩm của tôi cũng được đóng bìa cứng và bằng giấy buvard màu hường lợt hoặc màu xanh da trời.

*

Một người thanh niên tuổi trạc đôi mươi đưa cho tôi một cái lồng nhỏ bằng nắm tay, được tô son thiếp vàng, bên trong có đựng một con chim giả nhỏ cỡ ngón tay út bằng nhung đỏ. Anh hất hàm hỏi lớn:

- Em muốn mua cái này không?

Tôi cầm chiếc lồng, đưa lên săm soi:

- Con chim này có gì lạ không anh?

Người thanh niên cười đáp:

- Con chim thời tiết!

Tôi chau mày nhìn người thanh niên hỏi giọng thích thú:

- Con chim thời tiết. Tên hay quá hén?

Anh ta gật đầu:

- Đúng. Con chim thời tiết. Hễ trời sắp mưa thì chim đổi sang màu hường. Trời nắng thì nó màu đỏ.

Tôi nhìn lồng chim, ngạc nhiên hỏi gặng:

- Thiệt vậy sao anh?

Anh thanh niên chỉ tay lên trời nói:

- Thì giờ đây trời đang nắng nên nó đỏ lòm. Còn nếu hết nắng trời kéo mây đen thì nó hường liền. Hổng tin, em đem vô bóng mát thì sẽ thấy.

Tôi tò mò đem lồng chim để vào bóng mát để thử lời nói của anh là thực hay giả. Quả thiệt, con chim đang màu đỏ chuyển sang màu hường. Tôi la lớn:

- Chà! Ngộ thiệt ta! Bao nhiêu vậy anh?

Anh đưa năm ngón tay lên trước mặt:

- Năm đồng!

Tôi trề môi, đưa ba ngón tay:

- Năm đồng mắc quá! Ba đồng đi!

Anh thanh niên lắc đầu cười mỉm:

- Đâu có được! Đồ này từ Pháp nhập cảng vào tốt lắm. Kẹt tiền tui mới bán để mua gạo. Chớ cái này quý lắm đó. Tui chắc giá năm đồng.

- Không bớt cắc nào sao?

- Tui chắc giá năm đồng. Chú em mà mua con chim thời tiết này thì rất có lợi cho việc mua bán chợ trời. Hễ khi thấy con chim đổi màu hường, chú em biết mà dọn đồ vô nhà, tránh được trời mưa.

Tôi suy nghĩ, rồi móc túi đưa cho anh ta năm tờ giấy một đồng. Anh cầm lấy cám ơn rồi buồn bã lẫn vào đám đông mất hút. Tôi cầm con chim thời tiết ngắm nghía, thích thú.

Từ ngày mua được con chim thời tiết, dân bán chợ trời thoát được cái cảnh trời mưa bất thường. Tôi thường lấy bài "Tương tư" của Nguyễn Bính mà cảm đề như thế này:

Chợ trời buôn bắc, bán đông
Một người ngồi bán, ngồi trông mọi người
Nắng mưa là bệnh của trời
Con chim thời tiết biết trời nắng mưa.

Cứ hễ con chim đổi màu hường, tôi tức tốc chạy ra khỏi gian hàng la lớn:

- Trời sắp mưa bà con ơi! Con chim đổi màu hường rồi!

Tiếng của tôi vừa dứt, tức thì người ta lấy ny-lông đậy đồ vừa chuyền miệng nhau:

- Màu hường rồi!

-Trời sắp mưa!

- Đậy đồ lẹ lên!

Cứ như vậy tin chuyền dẫn đến cuối chợ. Mọi người vừa đậy đồ xong thì mưa đổ xuống như trút nước. Mưa Sài Gòn đổ cũng mau mà tạnh cũng lẹ. Mưa vừa dứt thì nắng trở lại. Người ta bắt đầu hỏi xôn xao:

- Sao? Đỏ chưa?

- Dọn đồ ra được chưa?

- Màu gì rồi?

Chỉ cần tôi chạy ra đường la lớn:

- Đỏ rồi bà con ơi! Dọn đồ ra đi!

Thế là những tấm ny-lông đủ màu được tuần tự giở lên. Mọi người trong chợ đều tin tưởng tuyệt đối với con chim thời tiết. Họ đã trút được gánh nặng

"Nắng mưa là bệnh của trời". Mọi người yên tâm buôn

bán và lâu lâu nhìn trời rồi nhìn tôi hỏi:

- Sao? Hường hay đỏ vậy em?

*

… Thời gian thấm thoát trôi qua. Ba má tôi nghĩ tới tương lai của thằng con trai duy nhất. Thế là gia đình tôi từ giã chợ trời, từ giã Việt Nam.

Trước khi đi tôi bàn giao con chim thời tiết lại cho một người bạn bán chợ trời sát bên nhà. Tôi chỉ nói gia đình tôi phải về quê, vùng Cần Giuộc sinh sống. Vĩnh biệt chợ trời! Vĩnh biệt quê hương! Vĩnh biệt con chim lạ lùng!

Qua tới đảo, trong lúc chờ đợi đi định cư đệ tam quốc gia, tôi liên lạc với người bạn hàng giữ con chim thời tiết. Anh ta biết tôi đã đi thoát được nên viết thơ chúc mừng tôi và không quên nhắc chuyện con chim thời tiết. Con chim thời tiết vẫn là ân nhân của mọi người.

Bỗng một ngày nọ, tôi nhận được thư anh ta:

"… Con chim thời tiết đã không còn linh như trước nữa. Nắng hay mưa gì nó cũng một màu đỏ. Báo hại mọi người đều tin tưởng nó nên không biết trời mưa để dọn dẹp đồ đạc. Thế là mưa trút xuống bất tử làm cho mọi người, ai nấy đều bị ướt một số mặt hàng…"

Tôi gấp thư nhìn trời, lòng buồn rười rượi, lẩm bẩm:

- Tội nghiệp!

Tuy rằng vận sự này đã qua rồi. Năm sáu năm sau khi định cư ở Pháp, tôi ngồi nhớ lại mà tâm hồn vẫn bị khuấy động. Những hình ảnh ngày xa xưa vẫn còn chập chờn hiện trên tấm màn ký ức tôi. Tôi vẫn thường vô những tiệm bán đồ trang trí nhà cửa ở Paris để tìm gặp những con chim thời tiết trưng bày trong cửa hàng, để hoài niệm lại những ngày xưa khốn khổ. Ở bên nầy những con chim thời tiết chỉ là những vật vô tri vô giác dùng làm đồ trang trí trong nhà. Nhưng nếu đem chúng về Việt Nam thì sẽ rất hữu dụng cho cuộc sống bôn ba hằng ngày của những người bán chợ trời. Nhưng cũng vì tin tưởng con chim thời tiết mà người ta bị lầm lỡ. Người ta bị lầm lỡ vì nguyên thủy của con chim thời tiết là màu đỏ. Đỏ chán đổi thành hường, rồi rốt cuộc cũng trở về đỏ. Đừng ảo tưởng đỏ hóa ra hường. Không bao giờ, đó chỉ là ảo giác…

TẠ TỴ

Sinh năm 1921 tại Hà Nội.

Đã cộng tác với các tạp chí văn học tại miền Bắc và miền Nam từ năm 1950 đến 30 tháng 4 1975: *Thế Kỷ, Đời Mới, Nguồn Sống Mới, Sáng Tạo, Văn, Văn Học, Hiện Đại, Nghệ Thuật, Bách Khoa. Và Thế Kỷ 21, Tân Văn* tại Hoa Kỳ.

Sau khi vợ mất, năm 2003, ông trở về sống ở Sài-Gòn và mất tại đây ngày 24-8-2004.

Tác phẩm đã xuất bản:

Tại miền Nam Việt Nam:

- *Những Viên Sỏi* (tập truyện, Nam Chi Tùng Thư, 1962)
- *Yêu Và Thù* (tập truyện, Phạm Quang Khai, 1970)
- *Mười Khuôn Mặt Văn Nghệ Hôm Nay* (nhận định văn học, Nam Chi Tùng Thư, 1970; Xuân Thu tái bản tại Hoa Kỳ, 1991)
- *Bao Giờ* (tập truyện, Gìn Vàng Giữ Ngọc, 1972)
- *Ý Nghĩ* (tạp văn, Khai Phóng, 1974)

Tại Hoa Kỳ:

- *Đáy Địa Ngục* (hồi ký cải tạo, Cơ Sở Thằng Mõ, 1985)
- *Những Khuôn Mặt Văn Nghệ Đi Qua Đời Tôi* (hồi ký, Cơ Sở Thằng Mõ, 1990)
- *Xóm Nhà Tôi* (tập truyện viết trong ngày tháng lưu vong nơi đất khách, Xuân Thu, 1992)

Đã mười năm cách biệt

Đã mười năm tôi rời bỏ quê hương rồi đó! Ôi, mười năm biết bao nhiêu chuyện vui buồn đã đi qua đời tôi, trong khoảng thời gian ấy, với từng bứt rứt, khổ đau, âm ỉ như một chứng nội thương dai dẳng!

Trời Cali tháng Sáu với nắng vàng rực rỡ đổ tự trời cao xanh thẳm xuống cảnh vật, thứ cảnh vật ở ngoài tôi, không chứa chấp một tình ý sâu xa nào cả. Cái con đường phẳng phiu và hun hút kia với hai hàng cây cao ngất xanh um bóng lá đang lay động theo chiều gió không đủ làm không khí bớt oi nồng, bực bội. Những căn nhà đủ kiểu sơn phết trang nhã hay sặc sỡ với những thảm cỏ êm mượt như nhung, những khóm hồng với vài bông hoa cuối mùa lay lắt không làm cảnh vật tươi hơn chút nào. Nơi phía xa, những thân cọ vươn cao với bao tàn lá héo rũ… như những chiếc áo cũ tả tơi, rách nát mà không chịu rớt xuống! Những gốc thông già hàng mấy chục năm, thân vỏ xù xì với đám lá dày đặc, đâm tua tủa lên vòm trời như thách đố. Tất cả, tất cả những thứ đó, tôi đã nhìn, đã thấy từ mười năm qua, cho tới hôm nay vẫn không thay đổi, có lẽ, chẳng bao giờ thay đổi, trừ vài trường hợp có gia đình dọn đi, có những người khác dọn đến. Nhưng dù đi, dù đến, cũng không ai cần biết, nếu vô tình gặp nhau ở ngoài lộ bất quá cũng chỉ chào hỏi xã giao bằng những câu rất công thức, khách sáo: Hi hoặc Hello! How are you today? vân vân và vân vân…

Con phố tôi trú ngụ thuộc loại cổ xưa, xung quanh toàn người già đã về hưu, sau mấy chục năm lao động, thỉnh thoảng có một vài người trẻ, nhưng họ cũng sống trầm ngâm như những người già. Có rất ít xe chạy qua lại, ngay lúc ban ngày, còn ban đêm hoàn toàn im vắng với ánh đèn vàng chiếu hắt hiu, nhợt nhạt trên mặt đường hiu quạnh. Nói cho đúng, đôi khi cũng có tiếng ồn ào của những chiếc máy cắt cỏ, nhưng nó không kéo dài từ ngày này qua ngày khác.

Sự vui nhộn và tấp nập ở mãi xa với những khu shoppingrộng lớn, những nơi trình diễn Toplessvà Bottomless, cấm trẻ em dưới 18 tuổi, cùng những quán rượu với những ẩm khách trầm ngâm trước ly rượu mạnh, dưới làn ánh sáng mờ đục trên mặt quầy hàng làm nhớ đến cái không khí của các Saloon, nơi tới lui của các chàng cao bồi thuở xa xưa, rút súng bắn nhau như trò đùa, trong loại phim Western, hoặc những chiếc bàn con đặt rải rác đó đây trong bóng tối mờ mờ. Vài cô gái tóc vàng hoặc đỏ, mặt mày tùm lum son phấn, mùi nước hoa lẩn khuất trong không gian, ăn mặc rất khiêu gợi, thở khói thuốc phì phà qua đôi môi đỏ mọng như mời gọi!

Xa nơi tôi ở, còn nhiều thú vui nữa, toàn những thú vui dành cho thanh niên, thiếu nữ. Họ ôm nhau như hai con rắn và hôn hít nhau thật nồng nàn, ở bất cứ nơi nào họ muốn, dù chỗ đông người qua lại. Hồi mới qua, tôi bỡ ngỡ, lạ lùng khi nhìn thấy, nhưng sống mãi, nhìn mãi, lâu dần quen mắt, kể cả những phim X, nó cũng nhàm chán như phải ăn mãi một món quá quen thuộc! Chính vì vậy nên tôi quý cái khu phố tôi đang ở. Nó buồn thật. Nó quạnh hiu thật. Nó lạnh nhạt thật, nhưng nó cho con người cái im vắng của tự do, khi cần suy nghĩ, ngay cả lúc nghỉ ngơi.

Đã mười năm rồi đó, ờ nhỉ, cách đây mười năm tôi rời bỏ quê hương cũng vào một ngày trong tháng Sáu, khi Sài Gòn bắt đầu mùa mưa. Cái nắng Sài Gòn cũng hừng hực dữ dội, còn hơn cái nắng Cali nhiều, nhưng chẳng hiểu sao tôi vẫn mê cái nắng đó cũng như những cơn mưa bất chợt của Sài Gòn yêu dấu trong đầu.

Tôi sinh ra ở miền Bắc, học hành và lớn lên ở đó, Hà Nội bé nhỏ so với Sài Gòn, nhưng nó là một thành phố có nhiều lịch sử với những chứng tích đầy đủ và xác thực. Hà Nội có bốn mùa rõ rệt. Mỗi mùa làm cảnh vật đổi thay theo màu hoa, sắc lá và cách thức ăn mặc. Mùa Xuân có hoa đào, hoa mơ, hoa mận và rất nhiều loại hoa khác để tha hồ cho ong bướm hút mật. Trên những cành cây trụi lá cũng bắt đầu nảy lộc xanh tươi. Có những ngày nắng đầu mùa để các bà, các cô mang quần áo mùa Đông ra phơi và tắm gội. Bao nhiêu cô gái má đỏ như son, môi cười như cánh bướm của tuổi học trò, tóc thề xõa ngang lưng, khua guốc, dép trên các vỉa hè dẫn đến trường Đồng Khánh hay Hoài Đức. Tiếng xe điện chạy cà rịch, cà tang với từng hồi chuông leng keng ở giữa lòng phố chật hẹp.

Sống ở Hà Nội như sống trong một gia đình lớn, vì bất cứ chuyện gì, dù lớn, dù nhỏ xảy ra ở đâu, mọi người đều biết. Thuở nhỏ tôi đã đi dạo khắp phố phường Hà Nội, không chỗ nào, nơi nào thiếu dấu chân tôi. Tôi như con chim non nhảy nhót tung tăng đó đây với niềm vui thật hồn nhiên, thoải mái.

Hà Nội có những tên phố rất đặc biệt, như phố Huế, phố Tràng Tiền, phố Hàng Trống, hàng Gai, hàng Đào, hàng Đường, hàng Bút, hàng Giấy, hàng vải Thâm, hàng Thiếc, phố cầu Gỗ, có ngõ Quảng Lạc, ngõ Phất Lộc, nơi có nhiều nhà của người Tàu chuyên rang đậu phộng húng lìu, ngon tuyệt, nhất là ăn vào mùa lạnh.

Hà Nội còn có Hồ Gươm, có cầu Thê Húc, có Trấn Ba Đình, có Tháp Rùa cổ kính rêu phong, có Tháp Bút xây từ thời Vua Lê, có núi Nhị, có sông Hồng đỏ màu phù sa mỗi mùa nước lũ và có nhịp cầu Long Biên bắc qua sông Hồng dài trên hai cây số. Hà Nội còn có chùa Trấn Quốc, có đường cổ Ngư được mệnh danh là "con đường tình tự" một bên là hồ Trúc Bạch, một bên là Hồ Tây. Con đường này dẫn đến đầu cửa ô Yên Phụ, đến xóm Nghi Tàm. Mỗi độ Hè về hàng phượng trồng hai bên đường nở hoa rực rỡ, vừa đẹp vừa có bóng mát làm mặt đường bớt nóng dưới cơn nắng hạ. Hà Nội còn có năm cửa ô như năm ngón tay xòe ra để đón nhận từng nguồn sông đổ vào lòng Hà Nội. Hà Nội còn nhiều điểm đặc biệt nữa, nói không hết, trừ khi nào thấy tận mắt.

Trong bốn mùa của Hà Nội, riêng tôi, thích nhất mùa Thu, khi cái nóng đã bớt nung nấu; với những trận gió Lào oi bức làm thân xác mệt nhoài! Mùa Thu về với cái nắng hanh hanh, với từng làn gió heo may thổi hiu hiu làm sạch mặt hồ, tưởng có thể soi gương được. Khi đêm về, được đắp tấm chăn đơn, nhất là những cơn gió mạnh thổi ào ạt làm tất cả những chiếc lá vàng rụng xuống mặt đường, để sáng hôm sau, người phu rác kéo lê từng nhát chổi thu gọn lại, hốt lên chiếc xe nhỏ, chở đi đổ ở nơi đâu, chẳng biết!

Mùa Thu Hà Nội có hai con đường đẹp nhất: Carreau và Rollande, vì những cây cao mọc dọc theo lề đường đều trúthết lá, chỉ còn lại cành, đan vào nhau như bức rèm màu xám, trống rất nên thơ. Về sau, khi cuộc sống đổi đời, tôi đã được đi nhiều nơi từ Á châu tới Âu châu, nhất là Paris với khu vườn Luxembourg hoặc Bois de Boulogné, thường được các thi nhân ca tụng trong sách vở, tuy có đẹp, nhưng theo tôi không đẹp bằng hai con phố nói trên.

Khi viết đến đây, trong đầu tôi thấy tràn ngập xác lá vàng đang chạy đuổi nhau xào xạc sau mỗi cơn gió! Những tòa biệt thự, kín cổng cao tường ở đằng sau hàng cây trụi lá hình như muốn giành về phần mình tất cả cái đẹp của thiên nhiên.

Ngoại ô Hà Nội còn có phường Dạ Lạc, mà ở tuổi thanh niên tôi đã hoang phí hơi nhiều. Hà Nội còn nổi tiếng là nơi thanh lịch với các món ăn đặc biệt địa phương, được thực hiện bởi những bàn tay vô cùng khéo léo. Nó còn là thủ đô văn hóa, nhà văn, nhà thơ hoặc nghệ sĩ muốn nổi tiếng, đều phải được nó thừa nhận. Nhưng thôi, tôi không muốn nhắc thêm nữa, vì càng nhắc lòng càng khổ đau, tiếc nuối!

Từ ngày Cộng sản chiếm được một nửa nước Việt Nam (20-7-54), tất cả những mơ mộng vui chơi của hội hè, đình đám nơi thôn dã cùng với nếp sống cổ truyền của dân tộc đều bị xô sập. Vì có cái may được sống trong cơn chuyển động của lịch sử với bao nhiêu cảnh huống bất ngờ ào tới, với sự có mặt của quân Nhật vào Việt Nam qua ngả Lạng Sơn, rồi đến bom Mỹ ném xuống Hà Nội vì nơi đây có mặt quân Nhật. Đã nhiều lần tôi ẩn mình trong các hố tăng-xê để tránh tai bay vạ gió, nhưng có lần tôi suýt chết trong cuộc oanh tạc của không quân Mỹ ở khu Hàng Da, khi đang ngồi sáng tác trong xưởng vẽ gần đó. Rồi đến ngày 9 tháng Ba, 1945, Nhật đánh Pháp. Chỉ trong vòng một đêm, quân Nhật đã chiếm trọn Việt Nam. Nhật cai trị còn dã man hơn Pháp, mọi người dân đều thất vọng, rồi phong trào Việt Minh nổi lên với các vụ ám sát và bản án gài trên xác chết. Lịch sử đã sang trang, rồi lại sang trang với ngày 19 tháng Tám 1945, ngày Việt Minh cướp chính quyền trong tay chính phủ Trần Trọng Kim. Tưởng là xong, ai ngờ Pháp nhớ thuộc địa, lại mang quân và tàu chiến đến cửa biển Hải Phòng. Bắn nhau chán rồi điều đình, rốt cuộc Pháp vẫn có mặt tại Hà Nội để dẫn đến một kết quả không thể tránh được, ngày Toàn quốc Kháng chiến: 19 tháng Chạp 1946. Sự thực cuộc chiến tranh Việt-Pháp đã xảy ra cùng lúc với sự có mặt của quân Anh đến Việt Nam để giải giới quân Nhật, tại miền Nam từ lâu.

Cũng may, định mệnh đã buộc tôi rời Hà Nội khi hiệp định Genève chưa ký kết, tôi chưa phải sống với chế độ vô sản chuyên chính ngày nào với các cuộc đấu tố ruộng đất, với những sự trừng phạt trong các trại cải tạo, do đó, trong lòng tôi mỗi lần nghĩ về Hà Nội là nghĩ đến cái duyên dáng của Hà Nội cổ xưa, tuy tôi không thích cái nếp sống phong kiến, quan liêu cùng cái kiếp làm thân nô lệ, dưới quyền cai trị của thực dân Pháp cũng như Nhật!

Ở miền Nam với hai mùa mưa nắng, không có bốn mùa luân lưu như ở miền Bắc, nhưng thân xác cảm thấy thoải mái trong bộ bà ba với chiếc ghế bố và những đợt gió biển thổi miên man làm dịu cơn nóng mỗi chiều tắt nắng.

Sống ở miền Nam tôi có nhiều dịp đi thăm miền Lục Tỉnh. Điểm đặc biệt, tỉnh nào cũng nằm kề sông nước, trên bến, dưới thuyền. Nơi nào, chỗ nào cũng sinh hoạt tấp nập, dù trong chiến tranh. Vì sống đã lâu, nên có thể nói, tôi thuộc từng thước đất của miền Nam nước Việt. Cái nếp sống gò bó, kiểu cách không có mặt ở miền Nam.

Tôi đã đi từ Sài Gòn ra Bến Hải để nhìn dòng nước chia đôi đất nước, lòng đau thắt. Nó như một vết chém ngang thân Tổ quốc và dòng nước là máu của Việt Nam chẳng bao giờ cạn! Cây cầu bắc ngang, nửa xanh, nửa đỏ với hai lá cờ cắm ở hai đầu, theo gió tung bay phấp phới, tượng trưng cho vùng đất và chế độ! Cảnh vật xơ xác xung quanh vẫn vô tình như chẳng bao giờ biết, nơi đây là ranh giới của thù hận, của sự chém giết không ngơi nghỉ cho đến ngày nào có kẻ bị ngã! Dòng sông ngẫu nhiên đi vào lịch sử như dòng sông Gianh thời Trịnh Nguyễn tranh hùng. Tôi đứng trên vùng đất giới tuyến, lòng ngậm ngùi khôn tả. Chao ôi, vùng đất thật nghèo nàn, đầy sỏi đá mà phải hứng chịu biết bao nhiêu tang tóc, chia lìa, trong suốt chiều dài chinh chiến từ Việt Minh, Pháp rồi đến Quốc-Cộng phân ly! Tất cả đất nước tôi, từ Ải Nam Quan đến mũi Cà Mau, có lẽ vùng này nghèo nhất. Những nét khổ đau in hằn trên mỗi khuôn mặt, từ trẻ thơ tới người già. Cỏ cây cằn cỗi, không tìm đâu thấy một niềm vui. Ngay cả tỉnh Quảng Trị, một tỉnh địa đầu giới tuyến cũng nhuốm vẻ tang thương của một thành phố chết với dãy phố buồn hiu! Nhưng chưa hết, trong những năm sau cùng của cuộc chiến nó đã chịu nhiều đớn đau với đổ vỡ, tang tóc, chia lìa trong cơn rối loạn. Từ viên gạch cổ Thành đến dòng sông Thạch Hãn đã chứng kiến nhiều trận giao tranh cực kỳ dũng mãnh của chiến sĩ Dù, Thủy Quân Lục Chiến cùng các chiến sĩ thuộc mọi đơn vị như Thiết Giáp, Pháo Binh, Không Quân, Biệt Động Quân và các sư đoàn Bộ Binh quyết giữ từng thước đất quê hương, dù phải hy sinh không biết bao nhiêu xương máu.

Từ Quảng Trị tôi trở về Huế, mảnh đất của Thơ và Mộng, với những chiếc nón bài thơ che nghiêng nửa mặt. Tôi biết Huế từ năm 1941. Tôi đã sống trên một con đò cả tháng trời, đi thăm các lăng tẩm nhà Nguyễn và đêm đêm lắng nghe tiếng hò Mái Nhì, Mái Đẩy cùng ca khúc Nam Ai, Nam Bình buồn đứt ruột! Sông Hương đẹp lắm, nhất là những đêm trăng sáng, một con đò nhỏ neo giữa dòng, lắng nghe tiếng thông reo từ xa vọng đến, lắng nghe tiếng nỉ non của côn trùng khắc khoải và ai đó, đang ngồi bên mạn đò nỉ non tâm sự, một thứ tâm sự khơi dậy lòng trắc ẩn trong tâm hồn chàng trai đa tình và lãng mạn!

Tôi cũng đã sống vài ngày trong Thành Nội, đi thăm cung điện và những di tích lịch sử. Bất cứ ở đâu, tôi cũng nhìn thấy nỗi thống khổ của lê dân sông dưới chế độ phong kiến, mỗi một viên gạch, mỗi một tảng đá, mỗi một công trình kiến trúc đều thấm đẫm mồ hôi và nước mắt của những kẻ khốn cùng.

Nhưng chuyện đó đã thuộc về quá khứ lâu đời, dù ngậm ngùi đến mấy, cũng đều vô ích! Huế trầm mặc quá, u tịch quá, không thích hợp với cái tuổi trẻ của tôi lúc ấy, nhưng sau này thời gian làm suy nghĩ của tôi thay đổi, tôi có nhiều dịp qua lại thăm Huế, tôi tìm hiểu Huế, tôi mến nó nhiều, cả người lẫn cảnh, dù cho Huế có những cơn mưa kéo dài cả tuần, làm ngập lụt thành phố, gây trở ngại lưu thông. Cây cầu Tràng Tiền vẫn sáng long lanh như thếp bạc dưới ánh trăng, núi Ngự Bình vẫn như xưa và dòng sông Hương vẫn lặng lờ uốn khúc, chỉ lòng tôi đổi khác và chiến tranh làm cho Huế chao động nặng từ chính trị, tôn giáo đến quân sự.

Quê hương tôi đó! Đất nước tôi đó! Nhưng lịch sử đã đẩy nó vào sự khốn khó hơn. Chiến tranh tăng dần cường độ.

Tôi thương đất nước tôi, nhưng tôi chỉ là một cá nhân nhỏ bé, không có khả năng và quyền gì làm nó khá lên. Sống giữa cuộc chiến, đã có lần một mình, tôi lái xe lên đỉnh đèo Hải Vân giữa đêm trăng sáng. Tôi dừng xe, đứng trên đỉnh cao nhìn ra biển cả. Những chiếc thuyền đánh cá với những đốm lửa nhỏ dập dềnh theo con sóng như những đám ma trơi! Gió thổi vun vút từ mặt đại dương bốc lên như muốn quét sạch hết bụi trần. Tôi đứng trước cảnh vật bao la mờ tỏ để cảm thấy mình bé nhỏ và vô nghĩa trước sự rộng lớn của thiên nhiên! Nhưng rồi tôi cũng phải đổ đèo vào lúc gần sáng để đến Đà Nẵng đúng giờ đã định. Trong suốt cuộc chinh chiến, thành phố này ít bị hư hao nhất, nhưng lại cực kỳ rối loạn vào những ngày tàn cuộc. Đến Đà Nẵng, phải biết bãi Tiên Sa với dải cát vàng long lanh, với màu nước biển xanh ngắt, nhưng hơi buồn vì khuất nẻo.

Trong tất cả những bãi biển của đất nước Việt Nam, tôi yêu nhất những bãi thuộc tỉnh Nha Trang, nhất là bãi Đồng Đế, nhưng rất tiếc bãi này nằm trong khu vực quân trường nên người dân không đượcsử dụng.

Mỗi nơi, mỗi thành phố đều có những nét riêng, làm những ai đã đến một lần, nhớ mãi.

Tuy sống ở Sài Gòn nhưng tôi cũng di chuyển luôn luôn vì nhu cầu công tác. Miền Nam với trái ngọt cây lành, với khí hậu hiền hòa, với lòng người cởi mở. Phong cảnh miền Nam, nói cho đúng không đẹp bằng miền Bắc, dù cũng sông, cũng núi nhưng hầu hết là đồng bằng. Miền Nam nóng bức quanh năm, muốn tìm cái lạnh, người ta phải lên Đà Lạt, cách xa Sài Gòn khoảng 300 cây số.

Đà Lạt, nơi nghỉ mát từ thời thực dân Pháp. Các kiến trúc phần lớn rập theo kiểu Tây phương. Đà Lạt đẹp vì có nhiều thắng cảnh như thác Prenn, thác Gougah, có hồ Xuân Hương, hồ Than Thở, v.v… Những cô gái Đà Lạt lúc nào má cũng hồng hồng, môi lúc nào cũng đỏ vì khí hậu lạnh và khô. Nhưng Đà Lạt buồn, quá buồn, ở lâu không được, trừ những ai yêu cái u trầm của ngàn thông reo trên đồi cao, hoặc đêm đêm nghe gió lùa qua thung lũng đìu hiu!…

Không hiểu sao, lúc nào và bao giờ tôi cũng yêu cái nắng miền Nam và những cơn mưa bất chợt. Trên 30 năm sống trong lòng nó, da thịt tôi, máu xương tôi đã hòa nhịp sống của mấy chục triệu người miền Nam thẳng thắn, bộc trực. Có lẽ, một phần nhờ vào khí hậu, một phần tự hào là dân thuộc địa chứ không phải dân bảo hộ như miền Trung và miền Bắc, nên con người và nếp sống miền Nam có một cái gì phóng khoáng, đến đâu hay đó, không cần biết ngày mai ra sao, vì đời sống dễ dàng quá, lo nghĩ làm gì cho mệt xác! Cá đầy hồ, gà vịt đầy sân, trái cây đầy vườn, ruộng thẳng cánh cò bay, bất cứ thứ gì cũng nuôi mình sống được, do vậy có lo cũng bằng thừa.

Mùa nào thức đó, nào chôm chôm, nào vú sữa, măng cụt, xoài đủ loại, sầu riêng, ổi xá ly, bưởi Biên Hòa, cây trái nào cũng ngon cả, làm con người cảm thấy cuộc sống là sung sướng. Lại còn các món nhậu nữa chứ! Chiều chiều các quán cóc đều chật người tìm vui trong bọt la-de hay ly rượu thuốc. Vừa nhâm nhi vừa tán dóc, từ anh xích lô đạp hay máy, đến thầy thông, thầy ký, từ anh binh nhì đến anh cấp tá, hầm bà lằng hết, khi men đã ngấm, ai cũng như ai! Cái thú của miền Nam ở chỗ đó. Từ Huế trở ra miền Bắc không thể tìm ra cái không khí đó.

Ngay cả các cô gái miền Nam, trừ một số ít sống trong cảnh đài các phong lưu, kín cổng cao tường từ hồi còn thơ ấu không kể, phần đông đều dễ thương, có cử chỉ tự nhiên khi đứng trước người khác phái. Chiếc khăn rằn ri quấn trên mái tóc dày đen lánh, nước da nâu hồng khỏe mạnh, chiếc áo bà ba tay rộng, chiếc quần mỹ a thêu đăng ten nơi gấu, dài quét gót, đó là hình ảnh những cô gái bình dân miền Nam mà tôi trông thấy hằng ngày từ Sài Gòn tới các thôn xóm miệt Tiền Giang hay Hậu Giang cũng vậy!

Ngay cả chuyện yêu thương họ cũng sòng phẳng, không nửa chừng, lấp lửng. Họ yêu cũng bão táp lắm, nhưng khi giận rồi thì của đáng ngàn vàng cũng vứt vô sọt rác!

Sài Gòn là thủ đô của miền Nam, là trung tâm hoạt động văn hóa, chính trị, kinh tế và các vấn đề linh tinh khác. Vì là miền đất có một phần tự do, nên các sinh hoại, dù ở địa hạt nào cũng cảm thấy dễ chịu.

Sài Gòn cũng là thủ đô của văn nghệ. Sách báo ê hề, đọc không xuể. Có sách hay, có sách dở, nhưng dù hay, dù dở, ít ra nó cũng chứng minh được cái sức sống tinh thần của người dân miền Nam. Sau ngày Cộng sản cưỡng chiếm Sài Gòn, chúng muốn tiêu hủy cái kho tàng văn hóa của miền Nam, nhưng không được. Người dân miền Bắc, sau mấy chục năm sống dưới chế độ Cộng sản lại mê văn học miền Nam, do đó, một phần lớn sách báo miền Nam khi trước, được người dân miền Bắc giữ hộ.

Sống ở Sài Gòn còn có cái thú đi dạo chiều Thứ Baey và sáng Chủ Nhật tại đại lộ Lê Lợi và đường Tự Do, để nhìn thiên hạ cho vui mắt. Khi nào mỏi chân ta có thể ghé quán Brodard hoặc La Pagode để uống ly cà phê, một chai 33, vừa uống vừa tha hồ chiêm ngưỡng những dung nhan lượn lờ trên vỉa hè đông đảo!

Nhớ, chao ôi là nhớ! Ở bên Mỹ không tìm đâu ra cái không khí đó, ngoại trừ Paris, hoặc vài khu phố bên Tây Đức khi chưa thống nhất. Nhưng sinh hoạt của Paris giống Sài Gòn hơn, chắc nó có dây mơ rễ má từ thời còn là thuộc địa!…

Đất nước tôi còn nhiều cái vui thú nữa, nhưng cũng có lắm điều đáng buồn, đáng tiếc! Đất nước tôi có anh hùng, hào kiệt và cũng không thiếu kẻ tham danh, hám lợi, mua quan bán tước. Đất nước tôi có chiều cao, chiều dài mà cũng có cả chiều thấp, chiều ngắn. Sự thua trận ngày 30 tháng Tư 75 là điều sỉ nhục cho toàn thể dân chúng miền Nam từ vĩ tuyến 17 đến mũi Cà Mau. Chúng ta cứ đổ thừa cho chính phủ Mỹ; sự thực, phần chính, do sự lãnh đạo quá yếu của chính quyền miền Nam. Nếu quả thực có sự chênh lệch về võ khí giữa ta và địch thì ngày lâm chung của chế độ chưa phải là ngày 30 tháng Tư. Trong thời gian đi tù cải tạo, mắt tôi đã nhìn thấy mình còn rất nhiều hầm đạn đủ loại dùng cho bộ binh. Nhưng suy nghĩ lại, người ta đã trót huấn luyện cho các binh sĩ Việt Nam Cộng Hòa, khi lâm chiến cần có phi cơ, pháo binh và xe tăng yểm trợ, nếu thiếu những thứ đó, người chiến sĩ bộ binh coi như mất một nửa khả năng chiến đấu, họ sẽ không biết xoay sở ra sao khi phải đối diện với một kẻ thù hơn hẳn mình về vũ khí và quân số. Sau nữa, một phần do sự đào thoát của một số chỉ huy cao cấp ra nước ngoài, trước cơn hấp hối của miền Nam, cộng thêm sự triệt thoái khỏi vùng Cao Nguyên bằng Liên tỉnh lộ 7 càng tăng thêm rối loạn và làm tinh thần quân sĩ xuống rất mau, rất thấp! Cho tới hôm nay, sống trên đất khách, quê người, mang đời sống lưu vong, nhưng trong đầu tôi vẫn in hằn những thành tích oai hùng của những trận đánh lịch sử như: Pleime, Đồng Xoài, Bình Giã, trận Tết Mậu Thân, mùa Hè 72 với các trận Quảng Trị, Kontum và Bình Long – An Lộc, sau cùng là trận Xuân Lộc với Sư Đoàn 18 cùng các đơn vị phụ thuộc đã chận đứng ba sư đoàn Cộng sản muốn dùng Quốc lộ 1 để tiến thẳng vào thủ đô Sài Gòn. Cuối cùng, chúng phải đi vòng qua sông Đồng Nai để tấn công phi trường Biên Hòa.

Con phố vẫn chạy dài hun hút trước mặt tôi như một dải lụa phẳng lì. Những tàng cây chao động ngất ngư theo hướng gió. Những căn nhà im lìm như không có người ở. Vắng lặng và vắng lặng!

Đã mười năm rồi đó, tôi đã làm được những gì để giúp

ích cho Tổ quốc Việt Nam? Suy nghĩ thật kỹ, tôi thấy mình chưa làm được gì cả, ngoài vài cuốn sách chống Cộng và dăm bảy bài thơ bi phẫn! Nhưng các cuốn sách chỉ là câu chuyện văn chương, nó không mang một lời kêu gọi, nó không có giá trị một bài hịch. Nó chỉ có phần trang điểm mà không có phần đấu tranh. Đất nước tôi vẫn còn đau khổ. Cộng sản vẫn thống trị nhân dân với hai bàn tay sắt. Chúng giả vờ cởi mở để bóc lột và tham nhũng. Chúng tung ra vài con múa rối như Dương Thu Hương, Trần Mạnh Hảo v.v… Nếu ai đã đọc và suy xét kỹ thì các nhà văn đó, đâu có dám cho ngòi bút chạm tới Đảng, họ chỉ nói lăng nhăng đến lũ cán bộ lưng chừng mà Đảng cũng đang muốn quẳng đi vì chanh đã vắt hết nước rồi! Hơn nữa, nội dung cuốn truyện đều hư cấu, nếu không, cũng thuộc về cái đã qua và chìm khuất từ lâu, nào có giá trị gì?…

Đất nước tôi đó. Đồng bào tôi đó, đang bị giam cầm trong các trại tị nạn từ Hồng Kông, Thái Lan, Mã Lai Á, Phi Luật Tân và Nam Dương, đêm ngày quằn quại, rên xiết vì chính sách thanh lọc, thế mà có những thuyền nhân trước đây khi đứng trước phái đoàn phỏng vấn, trong các trại tị nạn đã cương quyết thề: Tôi ra đi vì lý do chính trị! Nhưng những năm gần đây họ lại xênh xang dùng thông hành của Mỹ, Gia Nã Đại, Úc hoặc Pháp, v.v… để về Việt Nam ăn chơi cho thỏa, để lừa bịp, làm hại bao nhiêu cuộc đời các cô gái thơ ngây và cả tin. Chúng thường khoe khoang, khoác lác về địa vị của chúng nơi quê người, tự đề cao thân thế, tuy đích thực, chỉ làm nghề cắt cỏ thuê hoặc làm thợ ráp nối trong một hãng xưởng nào đó! Còn những tên trí thức về Việt Nam để mưu cầu tư lợi lại là chuyện khác. Ôi, biết bao giờ những người tị nạn trong các trại cấm mới có cơ hội được hưởng một cuộc đời tự do trong thế giới tự do?…

Nghĩ ít đau ít, nghĩ nhiều đau nhiều, càng nghĩ càng đau! Mười năm hoang phí cái thân văn nhược nào có ích gì cho ai, hơn nữa, tuổi lại cao, danh vọng chẳng màng, bon chen cũng không, hỏi làm sao vui? Tôi có nghe nói: Cộng đồng Việt Nam ở khắp nơi trên thế giới, chỉ có cá nhân giỏi, có nhiều hội đoàn khá, nhưng không biết đoàn kết để trở thành một lực lượng chính trị, nhất là thiếu người lãnh đạo tài trí, có uy tín và khả năng kết hợp để tất cả đều cùng nhìn về một hướng, đấu tranh cùng mục đích. Điều này có thể đúng chăng?

Cộng sản Đông Âu và Liên Sô đã sụp đổ. Bức tường Bá Linh cũng vậy! Cả hoàn cầu nay chỉ còn vài nước cứ ôm lấy Mác-Lênin như ôm chặt mả tổ, trong đó có Cộng sản Việt Nam. Chưa bao giờ ở Sài Gòn có nhiều gái mãi dâm đến thế! Những chuyện dâm ô đồi trụy xảy ra giữa ban ngày không ngượng ngập, còn tham nhũng và hà hiếp thì công khai, trắng trợn, từ cấp nhỏ đến cấp lớn. Chưa bao giờ có nhiều băng du đãng như hiện nay. Còn ăn mày đếm không xuể, nơi nào có miếng ăn là có họ. Cộng sản có mặt ở đâu là chỗ đó tan hoang. Mới chưa đầy 20 năm, nó dìm sâu miền Nam xuống vũng sình ô nhục. Nó làm con người không biết sống để làm gì, ngoài chuyện lừa lọc để có tiền! Ai có tiền tha hồ ăn chơi phè phỡn. Ai không có, chết đói, rán chịu! Cái chế độ phi nhân đến thế là cùng! Hiện nay ở Sài Gòn còn có một giai cấp khốn cùng nữa, đó là các cựu thương phế binh miền Nam. Họ sống ngất ngư, tương lai mù thẳm, đợi chờ đến ngày nào đó, trả lại hơi thở cho Thượng đế. Họ sẽ chết im lìm, không một cành hoa đưa tiễn, còn nói chi đến vòng cườm với hàng chữ: Tổ Quốc Ghi Ơn!

Viết đến đây, tự nhiên cán bút nặng như đeo một khối chì, đầu óc tối như than, nhìn vào gương thấy mái tóc bạc phơ, da dẻ nhăn nheo trông gớm ghiếc. Ngày lại ngày, tôi luôn luôn chờ đợi, không phải chờ đợi cái chết đến với tuổi già vô nghĩa, mà tôi chờ đợi một biến cố vĩ đại của lịch sử, xóa bỏ chế độ Cộng sản, như xóa bỏ một ván cờ lỡ đi nhầm nước.

Tháng Sáu, 1992

TÂM THANH

Tên thật Ngô Thanh Tâm.
Sinh ngày 25-8-1942 tại Hà Nội. Vào Nam năm 1954.
Cựu giáo chức VNCH.
Định cư tại Na Uy từ 1980.
Khởi viết năm 1980 trên các tạp chí: *Văn, Văn Học, Thế Kỷ 21, Phố Văn, ...*
Mất ngày 9-4-2015.

Tác phẩm đã xuất bản:
- *Thiên Nga Giữa Cõi Người* (Văn Học Hoa-Kỳ, 1999),
- *Gỗ Thức Trên Rừng* (Văn Mới, Hoa-Kỳ, 2003),
- *Kịch Thơ Peer Gynt* của Henrik Ibsen (dịch chung với Khánh Hà, Ủy ban Ibsen, xuất bản năm 2006),
- *Thiên Hương Về Trời* (2010),
- *Lệnh Triệu Ban Rồi* (2013)

Thiên nga giữa cõi người

Cặp thiên nga nổi bập bềnh như hai cụm mây trắng muốt vừa rớt từ nền trời xanh xuống mặt hồ Eidselva. Giống thiên nga này được xếp vào giống thiên nga đẹp nhất trên vùng sông hồ Telemark. Có lẽ vì bộ lông xồm trắng như tuyết, căng phồng lên như một nụ hoa sắp nở, con vật diễm lệ này được gọi là knoppsvane (thiên nga nụ, cũng có người nói gọi như thế vì mỏ nó có một cái khoen đen duyên dáng).

Nhưng tiếng kêu của nó lại bệ rạc hơn bất cứ loại vịt, ngỗng nào. Mùa hè khi chúng mon men lại gần bờ để chờ đợi những mẩu bánh mì của khách bãi tắm, tôi nghe từ cặp mỏ vàng óng ả phát ra những tiếng khò khè khàn đục, tôi có cảm tưởng ngỡ ngàng thất vọng y như thấy một mệnh phụ xinh đẹp mở miệng thốt ra lời thô lậu. Đúng là một loài chim để nhìn ngắm xa xa.

Từ nhiều năm nay, ít nhất là từ ngày tôi về định cư tại xã Nome, cặp thiên nga nụ đã trở thành những vật trang điểm duyên dáng cho bãi tắm vào mùa hè, đồng thời là những người bạn già đạo mạo của trẻ con. Không biết do ai bắt đầu mà người ta gọi con trống là Romeo và con mái là Juliet (người Na-uy viết thành Julie). Cho đến hôm xảy ra một tai nạn xôn xao cả vùng. Hôm đó tình cờ tôi cũng có mặt. Tôi đang nằm hóng mát trên bãi cỏ thì nghe tiếng náo động, hô hoán ầm ỹ ngoài mé sông. Tôi vùng dậy nhìn ra chỗ đám đông đang xúm lại coi thì thấy trên mặt nước một trong hai con thiên nga (không biết con Romeo hay con Juliet) đang nhào lộn đánh nhau với một con vật gì dưới nước, hình như một con cá khổng lồ. Khi "con cá" lặn xuống sâu thì con thiên nga (có người tinh mắt đã nhận ra con Romeo) bay vụt lên không chừng mươi thước, lượn một vòng quan sát. Khi vật dưới nưới trồi đầu lên, tôi đã nhận ra - không phải cá khổng lồ - mà là một người, một đứa bé. Vừa nhìn thấy đứa bé, con Romeo đã nhào xuống như một tia chớp trắng. Đôi cánh của nó giang ra như cánh buồm, dài có hai thước dư. Lần đầu tiên tôi nhìn thấy đôi chân của nó - đen thui, càng thêm vẻ hung hãn. Cũng may, đứa bé bơi lặn thật giỏi. Và không biết nó mấy tuổi mà khôn thế, nó lặn xuống để bơi vào bờ, tránh đòn của con chim. Con chim cũng không vừa, nó đề phòng, không bơi trên mặt nước như bình thường, mà lao vun vút như con thoi trên trời, chờ địch thủ ngóc đầu lên lấy hơi, là nhào xuống mổ. Đôi cánh mà trước đây mỗi lần giang ra, trắng muốt như bạch ngọc tắm nắng, tôi thường thầm ví như đôi cánh thiên thần, bây giờ trông như cánh con bạch quỉ. Đã có nhiều người nhào xuống nước bơi ra cứu đứa bé. Những người đứng trên bờ thì khua chân, múa tay dọa nạt con chim để trợ uy. Cuối cùng bốn người lớn, trong đó có một cô gái, đã bơi ra xua đuổi con chim và dìu đứa bé vào bờ. Đứa bé trai tám tuổi không hề hấn gì, trừ vài vết trầy rướm máu đầu. Trong vòng tay bà mẹ rưng rưng khóc, thằng bé vừa hoảng hốt vừa có vẻ hãnh diện vì được đám đông tán thưởng đã can đảm chống cự được với con ác điểu.

Hôm sau đọc tờ báo địa phương Varden tôi thấy có đăng tin thiên nga tấn công trẻ em như một tin lạ, với hình con Romeo đàng hoàng. Người ta nói đôi chim tạm cư ở đây được khoảng bốn mùa hè (tôi cứ tưởng lâu hơn, từ khi chúng tôi dọn tới đây), quê quán chúng mãi trên vùng Moere, và mỗi con cân nặng khoảng 20 kg. Không ai biết lý do tại sao con vật tự dưng nổi điên như thế. Vợ chồng tôi đã hết hai tuần nghỉ thường niên, nên đi làm về chỉ kịp quanh quẩn ngoài vườn với mấy luống rau thơm và luống hoa là hết ngày, chúng tôi không hay ra bãi nữa, tôi không biết con thiên nga có nổi điên làm bậy nữa không. Và lúc này tôi mới thắc mắc không biết, lúc chồng nó nổi điên, con Juliet ở đâu. Tưởng sự việc được quên lãng như trăm ngàn việc vặt khác, không ngờ tới mùa đông tờ báo Varden lại đăng tin con thiên nga có thể bị tử hình. Tờ báo gọi nó là một con thiên nga "kỵ người" (mannevond svane).

Người ta kể rằng "phiên tòa" trên tòa hành chánh xã diễn ra gay go giữa Ủy ban Bảo vệ Thiên nhiên, Hội Phúc lợi xã Nome và Sở Công viên và Thể thao (ở Tỉnh về). Những người kết tội con Romeo đưa ra nhiều lý do: Thứ nhất nó đã đe dọa tính mạng một đứa trẻ. Họ nói từ lâu họ đã để ý hai con thiên nga nụ tỏ ra kênh kiệu, tàng tàng, không hiền lành như chim bồ câu, hay ít ra từ tốn như các con thiên nga khác. Chúng thuộc loại "kỵ người". Thứ hai từ ngày cặp thiên nga này về định cư mùa hè ở hồ Eidselva, mấy con thiên nga khác không dám về nữa. Chúng độc chiếm giang sơn. Hồ rộng như thế chỉ có hai con chim làm cảnh, mất vẻ sinh động. Chúng đã thù người lại còn "độc tài, độc trị" đối với đồng loại, thì nên giết đi để bảo toàn cho khách lai vãng bãi tắm, nhất là trẻ em, và để hồ tắm thiên nhiên có nhiều thiên nga về. Thứ ba, "sự thay đổi tác phong không tiên đoán được" (nguyên văn trong bản báo cáo tâm lý) là một trong các triệu chứng điên, có thể trở thành nguy hiểm cho con người. Phe bênh vực con Romeo chả có căn bản vững chắc nào để bác lại ngần ấy lý lẽ. Họ chỉ có thể viện cớ vu vơ (cảm tính nhiều hơn là lý tính) như: dầu sao đôi chim cũng thuần từ nhiều năm nay. Việc tự nhiên một con tấn công người là một điều bất thường, chắc phải do một động lực bí mật, mọi người nên tìm hiểu thêm trước khi quyết định. Đồng thời họ mời một chuyên viên về điều học tới phiên họp, ông này cho biết rằng ông chưa bao giờ thấy một con thiên nga có "tác phong" như thế, trừ trường hợp nó bị phá ổ, mà trường hợp này không đúng ở đây, vì cặp thiên nga này là loại thiên di, chỉ mùa hè chúng mới về. Họ đề nghị bắt nhốt con chim lại để nghiên cứu xem nó có điên không rồi hẳng giết. Nếu nó không điên thì "phóng thích" và "quản chế", đủ rồi. Những người gác bãi tắm sẽ có nhiệm vụ canh chừng nó. Hễ nó giở chứng nữa thì bắn hạ tại chỗ cũng chưa muộn. Cuối cùng khi lấy biểu quyết thì đa số đồng ý giết hai con chim. Phe bênh lúc đó mới có dịp vớt vát: tội ai nấy chịu, con Romeo hành hung đứa trẻ thì chỉ giết nó thôi, tha cho con Juliet. Ông điểu học lúc đó cho biết thêm thiên nga là loài một vợ một chồng, con trống con mái sống trọn đời trọn kiếp, giết con Romeo, con Juliet khó sống lắm. Người Na-uy quí trẻ em như vàng, nhưng cũng yêu thiên nhiên và loài vật, dù đã "lên án tử" con Romeo, họ cũng không biết xử với con Juliet ra sao. Đằng nào thì cũng phải chờ tới mùa hè, chờ cặp chim vô tình dẫn xác về rồi tính.

Gấp tờ báo lại, đầu óc tôi nghĩ miên man về những điều mâu thuẫn. Một đàng tôi bồi hồi nhớ lại truyện L'Amour (Tình yêu) của Guy de Maupassant về cặp ngỗng trời, con mái bị thợ săn bắn hạ nằm sõng dưới đất, và con trống bay lượn trên trời kêu khóc thảm thiết, rồi nhào xuống lãnh đạn, chết theo người yêu. Hồi nhỏ khi đọc truyện tôi khóc, nhưng bởi vì tình yêu giữa đôi chim cao cả quá sức, tôi nghi là tác giả chỉ nhân cách hóa, bây giờ đọc lời phát biểu của nhà chuyên môn về chim muông, tôi mới biết rằng nhà văn Pháp tả chuyện thật. Cũng thế, khi đọc nhà văn Việt Nam Võ Phiến tả con chim cu chung thủy bịn rịn bên người yêu không cất cánh được, tôi cũng nghi là ông thi vị hóa. Không ngờ các vị đó nói thật cả, cái tình trong trời đất là thật, là bao la thắm thiết. Nhà văn, nhà thơ lớn có thể hư cấu chứ không bịa đặt. Đằng khác tôi không hiểu được tại sao con vật kiều diễm, dạn người đó bỗng chốc trở thành hung hãn, nhào xuống tấn công đứa trẻ vô tội. Điều gì làm cho nó thành như vậy? Cái động lực bí ẩn thúc đẩy một kẻ thân người thành kẻ "kỵ người" thật là bi đát hơn chính bản án tử của nó.

Tôi đã để tâm theo dõi số phận cặp thiên nga có cái tên định mệnh Romeo-Juliet, nên khi thấy những dấu hiệu đầu tiên của mùa hè - búp lá dương cuộn tròn như tổ kén nở bung ra lung linh cẩm thạch, và ánh dương rực rỡ- tôi đạp xe ra bãi tắm mỗi buổi chiều sau khi đi làm về. Tôi thấy cặp thiên nga quen thuộc đã trở về. Và hoàn toàn do tình cờ tôi đã chứng kiến cảnh con Romeo bị giết. Tôi nói tình cờ vì lẽ ra ngày thường tôi chỉ có thể ra bãi tắm vào buổi chiều sau khi tan sở, hoặc vào các ngày thứ bảy, chủ nhật. Nhưng tôi biết, để tránh xúc động nhân tâm, xã sẽ không hành quyết con Romeo vào cuối tuần lúc có đông người ngoài bãi. Tình cờ, thứ hai đó tôi được nghỉ bù cho ngày công tác thứ bảy, nên từ sáng sớm tôi đã cuộn tấm nệm và một cuốn sách, đạp xe ra bãi. Bãi không một bóng người. Mặt hồ phẳng lặng in bóng trời xanh, mây sữa pha ráng mật ong nửa lãng đãng trên trời nửa nhễu xuống nước. Thỉnh thoảng một làn gió nhẹ làm lao xao mặt hồ và hắt những tia nắng lung linh vào mặt tôi.

Tôi trải nệm trên cỏ, nằm ngửa, thả hồn trôi theo mây nước, tận hưởng chút hạnh phúc như cụ Nguyễn Công Trứ - "kho trời chung mà vô tận của mình riêng". Phút giây này tôi biết sẽ phù du, sẽ tan biến khi lát nữa đây bãi tràn ngập người ta. Vẫn là trời này, vẫn là đất này, và tôi vẫn ở vị trí này, trên vuông nệm này, chắc chắn sẽ không ai xua đuổi tôi, có người còn chào hỏi tôi, nhưng hồn tôi sẽ co lại như con sên giữa chốn đông người bản xứ. Toàn là những người bản xứ tử tế, lịch thiệp, nhiều người không thiếu ân cần. Họ biết tôi từ lâu năm, và tôi biết họ, tôi biết ơn, thân mật, chung đụng với họ, nhưng chưa bao giờ tôi cảm thấy hoàn toàn hòa nhập với họ như hòa nhập với trời đất. Tôi có thể "tu luyện" để hưởng được hơi ấm của một giọt nắng trong vườn tuổi thơ ngay lúc còng người đi trong cơn bão tuyết. Nhưng lạ quá, tôi chưa bao giờ tránh được cơn gió bấc vô hình giữa con người. Tôi biết hoàn toàn là lỗi tôi, buồn lòng lắm, nhưng không làm gì được.

Bỗng tôi nghe tiếng xe ngừng ngoài lộ, rồi tiếng người nói và tiếng bước chân đi lại. Tôi ngồi dậy, thấy ba người đàn ông đi ra bãi tắm. Một trong ba người cầm khẩu súng săn. Tôi biết việc gì sắp xảy ra. Và thảm thương thay, cặp thiên nga lại không biết gì cả. Hai cái chấm trắng từ từ tách ra khỏi làn sương trắng mờ từ bên kia bờ, bơi sang... đất người. Tôi khấn thầm "Đừng! Ở bên đó đi! Đừng sang đây!" Nhưng cặp tình nhân vẫn nhởn nhơ bơi bên nhau như đi vào nơi non bồng nước nhược, cổ cất cao đài các, bơi tới đâu để lại sau hai vệt nước như tà áo choàng lụa mềm mại, gắn ngàn vạn hạt kim cương lấp lánh. Khi đôi thiên nga tới gần, tôi đã nhận ra chính là cặp Romeo-Juliet. Chúng bắt đầu khò khè xin đồ ăn. "Rất tiếc, ta quên mang bánh mì, làm ngươi không được ăn bữa tiệc cuối cùng", tôi nói nhỏ với cặp thiên nga, và thấy xót xa trong lòng. Tôi nói bằng tiếng Việt để người ta đừng nghe "Bay đi! Trốn mau đi!" và lượm một viên sỏi liệng gần để đuổi chúng đi. Nhưng cặp vợ chồng chim lại tưởng tôi liệng đồ ăn, nghiêng mắt nhìn theo vành sóng tròn trên mặt nước, rồi tẽn tò, giương cánh vỗ nắng. Cặp chim trông như một cặp vũ ballet, cùng nghểnh cổ, cùng nghiêng đầu, cùng xoay mình, cùng đứng im. Tôi nghe tiếng của một trong ba người.

- Con bên trái, phải không?

- Đúng nó đó, con có mào.

Một người không cầm súng nói với tôi:

- Ông không sợ tiếng nổ chứ?

Tôi lắc đầu. Và ông kia đưa súng lên nhắm. Nhưng ông ta không nổ súng được, vì đôi chim cứ quấn quít bên nhau. Tôi khấn thầm "Bơi sát lại nhau nhé, đừng rời nhau". Nhưng thật là định mệnh, đôi chim không rời xa nhau, nhưng lại tiến lại gần người hơn nữa, ngay tầm súng. Đoàng! Quác! Quác. Đôi chim kêu thất thanh. Con Juliet bay bổng lên trời. Nhưng con Romeo chỉ nẩy lên, rồi sa xuống, đôi cánh trắng vùng vẫy tuyệt vọng trên mặt nước, xoãi ra, đầu gục xuống. Nó co giật vài cơn, rồi bất động. Con Juliet quác quác mấy tiếng thất thanh, lượn một vòng, rồi sà xuống, gục gặc bên cạnh con Romeo. Máu loang như ráng đỏ quyện lấy bóng cặp thiên nga in dưới nước như hai đám mây trắng. Con Juliet chũi đầu vào cánh chồng, lấy mỏ nâng cổ người yêu lên khỏi mặt nước. Nhưng cái cổ dài của con Romeo cứ trĩu xuống. Một người trong nhóm lấy một cây sào khều con chim chết vào bờ, trong khi con chim mái lẽo đẽo bơi theo, nửa giận dữ, nửa hãi sợ. Khi người ta nhét xác con Romeo vào một cái bịch rác đen lớn, con Juliet nhảy lên bờ đứng ngơ ngác. Xe pickup chở xác con Romeo đi rồi, con Juliet vẫn đứng trên bờ nhìn theo, lâu lâu nghển cổ kêu khò khè, như một người đàn bà khóc chồng tới khản tiếng.

Hôm sau, và suốt tuần lễ đi làm tôi không có dịp ra bãi nữa, nhưng lúc nào cũng bị ám ảnh về cái chết của con thiên nga trống và về số phận của con thiên nga mái. Vì thế sáng thứ bảy tôi đạp xe ra bãi từ sớm. Tôi phập phồng chờ đợi con thiên nga mái, mà không thấy nó xuất hiện. Tôi đoán hoặc người ta đã giết nó luôn, hoặc nó đã tự vẫn như lời đồn về những con chim chung tình tuyệt vọng. Quá trưa, tôi buồn bã trở về nhà. Suốt mùa hè tôi không ra bãi nữa.

Một đêm trăng mùa thu vợ chồng tôi rủ vợ chồng người bạn chèo ghe sang bờ hồ bên kia câu kreps (chúng tôi gọi là "tôm bọ cạp" như hình thù của nó). Mùa tôm bọ cạp năm nay bắt đầu từ ngày 6 đến 20 tháng 8, và vợ tôi đã mua sẵn 4 cái thẻ người lớn để được phép câu, mỗi cái 75 kroner. Sở Bảo vệ thiên nhiên ra chỉ thị năm nay chỉ được bắt những con từ 9,5 cm trở lên. Chúng tôi câu bằng hai kiểu, vừa bỏ đó, vừa thả thuyền gần bờ, một người soi đèn pin, người kia thấy tôm quáng đèn ngoi lên là dùng vợt hớt. Mùa hè năm nay ấm nên trúng mùa tôm, không đầy hai tiếng đồng hồ bốn người chúng tôi câu được gần một sô đầy. Anh Linh nổi hứng đề nghị xuôi ghe xuống hòn đảo hoang để nướng tôm nhậu. Khi đi lang thang trên hoang đảo dưới ánh trăng bỗng tôi nhìn thấy một đống lông trắng. Tôi giật mình nghĩ ngay tới con Juliet. Tôi lại gần thì quả là xác con thiên nga đã mục rữa. Bên cạnh là những mảnh vỏ trứng. Lúc đó tôi mới nhớ một việc vào cuối mùa xuân năm ngoái trước khi xảy ra vụ thiên nga đánh trẻ em. Tôi gọi vợ và hai bạn lại, chỉ đám lông trắng, nói:

- Anh chị Linh và em coi nè! Con Juliet chết ở đây. Đúng ngay tại ổ của nó.

Vợ tôi hỏi:

- Sao anh biết là ổ thiên nga?

Tôi kể:

- Em còn nhớ cái bữa trời thật đẹp trước lễ Phục sinh năm ngoái không? Anh rủ em đi câu cá, nhưng em bận gì đó không đi được, anh chèo ghe một mình sang đảo. Anh nhìn thấy hai quả trứng to dị thường nằm trắng phau trong ổ cỏ lau. Anh đoán là trứng thiên nga.

Anh Linh nhận xét:

- Người ta nói thiên nga làm ổ ở nơi khác, tới mùa hè mới thiên di về đây. Sao cặp này lại làm ổ ở nơi dễ bị quấy nhiễu như thế này?

Tôi trả lời:

- Tôi không biết chắc. Tôi chỉ đoán cặp thiên nga này đã quen nước quen hồ đến nỗi chúng coi đây là nhà và định cư tại đây.

Chị Linh đùa, chêm tiếng Na-uy:

- Coi như là chúng "tam" (thuần) rồi.

Anh Linh vặn vợ:

- Thuần sao lại tấn công người ta?

Tôi rủ ba người trở lại đống lửa cho ấm trong lúc "câu giờ" suy nghĩ về câu hỏi của bạn. Cuối cùng tôi nói ra giả thuyết của mình:

- Anh chị Linh và em nghe tôi giải thích thế này có hợp lý không nhé. Hồi mà trên xã bàn về cặp thiên nga, tôi theo dõi báo chí, và nhớ cái ông chuyên viên điểu học có nói thiên nga chỉ tấn công bất thần như vậy khi nó bị phá ổ. Nhưng ông đã loại bỏ giả thiết đó vì ông không nghĩ cặp chim thiên di có thể làm ổ ở nơi đông người thế này.

Cả bốn người cùng im lặng suy nghĩ. Anh Linh tiếp:

- Bây giờ chúng ta đã gặp ổ thiên nga ở đây, tức là cặp thiên nga này đã chọn nơi đây làm nhà.

Tôi gật đầu:

- Và bây giờ tôi mới nhớ ra thêm một chi tiết quan trọng. Hôm đó, lúc thằng bé bơi ra giữa hồ, tôi thấy cái đầu nó ngoi lên ngụp xuống nước giống hệt con rái cá.

Vợ tôi dè dặt:

- Có phải anh cho rằng lúc đó con thiên nga mái đang ấp trứng, và con thiên nga trống tưởng thằng bé là rái cá tới làm hại vợ con nó?

Tôi im lặng để khỏi phải xác nhận hay phủ nhận. Cả bốn cùng nhìn ra mặt hồ loang loáng ánh trăng bạc. Bỗng có tiếng kêu quác quác trên không. Chúng tôi thấy một cặp thiên nga bay trong ánh trăng.

THÁI TÚ HẠP

Sinh ngày 4 tháng 4 năm 1940 tại Hội An, tỉnh Quảng Nam.

Từ năm 1958 đến 1975 liên tục đăng thơ, văn trên các tạp chí văn học nghệ thuật ở Sài Gòn như: *Văn, Bách Khoa, Gió Mới, Văn Nghệ, Văn Học, Giữ Thơm Quê Mẹ, Mai, Nghệ Thuật, Khởi Hành, Quần Chúng, Thời Nay, Chiến Sĩ Cộng Hòa, Tiền Phong.*

Trước 1975 Sĩ Quan Việt Nam Cộng Hòa. Sau 1975: đi tù – vượt biển.

Định cư tại Los Angeles California Hoa Kỳ năm 1980.

Cùng với phu nhân Ái Cầm chủ trương: Tuần Báo Saigon Times 1987, Nhà xuất bản Sông Thu năm 1988, Đặc San Quảng Đà ấn hành mỗi năm từ năm 1995-2005.

Tác phẩm đã xuất bản:

- *Tuyển Tập Sông Thu* (1962, cùng với Thành Tôn và Hoàng Quy)
- *Thèm Về* (thơ, 1970)
- *Chim Quyên Lạc Ngàn* (thơ, 1982)
- *Miền Yêu Dấu Phương Đông* (thơ, 1987)
- *Hạt Bụi Nào Bay Qua* (thơ, Sông Thu, 1995)
- *Giữa Trời Hoa Bay* (tùy bút, 2000)
- *Suối Nguồn Tâm Thức* (tuyển tập thơ Thái Tú Hạp 1970-2015)

Chủ biên các tuyển tập:
- *Thơ Văn Việt Nam Hải Ngoại* (tuyển tập, Sông Thu, 1985)
- *Thơ Văn Phật Giáo* (tuyển tập, 1993)

Mùa xuân yêu em
(Dành tặng Ái Cầm)

mùa xuân từ thuở yêu em
núi non xứ Quảng cũng mềm bước đi
hàng cây nảy lộc thầm thì
nghe như dòng suối từ bi cội nguồn

mùa xuân từ độ bao dung
tiếng chung thủy ở. tiếng đường mật vui
tiếng hờn ghen. tiếng ngậm ngùi
tiếng đau dao cắt. tiếng mùi mẫn yêu

lúc khuya sớm thuở quê nghèo
lúc chinh chiến lửa phận treo tuổi mình
lúc ngã ngựa, khi tàn binh
lúc non cao vẫn trọn tình thăm nuôi

trùng dương u thảm phận người
quẩn quanh hải đảo tiếng cười đắng cay
xa rồi thác lũ trời tây
đời hư ảo thoáng chim bay cuối ngàn

đất trời thơm ngát lộc non
cho ta xuân thắm vô vàn yêu em.

Sông nhớ một vầng trăng

dòng sông mênh mông nhớ
trăng khuyết lung linh buồn
thoáng hồn xưa thức dậy
đỉnh mây vọng suối nguồn

thời gian phai ý biếc
phương trời sương khói bay
tình ta hoài nuối tiếc
chút lửa tàn heo may

bờ sông chiều lau lách
tiếng hạc gọi xa bầy
mang nỗi sầu viễn khách
ngậm ngùi biết ai hay

đêm về sông khoác kín
nhớ mãi một vầng trăng
lang thang miền hư huyễn
lỗi hẹn tình trăm năm

đời dạt trôi viễn xứ
dòng sông tâm lững lờ
thắm sâu trời thơ mộng
nghe sóng vỗ đôi bờ

trần gian nay bệnh hoạn
dâu biển đến bất ngờ
sao mải mê phiêu lãng
sông trăng đầy ý thơ

sá chi đời được mất
hồn nguyên một vầng trăng
có bao giờ phai nhạt
định mệnh nào cách ngăn

sông quê mòn mỏi đợi
chờ mãi bóng trăng về
bến sông buồn vời vợi
u mặc sóng não nề

tìm nhau mười cõi giới
thơ mộng vầng trăng xưa
hỏi thăm người tri kỷ
duyên khởi gặp nhau chưa

thủy chung nào quán triệt
ta gặp em trong ta
trường giang trăng hạnh ngộ
trọn đời yêu thiết tha…

Cõi tình riêng ta

từng bước cỏ hoang đồi vắng
chim khuya rớt hạc trăng gầy
trà thiền đậm tình sông núi
nụ cười như hoa tuyết bay

nhớ xưa ta đời phiêu lãng
quỳnh hoa tiền kiếp em về
cùng nhau uống trăng bên suối
càn khôn thoáng chỉ cơn mê

một lần nhốt mây hạnh ngộ
một đời tâm động ngàn phương
có em bên trời viễn xứ
trăm năm vàng đá yêu thương

bao nhiêu tàng kinh mật ngữ
bao nhiêu dị sử kỳ hương
ta đi từ không đến có
cuộc đời hư huyễn như sương

ta vì em hẹn mấy kiếp
con đường hạnh đạo an nhiên
vầng trăng từ tâm chánh niệm
soi tình ta cõi chân nguyên.

Thanh tịnh khúc

Mai ta về giữa non cao
Xé mây làm áo lụa đào cho em
Nghiệp từ mấy thuở trần duyên
Nắng thanh xuân đậu ngoài hiên ta bà

Đưa nhau dạo giữa ngân hà
Bỏ nhân gian lại chốn tà huy sông
Mai sau tình vỡ hư không
Có nghe tiếng hót tiền thân chim ngàn

Từ trong thiên cổ tri âm
Hẹn nhau xuống núi cưu mang kiếp sầu
Mai về khép cánh biển dâu
Dở trang vô tự trắng nhoà sắc không

Chờ nhau trong cõi vô thường
Soi tâm tư hiện một vừng trăng xưa.

Vô thường yêu em

mắt xưa trăng đẫm non ngàn
lời xanh biếc ngọc vô thường yêu em
lá theo tiếp lục đường chim
hồn mai phục giữa hoa nghiêm lặng tờ.

 **THÁI TUẤN**

Họa sĩ tên thật là Nguyễn Xuân Công, sinh ngày 11-9-1918 tại phố Hàng Bông Thợ Nhuộm, Hà Nội trong một gia đình công chức khá giả. Đồng tuế và đồng môn với họa sĩ Nguyễn Tư Nghiêm.

Ông có vào học trường Mỹ Nghệ Gia Định và theo lớp dự bị tại trường Cao Đẳng Mỹ Thuật Hà Nội khoảng 1938-1940, rồi bỏ dở.

Định cư tại Orléans, Pháp, từ năm 1984 theo diện đoàn tụ gia đình.

Ông từng viết cho *Sáng Tạo* và các tạp-chí văn-học nghệ-thuật trước 1975; sau 1975, đăng bài trên tạp chí *Văn*,...

Những năm 2006, ông trở lại Sài Gòn sống cùng các con, tiếp tục sáng tác và đã có vài cuộc triển lãm tại Sài Gòn - triển lãm cuối cùng mang tên "Về Nguồn", từ ngày 9 đến 21 tháng 12-2006, tại Phòng tranh Tự Do đường Hồ Tùng Mậu Sài Gòn.

Tính theo thời gian và không gian, sáng tác của hoạ sĩ được chia làm 3 giai đoạn: Trước năm 1975 tại Sài Gòn - sau năm 1975 ở nước ngoài và từ 2006 ở VN.

Ông mất ngày 26-9-2007 tại Sài Gòn.

Tác-phẩm đã xuất bản:
- *Câu Chuyện Hội Họa* (Sài-Gòn: Cảo Thơm, 1967).

Một mùa hè đã qua

Đã bao lần tôi mơ ước trở về quê cũ; sự mơ ước có khi thoảng nhẹ như làn gió hè, đôi lúc dồn dập khẩn thiết như sóng gầm thác đổ đưa đẩy tôi vào một cơn mộng mị triền miên.

Một mùa hè nắng đẹp tôi trở lại căn nhà xưa, ở đấy mọi sự hình như còn nguyên vẹn. Trên lối cũ rặng soan đào vẫn xanh tốt, mùi hương cau thoảng nhẹ đâu đó. Lũ chim sâu thấp thoáng trên cành đào cành mận và giàn hoa thiên lý còn rợp bóng trước sân. Bụi tre hàng chuối vẫn đó, vẫn còn đó hòn đá cũ chơ vơ bên bờ giếng mà mẹ tôi thường đến giặt giũ.

Tôi dừng chân nhìn lại cảnh trí. Vườn sau ngõ trước bốn bề vắng ngắt. Tôi cất tiếng gọi to, âm thanh tan loãng chỉ có tiếng gió rì rào đáp lại. Sự vắng lặng của buổi trưa hè thật khó chịu, tôi đang nghĩ như vậy, thì một bóng người từ phía sau nhà đi ra tiến về chỗ tôi đứng. Đó là một người trẻ tuổi, khi tới gần tôi hắn dừng lại, đăm đăm nhìn tôi như dò hỏi. Tôi khẽ chào và chợt nhận thấy khuôn mặt hắn rất quen thuộc, cố khơi đào trí nhớ, vẫn không nhận ra hắn là ai. Thấy tôi nhìn chăm chú hắn hỏi: "Ông tìm ai?" Tôi nói: "Tôi từ nơi xa tới về thăm lại căn nhà cũ". Hắn thoáng vẻ ngạc nhiên rồi cười đáp: "Có thể ông đã lạc lối rồi, căn nhà này họ hàng tôi đã ở từ lâu, truyền nhau đến mấy đời. Nhưng thôi, ông đã từ xa đến xin mời ông vào nghỉ chân và uống với tôi một ấm trà".

Tôi bàng hoàng kinh ngạc lặng yên giây lâu. Và sự tò mò đã lấn át tất cả. Tôi lặng lẽ nhận lời theo chân hắn. Mỗi bước chân đi từng kỷ niệm khơi dậy, căn nhà ngói năm gian với những bậc tam cấp xây bằng đá xanh hiện ra sau giàn hoa lý. Cây hoa giấy che rợp hành lang bao quanh nhà, nơi hành lang đó gia đình tôi quây quần trong bữa ăn trưa vào những ngày hè. Nơi chốn này làm sao tôi có thể lầm lẫn được.

Tôi theo hắn vào gian nhà giữa, hắn chỉ chiếc tràng kỷ mời: "Ông ngồi chơi tôi xin phép đi pha một ấm trà". Khi bóng hắn khuất sau bức mành trúc tôi đưa mắt nhìn căn phòng. Những bức câu đối thếp vàng, hàng chữ nho còn sáng chói. Chồng sách cũ của ông nội tôi vẫn đặt ngay ngắn trên bộ án thư, cạnh đó là cặp kính trắng và chiếc đồng hồ quả quít của cha tôi. Tôi bước lại gần nhìn kỹ thì chiếc đồng hồ đã ngừng chạy, đôi kim chập lại ở con số mười hai. Trên vách tường treo bức tranh sơn dầu, cô gái trong tranh mặc chiếc áo dài màu vàng nhạt trên tay cầm cái quạt giấy. Cô ta như một cái bóng chìm lẫn vào nền xanh của bức họa, tôi chú ý nhìn khuôn mặt, đôi mắt cô ta thật đen tạo nên một cái nhìn lạ lùng. Tôi chợt nhớ lại một khuôn mặt quen thuộc.

Có tiếng động ở phía sau bức mành, hắn trở ra bưng một cái khay, trên khay bộ đồ trà. Hắn đặt nhẹ nhàng lên bàn rồi ngồi xuống đối diện tôi. Mùi hương sen tỏa lên từ ấm trà. Tôi nhìn hắn hỏi: "Hình như ở sau nhà có một cái hồ nhỏ trồng loại sen bạch?". Nét mặt hắn thoáng hơi cau lại, hắn không trả lời, hỏi lại tôi: "Làm sao ông biết được?". Tôi mỉm cười và nói thật nhanh: "Tôi, đoán vậy vì ấm trà sen này". Câu nói của tôi hình như rơi vào một khoảng trống, tôi ngước nhìn, hắn ngồi yên lặng không để ý đến câu trả lời của tôi, một lúc lâu hắn nói: "Ông từ nơi xa về, hẳn có điều gì muốn hỏi thêm?" Và không đợi trả lời, hắn tiếp: "Tôi ở nơi đây đã khá lâu, đã quen với cảnh trí này, thời khắc đối với tôi không còn nữa, ông nhìn xem chiếc đồng hồ trên bàn kia đã ngừng lại. Cái quá khứ thì lờ mờ cái tương lai thì luôn luôn ở phía trước; một khoảng cách. Có lẽ ông nghĩ rằng cái quá khứ là cái mình nắm được, là cái cụ thể hơn cả vì nó đã có. Nhưng tôi xin phép để hỏi ông, ông muốn biết về cái quá khứ nào? Cái quá khứ của chính ông hay cái quá khứ của quê hương này? Cái quá khứ của ông thì quá ngắn ngủi, còn của quê hương thì dài dằng dặc. Ngồi ở một nơi xa xôi, ông cảm thấy ông thương mến quê hương hơn. Hơn có nghĩa là trước kia ông yêu mến chưa đủ, chưa đến nơi đến chốn và bởi vì ông đã không nhìn cho đúng, đã không sống một cuộc sống đích thực. Vả chăng cái tình yêu mến quê hương ấy, đúng hơn chỉ là sự thương cảm cho thân phận của chính mình".

Lời nói của hắn thật ngạo mạn dù giọng nói dịu dàng. Tôi cố giữ bình tĩnh nói: "Thế nào là cuộc sống đích thực?". Giọng hắn trở nên ôn tồn "Chắc hẳn ông đã từng nghe câu chuyện vị thiền sư chín năm ngồi nhìn bức vách đá. Ông ta tìm cái gì và đã thấy gì? Sự khôn ngoan của trí tuệ và sự chính xác của giác quan, chẳng qua cũng nằm trong vòng giới hạn của cuộc sống và đời sống con người. Vượt ra ngoài giới hạn đó, không thể nói lên bằng lời. Vì lời vẫn là, vẫn thuộc giới hạn của trí tuệ".

Tôi vô cùng bàng hoàng vì những lời hắn nói, sự suy nghĩ của tôi bỗng ngừng dứt, mọi cảm giác hầu như tê liệt...

*

Một luồng ánh sáng làm tôi cảm thấy khó chịu, tôi mở mắt nhìn ánh nắng chiều qua kẽ lá soi thẳng chỗ tôi ngồi. Buổi chiều hè lấp lánh trên con sông Loire, tiếng cười nói xôn xao, tiếng xe chạy dọc theo con đường bờ sông. Bức tranh còn dang dở trên giá vẽ, lũ chim sẻ mở hội trên thảm cỏ. Bỗng có tiếng nói dịu dàng từ phía sau lưng: "C'est magnifique!". Tôi từ từ quay nhìn, một cô gái tóc vàng đang mãi mê nhìn bức họa, thấy tôi quay lại, cô ta mỉm cười xin lỗi. Tiếng Pháp của cô bằng một giọng ngoại quốc, nghe thực êm ái, duyên dáng.

Thấy cô đứng yên, tôi mời cô ngồi, cô ta nói cảm ơn, và ngồi xuống cạnh tôi. Gió từ phía sông thổi lên nhẹ nhàng làm rung động những sợi tóc trên khuôn mặt trẻ trung, song một vài nếp nhăn nhỏ và cái nhìn, tôi đoán không ra tuổi. Cô ta nhìn ra xa nói: "Con sông ông vẽ thật giống con sông Vistule ở quê tôi". Tôi cười đáp: "Đó là con sông Hồng ở quê tôi". Cô ta bỗng phá lên cười: "Chao ôi! Con sông trước mặt thật là vô duyên". Tôi bật cười theo. Câu chuyện của chúng tôi xoay quanh những vụ hè, những thắng cảnh trên đất Pháp. Bỗng cô ta nhìn tôi hỏi: "Ông có thích Chopin không?". Tôi đùa cô ta: "Chopin, hay nhạc của Chopin?". Cô ta cười: "Rất tiếc ông ấy không còn nữa, ở Varsovie khi nhạc của ông bắt đầu được dạo lên, tất cả mọi người đều nín thở để nghe. Những âm thanh trong sáng, nhẹ nhàng bay bổng trên bầu trời gợi cho chúng tôi muôn vàn hình ảnh của quê hương. Cái quê hương hằng có của chúng tôi, con sông Vistule và những bản nhạc của Chopin, tôi tin là sẽ hiện diện mãi trong đời sống chúng tôi".

Buổi chiều hè nơi đây thực dài, quanh chúng tôi, vẫn tiếng cười nói lao xao, thiên hạ nhàn tản trong những bộ y phục rực rỡ, họ đi dọc theo mé sông, hoặc tụm năm tụm ba trò chuyện dưới bóng những cây sồi cây dẻ.

Một sự cô đơn êm ái xâm chiếm, bao vây tôi. Tôi vội ký tên dưới bức họa, gỡ xuống khỏi giá vẽ, và cầm đưa cho cô gái. "Cô cho phép tôi tặng cô con sông Vistule". Cô ta vội đỡ lấy và nói: "Cám ơn ông, con sông Vistule và cả con sông Hồng nữa chứ". Tôi cười đáp: "Không, chỉ một con sông thôi". Tôi đứng lên định bắt tay từ biệt, cô ta lắc đầu và dang hai tay, tôi ôm cô ta hôn trên má và xách chiếc giá vẽ đi dọc theo bờ sông về phía chiếc cầu George V. Đèn trên cầu đã thắp sáng, tiếng nước chảy rì rào dưới chân cầu, xa xa những mái nhà những toà cao ốc nhấp nhô uốn lượn mờ mờ như bóng núi, in trên nền trời xẫm, tôi chợt nhớ lại cơn mộng mị, nhớ lại anh chàng trẻ tuổi đã chiếm ngụ căn nhà cũ của tôi, ngọn đèn đường in một cái bóng dài. Đích là vóc dáng hắn.

[Văn, số 53, 11-1986]
Thái Tuấn

THANH NAM

Nhà văn, nhà thơ Thanh Nam tên thật là Trần Đại Việt, sinh ngày 26-7-1931, quê ở làng Mỹ Trọng, tỉnh Nam Định.

Ông chính thức bắt đầu viết vào năm 1950 khi 19 tuổi với bút hiệu Thanh Nam.

Thanh Nam vào Sài Gòn năm 1953, trước khi hiệp định Genève chia đôi Nam Bắc, và được mời làm Tổng thư ký báo *Thẩm Mỹ*, viết truyện ngắn, truyện dài, phụ trách nhiều mục khác và ký nhiều bút hiệu như Sông Hương, Cô Hồng Ngọc, Bà Bách Lệ, Tôn nữ Đài Trang… và Thợ Cạo.

Năm 1960, ông hợp tác làm nguyệt san *Hiện Đại* do Nguyên Sa và Thái Thủy chủ trương, và còn là Tổng thư ký tuần báo *Nghệ Thuật*, năm 1966 viết bài trên tuần báo *Kịch Ảnh*.

Ông cùng Đinh Hùng, Tô Kiều Ngân,… phụ trách chương trình thơ nhạc Tao Đàn trên Đài Phát Thanh Sài Gòn, Đài Quân Đội, và cộng tác với nhiều nhật báo tại Sài Gòn qua nhiều loạt truyện dài đăng từng kỳ (feuilleton). Ông lập gia đình cùng nhà văn Tuý Hồng tháng Chạp năm 1966.

Gia đình ông di tản sang Hoa Kỳ năm 1975, tạm cư tại New Jersey miền Đông Bắc rồi đến năm 1976 dời sang định cư tại thành phố Seattle, tiểu bang Washington. Ông cộng tác với tờ *Đất Mới* do Huy Quang Vũ Đức Vinh sáng lập, ông làm Tổng thư ký rồi Chủ bút. Ông phụ trách nhiều mục văn học nghệ thuật, ký thêm nhiều bút hiệu nữa như Việt Trần, Viễn Khách, Tiểu Lưu Linh, Đồ Say…

Ông có viết hồi kí "20 năm viết văn làm báo" đăng dở dang trên tạp-chí *Văn* của Mai Thảo năm 1984.

Ông mất vào ngày 2 tháng 6 năm 1985 vì bệnh ung thư thanh quản.

Từ 1951 đến 1975, ông đã xuất-bản 1 tập thơ, 10 tiểu-thuyết và tập truyện ngắn.

Tác phẩm đã xuất bản ở hải-ngoại:
- *Thuế sống* (1983)
- *Xa như dĩ vãng* (1983)
- *Gã kéo màn* (1983)
- *Đất Khách* ([Fort Smith] Ark.: Sống Mới, 1983)

Thơ xuân đất khách

Tờ lịch đầu năm rớt hững hờ
mới hay năm tháng đã thay mùa
ra đi từ thuở làm ly khách
sầu xứ hai xuân chẳng đợi chờ

Trôi dạt từ Đông sang cõi Bắc
hành trình trơ một gánh ưu tư
quê người nghĩ xót thân lưu lạc
đất lạ đâu ngờ buổi viễn du!
Thức ngủ một mình trong tủi nhục
dặm dài chân mỏi bước bơ vơ
giống như người lính vừa thua trận
nằm giữa sa trường nát gió mưa
Khép mắt cố quên đời chiến sĩ
làm thân cây cỏ gục ven bờ
chợt nghe từ đáy hồn thương tích
vẳng tiếng kèn truy điệu mộng xưa
Ới hỡi quê hương bè bạn cũ
những ai còn ai mất giữa sa mù
mất nhau từ buổi tàn xuân đó
không một tin nhà, một cánh thư!
Biền biệt thời gian mòn mỏi đợi
rối bời tâm sự tuyết đan tơ
một năm người có mười hai tháng
ta trọn năm dài một tháng Tư!
Chấp nhận hai đời trong một kiếp
đành theo giông bão phũ phàng đưa
đầu thai lần nữa trên trần thế
kéo nốt trăm năm kiếp sống nhờ!
Đổi ngược họ tên cha mẹ đặt
tập làm con trẻ nói ngu ngơ

vùi sâu dĩ vãng vào tro bụi
thân phận không bằng đứa mãng phu!
Canh bạc chưa chơi mà hết vốn
cờ còn nước đánh phải đành thua
Muốn rơi nước mắt khi tàn mộng
Nghĩ đắt vô cùng giá Tự Do!
Bằng hữu qua đây dăm bảy kẻ
đứa nuôi cừu hận, đứa phong ba
đứa nằm yên phận vui êm ấm
đứa nhục nhằn lê kiếp sống thừa!
Mây nước có phen còn hội ngộ
thâm tình viễn xứ lại như xa
Xuân này đón tuổi gần năm chục
đối bóng mình ta say với ta.

(Seattle 1977)

Khúc ngâm trên đất tạm dung

Uống say mai sớm bạn lên đường
thân lại nương nhờ chốn viễn phương
trăm hận nghìn đau còn sánh nổi
tấm lòng lưu lạc nhớ quê hương?

Ta như giông bão tan rồi hợp
trôi dạt còn hơn sóng đại dương
"lận đận bên trời chung một lứa"
say càng chua xót, tỉnh càng thương!

Tháng năm xa mãi thời hoa mộng
râu tóc thêm gần với tuyết sương

trên đất tạm dung, đời tạm trú,
còn gì ngoài mối hận mênh mang
Tuổi già ví tựa thân tơ mỏng
cuộc sống trăm cơn gió bạo cuồng!
Ơi bạn, ôi ta! Chiều đã xế
phù sinh thương mình ly rượu suông!
Uống đi! Uống cạn cơn cuồng nộ!
rót hết cho nhau những bẽ bàng
Rót hết cho nhau những bẽ bàng
những buồn cơm áo, nhục tha hương
Bốn năm đã thấm trò dâu biển
một cõi lưu đày rộn nhiễu nhương!
Ác mộng không rời người biệt xứ
quê nhà còn ngút lửa kinh hoàng!
Đi đâu hoặc có về đâu nữa
cũng gái phong trần, trai gió sương
Thân ái nghìn trùng, ôi bạn hữu
uống cùng ta nhé, rượu bi thương
Ngục tù bỗng hiện qua màn lệ
Đêm tối nào như thuở hỗn mang!
Dằn chén, lòng đau, thương tích rợn
gào lên da thịt xích xiềng vang
Bàn tay bất lực che ngang mặt
Người ơi! Người ơi! Sao đoạn trường!
Chim bỏ trời xanh đau cánh gẫy
ngựa lìa chiến địa nhớ yên cương
Mượn men tủi hận làm phong vũ
mơ thuở đầu xanh dựng tuổi vàng
Hãy uống cho say, trời sắp sáng
mai này hai đứa đã hai phương
Rồi đây hiu hắt thân bèo dạt
trôi nổi quê người, ai nhớ thương?

(Seattle 1979)

Mưa đêm trừ tịch

Đất khách năm tàn vẫn gió mưa
Ngồi bên ly rượu đón giao thừa
Nhìn qua khung cửa mờ hơi nước
Chợt nhớ mưa phùn đất Bắc xưa

Ôi! cố hương xa nửa địa cầu
Nghìn trùng kỷ niệm vẫn theo nhau
Đâu đây trong khói trầm thơm ngát
Hiện rõ trời xuân một thuở nào

Thấy lại con đường tuổi ấu thơ
Cỏ mềm nhung biếc đón chân tơ
Cành non lộc mới ngang tầm mắt
Trang sách thần tiên bụi chửa mờ

Ta bước tham lam, chân vội vàng
Lượng đời mặc sức tháng năm hoang
Lòng vui nào biết chân khờ dại
Đã chọn cho mình lụy gió sương

Mê mải theo người nhập cuộc chơi
Lớn khôn cùng với nắng mưa đời
Bao nhiêu mơ ước thời niên thiếu
Mỗi Tết tàn theo xác pháo rơi…

Thảng thốt quay nhìn rụng mấy xuân
Trái tươi nhân thế héo khô dần
Đêm nao thức giấc cùng trăng xế
Thấy lạnh riềm mi giọt lệ thầm

Trong góc hồn đau dĩ vãng buồn
Vẫn còn xanh ngát cõi xuân non
Tưởng như khói pháo chưa mờ nhạt
Trên lối hoa đào trải mộng thơm

Thôi, hãy vào đây tránh gió mưa
Những lòng hoang dại, mộng bơ vơ
Đêm nay ta đốt sầu lưu lạc
Trong khói men nồng hạnh phúc xưa.

(Seattle 1983, Xuân Quý Hợi)

THANH TÂM TUYỀN

Tên thật Dzư Văn Tâm, sinh 13-3-1936 tại Vinh. Di cư vào Nam năm 1974, dạy học, viết văn, cộng tác với nhiều tạp chí và nhật báo. Trong ban biên tập các tạp chí *Sáng Tạo, Vấn Đề*. Tiểu thuyết "Ung Thư" đăng nhiều kỳ trên báo *Văn*, chưa xuất bản.

Sĩ quan quân đội VNCH, bị tù "cải tạo" sau 30-4-1975.

Định cư tại Minnesota Hoa-Kỳ năm 1990 và mất tại đây ngày 22-3-2006.

Tác phẩm đã xuất bản:

* Văn:

- *Bếp Lửa* (truyện dài; NXB Nguyễn Đình Vượng, 1957)
- *Cát Lầy* (truyện dài; Giao Điểm, 1967)
- *Mù Khơi* (Kẻ Sĩ, 1970)
- *Tiếng Động* (Hiện Đại, 1970)
- *Một Chủ Nhật Khác* (Văn, 1975)
- *Khuôn Mặt* (tập truyện ngắn; Sáng Tạo, 1964)
- *Dọc Đường* (tập truyện; Sáng Tạo, 1966)
- *Tạp Ghi* (phiếm, đã đăng nhật báo Tiền Tuyến, ký Ba-Tê; 1970)
- *Ba Chị Em* (3 vở kịch; Sáng Tạo, 1967)

* Thơ:

- *Tôi Không Còn Cô Độc* (Người Việt, 1956)
- *Liên, Đêm, Mặt Trời Tìm Thấy* (Sáng Tạo, 1964)

Ở hải ngoại, đã xuất bản:
- *Thơ Ở Đâu Xa* (Trầm Phục Khắc, California, 1990).

Ngã trên núi Việt Hồng ở Yên Bái
khi đi vác nứa

Tuột dốc té nhào trên hẻm núi
Chết điếng toàn thân trong giây lâu
Mưa rơi đều hạt mưa phơi phới
Ngày đang tàn hiu quạnh rừng sâu

Ngửa duỗi chân tay gối trên nứa
Ngó trời nhá nhem nghe mưa mau
Tưởng chừng thi thể ai thối rữa
Hồn viễn vông chẳng chút oán sầu

Mưa giăng tấm lưới trắng dày khít
Làng xóm dưới núi ở phương nào?
Gió lạnh tái tê bó liệm chặt
Lá thiếp người quên bẵng xước đau

Đầm mình trong hạnh của ẩn mật
Mắt hoen nhòa hứng giọt thiên thâu
Dò dẫm lối về đêm tối mịt
Sông xa núi thẳm quê nhà đâu?

Bài nhớ thi sĩ

(Nhớ già Ung (*). Gửi MT)

Sáng nay thức giấc trong nhà giam
Anh nhớ những câu thơ viết thời trẻ

Bừng cháy trong lòng anh bấy lâu u ám quạnh quẽ
Ánh lửa mênh mang buổi tình đầu

Mưa bụi rì rào
Gió náo nức mù tối

Trễ muộn mùa xuân trên miền cao
Đang lay thức rừng núi biên giới

Đã qua đã qua chuỗi ngày lạnh lẽo anh tự nhủ
Cũng qua cơn khô hạn khác thường

Tắt theo ngọn nắng chon von mê hoặc đầu óc quái gở
Từng thiêu đốt anh trên đồi theo vào đêm hành hạ anh đớn đau
Từ bao giờ anh đứng trân trối côđơn
Hôn ám trời sơ khai nhìn qua song tù ngục

Hoang vu lời thơ ai reo hát cùng cỏ lá heo hút
Dẫu đưa anh về tận nẻo nguồn chốn bình minh lẩn lút

Bình minh bình minh anh kêu khẽ cảm động muốn khóc
Mai Mai xa Mai như hoa Mai về tình thơ hôm nay

Em, em có hay kẻ tội đồ biệt xứ sớm nay về ngang cố quận
Xao xuyến ngây ngô hắn dọ hỏi bóng tối sâu thẳm

Đêm vây hãm lụn dần
Thủ thỉ mưa ru ngày khốn đốn

Em, soi bóng em hồn nhiên trên lối thời gian
Lặng lẽ anh gầy nhóm lửa tinh mơ đầm ấm.

Lao Kay 4/78–Vĩnh Phú 1/79

* Già Ung: Giuseppe Ungaretti (1898 - 1970). Thi sĩ Ý.

Bài tặng họa sĩ

I. Nắng trong veo ngày đông cuối năm (tặng DT)

1.
Nắng trong veo ngày đông cuối năm
Vàng sững thung lũng cầm hãm

Xanh,
xanh rừng rú, lì lợm, nghèo nàn
Vây bọc ghì siết ngày tháng
Bỗng sực tỉnh choàng thức dưới nắng

Đồng trải vàng diệp lấp loáng
Đất cày lật bạc phếch trơ cằn
Đồi già trọc bừng hoảng vô vọng
Đá tảng khuyết lở hủi mòn

Đứng,
cây đoạn thân khô chết đỉnh non
Dị dạng tự nhiên tượng trừu tượng
Triền rậm lục mê muội dốc ngược
Thoáng hút trời sụt ngã tầng không.

2.
Trở về dịu dàng điệu màu sắc
Vàng xa gợn gió rét hoang mang
Xanh thất thần xanh ngây hạnh phúc
Mặt tình nhân tươi rói kinh hoàng.

Trên lối mòn quanh chìm bất giác
Gió bay lả tả bụi thời gian
Thanh thoát cơn say rũ tro mộng
Rừng đêm bùng cháy rỡ mây hồng.

II. Ngày xuân trên Đồng Mua.
(Tặng ND)

Ô chào cô bé áo hồng
Chào cô buổi sáng đầu năm
Trên cánh đồng nhàm mắt ngày tháng
Cô xuất hiện cùng mùa xuân

Cô đi bừa với con trâu trắng
Trâu hiền thong thả bước ngoan
Ngày tẻ lạnh đìu hiu nhớ nắng
Áo đào phai ngời ấm không gian

Vầng hồng di chuyển ánh lung linh
Giấc mơ trong trẻo của quãng im
Cô đẹp tựa lời thơ cổ
Mặc áo xuân đuổi trâu cười hồn nhiên

Chào tạm biệt cô gái áo hồng
Cũng chào con trâu trắng thong dong
Ngày vơi nhẹ thênh trăng mọc sớm
Ngỡ nhạn lai hồng lạc cuối thôn

Trở về trại ngang qua vườn cam
Hoa rộ trắng thơm lừng đồng nội
Vẫn chập chờn sắc hồng trôi nổi
Ngọt ngào hương quyến luyến chiều tàn.

THÀNH TÔN

(photo by Lưu Na)

Tên thật Lê Thành Tôn. Ngày tháng theo giấy khai sinh: 9/9/1943

Sinh quán Lộc Phước, Đại Lộc, Quảng Nam.

Đi dạy, đi lính, sĩ quan quân đội Việt Nam Cộng Hòa. Bị Cộng Sản bỏ tù 8 năm sau 1975.

Trước 1975 có thơ đăng trên: *Bách Khoa, Văn, Văn Học, Vấn Đề, Khởi Hành, Văn Học Nghệ Thuật*

Tại hải ngoại có thơ đăng trên: *Văn Học, Văn, Hợp Lưu, Khởi Hành, ...*

Tác phẩm đã xuất bản:
- *Thắp Tình* (NXB Ngưỡng Cửa, 1969)
- *Một Đời Thắp Tình* (Viễn Xứ, Hoa Kỳ, 2018)

Ta, như một hàm hồ

1.
Cũng không chóng thì chày
Đời ta rồi sẽ hỏng
Bởi ai tin được mình
Khi nói ăn cùng một miệng

Nhưng dù sống thế nào chăng nữa
Một đời mang nặng dấu dương gian

Làm sao tẩy sạch đời ta
Trong óc người đã sẵn
Làm sao xóa bóng cuộc tình
Khi trang đời vừa lật

2.
Đến lúc mỗi người trong chúng ta
Vuốt ve niềm kiêu hãnh mọn

Bởi lầm lẫn riêng nào
Không tuyệt vời một phía
Khác nào nốt ruồi son
Trên ngực hồng em bát ngát

Khác nào gương mặt ta
Ngày qua dấu đời biến đổi
Khác nào tâm hồn em
Lặn sâu vào niềm cô đơn nọ

3.
Mỗi ngày phải soi gương
Có ngờ đâu đã nhờ mặt thủy

Ẩn hiện nhan diện mình
Trong lớp đời nhầy nhụa

Có cần hiểu đến ai
Khi cuộc ta chưa rõ
Có phải nói thao thao về những kẻ
Mà chính mình bôi mặt mù tăm

Tự lẩn trốn trong ta
Những dối lừa đần độn
Tự chui nhủi đời mình
Lắm lọc lừa phiền lụy

Thấy được chính ta rồi
Quả có nhờ gương kẻ khác
Nhưng lập lờ trên mỗi dung nhan
Nghìn đời chưa nói hết

Nó ẩn dấu một hành vi
Trăm ngàn năm bằn bặt
Hàm chứa một trần tình
Suốt một đời tự thú

4.
Lương tri nào có phải của ta
Nếu không từ kẻ khác
Nhưng sống đời ta cho những ai
Hẳn là điều vô lí

Có phải sống với nhau là tự hiểu
Nỗi cô đơn thu dọn lại riêng mình

Có gì khác hơn không
Khi soi vào gương mặt lạ

Em nhìn thấy được gì
Khi đời anh bóc trần, lật trái

Họa hoằn nỗi cô đơn
Riêng mỗi người một lớn
Chung sống chính thị là
Bắt đầu ta thủ thế

5.
Có điều thật lạ lùng
Em nào đâu đã hiểu
Mỗi khi lời thốt ra
Ý đã ngầm xuyên tạc

Mỗi khi lời thốt ra
Không còn tin ta đã nói

Chắc không ai không rõ chính mình
Một khối đời khó hiểu
Bởi ta thất lạc ta
Ngay buổi đầu đã dẫn

Em tin chính vào lời em
Thật là điều kì lạ
Tin vào được gì ta đã nói
Khác nào theo dấu ngựa truy phong

Bám vào ý tưởng mình
Không lấy gì làm trọng
Lẽ dĩ nhiên là ta đánh lừa
Ngay chính ta mắc bẫy

Nhiều lúc thật tầm thường
Phải nhân danh một người để nói

6.
Có một điều hiển nhiên
Không bao giờ chịu thấy
Sống là thoa son trát phấn đời mình
Mỗi ngày thêm xấu xí

Bởi quan niệm sống như là kẻ khác
Trốn trong ta ve vuốt nỗi tình riêng

Lầm lẫn nào ta chẳng có
Mơn trớn chi nghìn nỗi thẹn thùng
Hãy nói toạc những điều
Ngặt thốt ra lại chính mình dối gạt

Hụp lặn trong phân vân
Để rồi không có thực
Như chìm đắm vào tình chung
Để thấy mình đơn chiếc

Đừng giận hờn nhau chi vội
Hiểu thế nào trong cõi riêng

7.
Nhiều lúc tưởng đã xong
Những điều ta thanh toán
Nào ngờ sợi vô hình
Buộc đời ta trong đó

Nào ngờ chính cuộc ta
Đã chơi trò cút bắt

Thỏa mãn một điều nào
Chắc gì lòng ta đã thuận
Sống dòm ngó mọi người

Với nỗi lòng thấp thỏm

8.

Có ai tin chắc đời mình
Trên một đường đã vạch
Bởi sống còn nhân danh kẻ khác
Phải đâu ta thế đứng riêng mình

Thật sự có nhiều khi
Mặc cho đời thành kiến

Thế rồi ta có chắc là ta
Trong tầm suy diễn nọ
Ngoi ngóp sợi ăn năn
Riết rồi dây cũng phựt

Riết rồi chính niềm tin
Phú cho đời chẵn lẻ
Những cái lắc thật tình
Chung quy trò sấp ngửa

9.

Ví phỏng nó là người
Có điều gì đáng nói
Dù sinh ra đời không đánh dấu
Cũng còn vương chàm vết thân quen

Chui rúc vào niềm riêng
Nào ngờ ta đồng lõa
Vớt vát chút tình hoài
Nỗi lòng nghe đã mục

Dạng thức nào trên mỗi chúng ta
Không lồng trong chiếc bóng

10.
Thật sự ta chán đời
Chính là người được cuộc
Nửa đường đi đến muốn quay lui
Cũng một lỡ lầm quen thân mất nết

Chắc em lạ lùng
Do chính điều em bày biện
Anh cũng chả khác nào
Một anh mù nói tướng

Chúng ta chả khác nào
Chính điều ta đã tưởng

11.
Thêm những thắc mắc vào
Chai lì hơn cuộc sống
Nhưng dẫn đến một đường quen
Chắc gì em chịu bước

Khổ tâm thay những ai không chịu hiểu mình
Mà cam tâm làm theo kẻ khác

Nhân danh một đời thừa
Nói những điều đã thiếu
Nghĩ đến thực dửng dưng
Như ván đời đã lật

Cây bài nào không mang một dấu riêng
Như vết chàm đã sẵn
Ích lợi gì đâu điều đã thấy
Mà phanh phui thù nghịch riêng tây

12.

Nhiều lúc nghĩ chính mình
Đúng là trò bịp bợm
Phải trái trên một đường dây
Xem như màn hát xiếc

Có đến thật sự rồi
Mới thấy mình lầm lẫn
Ra khỏi một nơi nào
Quả là điều bất hạnh

Ta nào rõ chính ta
Hơn một lần sấp ngửa

13.

Mài nhẵn đời ta thành nỗi nhọn
Có điều gì vô lí hơn không

Thế mà chính thị là
Một điều tiên quyết đã
Có giải thích nào không là lần tự thú
Ngay trong ta bất lực đã tràn trề

14.

Thật chả mới lạ gì
Cánh đời khi đã mở
Tự thân ta là người
Đều tầm thường hẳn thế

15.

Có phải vậy không em
Cửa nào tay chớm gõ.

Nói với cô bé ngồi quán

(Gửi các bạn Đán, Danh, Lân)

Vào đây ghế quạnh, khuya người
Quán như địa phủ, nhạc đời nhân gian
Quầy trơ, mắt biếc ngỡ ngàng
Thuyền ai đỗ bến, lòng nàng bâng khuâng

Hồn ta trải gió đầy sân
Tình ta, mây cũng mấy lần thu nao

Vào đây bàn nhẵn, câu chào
Quen như thân thể, lạ nào chén li
Đời nhau, khói thuốc quên đi
Bên tai cổ nhạc lầm lì canh tân

Trên kia dáng bé tần ngần
Lời yêu chậm nói, tình gần tay trao

Vào đây đèn đủ hanh hao
Bóng ai theo đến, kẻ nào quay lui
Cúi đời trên chén li, khuya
Mắt nhau một hướng, tình chia mấy trùng

Ngồi thần, góc quán mông lung
Xa nghe lời kẻ, gần chùng dáng ai

Vào đây nhạc đĩa đầy vai
Vòng quay nhịp lặp, kim mài giọng quen
Mòn hao sợi tóc trăm năm
Khuya, mưng máu chậm. Tình, bầm tim mau

Ngậm lòng. Quán vắng. Ơn nhau
Li trơ ghế nóng, bé chau mắt nhìn

Vào đây như một đức tin
Khói tan đám thuốc, đời vin tay nào
Miệng cười kín nụ lao đao
Tình chia nghĩa sớt, câu chào riêng ai

Trách gì ý lỡ, lời say
Cho nhau góc quán đêm dài dung thân

Thôi em, trả đó tình gần
Tay xin bóng chiếc, đời cần nhau, đâu?
Vào đây ghế quạnh, khuya nhàu
Tình như cổ tích, đời sau kể thầm.

Dạm mặt

1.
Hình như có một người
Đâu đây trong cuộc sống
Nhìn thấy dung nhan quen
Trong hằng hằng ảo mộng

Tìm kiếm ta nơi trí nhớ ai
Bắt gặp chính mình trong ý kẻ
Ta vuốt mặt lem nhem điều đã thấy
Lòng ung dung chờ đón tình ngoài

Quay mặt tránh gương đời hắc bóng
Tâm trí nào nguôi một bản thân

2.
Như một kẻ truy tầm hạnh phúc
Ta hoài hoài hụt hẫn bóng ta
Suốt một đời người gương chúc ngược
Soi gì trong lớp thủy mơ hồ

Soi gì trong cái vòng lẩn quẩn
Bóng lập lờ từ một bản thân
Soi gì trong nét mặt phẳng lì
Của một trần gian khi kế cận

Vô phúc thay một kẻ tiên tri
Thấy rực rỡ chính đời sống hắn

Vô phúc thay một tiếng chuông ngân
Âm hưởng của một hồi dội lại

Vô phúc thay phút giây sự sống
Chết dần trong giây phút bồi hồi

Vô phúc thay tình yêu khác phái
Khác dần trong năm tháng ù lì

3.
Bóc thành kiến truy tầm nhân ảnh
Thành kiến đổi màu nhân ảnh mù sương
Chiếc bóng thu về thôi nhật nguyệt
Âm dương mòn ruỗng thuyết vô cùng.

Kẻ đào ngũ

Buổi sáng soi gương và đội mũ
Lòng đã hồ nghi khuôn mặt quen
Dấu vết riêng nào trên nhân dạng
Đã hằn hằn không tuổi tên

Chân bước ra đường luôn chạm mặt
Những bàng hoàng trên nhan diện ai
Sống nửa đời người chưa dám chắc
Chân dung ta trung thực bao phần

Nên nhiều lúc tâm thần chấn động
Một kẻ nào ẩn dạng, âm mưu
Hắn tà giáo hai giòng chính thống
Mặt đầm đầm đường nét hư vô

Những dội đập ngày đêm bấn loạn
Trán phẳng phiu dậy sóng muộn phiền
Thân chống bộ xương ròn hữu hạn
Hồn mang ảo giác kẻ tham thiền

Ngực sống đã mơ hồ nhịp đập
Tim trong tay kẻ lạ âm thầm
Cõi nào phân chia miền tranh chấp
Thân vô cùng ràn rụa mối thương tâm

Ta bắt gặp ngoài ta hình bóng
Những đường quen nét thuộc nghi ngờ
Kẻ đào ngũ lầm lì ngập ngọng
Nhàn nhạt trong cơ thể hồ đồ

Kẻ đào ngũ, chính ta trong hắn
Ngực cơ hồ đập nhịp ai xa.

Thành Tôn

THẢO TRƯỜNG

Tên thật Trần Duy Hinh, sinh ngày 25-12-1938 tại Nam Định và mất tại California ngày 26-8-2010.

Trước 1975, ông là Sĩ quan Việt Nam Cộng Hòa, cấp bậc cuối Thiếu tá. Sau 1975, ông là một trong những người bị tập trung "cải tạo" lâu nhất – 17 năm.

Ông đến Hoa Kỳ năm 1993 đoàn tụ với gia đình vợ con đã sang đây từ 1975, ông liên tục sáng tác với tác phẩm đầu tiên của thời kỳ sau cải tạo là *Tiếng Thì Thầm Trong Bụi Tre Gai* năm 1995.

Tác phẩm đã xuất bản:

Trước 1975: *Thử Lửa* (Tự Do, 1962), *Chạy Trốn* (Nam Sơn, 1965), *Người Đàn Bà Mang Thai Trên Kinh Đồng Tháp* (Trình Bầy, 1966), *Vuốt Mắt* (1969), *Chung Cuộc* (Trình Bầy, 1969, chung với Du Tử Lê), *Th. Trâm* (Tổ hợp Gió, 1969), *Bên Trong* (Trình Bầy, 1969), *Ngọn Đèn* (1970), *Mé Nước* (Đồng Tháp, 1971), *Cánh Đồng Đã Mất* (1971), *Bên Đường Rầy Xe Lửa* (1971), *Người Khách Lạ Trên Quê Hương* (1972), *Lá Xanh* (Phục Hưng, 1972), *Hà-nội, Nơi Giam Giữ CuốiCùng* (1973) và *Cát* (Như Ý, 1974).

Sau 1995: *Tiếng Thì Thầm Trong Bụi Tre Gai* (Tin, Paris, 1995), *Đá Mục* (Đồng Tháp, Hoa Kỳ, 1998), *Tầm Xa Cũ, Bắn Hiệu Quả* (Quan San, 1999), *Mây Trôi* (Đầm Sét, Hoa Kỳ, 2002), *Miểng* (Quyênbook, 2006), *Thềm Đá Xanh Rêu* (Đầm Sét, 2007), *Thử Lửa* (Việt Báo tái bản, 2007) và *Những Miểng Vụn Của Tiểu Thuyết* (tuyển tập; Người Việt, 2008).

Những đứa trẻ đầu thai giữa hàng rào

"Đi tơ xong con đực con cái đều bị kẽm gai cào rách da thịt"

Nhà trẻ kế bên bệnh xá. Trong góc một trại giam. Nhà trẻ có sáu đứa con nít. Bệnh xá có mấy bệnh nhân già. Coi bệnh xá là một tù nam nguyên là y tá ngoài đời. Coi nhà trẻ là một tù nữ án chung thân. Coi cả hai nơi ấy là một công an mà mọi người vẫn gọi là bác sĩ! Sáu đứa con nít đều là con hoang. Mẹ chúng nó là nữ tù bên khu B, đừng hỏi cha chúng đâu vì chúng sẽ không biết trả lời thế nào. Cũng đừng bao giờ hỏi mẹ chúng nó về chuyện ấy vì rằng đó là chuyện riêng và cũng là những chuyện rất khó trả lời. Thảng hoặc có ai đó được nghe kể thì lại là những chuyện rất tình tiết ly kỳ lâm ly bi đát… chuyện nào cũng lạ, chuyện nào cũng hay… Cũng như khi có ai lỡ miệng hỏi những người nữ tù đó án gì thì thường được trả lời "cháu giết chồng!". Trong khu B trại giam nữ phần đông các nàng đều khoái mang cái án giết chồng và họ thường trả lời như thế nếu bị hỏi, mặc dù có người chưa có chồng bao giờ và bị tù vì một chuyện tào lao nào khác. Đó là một câu trả lời theo mốt của khu B. Trại giam bắt các bà mẹ đi cuốc đất, lũ trẻ con bị gom lại trong một căn buồng và gọi đó là nhà trẻ. Một người coi sóc chúng nó thì được gọi là cô giáo. Lũ trẻ ở với mẹ trong buồng giam, chúng cũng bị sắp hàng điểm danh cùng với mẹ và các nữ tù khác mỗi sáng tối. Chúng là những tù nhân không có án và không có tên trong danh sách tù của Bộ Nội Vụ nước Cộng hòa xã hội chủ nghĩa ưu việt. Sáng ra buồng, chúng ùa chạy theo cô giáo sang nhà trẻ để có ăn trong ngày hôm ấy. Tối, khi cô giáo dẫn về khu B chúng ùa chạy về với mẹ để kịp vào buồng giam có chỗ ngủ. Lũ trẻ cũng phải sống theo tiếng kẻng nghĩa là chúng cũng phải chạy theo nội qui trại giam. Chúng sinh ra và lớn lên trong trại giam. Chúng không có trách nhiệm gì về tội phạm và luật pháp nhưng chúng lại là những kẻ bị tù đày. Như thiệt vậy. Và cũng không ai thắc mắc. Đến bữa cô giáo xách xoong xuống bếp trại lãnh cơm cho chứng nó y như các trực đội đi lãnh cơm cho đội. Ngày nào có thức ăn thì chúng cũng được lãnh, ngày nào cơm không hoặc có củ khoai củ sắn thì chúng cũng sắn khoai như các tù nhân khác. Những đứa còn nhỏ cô giáo lấy cơm nấu thành cháo cho nó ăn hoặc uống nước. Đứa nào biết đi biết nói gặp công an phải khoanh tay lại "chào cán bộ". Đứa nào không chào sẽ bị phê bình là "mất dậy" và cô giáo sẽ bị khiển trách là không hoàn thành nhiệm vụ. Từ căn nhà trẻ buổi sáng cũng như buổi chiều thường vang ra tiếng hát "ai yêu Bác Hồ" hoặc "chúng cháu chào cô ạ". Bác Hồ thì công an bắt cô giáo phải dạy còn chào cô thì cô giáo thích được chào như vậy,cho nên hai đấng tối cao ấy được suy tôn trong nhà trẻ rất có tổ chức và thể thống! Bác Hồ thì không hiểu do cái quyền lực ma quỷ nào ở đâu chi phối, nhưng cô giáo thì thực sự do quyền lực của cô tại chỗ, đứa nào hỗn cô bắt quỳ hoặc không cho ăn là sợ ngay. Ban ngày ở nhà trẻ chúng cũng được học chữ và học múa hát, chúng cũng có thời gian chơi đùa với nhau. Đó là những lúc cô nấu ăn, tắm rửa cho mấy đứa còn nhỏ hoặc lúc cô bận nói chuyện với anh y tá… Trong sáu đứa thì ba đứa lớn hơn thích chơi trò công an. Con Ti bảy tuổi tù, khôn vô cùng, mẹ nó không kể chuyện về bố nó cho ai nghe bao giờ, chắc là tình buồn, chỉ thấy mẹ con nó chuyển đến trại này lúc con Ti còn bế ngửa. Thằng Bắc cũng bảy tuổi nhưng phải gọi con Ti là chị xưng em đàng hoàng nếu không con Ti nó chửi cho. Kế đến là thằng Cọp, sáu tuổi, khoe có bố, người Thượng, nên mẹ nó đặt tên như thế cho có vẻ nhớ rừng. Thiên tình sử của mẹ nó rất là ly kỳ. Mẹ nó có chồng có con, chồng mẹ nó tập kết ra Bắc 54 khi đứa con của hai người mới đẻ. Đại thắng mùa Xuân, chồng bà ấy trở về làm cán bộ huyện ủy ngay tại quê nhà, bà ấy hãnh diện được mấy tháng, đứa con đã hơn hai mươi tuổi cũng hãnh diện được mấy tháng, thế rồi mẹ đi tù chung thân sau giảm xuống hai mươi năm, thằng con bị tử hình. Hỏi mẹ thằng cọp tội gì, lần nào và bao giờ bà ấy cũng nói:

"Tôi chỉ cầm cái đèn".

"Chỉ cầm đèn mà tù chung thân?"

"Tôi cầm đèn soi cho thằng con tôi nó bổ".

"Bổ?"

"Dạ. Nó cầm búa bổ vào đầu cha nó!"

"Chồng bà?"

"Đúng. Chồng tôi. Cha nó. Bị ổng đánh tôi hoài, đánh đau quá, con tôi nó thương tôi, tôi thù ông ấy, nên hai mẹ con phải… giải quyết. Buổi tối như mọi tối, ông ấy say rượu về chửi mắng tôi một hồi rồi cầm cây rượt đánh tôi. Tôi bỏ chạy ra đồng, con tôi chạy theo mẹ. Ở ngoài đồng mẹ con tôi khóc với nhau. Trước kia, khi ông ấy đi làm cách mạng, hơn hai mươi năm không có ông ấy ở nhà, mẹ con tôi sống yên ổn. Đại thắng trở về, ông ấy đem theo một bà vợ Bắc, tật uống rượu đế và đánh đập vợ con. Tôi nghĩ khổ quá, thà ông ta cứ đi kháng chiến, thà ông ta cứ làm cách mạng, thà ông ta cứ đi xa, thà ông ta đừng trở về… Thằng con tôi nó nói 'thì lại cho ông ấy đi xa, hai mẹ con lại sống với nhau như xưa'. Thế rồi mẹ con tôi mò mẫm trong đêm tối trở về nhà, ông ấy ngủ say trên bộ ván ngựa, thằng con tôi đi lấy cái búa, tôi đốt đèn dầu, cầm giơ cao soi cho nó thấy rõ. Mà bổ. Con tôi nó bổ cả chục nhát, ông ấy không kêu được tiếng nào. Ngày hôm sau vợ hai của ông ấy từ trên huyện về nhận xác chồng tôi đem an táng tại nghĩa trang liệt sĩ. Nghe nói đám tang lớn lắm, có nhiều vòng hoa, có người đọc điếu văn nữa, tôi chỉ nghe nói thế vì ngay đêm hôm đó mẹ con tôi bị bắt giam ở công an huyện. Ở tù cho đến bây giờ vẫn chưa hết tù".

"Nghe nói thằng con…"

"Ờ, nó bị tử hình vì tội ám sát cán bộ nhà nước. Bắn ngay".

Bà ta nói đến đó kéo thằng Cọp vào lòng ôm cứng:

"Mất thằng đó tôi có thằng này. Ở tù được gần mười năm tôi buồn quá sẵn có người đàn ông gạ gẫm, tôi bèn cho, mấy lần thì có thằng này".

"Trại giam nữ biệt lập làm sao có bầu?"

"Hỏi ngớ ngẩn"- bà ta nói "trong trại toàn nữ nhưng ngoài trại cũng có đàn ông chứ. Có đực, có cái là có thể có con được".

"Cái bên trong hàng rào kẽm gai, đực bên ngoài hàng rào kẽm gai. Làm sao? Bộ thằng cu này nó đầu thai ngay giữa hàng rào kẽm gai à? Vô lý! Mới chỉ có thụ tinh trong ống nghiệm chứ làm gì có thụ tinh giữa hàng rào kẽm gai".

Mẹ thằng Cọp dắt con đi, bà quay lại nói câu chót:

"Làm sao có con thì thôi, mình mất một lấy lại một, tôi sẽ sống với thằng này khi ra tù cũng như trước kia tôi đã sống với thằng lớn. Tôi vẫn hai mẹ con. Và chỉ hai mẹ con. Không có kẻ nào chen vào phá vỡ được tình mẹ con tôi".

Mẹ con thằng Cọp được tiếng là thương nhau nhất trong sáu cặp mẹ con trong trại giam.

Người ta kể rằng bà ta thường để dành đồ ăn của bà cho thằng con, bà thường ngồi quạt cho con ngủ trong những đêm hè nóng nực ở buồng giam… Thằng Cọp cũng thương mẹ nó, ban ngày ai cho gì nó thường để dành đến tối cho mẹ. Những lúc được nghỉ mẹ con thường quấn quýt nhau hơn là đi chơi với người khác. Ba đứa lớn là con Ti, thằng Bắc và thằng Cọp thường chơi trò làm công an hoặc diễn tuồng cải lương. Chơi trò công an thì con Ti nhận vai cán bộ chấp pháp, thằng Bắc làm trật tự, thằng Cọp làm tù… do đó con Ti được quyền chửi thằng Cọp: "Tao còng đầu mày". Thằng Bắc được quyền trói thằng Cọp. Thằng Cọp thì phải nói với con Ti là "Thưa cán bộ", hằng ngày chúng nghe công an nói năng quát mắng tù làm sao thì chúng lại diễn y như thế. Cũng có khi ba đứa lớn diễn tuồng cải lương thì con Ti làm hoàng hậu, thằng Bắc làm vua, thằng Cọp làm quân sĩ. Vua gọi "quân sĩ đâu" thằng Cọp phải "dạ" thật lớn. Hoàng hậu sai làm gì quân hầu phải quì xuống "tâu vâng". Được cái thằng Cọp cũng dễ bảo và nó làm tuồng cũng có vẻ dễ ợt. Khán giả là ba đứa nhỏ mới biết bò trên nền nhà hoặc nhốt trong cái cũi bằng gỗ gọi là cái nôi. Chuyện tưởng không ai biết nhưng ở trại giam sao cái gì cũng bị báo cáo lên cai tù hết, cho nên cán bộ chấp pháp đã rình xem được đủ cả cảnh ba đứa trẻ diễn trò chức năng và nghiệp vụ của mình một cách rất sống thực. Anh ta tức quá bèn "cách chức" cô giáo cho đi cuốc đất, tuyển một nữ tù khác coi nhà trẻ.

Đứa nhỏ nhất trong đám là con bé mới tám tháng tuổi. Mẹ nó trước kia khiêu vũ rất đẹp, chơi tứ sắc cũng rất bền lì, ở tù vì vượt biên có tổ chức và có súng. Cũng tính một ăn cả ngã về không, "một là nuôi cá, hai là nuôi má, ba là má nuôi", chẳng may má nuôi thật. Trong tù buồn quá bèn yêu một anh chàng tù nam ở khu A. Anh này là dân giang hồ, không chịu được cảnh đàn áp chơi cha thiên hạ của nhà cầm quyền nhà quê ngoài kia vào cưỡi đầu cưỡi cổ, trong một lần xích mích ở khu phố anh bèn lụi mấy dao… thế là cũng chung thân, ở Chí Hòa, gây lộn, anh ta lại lụi mấy cái dùi, thêm một cái chung thân nữa! Một chung thân nếu được giảm may ra còn có ngày về, hai cái kể như "thua" luôn, anh ta nói thế, cho nên sống trong trại giam anh ta "xù" tất cả. Muốn cái gì là làm cái ấy, muốn nghỉ là nghỉ, nhưng được cái anh ta vốn dân giang hồ cho nên nhiều lúc rất dễ thương. Anh gặp chị ngoài sân trại mấy lần. Nhìn. Cười. Cười lại. Nhìn lại. Thế là thân nhau. Khi hai người ở hai khu A và B nhìn nhau cách một cái sân bèn nghĩ ra kế truyền tin cho nhau bằng cách dùng cây chỉ lên những chữ thích hợp trong các chữ ở những khẩu hiệu trên tường nhà giam. Những chữ "thương nhiều, nhớ nhiều; thương hoài, nhớ mãi" được hình thành qua những xê dịch của đầu gậy trên những khẩu hiệu chữ lớn màu đỏ sặc sỡ. Chị đánh tín hiệu xong anh đánh trả lời, những buổi chiều đẹp như thế là những kỷ niệm họ không bao giờ quên. Một lần gặp nhau ngoài sân trại anh nói: "Những khẩu hiệu hoan hô đả đảo sơn đầy rẫy trên tường tưởng vô bổ hóa ra cũng có ích".

Chị nói:

"Đừng tưởng Bác Hồ vô tích sự, nhờ những khẩu hiệu hoan hô Bác, hoan hô Đảng mà mình thông tin được cho nhau".

Anh buột miệng:

"Bố tiên sư nhà nó!"

"Anh nói gì?"

"À, không, anh chửi cái cột đèn…"

"Em không thích anh văng tục lúc này".

"Được thôi".

Trong những giờ phút ngắn ngủi được ra ngoài sân gặp nhau vào những buổi chiều nghỉ, dưới bao nhiêu con mắt theo dõi canh chừng của trật tự và công an trại, tù nhân cần phải tranh thủ, cái gì cũng thật nhanh, thật gấp, hết giờ là phải trở về khu của mình nhìn nhau từ xa mà thôi. Một lần anh ta nói với chị:

"Anh thèm em quá".

"Biết rồi. Ở đây ai cũng thiếu cũng thèm cả".

"Bây giờ làm sao?"

Anh cầm đại bàn tay chị nhét vào giữa hai đùi mình mà

kẹp và nghiến răng mà day, chị nhẫn nại gỡ ra:

"Tụi nó đang nhìn kìa".

Anh thả tay chị ra thở dài:

"Đau thật. Giữa thời này mà cầm tay nhau cũng không được, mẹ nó, nếu ở Sài Gòn lúc này tụi mình chơi nhau đã đời".

Chị huých khuỷu tay vào sườn anh mắt thì lườm, dài ra, có đuôi. Anh nói:

"Anh chẳng có ngày về. Chắc chắn là như vậy. Em còn mấy năm nữa?"

"Tám".

"Như vậy nhiều lắm em cũng chỉ phải ở sáu năm nữa mà thôi".

"May ra là như vậy".

Sau lần gặp ấy chị thương anh vô cùng chị diễn tả "không biết thế nào mà nói".

Thế rồi chị tính toán theo ý chị. Chị sẽ không mặc đồ lót. Chị sẽ mặc một cái quần mỏng mở chỉ hở dưới đáy. Cái quần cũng được luồn dây thung nhẹ. Chị thử kéo lên tuột xuống thấy nhẹ thì rất ưng ý. Chị cũng thử khom khom lưng và nghĩ làm sao cho anh được dễ dàng nhanh chóng, phải tạo điều kiện thuận tiện nhất cho anh ta hành sự. Thời gian không có nhiều. Tất cả chỉ trong nhấp nháy. Chớp mắt. Là phải xong. Thời giờ là vàng bạc. Cái này cũng giống như chiến thuật mà các anh cán bộ cách mạng hay khoe "đánh mạnh, đánh mau, rút lẹ". Phải dùng sách của các anh mới được. Sách của giới giang hồ chúng tôi là "bắn chậm thì chết". Lớ ngớ còn đang thập thò mà các anh bắt được thì… tù mọt gông. Chị cũng bàn trước với anh để về phần anh cũng phải chuẩn bị không để một cái gì cản trở, như "Mỹ họ lắp ráp phi thuyền trên vũ trụ ấy", như pháo binh "nhanh chóng, chính xác và hiệu quả", như cán bộ vẫn leo lẻo "tư tưởng thông hành động đúng" ấy, anh hiểu chưa, khổ quá! Phải tập cho thuộc để khi có dịp là bập liền nghe chưa anh yêu! Như vậy mà được đấy. Những mấy lần cơ. Có lần chiều sắp tối, trời lại lất phất mưa, chị tình nguyện đi lãnh cơm cho đội. Từ bên khu A theo dõi anh thấy và cũng mặc áo mưa đi xuống bếp trại. Khi trở về hai người ôm hai xoong cơm, liếc nhìn không thấy thi đua trật tự đâu, đến một chỗ hàng rào khu, kẽm gai đơn thưa thớt mấy sợi, chị bèn đứng lại khom lưng xuống chổng mông sang phía anh, xoong cơm của đội chị vẫn ôm nơi bụng, từ bên kia những sợi kẽm gai, anh luồn tay sang níu hai bên hông chị ghì tới… Chị nghe có tia nước ấm áp phóng sang và chị cảm thấy thành công và thắng lợi. Hai tay anh buông lỏng ra, chị còn nghe tiếng anh thở hổn hển, chị đứng thẳng người lên, vẫn ôm xoong cơm của đội nơi bụng, chị liếc nhìn sang anh, miệng cười như mếu rồi bước vội về buồng giam của mình. Anh ta cũng lật đật cài áo mưa lại, cầm cái xoong cơm treo trên cột hàng rào rồi cũng quay bước về phòng mình. Hai người hai hướng câm lặng và xót xa. Đứa con được tạo thành trong những cơn mê mẩn ấy. Khi biết mình có bầu, chị giấu kín không dám cho ai biết. Giám thị trại giam biết được họ sẽ bắt chị phá thai và cùm ở nhà kỷ luật cả hai người. Chị giấu kín cho đến khi nào không giấu được nữa. Chị nói cho anh biết là chị sẽ không nói ai là bố đứa bé, chị sẽ giữ bí mật làm kỷ niệm đời mình. Chị sẽ có nó bên mình khi ra tù và dù không bao giờ anh về, không bao giờ được sống chung với anh thì cũng có đứa con với anh để mà thương mà nhớ. Chị sẽ bảo vệ nó để nó được ra đời làm người. Chị nói với anh rằng bí mật này chỉ anh biết và anh sẽ không lo bị liên lụy. Mình chị sẽ đối phó với tất cả bạo quyền để chị và con chị được tồn tại. Chị sẽ ra khỏi tù với một đứa con của tình yêu giữa một xã hội bất nhân, bất nghĩa và độc ác! Và rồi khi ra được ngoài chị cũng sẽ lại tìm cách dẫn con chị đi tìm một xứ sở khác mà sống. Chị sẽ đưa con chị đi, đi đâu cũng được, miễn là không phải sống trong cái chế độ khốn nạn này. Chị giấu giếm được sáu tháng thì bị lộ. Cái bụng chị lớn phình ra, ghen nó cũng vượt mặt. Trong phòng bàn tán, rồi trong khu bàn tán, rồi cả trại bàn tán. Chúng hỏi chị, rồi chúng gọi y tá khám thai, chúng nhốt chị trong nhà kỷ luật, chúng cùm một chân chị, chị vẫn không khai ra anh. Tức quá tên thượng úy Đan đá vào bụng chị chửi:

"Địt mẹ, không khai ra tao đá chết cha cả mẹ, cả con mày. Mày ngủ với thằng nào hả?"

Chị ngồi co quắp, dùng hai chân hai tay bảo vệ cái bụng, chị nghĩ chết thì chết cả mẹ lẫn con cũng được. Tên Đan đấm đá chị nhiều nhất vì hắn là K trưởng. Coi trại tù mà để cho tù có bầu thì hắn sẽ bị mất điểm thi đua hằng năm, hắn sẽ không khá lên được. Nhưng thấy chị lì quá, chỉ ngồi khóc mà không chịu khai, hắn chửi: "Địt mẹ, phải có một thằng nào chứ? Không có thằng nào thì làm sao có con 'loãng quăng' trong bụng mày được? Tại sao mày không nói?"

Thấy chị vẫn chỉ khóc hắn hét lên:

"Tao cho mày đi bệnh viện nhà nước móc cái của nợ ra, chết rán chịu".

Chị hoảng quá lạy tên Đan:

"Lạy ban, xin ban cho tôi nuôi, nó là con tôi, đẻ ra tôi nuôi con tôi".

Hắn hét lên:

"Địt mẹ mày, mày có biết mày đang ở tù không? Cái thân mày nhà nước còn phải nuôi, bây giờ mày nói mày nuôi con mày vậy lấy cái máu đẻ mà nuôi à? Mày có biết mày sướng có một tý mà bao nhiêu người khổ vì mày không? Tao ăn làm sao nói làm sao với lãnh đạo bên trên, hả?"

Nói rồi hắn lại đấm đá túi bụi vào người chị. Hắn cố ý

đá vào bụng chị cho cái thai phải ra, hắn thù đứa nhỏ trong đó hơn là ghét chị, chị cố chịu đòn để bảo vệ con. Khi còn một mình trong nhà cùm, chị thiếp đi rồi tỉnh lại, tỉnh lại rồi thiếp đi. Có lúc chị kêu lên với mình:

"Con ơi!"

Nửa đêm một tên cầm đèn pin vào phòng giam, hắn để cái đèn pin đứng chĩa thẳng lên trần, ánh sáng đèn dội xuống đủ cho chị nhìn thấy hắn là cán bộ giáo dục, hắn cũng đội mũ kết… cũng phù hiệu đỏ của ngành công an nhân dân… cũng sao thượng úy trên cổ áo… cũng mang dép râu ở chân… Hắn đạp dép bình trị thiên lên mặt chị… hắn giẫm cái dép kháng chiến vào bụng chị… chị co mình ôm lấy bụng che chở cho cái bào thai, hắn bèn đạp thí mạng lên người chị, chỗ nào cũng được. Đau quá chị la lên hắn bèn cúi xuống vả vào mồm chị, đấm vào mắt chị nảy đom đóm, hắn nhổ nước bọt vào mặt chị, hắn chửi "địt mẹ" um xùm. Rồi hắn vạch quần chĩa cái dương vật đen đủi lủng lẳng đái tè tè vào mặt chị làm chị sặc sụa. Chị lợm cổ ói mửa ra nước mật đắng. Chị ngộp thở và khóc òa nức nở. Hắn vẩy vẩy con cu cho những giọt nước đái chót văng xuống rồi mới nhét vào trong quần. Nước mắt và nước đái lại khiến chị tỉnh ra. Chị nghe hắn nói:

"Như thế cho mày tiến bộ hơn lên".

Tiếng tên Ban nói ngoài cửa:

"Thôi đi ra, thối quá, chắc đồng chí đánh nó vãi cứt ra rồi. Thử ít đòn trên da thịt người đẹp Sài Gòn xem nó thế nào thôi".

Sáng sau khi chúng lôi chị ra khỏi nhà cùm thì tóc tai mặt mũi chị dính đầy cứt. Chúng đưa chị đi bệnh viện tỉnh để nạo thai, chị vùng vẫy chống cự không chịu ra xe, tên Đan lại đấm đá chị túi bụi, những người trông thấy đều xót xa cho chị. Tên Đan quát:

"Đi tống nó ra rồi còn về lao động, một đứa đẻ nằm đó là trại mất một công lao động, hiểu chưa?"

Bọn chúng túm chị lôi ra xe rồi còng tay chị vào ghế xe chạy đi.

Nhưng bệnh viện không dám nạo vì họ nói cái thai đã quá lớn, sắp đến ngày đẻ, họ trả chị về trại. Chúng không làm gì được cái thai nên nhốt chị trong nhà cùm, chúng còn dọa cùm cho đến chết luôn. Chị nằm trong nhà tối lạnh lẽo đau đớn đói bụng nhưng chị lại thấy mình hạnh phúc. Cái thai cựa quậy chị cũng vui. Cái thai đạp vào da bụng chị lồi lên làm chị phì cười. Chị cười và chị vui trong bóng tối. Đến một hôm chị nghe tiếng anh ở gian kế bên gọi, lúc đầu chị sợ quá, sau thì chị cũng cảm động. Hai bên không trông thấy nhau mà chỉ nghe tiếng nói của nhau, như thế, chị nghĩ cũng được an ủi lắm. Hai người có lúc đã thông tin với nhau bằng cách chỉ chữ trên khẩu hiệu thì bây giờ tuy không thấy mặt nhưng trao đổi bằng chính tiếng nói của nhau thì cũng đã mãn nguyện lắm. Chị được anh cho biết là anh đã nhận là cha của đứa con, chúng nghi ngờ anh và chúng gọi anh lên hỏi, anh thấy là anh cần phải nhận, nhận không phải vì anh sợ chúng mà vì anh là bố của con anh, anh nhận vì anh có trách nhiệm với nó và anh phải xác nhận điều đó. Chúng trói anh lại đánh anh thừa sống chí chết. Tên thượng úy Ban vừa đấm đá anh vừa chửi rủa thậm tệ, làm như chúng đánh ghen không bằng, anh nói với chị như thế. Nhờ thời gian bị giam chung trong phòng tối nhà kỷ luật hai người có thêm những kỷ niệm. Buổi sáng chị hỏi:

"Anh uống cà phê đen hay cà phê sữa?"

"Cà phê sữa".

"Anh ăn hủ tiếu hay ăn mì?"

"Hủ tiếu".

"Nấu khô hay nước?"

"Khô. Thôi em đừng hỏi nữa, anh thèm quá".

"Em cũng thèm quá và đói bụng nữa. Tiên sư chúng nó!"

"Thôi đừng chửi nữa, không có đứa nào nó nghe thấy cả".

"Dạ".

Im lặng hồi lâu.

"Nó đạp em".

"Đứa nào dám đạp em?"

"Con."

"À, thích không?"

"Dạ, thích lắm".

Lại im lặng.

"Buồn không?"

"Buồn".

"Đưa em đi phố nghe?"

"Được thôi".

"Coi phim nhé?"

"Xong ngay, coi phim cũ, Lost command, Anthony Quinn đóng, được không? Sau đó đi nhảy ở Queen bee. OK?"

"Thế… không ăn gì à?"

Cả hai cùng cười khúc khích.

"Có, trước khi đi nhảy mình ăn cơm Tàu, nửa đêm đi ăn bánh cuốn và cháo sườn bàn cờ. Có thích phở Lạng Sơn không, phở chua ấy?"

Có khi giữa ban ngày cũng:

"Chúc ngủ ngon nghe".

"Good night…"

Sau một tháng cùm kẹp, chúng thả chị ra nhưng chúng đưa anh sang một trại giam khác, chia cách hai người. Chúng bắt chị đi lao động đến tận ngày đẻ. Đứa con ra đời ban đêm trong trại tù, trong sự đùm bọc của rất đông nữ tù đồng cảnh với mẹ nó. Một tháng sau chị phải gửi con bên nhà trẻ và chúng bắt chị đi cuốc đất như trước. Đứa trẻ lớn dần lên trong trại giam cùng với những đứa đồng cảnh của nó. Tù trong trại khi nói đến chúng có người hỏi không biết những đứa này, đứa nào sẽ là chủ tịch tổng thống nữ hoàng thủ tướng vua quan sư sãi cha cố thầy bà tướng tá đồng chí đảng viên cướp giật buôn lậu hiếp dâm ăn tục nói phét dân biểu nghị sĩ trí thức mù chữ tù nhân cai tù… đứa nào sẽ là bác là đảng… đứa nào sẽ là anh hùng, là nhát gan… đứa nào sẽ là nhà văn nhà báo… Đứa nào? Trong số tụi bay, ừ, đứa nào trong số tụi bay sẽ là chính nhân quân tử, nhỏ nhen, hèn mọn? Cứt chó khô ba nắng! Và còn lại đứa nào, ừ, còn lại đứa nào nhỉ để làm dân đen?

*

Bác già cầm cái quạt nan ra ngồi băng gỗ ngoài vườn trước bệnh xá. Bác phe phẩy cái quạt nhìn những toán tù nhân lũ lượt kéo nhau về. Bác nhớ lại mình trước đây cũng thế, có khi mặc luôn quần áo ướt mà về trại đầu tiên khỏi phải thay đổi mang theo mất công. Ở tù phải thu xếp sao cho càng giản tiện, gọn nhẹ càng tốt. Bệnh xá có mấy bệnh nhân già thường trú chờ ngày về. Một bác bị tai biến mạch máu não. Một bác lao phổi thời kỳ chót. Một bác cắt ruột dư vết mổ nhiễm trùng chảy mủ hoài không lành. Một bác bị lác đồng tiền sần sùi khắp mình mẩy. Một bác bị sốt cấp tính thể não phát điên khùng xém chết. Một bác trụy tim… Các bác tự gọi mình là tù binh hưu trí không có chính quyền nào nhận lãnh!

Mỗi tháng các bác chờ gia đình vợ con họ hàng lên thăm nuôi tiếp tế và nghe hỏi "bao giờ về", để rồi trả lời "sắp". Tháng nào cũng vậy!

*

Lũ trẻ kéo nhau sang chào ông ngoại. Ba đứa lớn, nguyên gánh hát, không có đám khán giả tí hon. Bắt buộc, giờ này chúng đã được cô giáo bế về trả cho mẹ chúng nó bên phòng giam. Ba đứa lớn biết hôm nay có một ông ngoại có thăm nuôi nên chúng chạy sang chào. Và chờ. Thông cảm, chúng còn nhỏ nhưng chúng cũng là người nên cần những thứ mà cơ thể đòi hỏi. Ông ngoại cũng biết thế và ông ngoại có những thứ mà chúng thèm, dù không thừa thãi, nhưng ngoại già rồi, ngoại ăn nhiều rồi, ngoại hưởng thụ nhiều rồi, ngoại đã nếm đủ thứ mùi đời, ngoại đã từng đi Tây Tàu Nhật Mỹ, ngoại đã được "nhất dạ đế vương"… thì ngoại có thể nhín ra cho chúng chút ít. Chúng mới ra đời, lại ra đời trong một cái nhà tù, lại là cái nhà tù Cộng sản lấy khoai sắn làm nền tảng chiến lược dinh dưỡng và sự giả dối lừa bịp là văn hóa sáng tạo trí tuệ… chúng thiếu ăn mà chúng còn thiếu những điều kiện làm người, chúng là những kẻ đã bị tước đoạt tất cả mọi thứ kể cả cái quyền ra đời của chúng. Chúng mà ra được cái cõi đời oe oe khốn khổ này đã là một sự thoát chết. Chúng thèm ăn thèm uống thèm mặc thèm chơi đùa cho nên ngoại ngồi chờ sẵn ở đó. Với lại ngoại cũng buồn chán cô đơn bỏ mẹ. Ngoại cũng muốn thấy chúng, cũng muốn nói và nghe chúng nói. Mấy câu. "Cũng đủ lãng quên đời".

Sau nghi lễ chào hỏi, ông ngoại cho phép chúng ngồi trên băng ghế với mình, ngay ngắn rồi, con nữ hoàng vào đề ngay:

"Hôm nay ông ngoại có thăm nuôi?"

Thằng Cọp quân sĩ:

"Hồi chiều ở bên nhà trẻ chúng con trông thấy ông

ngoại mặc đồ đẹp".

Ở trại giam khi mặc đồ đẹp là đi gặp gia đình. Thấy ông ngoại cứ ờ ờ thằng vua sốt ruột:

"Sắp đến kẻng nhập buồng rồi ông ngoại".

Ông ngoại phì cười nhìn đám trẻ tương lai của đất nước nói riêng, nhân loại nói chung:

"Xong rồi, quí vị đừng có lo, tôi đã biết phải làm gì và tôi đã sắp sẵn, quí vị nói chuyện tôi nghe mấy câu đi".

Con cán bộ chấp pháp lại khôn:

"Thằng Bắc đừng có vòi vĩnh ông ngoại. Hỗn. Cô giáo bảo trẻ con không được đòi hỏi".

Ông ngoại lên tiếng hỏi:

"Ở đây mới có ba đứa, còn ba đứa nữa đâu?"

Thằng trật tự can thiệp ngay:

"Chúng con mang về cho các em ấy".

Con nữ hoàng kể lể:

"Mẹ chúng ẵm chúng ra ngoài khu vui chơi nói chuyện với bồ".

Thằng vua:

"Má con Tiểu Hỉ cũng có bồ rồi".

Thằng quân sĩ:

"Má con không có bồ".

Con chấp pháp thẩm vấn:

"Ai thăm ông ngoại?"

Thằng tù Cọp:

"Bà ngoại thăm ông ngoại?"

Ông ngoại buồn:

"Bà ngoại ở bên Mỹ".

Thằng quân sĩ phỏng vấn:

"Thế ai thăm ông ngoại?"

Ông ngoại khai:

"Bà hàng xóm của bà ngoại lên thăm ông ngoại".

Lũ trẻ nhâu nhâu:

"Ông ngoại có thăm thêm giờ không?"

"Thăm thêm giờ là 'bà ngoại nhí' có bầu".

"'Bà ngoại nhí' sẽ đẻ ra em bé".

"Ông ngoại sẽ có con như tụi con".

Con nữ hoàng chợt la nhỏ:

"Ông ngoại đừng thương 'bà ngoại nhí' nghe".

"Tại sao?"

"Để ông ngoại thương tụi con".

"Ừ, cũng được, tụi bay ở tù miết hóa ma mãnh hết. Ngồi chờ đây tao vào lấy quà cho".

Bác già vào phòng mang ra một cái bị cói đưa cho ba đứa trẻ:

"Trong này có sáu gói bằng nhau và giống nhau cho sáu đứa, lớn nhỏ gì như nhau hết, ông ngoại cho các con mang về chia nhau. Ngoan, ông ngoại thương".

Ba đứa trẻ nhảy từ trên ghế xuống đứng khoanh tay cám ơn ông ngoại. Thằng vua và thằng quân sĩ khiêng cái bị đi trước, con nữ hoàng hay con đệ nhất phu nhân gì đó đi sau. Kẻng vào phòng đổ hồi, ba đứa trẻ cũng rảo bước chạy nhanh về phòng giam của chúng như những tù nhân khác trong trại. Cái bị cói ông ngoại xách thấy nặng thế mà mấy đứa trẻ mang như bay. Bác già cầm quạt nan che lên đầu dù là trời sắp tối, chậm chạp đi vào phòng bệnh. Bác ở tù đến năm thứ mười bảy và vì là tù binh không có án cho nên bác cũng không biết đến bao giờ mới hết. Bác không thuộc một chế độ nào nữa cả, bác thuộc về lịch sử. Vào phòng bệnh bác chui vào mùng cho khỏi muỗi, nghĩ tới những người tù trẻ mới bị bắt và những đứa bé mới sinh ra đời.

Huntington Beach, June.09.1993

Thảo Trường

Ngô Vương Toại by Đinh Cường

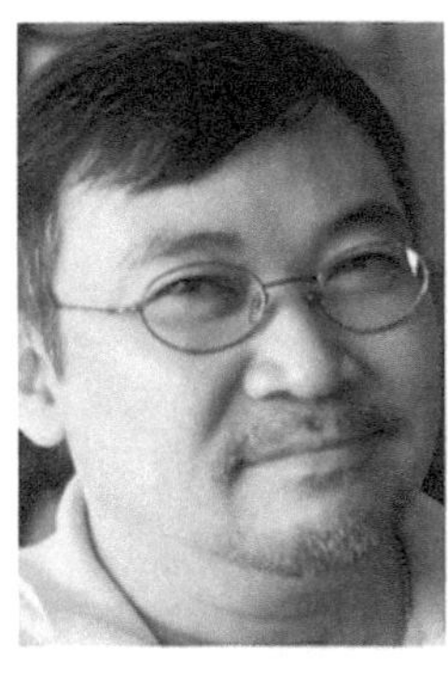

THẬN NHIÊN

Tôn Thất Thiện Nhân, ngày sanh: 09/01/1962, tại Long Khánh.

Kiếm sống bằng nhiều nghề, nhiều nơi, sang Mỹ 1990.

Hiện ở Detroit, Michigan.

Viết văn xuôi, thơ, dịch Anh-Việt; cộng tác với những diễn đàn văn học hải ngoại và trong nước, dưới đất và trên mạng; thường ký Thận Nhiên, viết báo ký Nam Đan, viết lăng nhăng ký Bùi Thị Lài.

Người thầy

"Có một vong hồn theo ám châu Âu, cái vong hồn của chủ nghĩa Cộng sản"– *Karl Marx*

Những nhà cách mạng của thế hệ đầu tiên và thứ hai rồi thứ ba lần lượt qua đời. Thế giới bên kia là một thế giới buồn tẻ vì nó không có sự tranh đoạt quyền lực hay một nguyên cớ nào để họ làm cách mạng, điều vốn là mục đích và ý nghĩa của sự tồn tại của họ. Ở đó không có cái chết nên không ai giết người. Không có giết người thì không có cách mạng. Không có cách mạng, họ chỉ là những vong hồn tầm thường, nhếch nhác như mọi vong hồn trôi dạt khác.

Một hôm, Giáp sực nhớ ra sự vắng mặt của vị thầy của cả bọn, "Chúng ta đã bỏ Bác lại trên ấy quá lâu rồi".

Chinh nói, "Không thể để mặc Bác như thế được".

Đồng thương cảm, "Đúng vậy, phải làm một điều gì đó cho Thầy!"

Vốn là kẻ quyết đoán, Duẩn quyết định, "Chúng ta phải trở lại Ba Đình để giải cứu Người!"

Hoang mang, Thọ hỏi, "Nhưng giải cứu Bác để làm gì nữa cơ chứ? Không phải mọi chuyện chấm dứt sau khi chúng ta đã chết rồi sao?"

Vốn là người học trò được thương nhất nên luôn ngưỡng mộ thầy, Giáp thì thào, "Chưa, chưa chấm dứt. Chúng ta cần Người làm lãnh tụ để thực hiện một cuộc cách mạng mới…"

"Ở đây? Cách mạng ở cõi này?" Thanh hỏi.

Kiệt đáp, "Đúng vậy, thưa đồng chí, một cuộc cách mạng, ở ngay cõi này!"

Mọi người nhìn nhau rồi cùng hô lớn đồng tình, "Cách mạng! Ở cõi này!"

Mười nói, "Tôi và đồng chí Quang vừa mới rời trên đó nên còn nhớ đường. Hai chúng tôi xung phong đi tiền trạm dẫn đường".

Ngay sau đó họ trang bị vũ khí, lương thực, vẽ sa bàn Ba Đình, lập kế hoạch tác chiến chiếm trận địa, rồi lên đường trở lại trần gian.

Sau nhiều gian khổ, rốt cục họ khai phá đường về thành công. Cửa mả Ba Đình bị họ giật mìn mở toang.

Tối đó, họ quây quần quanh cỗ quan tài trong suốt mà lãnh tụ của họ đang nằm bên trong.

Vong hồn Minh không buồn mở mắt để nhìn đám học trò dù họ cố khuyên lơn ông hãy dậy đi cùng họ.

Sau cùng, Linh não nuột, "Bác không về cùng chúng cháu thì không còn cuộc cách mạng nào nữa. Những đồng chí anh em của chúng ta ở Liên Xô, ở Đông Đức, ở Cu ba, và mọi nơi khác trên thế giới đều tan rã rồi. Chúng cháu cô đơn quá!"

Bất giác Minh buột miệng, "Còn Tàu thì sao?"

Mừng rỡ vì ngỡ Minh đã xiêu lòng, Thạch lắp bắp như sợ bị cướp lời như từng bị, "Dạ, dạ… Thưa Thầy, Tàu thì còn, nhưng họ phản bội ta, họ đánh ta, rồi đối xử với ta thật tàn tệ, Thầy ơi…"

Minh chống tay cố ngồi dậy, những lóng xương như rời khỏi khớp. Ông ngã. Lớp sương mù đục từ đáy quan tài dâng lên. Một giọt lệ ứa ra từ hốc mắt.

"Ta từng đoán thế. Giờ thì quá muộn rồi. Không còn cuộc cách mạng nào nữa vì cõi chết không có cái chết, mà ta thì bất lực… Làm sao ta có thể tạo ra sự sống để giết nó? Ta đã cố quên hết mọi chuyện đau lòng trong nửa thế kỷ nằm ở đây. Đứa nào thật lòng trọng ta, đứa nào phản phúc phụ ta, ta đều biết, nhưng thôi đừng nhắc nữa. Bây về đi, cứ mặc ta…” Nói xong, Minh lật mình nằm sấp, úp mặt xuống, mãi mãi không thốt lên lời nào nữa.

Cuộc giải cứu thất bại, đám học trò thất thểu ra về. Con đường quạnh quẽ về cõi chết cứ dài ra chừng như vô tận.

Không còn lãnh tụ nào có thể thay thế Minh nên từ đó tuyệt đối không còn cuộc cách mạng nào nữa. Những vong hồn hư mất rồi tan biến vào lãng quên. Minh nằm lại, xanh rêu mốc thếch, là vong hồn duy nhất sấp mặt ở trần gian, một vong hồn tồn tại vật vờ với chứng mất trí nhớ.

Detroit, 01/10/2018

Rồng

"Đi ăn thịt rồng!"

"Ừ, đi thì đi. Ăn một lần cho đã thèm rồi chết cũng cam lòng. Em còn nhớ đường đến cái nhà hàng mà ta đã đến mười năm trước không?"

"Em nhớ".

*

Hẳn nhiên rồng được cho là loài linh thú. Ngày xưa cha ông chúng tôi săn rồng ngoài biển, có khi trên núi. Về sau, rồng bị săn giết nhiều, không kịp sinh đẻ, thế giới sợ chúng tuyệt chủng nên đưa vào sách đỏ.

Tôi ở xa về, tôi nghĩ mình sống ngang với lịch sử. Tôi thèm thịt rồng.

Nga là đại gia, nó làm giàu vô cùng nhanh nhờ buôn đất đai, chứng khoán, và mọi thứ ám muội khác.

Nga nói, "Ngày nay không mấy ai biết vị thịt rồng ta ra sao, các nhà hàng sang trọng trong nước phải mua rồng tận bên Tàu. Thịt rồng Tàu tanh lợm, nhưng thèm thì đành phải ăn".

*

Tôi thích nhà hàng này từ lâu, ngay lần đầu tiên về lại Sài Gòn. Tôi thích ngồi trên lầu hơn dưới đất, ngồi ở lan can được ngăn ra thành từng phòng riêng, ghế cao sắp thành một dãy dài, ngó ra trước mặt là những búi dây điện quấn chằng chịt cắt xẻ tầm mắt.

Khách ở nhà hàng này nhiều phần là Tây. Bọn Tây trọc phú du lịch muốn thử món lạ nổi tiếng ở châu Á cho biết mùi.

Khác với các nhà hàng khác cùng dãy phố, ở đây phục vụ khách từ A đến Z và có thể ngồi đến khuya mấy cũng được.

Tôi có tiền, tôi là khách, tức tôi là Thượng đế.

Thực đơn ở đây chỉ chuyên bán một thứ thịt, thịt rồng. Thực đơn toàn rồng được chế biến cả chục món: gỏi rồng, tiết canh rồng, bắp rồng hấp, rồng xúc bánh đa, cháo rồng đậu xanh, móng và gân rồng hầm thuốc bắc, cật ruột rồng xào nghệ, lưỡi rồng chưng tương, sườn non rồng nướng mọi, pín và gan rồng chiên tỏi, lẩu rồng ngũ vị, đặc biệt là hai món óc rồng chưng cách mạng và râu rồng hầm lịch sử, hai món sau cùng này chỉ dành cho đại gia cực giàu và sành điệu mới có tiền để thưởng.

Chúng tôi lên lầu, chọn góc ở bên phải. Nga gọi một bầu Long huyết tửu, bảo bồi bỏ vào xô đá ngâm trước cho lạnh.

Sáu em phục vụ lên đứng sắp hàng cho chúng tôi chọn. Tôi chọn em da ngăm, ngực chồi bé xíu thoang thoảng thơm mùi đồng đất. Em kéo ghế ngồi xuống bên phải tôi. Nga sau khi khẽ sờ ngực để thử hàng, chọn em môi dày và hai cánh tay rậm lông nâu mượt, em này ngồi giữa tôi và Nga.

Chủ nhà hàng nói, "Chúng nó là hàng hiếm, còn nguyên chưa khui. Chiều khách quý nhé mấy em".

Nga bảo, "Bọn tôi không cần những dịch vụ đó. Ăn món linh thiêng thì tâm thân phải thanh sạch, nhưng cứ để các em ngồi lại rót rượu gắp mồi thì cũng hay". Rồi nó quay lại tôi, "Anh theo em ra sau nhà bếp chọn rồng. Phải là rồng ta nhé, không chơi rồng Tàu. Anh thích rồng cái hay rồng đực, non hay già?"

"Không ăn cái, chọn đực thôi. Rồng non là bao nhiêu tuổi, già thì bao nhiêu tuổi? Có đắt lắm không?"

"Non nhất thì ba tháng tuổi, già nhất là một ngàn hai trăm năm. Anh có thể chọn bất cứ con nào anh thích, em đủ tiền để cân tuốt. Đây là những con cuối cùng. Mình không ăn thì bọn khách trú chúng cũng vào mua, chẳng mấy nữa không còn con nào đâu".

Nó nói tiếp, "Thôi, anh thử cả hai con nhé, một con già đúng một ngàn tuổi thì lấy gan, pín, lưỡi, óc và huyết, chứ thịt hẳn là dai lắm, bỏ đi. Còn con non thì lấy con ba tháng tuổi cho mềm; xả thịt làm ba món gỏi, hấp, nướng. Cứ ăn mộc như thế, không tẩm ướp gia vị gì sất, cho gia vị đều vào chỉ tổ mất đi cái mùi, cái tinh chất nguyên thuỷ. Mà này, con già thì chọn con đen nhé, cái thứ Hắc long chính hiệu mới hay, còn con non thì chọn con vàng, Hoàng long".

Chủ nhà hàng nói, "Nhà hàng chúng tôi không bán hàng đểu như những nơi khác đâu, quý khách đừng ngại. Rồng ta hẳn nhiên là đắt gấp mười rồng Tàu, nhưng đáng tiền lắm. Ở những nơi khác chúng bán rồng ướp lạnh bỏ trong hầm đá, có khi ướp đủ loại hoá chất cả hàng chục năm để giữ cho khỏi thối rữa. Xin chờ giây lát, nhà hàng chúng tôi sẽ cho quý khách xem món thịt của mình được chế biến như thế nào, có xứng với món tiền quý khách đã bỏ ra không".

*

Chủ nhà hàng bấm rì-mốt bật chiếc ti vi 42 in-sơ lên. Theo lời y nói thì đây là một nghi thức phải có cho khách kiểm nghiệm món thịt được đặt.

Các em phục vụ rót rượu cho chúng tôi lai rai trước. Rượu pha máu và tinh bột sừng rồng có vị hăng nồng. Chúng tôi cụng ly. Nga bảo tôi hãy chăm chú ngồi xem, nghi thức này chúng mình chỉ được xem có một lần trong cả đời người.

Ti vi hiện ra một đàn tế cao ngất hàng chục thước, phủ thảm đỏ rực, kỳ dị thay đàn tế lại ở trong một không gian hoang vắng quạnh quẽ lạ thường. Lư trầm nghi ngút khói lửa. Sau lư trầm là tượng Long Tổ thân dáng uy nghi; tôi chú mục định hướng thấy đầu tổ phủ phục, khẽ nghiêng về phương Bắc.

Một hồi trống vang lên.

Từ bên ngoài vị tiên chỉ của Long Tộc lừ lừ tiến vào,

trên hai tay đỡ một cuốn sách cũ. Hồi trống vừa dứt, tiên chỉ nâng cuốn sách lên ngang mày rồi sang sảng đọc.

Tôi không hiểu chút gì những lời ông đọc, một thứ cổ ngữ líu lo, thầm đoán rằng có lẽ đó là một bài bùa chú để cầu đảo hay tế lễ gì đó.

Kìa, rồng ra.

Hai đoàn người vận hoàng y đi theo hàng một dắt rồng ra. Hai con thịt chúng tôi vừa đặt mua trông rúm ró thảm hại vì kinh hoàng trước cái chết mà chúng đoán được.

Bọn hoàng y kê hai đầu rồng lên bệ đá rồi bắt đầu nện. Chúng nện bằng búa. Tiếng búa bổ vào xương sọ nghe chan chát lạnh rợn.

Nga vỗ tay nói, "Hay lắm ông chủ. Đúng là tiền nào của đó. Nào, cụng với anh em tôi một ly".

Ti vi tắt.

*

Tiệc tàn.

Nga kêu tính tiền. Nó lấy thẻ nhựa ra cà rồi trao bồi mang xuống, số tiền quá lớn đối với tôi. Nga móc ví lấy ra thêm một xấp tiền mặt bo cho hai em.

Tôi ngà ngà say, theo chân Nga bước xuống lầu. Ra tới đường chờ taxi thì tôi bắt đầu ói, ói thốc tháo, ói hết mọi thứ đã dồn vào bụng, khi hết các thứ thức ăn thì ói ra máu. Nga xỏ tay vào túi quần, phun nước bọt, ngó tôi dửng dưng.

Tôi ói từng ngụm máu một. Tanh lợm và mặn. Máu không loãng. Không giống thứ máu loãng khi người ta bị đứt tay. Máu đặc sền sệt.

Máu rồng, rồng Tàu.

Sài Gòn, 01/10/2010

Giả thiết về cánh tay phải
của chúa Giê-su

quân dữ đóng đinh Giê-su trên đồi Gôn-gô-tha
tôi đứng cuối dốc chặng đường thương khó
tiếng búa nện chan chát

khi Magdalena lấy tóc lau chân người
ông vẫn chưa chết
khi những ngả đường vào Băng-cốc bị đóng chốt
ông vẫn chưa chết
khi người ta hạ thập giá xuống
ông vẫn chưa chết
khi lệnh thiết quân luật được ban hành ở Lhasa
ông vẫn chưa chết
khi máu trong người chảy cạn thấm đầy mặt đất
ông vẫn chưa chết
khi xe tăng nghiến xích trên quảng trường Thiên An Môn
ông vẫn chưa chết
khi trời đất tối sầm thì mọi người kinh sợ bỏ về

tôi phát hiện ra ông
ngoài mái hiên ngôi nhà thờ nhỏ ở Long An
anh thợ mộc ba mươi ba tuổi đang khát lịm trên thập giá
cánh tay phải đứt rời treo lặc lìa kỳ dị
tôi chĩa ống kính vào mạn sườn
tìm tín hiệu sự phục sinh

Giê-su chưa chết!
tôi gọi xe cấp cứu 115 bằng điện thoại di động
những biện pháp cầm máu không phủ sóng

khi tôi viết xuống những dòng này

ông vẫn chưa chết
thoi thóp thở
chờ đợi
cơn hấp hối kéo dài đến vô tận
nhưng cánh tay phải tự nó tháo rời ra khỏi lỗ đinh
rồi cất lên khỏi mặt địa cầu

tôi ngó lên bầu trời đêm Địa Trung Hải
ngoài những vệ tinh viễn thông và hệ thống phòng thủ từ xa
là tín hiệu của sự sống
đêm, trái đất lang thang ngây ngất
cánh tay phóng đãng đã ân cần ôm mái tóc lả lơi
trong quán rượu hai ngàn năm trước

lững lờ bay trong vũ trụ mênh mông.

Thận Nhiên

THẾ GIANG

Tên thật Trần Hưng. Sinh và lớn lên tại Hà Nội. Vào Sài Gòn 1975.

Vượt thoát ra nước ngoài 1980. Hiện định cư tại Đức.

Cộng tác với các tạp chí *Văn Học, Thế Kỷ 21.*

Tác phẩm đã xuất bản:

- *Thằng Người Có Đuôi* (tập truyện; Người Việt, HK, 1987)

Thằng người có đuôi

- Tên chị là gì?

- Thưa em tên Mơ.

- Mơ gì? Mộng mơ hay quả mơ?

- Tùy, ai muốn hiểu thế nào thì hiểu…

- Quê quán ở đâu vậy?

- Em ở Thạch Thất, Hà Tây.

- Chị công tác ở cơ quan nào?

- Thưa, ở ty Văn Hóa Thông Tin Hà Sơn Bình.

- Chắc chưa vào Đảng…?

- Vâng, em mới phấn đấu ở cương vị đoàn.. ;

- Chị lập gia đình chưa?

- Em chưa lập, nhưng đối tượng thì có rồi!

- Các cụ nhà ta còn cả chứ?

- Vâng, thầy u em vẫn còn.

- Gia đình được mấy anh chị em nhỉ?

- Thưa, được tám cả thảy…

- …

Một bản sơ yếu lý lịch? Một cuộc hỏi cung ngắn?

Tôi thò đầu ra khỏi gầm ghế, hé mắt nhìn về cuối toa xe lửa. Cửa vẫn còn mở có nghĩa là đội công an, thuế vụ trên tàu chưa làm việc, nếu không họ đã đóng chặt hai đầu toa cho hành khách không có đường đi lại hoặc tẩu tán hàng hóa.

- Chị đi đâu mà hành lý cồng kềnh thế này?

- …

Bỏ mẹ rồi, đội kiểm tra cơ động đặc biệt! Tôi rụt đầu vào gầm ghế, cay đắng lo cho số phận hai bịch thuốc lá sợi của mình. Hôm nay thứ sáu, nhưng 15 tây, 8 âm lịch: ngày lành. Tử vi tôi tháng này không xung với tuổi, trong năm không có sao Địa Không, Địa Kiếp ghé thăm để mà lãnh tai họa, trộm cắp.

Chuyến tàu khởi hành chậm hai tiếng đồng hồ như lệ thường. Nếu chẳng may nó chạy đúng giờ thì người ta còn coi như báo trước một điềm gở… Khổ quá, tôi đã tham lam đóng hết hàng, chỉ chừa lại số tiền vừa đủ ăn đường và nộp hụi chết cho cánh công an thuế vụ thường trực trên tàu, đám đột xuất này mà sờ đến thì chỉ còn nước bỏ của chạy lấy người.

Tàu lắc lư chạy trong đêm. Hành khách ba miền của bao nhiêu âm ngữ đã đồng tiếng ngáy. Ngay sát mặt tôi, dưới gầm ghế là hai bàn chân giao chỉ với ngón cái xòe ra, dính đầy bùn đất của anh nông dân vừa lên tắt hai bao sắn qua cửa sổ. Trên ghế đối diện, thuộc về giai cấp khác, mấy ông cán bộ đi công tác với cặp táp, điếu cày đang ép nhau ngồi. Thỉnh thoảng, những khi tàu lắc mạnh, các vị lại xón cho giai cấp dưới cùng tí nước điếu. Hai con bé con tóc khét nắng, áo bà ba đen, quần đùi, đang ôm lấy bao than củi ngủ, chả hay biết nước thánh cam lồ chảy tong tỏng trên lưng mình. Trên đầu tất cả là mấy ông con trời bộ đội đang nhịp nhàng kẽo kẹt thượng tọa trong võng. Chú lính treo gần tôi nhất đầu ngoẹo ra khỏi võng ngủ, môi trề ra, nước dãi nhiễu nhão chảy xuống bụng chị có con mọn đang tốc áo cho con bú ngáy khò khò trên ghế.

Trời ơi, muốn ra được cũng thật khó, tôi gồng sức đẩy hai bàn chân chắn ngang mặt mình mà không được. Sau mỗi cố gắng, anh nông dân lại cho tôi một cái đạp hoa cả mắt. Đau vì bị đạp thì ít, mà ức vì bị đèn nén thì nhiều, tôi nghiệm thấy, quy luật đấu tranh của xã hội cũng đúng cả dưới gầm ghế này. Nhưng thôi, tất cả đều đã mệt, cần được ngủ để có sức chiến đấu cho lúc xuống tàu.

Tỏng tỏng... róc rách... Tàu chạy vào khúc xuôi gió thì vẳng lên tiếng nước chảy, rồi âm ấm ở đầu. Nghiến răng chịu cho cái chân ghế cứa vào cổ, tôi ngỏng đầu lên để nhìn. Trời đất, suối nguồn thiên thai được bắt từ cái cần câu cong vút của thằng bé đang nằm nghiêng trên ghế ngậm ti mẹ. Xung quanh không ai để ý. Tôi rút tay, vuốt vuốt tóc rồi đưa lên mũi ngửi. Cũng may, trẻ nhỏ nó chưa ăn mặn nên tè ra không khai lắm, chứ như cái mùi thường trực bốc lên từ cầu tiêu đầu toa thì bỏ mẹ. Hành khách đi xe lửa Thống Nhất chả bao giờ bị cảm mạo, trúng gió cũng là nhờ cái mùi này chủng ngừa trước.

- Chị có tranh thủ mang ít hàng để cải thiện không?

- ...

Cái giọng lấy cung kia lại quái ác nổi lên, tôi đã tỉnh ngủ, nghe rất gần, ngay khoang bên cạnh. Khổ nỗi không làm sao chui người ra được để còn biết đường mà chuồn. Thôi thì trăm sự đành cậy nhờ cây đèn bão tù mù này. Giá có ngọn gió nào thổi tắt nó đi thì đỡ biết mấy.

Lúc vừa nhảy lên tàu tôi đã chọn ngay cái toa toàn các khuôn mặt hao hao đói của cán bộ, ngô nghê chất phác của nông dân này để trao thân. Tôi định mập mờ đánh lận con đen giữa đám người lương thiện hòng trốn tránh các toán kiểm tra bất ngờ. Tôi đã mừng rơn khi những "thành phần cơ bản", chủ nhân của toa tàu giương cặp mắt tò mò, đố kỵ, sợ bóng sợ gió nhìn mấy bà "ngụy" đi thăm nuôi chồng con cải tạo ở miền Bắc về rồi từ chối không cho họ ngồi ké.

Tuy đã được thực tế phũ phàng của những trại tù, cuộc sống đầy tương lai của miền Bắc XHCN nhuộm xanh lè cả mặt, nhưng mớ áo quần bằng vải tốt, đống guốc dép, đầu tóc khác lạ, nhất là thói quen nhìn lại chỗ ngồi, phủi phủi vài cái rồi mới e dè đặt mông xuống của mấy bà khiến cho hai miền không thể lại gần nhau được. Tôi tiếc rẻ vận cổ nhìn tiễn theo mấy cái gót chân thon nhỏ, dính chút bùn đi tìm bến đậu khác. Nhưng đời là một cuộc chiến đấu lớn, phải biết tiêu diệt những tình cảm phù phiếm trong mình để đi tới đích. Than ôi, những hy sinh lẻ tẻ đó cũng không cứu được hai bao hàng, đám con chiên hiền lành kia cũng không giúp tôi được chút gì, cái mánh mung của tôi đã hại tôi, chuyến này thì tiền mất tật mang rồi. Không còn cách nào hơn, tôi đành dọn mình, chuẩn bị đón tai họa sắp tới. Trong bóng tối, dưới gầm ghế, bên cạnh hai bàn chân chỉ chực đạp vào mặt với mùi khai của nước tiểu, tôi chợt nhớ đến bài hát của Trịnh Công Sơn "Nơi đây tôi chờ… nơi kia anh chờ…" để được ngồi trên "… chuyến xe qua ba miền…". Phải rồi, bên đây tôi nằm, bên kia em nằm, cũng chuyến xe qua ba miền. Cái bậc nghệ sĩ họ thật giàu tưởng tượng và lãng mạn.

- Rụt chân lại!

Tôi hét to, cấu mạnh vào chân anh nông dân. Một cái đạp tương xứng với cái cấu tung vào mặt tôi nhanh nhạy như phản xạ co giật của con ếch khi bị truyền điện. Anh ta cằn nhằn trong miệng rồi tiếp tục ngáy.

- Xê ra cho người ta đi… tiểu!

Không dám cấu nữa, tôi chỉ biết, cũng cốt ý cho đám công an bên cạnh nghe thấy để hợp pháp hóa việc bỏ đi của mình. May làm sao anh chàng nông dân trở mình đổi thế nằm, hai hòn đá chắn cửa hang rụt lại, tôi vội nhoài người ra, đứng dậy leo trèo qua đống thịt ngổn ngang nằm kín lối đi để ra ngoài. Đứng trong cầu tiêu một lúc cho vừa đủ thời gian tiểu tiện, tôi hé cửa nhìn ra. Toa tàu hoàn toàn yên tĩnh, chỉ có gió lùa ở hai bên cửa sổ, tiếng bánh sắt nghiến xuống đường ray. Quái lạ, công an biến đâu hết rồi? Đánh bạo, tôi mò lại gần. Hai bên thành toa võng giăng kín thành hàng, đưa đẩy.

Hành khách trên ghế gật gù ngủ. Chả có bóng áo vàng nào hết! Tôi nằm mơ chăng? Rất có thể vì dân chạy hàng bọn tôi suốt ngày đêm bị rình rập, phải đề phòng, trốn chạy nên riết rồi méo mó nghề nghiệp, nó theo cả vào giấc ngủ. Cứ sống với cái nghề này có ngày vỡ tim mà chết. Tôi đứng tựa lưng vào thành ghế, định thần lại. Chị có con mọn đã ngã choãi lên người tay thiếu úy trẻ để ngủ, vú vê bày thõng thượt. Đứa con lọt vào kẽ nách mẹ, ngỏng cổ mân mê cái đầu tí. Chả biết họ có chồng vợ gì không, nom chị ta vẫn còn trẻ, già độ hai ba năm về trước có ai động đến tí của "trời cho" đó sẽ bị nhảy lên đùng đùng tru tréo chửi. Người thứ tư trên ghế, một ông cụ già râu tóc lưa thưa, nghiêng người cho đủ chỗ ngồi, tay bám với lên thành ghế, đầu cúi gục xuống gần ngực chị có con mọn gật gù ngủ. Bao nhiêu mật ngọt lòng thòng rỉ từ miệng chú lính trên võng, cái đầu ông hứng hết. Ba ông cán bộ tóc điểm muối tiêu, áo sơ mi trắng cọc tay, khư khư ôm cặp táp trong lòng đang nhịp nhàng lắc lư trên ghế đối diện. Ngay trong giấc ngủ họ cũng có cái vẻ "nhất trí" như khi làm việc. Tàu sắp đến ga Nha Trang, vùng đất bão lửa đối với dân buôn chuyến. Chỉ còn một ngày đường nữa những sứ giả nguyên thủy của CNXH sẽ đổ bộ vào Sài Gòn, thành phố đang trên đường cải tạo để trở về với miền Bắc, với CNXH. Tôi cúi xuống nhìn vào gầm ghế. Hai bao hàng vẫn ngủ yên trong đó. Cái bào thai đã đi được chín tháng chín ngày. Cầu trời cho nó được mẹ tròn con vuông. Khoang bên cạnh cũng toàn các khuôn mặt trong biên chế, những lá bùa dán đè lên bản mặt "bất chính" của tôi. Đừng rẽ xuống ga lẻ dọc đường, bỏ tôi côi cút một mình nhé, hỡi các bạn yêu dấu. Tôi sẽ chi viện cho miền Nam ruột thịt ít sợi thuốc lá vàng, do chính tay vợ con các bạn trồng. Những ông ba tàu chợ lớn với kỹ nghệ làm giả tuyệt hảo, hơn hẳn nền đại công nghiệp XHCN sẽ vấn thành những điếu thuốc CAPSTAN thắng thớm, đẹp đẽ trong hộp carton giấy bóng kính để các bạn trầm tư, đắn đo, quyết định tốn kém, mang ngược về miền Bắc làm quà cho anh em bè bạn.

Một cặp trai gái vẫn còn thức, họ ngồi nép vào nhau, thỉnh thoảng trao đổi những cái nhìn. Gã trai với cây đàn ghi-ta treo trên đầu, tóc dợn sóng, có dáng dấp của một vĩ nhân tỉnh lẻ, ông chủ hiệu may, hiệu chụp ảnh, một bậc văn hóa lớn ở phố huyện (?) không; gã có vẻ là anh đội trưởng đội chiếu bóng huyện hơn là những vị kinh doanh thẩm mỹ vì cái kính râm nội hóa cài khéo ở ngực, áo sơ mi trắng loại vải không pha ny-lông, quần kaki xanh mua phân phối, ở cổ tay thiếu cái đồng hồ. Cô gái ngồi bên cạnh tuổi chừng đôi mươi, tóc dài, hoe màu nắng cháy. Khi cô ngước mặt lên nhìn tôi thì trời đất ơi, một trang tuyệt sắc giai nhân. Đôi mắt có đuôi, mở lớn hiêng hiếng xếch đang cười lăn tăn. Mũi cô thon nhỏ, thường tìm thấy nơi tượng Đức Mẹ hoặc trong hình thiếu nữ e lệ in trên băng, đĩa vọng cổ. Cặp môi cũng chúm chím cười như mắt, phơn phớt hồng, nổi trên miền da trắng. Những đường nét, màu sắc đó được ướp trong vẻ hồn nhiên tươi tắn của cô gái mới mập mờ linh cảm về nhan sắc của mình. Toa tàu như tỏa mát hương sen, tôi ngó vội xuống quần áo của mình, lúng túng dấu mấy ngón tay dắt kín đất đen ở kẽ móng. Trong phút chốc tôi quên bằng hai bịch thuốc lá, mũi tôi điếc với mùi khai, mắt tôi mù với thân thể nếu được phơi bày ra hết sẽ diệt dục trai tráng của thiếu phụ có con mọn bên cạnh, tôi ngây người như đười ươi giữ ống chiêm ngưỡng cô gái. Gã trai cảm thấy bị hao mòn mất mát bởi đống tình si chảy nhão nhoẹt trước mắt mình bèn đưa tay kéo cái vạt áo hở của cô gái, ra điều hoa đã có chủ. Gạt nhẹ tay gã ra, cô sửa lại thế ngồi rồi thẹn thò liếc tôi. Gã trai húng hắng ho. Như để chạy đua vũ trang với tôi, khẳng định với cô gái, gã xoay hẳn người lại, cặp mắt nhừa nhựa la liếm lần trên gò má hồng, bò quanh miệng, rồi chui xuống cổ cô. Cảm thấy gã sắp trườn vào lòng người đẹp đến nơi, tôi "e hèm" đánh tiếng, quay mặt đi chỗ khác. Sự buồn giận vô cớ chợt xâm chiếm lòng tôi.

Hương hoa thế kia dãi gió dầm mưa làm chi trên chuyến tàu này. Vẻ đẹp mong manh bên cạnh sự lố bịch. Vâng, người là hoa của đất, là bà chúa của thiên nhiên, bao nhiêu cuộc đời mới dâng hiến một khuôn mặt đẹp, cũng chỉ đẹp trong tích tắc, một lần phát hương rồi trơ mình ra cho cuộc sống chìa hàm răng vẫu thô lậu nghiền nát. Chỉ sau lời tuyên bố ngắn ngủi của đồng chí chủ tịch xã kiêm chủ hôn, sau ba năm sống không có ca nhạc, ti vi chiếu bóng đêm, người đẹp ngồi kia sẽ biến thành cái máy đẻ, con đường đi đến thiếu phụ sau lưng tôi sao mà gần. Quần xanh, áo trắng mới tinh khôi, tôi nổi giận với cả sự ăn diện của cô gái. Ở xã hội này mỗi khi muốn chứng tỏ "Tôi đi chơi", "Tôi làm đẹp", người ta không có chọn lựa nào khác ngoài màu trắng để tách mình ra khỏi màu nâu lam lũ với đất, màu tím than đánh lẫn với dầu máy, màu áo lính nhuộm xanh cả đất nước. Từ đồng chí Tổng Bí Thư trên diễn đàn đại hội đảng, chú cai ngục hỏa lò Hà Nội hai tay đút túi quần bước vào quán phở, cho đến cặp trai gái đi dạo quanh hồ Hoàn Kiếm, ai ai cũng chỉ một màu áo trắng. Cái màu trắng đẹp đẽ thanh khiết bị lạm dụng, bị cưỡng hiếp trở nên nhàm chán, làm nhòe nhoẹt các khuôn mắt đời vốn đa dạng, biến nó thành một thứ đồng phục ngớ ngẩn.

- Mặt mũi không đến nỗi nào mà ăn mặc bẩn thỉu như mọi rợ...

Gã trai thì thầm với cô gái. Cô ngước mắt nhìn tôi. Họ cùng cười với nhau.

- Chị đã mệt chưa? Cứ ngả lên người tôi mà nghỉ...?

Gã đề nghị, ngồi lấn vào cụ già đang ôm cái tay nải bên cạnh để nhường chỗ. Tôi ngờ ngợ, dỏng tai chờ đợi

- Không. Cảm ơn anh em còn ngồi được.

Cái giọng "lấy cung" khi nãy? Tôi nhìn chăm chăm vào mặt họ. Cô gái ngượng ngùng quay mặt đi chỗ khác. Gã trai nghĩ tôi là chướng ngại cản trở dịp may chờ đợi đã lâu nên lừ mắt hằn học xua đuổi. Thấy địch thủ vẫn không nhụt chí, chả cần bóng gió xa xôi, gã ném thẳng vào mặt tôi câu chửi:

- Chỉ có đồ vô văn hóa mới thò mõm vào việc người khác! Thôi đúng rồi, chả có Công An nào hết, tôi cũng không nằm mơ, cũng không có ma quỉ gì quấy phá, anh bạn trẻ ngồi trước mặt chính là tác giả bản "hỏi cung" khi nãy. Tôi sờ lên túi áo ngực. Trong cuốn chứng minh thư (cũ) của Công An cấp, ngoài tên tuổi, địa chỉ, quê quán, đã can án lần nào chưa, còn những mục về cha mẹ, vợ con, còn sống hay đã chết… Tôi nhớ đến những lúc mới làm quen, người ta cũng hỏi và trả lời đầy đủ những điều cần thiết trong một bản sơ yếu lý lịch. Hỏi như một thói quen, nhiều khi chả để làm gì và sau đó ai đi đường nấy. Thói quen méo mó đó ngấm sang cả địa hạt yêu đương.

"Nơi em về trời xanh không em…" Bên này vĩ tuyến 17 không có một câu hỏi thơ mộng, lãng mạn như vậy, còn các Vũ Hoàng Chương, Khái Hưng, Hàn Mặc Tử… đã bị đánh bật rễ khỏi người đọc, gom lại trong cái nghĩa địa văn hóa cổ, le lói trong ký ức người già. Các tay "yêu" lừng lẫy một thời vẫn còn đấy, nhưng đã biến thành Xuân Diệu Xuân Xang Xuân… Tóc đỏ. Người ta đã tiêu thổ kháng chiến đến cả yêu đương. Nói đến "yêu" cũng phạm húy, phải gọi là "tìm hiểu", người yêu là "đối tượng tình cảm" (đối tượng đoàn, đối tượng đảng, đối tượng của pháp luật). Hôn nhân được xây hào đắp lũy thành "lập gia đình". Chữ "chàng" và "nàng" được cách mạng hóa thành những chữ "anh", những chữ "chị", những "gã", những "hắn" trong văn học hiện hành. Người ta lập pháp hóa cả tình yêu, vớ vẩn có thể bị qui là "quan hệ bất chính", "tác phong thiếu lành mạnh". Đa sầu đa cảm, yêu lăn yêu lóc cả trong nhạc lẫn ngoài đời như ông Phạm Duy dám đi cải tạo không có ngày về.

Tình yêu không được thi ca ấp ủ, dẫn dắt, hướng thượng, thè lè đi ngoài đường trong những dịp quốc khánh, hội hè đông người để sờ mó, gỡ gạc lẫn nhau, "hủ hóa" với nhau trong nhà kho công sở, hoặc nếu đúng đắn nghiêm chỉnh hơn thì đặt ra tiêu chuẩn "3B" (Bôn sê vích, buồng ở, bia cung cấp) để "tìm hiểu". Vì vậy những lời yêu đương được mở đầu bằng "Đồng chí công tác ở cơ quan nào?…"

Tôi cười rú lên giữa toa tàu. Gã trai giật mình rụt vội bàn tay có mắt về. Một vài hành khách luống tuổi tỉnh giấc, khó chịu nhìn thằng điên đang sắp ngửa leo qua đống người nằm giữa lối đi để ra ngoài. Ông bạn trẻ cay cú tiễn với theo…

- Thật đúng là đồ quái dị!

*

Chuyến tàu đó đã dừng lại ở Việt Nam. Hai năm sau, trên chuyến tàu ở xứ tị nạn, tôi lủi thủi đi lại một mình giữa toa tàu trống vắng. Lác đác vài cặp mắt xanh sợ gió máy đóng kín cửa sổ, khụt khịt mũi nhìn con người dị hợm cuồng căng. Không được chen chúc, hằm hè chửi bới nhau, không sợ cảnh sát bằng mấy con chó cảnh chạy lăng xăng bên cạnh mấy bà già, buồn, tôi lẩn thẩn ước lượng số ghế trống rồi nao lòng nhớ về những anh em bè bạn ở quê nhà. Xót xa với máu mủ mình chưa hết, tôi còn thương lấy cả cái ngành hỏa xa của xứ người. Làm ăn như thế này thì lỗ chết. Tôi quên béng đi mất, rằng tiền vé chém rất nặng, cuốc đường ngắn như thế này nếu gửi quà về Việt Nam thì "chúng nó" lai rai quán cóc cả tháng trời. Tôi nhớ về bên nhà như một kẻ thiếu nợ. Con thú hoang dã đã được thuần giống bằng trợ cấp thất nghiệp (cho mày đủ ăn để tự giam mình trong chuồng, đừng có nhìn sang túi khác). Tôi đã "quên" chưa trả lời gần chục cái thư, thư nào cũng giống nhau một điểm là ngắn (đỡ tiền tem). Chữ nghĩa tiết kiệm rồi, lại còn bóng gió xa xôi, nhưng cái bóng gió xa xôi tài tình đến độ lồ lộ hiện ra khuôn mặt dài ngoẵng vì đói vì chờ của ông bạn. Trước khi đi, tôi đã dại dột bốc đồng "Tụi mày yên tâm đi, tao mà…" Cái "tao mà…" ấy cho đến giờ này cũng chỉ tiến thêm được một bước thành "tao sẽ…" nhưng tôi cũng không ân hận là đã cho họ ăn bánh thánh. Có vị bác sĩ nào đủ can đảm nói với người bệnh đang hấp hối của mình "Xin thưa, tôi bất lực, tôi không có thuốc…?" Những con tin của lương tâm ở bên nhà hiện đang sống bằng hy vọng. Tôi lừa họ chưa đủ, họ còn phải tự lừa mình nữa thì mới sống nổi. Méo mặt trả xong tiền tem, cầm bằng mua xấp vé số, họ xoa tay yên tâm chờ đợi. Nhưng mấy chục cái đơn xin việc của tôi mất hút không về, sổ vẫn chưa mở, lại tiếp tục "quên".

Xuống tàu phải mua ngay mấy tấm vé số! Tôi hạ quyết tâm cho lòng yên ổn (lại tự lừa mình?) để còn nghĩ sang chuyện khác. Đúng lúc đó thì có tiếng "hèm" sau lưng. Lại một cụ ông, cụ bà bản xứ với những câu hỏi đầy bác ái như cho kẹo trẻ con về cảnh ngộ, sự hội nhập, phong cảnh quê hương? Tôi gắn vội nụ cười ba phải lên môi, chuẩn bị sẵn mấy câu thuộc lòng để trả lời.

- Xin lỗi, anh là người Việt Nam?

Trời ơi tiếng Việt! Tôi quay phắt lại ngó sững người bắt chuyện.

- …

- Xin lỗi ông tôi lầm lẫn…

Người đàn ông tuổi trạc bốn mươi, mắt sáng, ăn mặc buông thả lúng túng xin lỗi bằng tiếng bản xứ, vẻ mặt đầy thắc mắc. Tôi hiểu ngay sự thắc mắc đó. Người Việt gặp gỡ tình cờ ở ngoài đường ít khi nhìn nhận nhau vì họ không nói được tiếng Việt.

- Không, tôi là người Việt!

Tôi vội vã xác quyết.

- Anh đi từ miền Bắc?

Người đàn ông vồ vập. Tôi cũng nhận ra ngay cái giọng Bắc toang toác của ông ta.

- Dân tỉnh nào đấy?

- Hà Nội đây!

- Đây cũng Hà Nội!

Khỏi cần nói về nỗi mừng. Chúng tôi xoắn xuýt ôm lấy nhau mà hỏi chuyện. Chuyện bên nhà, chuyện đi đứng, chuyện ổn định đời sống bên này… Khi đã cạn những vấn đề thời sự (miếng trầu của đầu câu chuyện) trong tiếng xe xé gió, chúng tôi ôn lại những ngày tháng xa xưa của Hà Nội. Như hai anh lính trẻ đi giữa Sài Gòn, cái phố huyện hẻo lánh giáp vùng thượng du Bắc Bộ của họ là nhất thì Hà Nội đối với chúng tôi là vô địch. Bát phở Quyền ở ngã tư Phú Nhuận (té ra anh cũng đã nếm) thịt thà hùng hậu, nước độc đáo thật, nhưng độc đáo trên cái nền nhòe nhoẹt đánh lẫn với nước hủ tiếu ở Sài Gòn, không "ác ôn" bằng phở Thìn đối diện đền Ngọc Sơn ngoài Hà Nội.

- Cậu thử tưởng tượng xem, về khuya đi ngược gió đông, cách cả trăm thước mà cái thằng phù thủy ấy nó giở nắp thùng phở lên có sởn gai ốc không hả…? Trong túi không có tiền thì bỏ mẹ!

Tôi cảm thấy hơi phở nóng phả ra từ mặt anh nên gật gù.

- Thế mới là phở chứ những chỗ cậu kể đi sắp ngã vào nồi cũng không hay, bát phở bưng đến trước mặt, mở mắt ra mới biết thì còn gì là phở?

Sau khi đi một vòng các hàng quà Hà Nội, anh dắt tôi đến quán cà phê. Cà phê Hà Nội cũng lại nhất. Anh kể ra tên mấy cái quán ít ỏi của đất Thăng Long với từng "gu" của nó. Quán "Moka" phố Bùi Thị Xuân có cô con gái đẹp như

Kiều, nhưng không át được mùi thơm của cà phê ông bố. Quán "Nhỉ" phố Hàng Cá đậm đà chút nước mắm nhỉ (nên mới gọi là ông Nhỉ). Quán "Nhân" đầu Hàng Gai có hương vị huyền ảo khó tả, người không biết, tưởng ông đánh thuốc phiện khách... Anh thừa nhận không gì sánh nổi hạt cà phê Ban Mê Thuột, nhưng Sài Gòn có vẻ chưa để ý đến nghệ thuật pha trộn. Cà phê nó có nhiều loại. Vối cho vị chát, mít cho vị chua, và chè cho vị đắng. Nếu nhiều chè một chút, tí vối, tí mít thì thành gu "Moka", hoặc đổi lại thì thành "Nhân" thành "Nhỉ"... Rốt cục tròn trịa, óng ả, no đủ như hạt cà phê Ban Mê Thuột chỉ cho được mùi thơm choáng ngợp khi mở nắp phin. Hết!

- Nhưng hình như các ông Nhân, Nhỉ, Moka bây giờ pha hơi nhiều muồng muồng trong đó thì phải...?

Tôi rụt rè phát biểu. Anh xìu người, gãi đầu rồi cười. Dù sao cũng phải công nhận anh là bậc thượng tọa trong cái đạo ăn uống này.

Hết chuyện ẩm thực, chúng tôi xoay sang chuyện người đẹp. Trong địa hạt này anh không dám cục bộ địa phương nữa vì biết tôi cũng đã chui qua cái xã hội lấy chiêu bài "bình đẳng, giải phóng" để đẩy người phụ nữ xuống bùn, chui rúc trong hầm mỏ, lẫn lộn ngoài chiến trường như nam giới. Bên cạnh đó là hệ thống tuyên truyền đồ sộ, ăn ý như dàn nhạc giao hưởng luôn gõ trống thúc giục cho bắp thịt nở nang của phái yếu trong bức tranh "ai nhanh tay cuốc bằng tay em..." trong nhịp nhạc "niềm vui cô gái mở đường Trường Sơn..." trong văn học. Gái Bắc Hà đã bị déformée biến dạng thành cái vai nở, thân hình trùng trục vì lao động nặng.

- Cứ nhìn thấy gái Sài Gòn là tớ nghĩ đến chuyện ly dị...

Anh đốt điếu thuốc, phả khói lên trần toa lim dim mắt cười. Tôi nói đến gái Cần Thơ, Vĩnh Long, đất gạo trắng nước trong da thịt mơn mởn như xoài. Anh kể về mấy chị

Huế như mì e ấp dưới mái tóc thề, ẩn dật kín đáo với làn da trắng xanh, nhưng con mắt thì đi nhiều hơn chân, làm nhiều hơn tay, nói nhiều hơn miệng, quả tim như núi lửa chỉ chực bất tử phun nham thạch.

- Ờ lạ thật… Sài Gòn là đất tứ xứ, nhưng bất cứ người ở đâu hễ nhập vào nó ba bốn năm là thay da đổi thịt, biến thành dân Sài Gòn. Đâu như Hà Nội mình, anh từ Hải Phòng lên, sống cả hai chục năm, đẻ con ra vẫn lơ lớ giọng nước lợ, tính tình tềnh toàng của dân thành phố cảng. Chị ở chiến khu về, sống đến mấy đời hộ khẩu vẫn không tẩy được cái cách nhấm nước bọt đếm tiền. Sức cảm hóa, khả năng hội nhập ở Sài Gòn nó khác…

Tôi lấy Huế để giải thích hiện tượng đó cho anh. Nếu chính anh có dời cư về đó ở, không phải hai chục năm mà bốn-sáu chục năm, cho đến chết, chất Huế cũng không thắm vào anh được. Vùng đất nào đã được chọn làm kinh đô trên một thế kỷ tự nó sẽ tạo nên bản sắc riêng biệt cho mình, hội nhập sẽ rất khó…

Chúng tôi cãi nhau như mổ bò (dấu hiệu đã thân thiện) về những vấn đề cả hai đều không nắm vững, hoặc chả có gì đối nghịch nhau. Để đừng đập vào đầu nhau trong lần gặp gỡ đầu, tôi lái câu chuyện trở về người đẹp Hà Nội. Thế là lại một màn truy tìm các bóng dáng xưa. Để chứng tỏ mình cũng là tay cung kiếm một thời, những con nhà nọ, em gái thằng kia… Câu chuyện trở nên gần gũi, tôi râm ran bồi hồi với tên tuổi một vài người đẹp đã làm mình điêu đứng. Lần mò một lúc, anh giẫm trúng phải cô em vợ tôi ở phố Hàng Ngang. Người đồng hành, đồng hương càng trở nên thân thiết. Tôi như thấy cả Hà Nội đang thở nóng bên tai mình.

Đêm đó tôi không ngủ được. Khi chia tay chúng tôi cho nhau địa chỉ, hẹn nhất định phải gặp lại. Tôi sắp xếp thời gian rảnh rỗi trong đầu rồi sốt ruột mong sớm được ăn tục nói phét với ông bạn còn quí hơn vàng ở cái xứ buồn hiu này. Cũng nhờ anh mà ký ức vốn trí tuệ vì mưu sinh của tôi được khai thông. Tôi trằn trọc nhớ Hà Nội, tưởng tượng rõ ràng từng quán cà phê, góc phố, cô láng giềng với từng tiết xuân, hạ, thu, đông. Thơ thẩn đi hết một vòng thành phố, bắt đầu mỏi mệt với ký ức, tôi trở về với con người anh. Lứa tuổi ấy, nghề nghiệp ấy, số nhà ấy, la cà ở quán cà phê ấy với những người quen ấy... Tôi cười tủm trong bóng tối vì sự trùng lặp những ham hố, thói hư tật xấu của mình với anh bạn. Ờ, tại sao không biết anh từ trước nhỉ? Tôi lần mò những mối quan hệ trong đầu, vẫn không lòi ra con người ấy. Khuôn mặt này cũng chưa nhác thấy ngoài phố một lần. Tôi lay vai vợ để hỏi xem có biết anh nào tên Q. hồi trước có đến tán em gái không. Nàng đang ngủ, sẳn giọng trả lời là không cho xong chuyện.

Tôi lại trằn trọc hâm nóng trí nhớ sét rỉ để tìm kiếm. Cái phố nhỏ ấy, với số nhà, không nhớ chính xác, nhưng tôi có thể mường tượng được anh ở đâu gần quán phở mậu dịch, nơi tôi thường đến tán tỉnh mấy cô bán hàng để được mua bia hơi không kèm đồ ăn. Mặt mày cũng là bợm nhậu, sao chưa tặng nhau mũ cối vào đầu trong những lần chén nhỉ? Hay ít nhất cũng hối lộ vài điếu thuốc để được nhường khéo đứng trước mình với lý do gửi chỗ? Lạ thật, Hà Nội nó nhỏ như cái túi vải vắt trong cạp quần của bà bán rau, đồng xu cắc bạc cọ xát nhau luôn xoành xoạch mà sao không bật ra khuôn mặt này. Tôi điểm lại trường hợp ra đi của anh. Theo như lời kể thì lẫn trong làn sóng người Hoa năm 79, vợ chồng anh không đủ tiền, phải sang lại căn buồng cho người khác để lấy tiền hoa hồng. Đồ đạc trong nhà bán sạch từ quạt bàn, giường tủ, xoong nồi, chổi cùn, giẻ rách v.v... Anh là người Việt, để che mắt mọi người về chuyện bất thường này, hai vợ chồng phải đóng kịch, cứ tối tối đóng cửa chửi nhau toáng lên ở trong nhà, ra cái điều cơm không lành, canh không ngọt. Được hơn một tuần, ngó chừng màn kịch đã ngấm sang hàng xóm, họ mới mở cửa đi rêu rao với mọi người rằng không thể sống với nhau được nữa, phải bán nhà, bán đồ chia đều tiền rồi ai đi đường nấy. Cũng có thể đúng vì ngoài Bắc rất nghèo, ở những chốn nghèo nhất cử nhất động đều bị để ý. Tuy mỗi suất đi thời đó chỉ ba ngàn đồng (một lạng vàng) nhưng không sang lại nhà thì tiền đâu mà đóng. Tất cả mọi chuyến tàu ra đi từ Hải Phòng đều cập bến Hồng Kông, tôi cũng ở đó cả năm trời mà sao không thấy mặt anh? Có điều gì bất ổn rồi! Tôi khựng người như húc phải bức tường, ngồi bật dậy đi tìm thuốc hút. Mường tượng lại khuôn mặt anh, thái độ vồ vập của anh khi bắt chuyện, tôi đưa lên kính hiển vi rọi chiếu, phân tích từng câu nói rồi ráp những dữ kiện rời rạc lại với nhau để tìm sự mâu thuẫn của chúng. Không lòi ra một kẽ hở vô lý nào. Anh không hề vờn, dò dẫm tôi về thái độ chính trị. Những chuyện anh đã nói với tôi được toát ra từ lỗ chân lông của con người, không có sự nhào nặn, gửi gắm của mưu tính, thậm chí còn có phần luông tuồng phàm tục thái quá của con người bị ức chế, đè nén lâu ngày mới được giải phóng.

Tôi mừng như chính mình được minh oan đốt thêm điếu thuốc tự thưởng. Có thế chứ, chưa gì đã để cho thói đa nghi hàm hồ của mình giết chết một người bạn, một con người! Ra đi từng vùng đất nghi kỵ, tỵ hiềm, vô tình tôi đã mang theo thói quen của ông bác sĩ sống trong thế giới bệnh tật, nhìn đâu cũng thấy vi trùng.

Nhưng niềm lạc quan đó không kéo dài, điếu thuốc chưa kịp tàn thì từ bên trong cất lên tiếng nói ma quái "mày vẫn còn phổi bò, nhẹ dạ như đàn bà. Kết luận một cách dễ dãi về con người là khởi đầu một tai họa!"

Tôi dụi vội điếu thuốc, vò nát mớ tóc, bực bội với thằng người ma quỷ trong mình. "Tao nói không sai đâu, đời mày vẫn bao lần vấp ngã, hộc máu mồm cũng chỉ vì tính cả tin đó". Tôi thù ghét thằng người này. Nó luôn canh chừng nhắc nhở tôi, nó đông lạnh con mắt nhìn đời của tôi, đục đẽo khuôn mặt tôi, xóa nhòa bóng mát trên mặt người khác. Nhưng tôi nể sợ nó, vì chính nó đã cứu tôi bao lần thoát khỏi tai họa, đưa tôi đến được bến bờ tự do. Sao lại không nhỉ, với những thằng nằm vùng thì lần sơ kiến nào cũng bao bọc mình cẩn thận, nó chuẩn bị lương khô cho cả quãng đường dài mười, hai mươi năm, nó chống Cộng hơn ai hết, nó kháng chiến hơn ai hết để sau khi "hoàn toàn nhiệm vụ cách mạng" nó được tha bổng bên cạnh những án tử hình khác với lý do "thành khẩn" rồi thay áo ngồi viết bản báo cáo thành tích. Đã vậy thì việc đội lốt, hóa thân vào một mẫu người có thật ngoài đời chỉ là trò vặt. Tôi rùng mình vì những điều vừa phát hiện. Chế độ chỉ dạy cho tôi vài thủ thuật điều tra sơ đẳng của thói quen, một thứ Công An theo bản năng, đụng đến vấn đề phức tạp có tính phản gián này thì ôm đầu chịu thua.

Đốt hết nửa gói thuốc, đầu óc tôi càng thêm rối. Vợ tôi bị ngợp khói, tỉnh ngủ. Nhìn bóng chồng in nghiêng trên tường, sau ánh đèn mờ, im lặng hút thuốc, nàng bực mình cằn nhằn rồi với tay tắt cái đèn ngủ.

- Khuya rồi không đi ngủ còn ngồi sừng sững như ma hiện hình!

Tôi không trả lời, đầu thuốc lá vẫn lập lòe cháy sáng. Nàng ngạc nhiên bật lại đèn, tung chăn vùng dậy.

- Có chuyện gì thế anh?

- Không… Anh nghĩ chuyện kiếm việc làm…

Tôi trấn an, ấn nhẹ nàng xuống giường, phủ chăn lên người.

- Anh nói đi, em thấy có chuyện gì không thường thì phải…?

Nàng nhỏm dậy, lo âu hỏi. Tôi thấy khó trả lời, nấn ná hút thuốc câu giờ. Từ lo âu chuyển sang hoảng sợ, nàng bấu mạnh lấy tay chồng tìm sự che chở. Phụ nữ thường có linh cảm bén nhạy trước tai họa. Khi còn ở Việt Nam, mỗi lần bị mối nguy hiểm đe dọa, biết nói với vợ mình cũng không ích gì, tôi lặng lẽ hút thuốc trong đêm một mình để nghĩ cách thoát hiểm. Nàng đánh hơi được, không dám hỏi, chỉ rón rén đến bên cạnh sửa lại cổ áo cho chồng, tìm hộ bao diêm, tay cũng bấu chặt lấy vai chồng như để truyền thêm sức. Từ ngày sang đây cuộc sống của chúng tôi đã an toàn, những khó khăn về mưu sinh được bạch nhật hóa giữa hai vợ chồng, tôi không còn trầm ngâm trong bóng tối một mình để tìm kẻ hở lách qua tù đày nữa, và nàng cũng mất đi thói quen đánh hơi tai họa trên mặt chồng, hồn nhiên sống với tiền trợ cấp thất nghiệp. Thật không ngờ đằng sau vẻ mơn mởn hồi sinh đó sự lo sợ vẫn tiềm ẩn trong nàng, nó như cuốn phim lắp sẵn trong máy, chỉ đợi chồng bật đèn là hiện hình ra mặt mũi, cử chỉ hành động. Tôi chợt hiểu nàng đã lo hơn tôi lo, đã sợ hơn tôi sợ trong những ngày còn ở Việt Nam.

- Không có gì đâu em ạ.

Tôi ôm chặt bờ vai nhỏ của vợ, kéo vào lòng mình. Biết không giấu được nàng, mà bịa ra chuyện khác chỉ làm nàng nghi ngờ lo sợ thêm, tôi kể lại đầu đuôi chuyến gặp gỡ trên tàu của mình. Vẻ mặt nàng biến đổi dần theo câu chuyện. Cặp mắt lạc thần bình tĩnh trở lại, nàng đứng dậy mở cửa sổ cho loãng bớt khói thuốc trong nhà, vừa làm vừa nói:

- Con Quyên nhà mình không có ai là bạn tên Q. cả, nhưng có thể anh ta lẫn trong đám bạn trai từng tới nhà, hoặc đứng từ xa phải lòng thì sao?

- Không, nghe cách kể qua tay này thì có vẻ thân thiết lắm, những chi tiết về gia đình em anh ta còn biết cơ mà?

Nàng cười, vẻ mặt rạng rỡ như thơm lấy với nhan sắc của cô em gái mình được người khác để ý.

- Thì cũng như anh đấy. Khi em chưa biết mỗi tối trời mưa có thằng trộm khoác áo đứng ngóng trước cửa sổ nhà mình thì anh đã kể vanh vách với cô em gái về em rồi cơ mà?

Tôi cười ngượng ngịu, nhưng cố vớt vát:

- Anh vẫn thấy có gì bất ổn em à...

Nàng gạt phắt đi:

- Anh chỉ vớ vẩn, sang đến đây rồi còn sợ. Cứ mời tay đó đến đây chơi, thật giả trắng đen gì rồi mình kết luận vẫn còn chưa muộn!

Tôi không đồng ý cách giải quyết của nàng, nó có vẻ thụ động theo cảm tính đồng bóng của phụ nữ. Tôi cũng không muốn mời khách vào nhà để rồi đóng cửa vĩnh viễn những lần gõ sau. Còn dung dưỡng một quái thai trong bụng mình thì chả khoái chút nào.

Tôi bỏ dự định đến thăm anh ta. Q. gọi điện thoại tới hai lần, mời đến nhà anh chơi. Nại cớ con ốm, tôi từ chối khéo. Đến lần thứ ba thì anh ngỏ ý muốn lên tôi chơi thay vì tôi xuống. Thật khó trả lời, tôi ậm ừ cho xong chuyện rồi cầu mong anh lạc đường kiếm không ra nhà.

Q. mò đến được, vẫn cái áo khoác lần trước, trên tay ôm đồm mấy gói quà cho vợ con chủ nhà. Tôi đứng trước cửa ra vào, lúng túng không biết nên chọn thái độ đón tiếp nào cho thích hợp. Còn anh thì tự nhiên như người trong nhà, thấy chủ nhân ngần ngại đứng sau cửa, tưởng bị nhắc khéo đôi giày dính tuyết nên vội quệt quệt vào miếng thảm nhỏ rồi cảnh cáo nhẹ:

- Ở Hà Nội người ta không bắt khách cởi giày khi vào nhà đâu...

Tôi cười gượng gạo, đỡ giúp mấy gói quà cho anh cởi áo khoác. Đống đồ của nợ này khiến tôi thêm khó chịu, nó có vẻ "gài" cho mối quan hệ mới mở đầu. Q. tinh ý nhận ra ngay thái độ đó, cười hềnh hệch:

- Thủ tục bắt buộc khi đi hỏi vợ, tớ cũng giả vờ làm cho xong chuyện. Nhưng xuống nhà tớ cậu đừng dở lại trò này nhé, một lần là đủ.

Tôi phì cười vì lối giải thích ba bứa, đi treo giúp anh chiếc áo khoát nặng chình chịch.

- Ấy, nhẹ tay thôi… – Q. nhắc nhở rồi chạy theo – Có cái nhày cho tụi mình…

Anh moi từ cái túi to tổ bố khâu bằng tay ở mặt trong chiếc áo ra nào thuốc sợi, tẩu, khăn giấy hỉ mũi dở, rồi một chai rượu mạnh.

- Dân "quốc lủi" tụi mình thì phải "chơi" cái này. Uống khắp mặt rượu ở đây tớ chỉ thấy mỗi nó là gần gũi với rượu lậu Hà Nội.

Anh nháy mắt cười với tôi. Tôi thì e ngại với đống đồ nghề anh mang tới, nó chứng tỏ anh không dừng lại ở mức xã giao. Vợ tôi biết khách sẽ đến từ hôm trước nên chuẩn bị sẵn sàng để tiếp. Khi thấy chúng tôi đã yên vị trên ghế, nàng kín đáo nhìn qua khe cửa bếp, quan sát khách. Q. không hay biết gì, đảo mắt nhìn quanh nhà rồi hỏi thăm vợ con tôi. Lúc đó nàng mới bưng cà phê ra để chào khách. Anh nói chuyện ồn ào, về đủ các vấn đề mà phụ nữ quan tâm tới ở xứ này. Vợ tôi khép nép nghe đầu luôn luôn gật, thỉnh thoảng mới thêm vài ý kiến nhỏ. Thật oái ăm, khách thì ăn nói hoạt bát tự nhiên như chủ nhà, còn chúng tôi thì rụt rè giữ ý như làm khách vậy. Q. không nhận thấy điều đó, chiều đến, vợ tôi nhấp nhổm đắn đo hai ba lần rồi mới mời khách ở lại ăn cơm, giọng thăm dò. Anh sốt sắng nhận lời rồi buộc miệng kêu đói. Tuy chỉ định bụng mời lơi, nhưng nàng chuẩn bị khá kỹ càng. Thịt, rau được thái ướp từ sáng sớm, đống đồ biển này mới lấy khỏi ngăn đá từ lúc khách nhấn chuông cho nó tươi. Chuyện vãn giữa hai gã đàn ông trở nên uể oải, anh xắn tay áo đòi vào bếp giúp bà chủ nhà làm cơm. Tôi cản cho có lệ rồi nằm dài ra ghế, vớ bừa một cuốn sách để đọc. Nếu ở Việt Nam thì tôi không ngạc nhiên với thái độ tự nhiên thoải mái của anh, nhưng ở đây, nhất là sau những thắc mắc tôi thấy nó có vẻ đi đúng bài bản "hòa mình xâm nhập quần chúng" nên những nghi ngờ càng có điểm tựa.

Ngoài tài ăn tục nói phét, ông khách còn chứng tỏ khả năng nấu bếp có hạng. Ngồi trên phòng khách nghe tiếng dầu sôi lửa cháy phừng phừng một cách hết sức đàn ông, tôi biết vợ tôi đã bị gạt ra ngoài. Tài năng của nàng chỉ riu riu ở món kho, sình sịch ở món hầm. Cái rón rén của phụ nữ khi dùng lửa khác với sự phóng khoáng của đàn ông nên món ăn không bao giờ lên tới cỡ, chỉ lưng chừng ở ngang dốc rồi nhòe nhoẹt giống nhau ở trong tất cả các món xào nát nhũn.

Mặt đỏ bừng, chiếc khăn bàn làm bếp trên vai, hai tay bưng đĩa cá đút lò bốc khói. Q. nghiêng mặt như mấy ông bồi bàn có ngạch bước lên phòng khách. Tôi luống cuống nhỏm dậy thu dọn đĩa tách cà phê cho anh có chỗ bày. Tưới một chút rượu mạnh trong chai mình mang tới lên đĩa cá. Q. bật diêm cho lửa bùng cháy rồi hãnh diện nhìn chủ nhà. Tôi trố mắt như trẻ xem trò ảo thuật. Vợ tôi đứng sau lưng Q. cười ngượng ngùng như muốn đổ lỗi sự vụng về cho thái độ sốt sắng của khách. Anh rút chiếc khăn trên vai thấm mồ hôi gáy rồi chả hiểu sao lại lau bừa lên mặt, bất kể mùi đồ ăn ngấm lưu cửu trong đó.

Phong cách giang hồ của mấy món ăn quyến rũ tôi ăn, uống nhiều. Có chút hơi men Q. nói càng hoạt bát, mà ăn cũng không kém. Anh kháo chuyện Hà Nội, tự giễu mình về những bỡ ngỡ khi mới đặt chân lên xứ văn minh. Những câu chuyện bình thường được anh diễn tả bằng thứ ngôn ngữ giang hồ như món ăn trở nên có duyên đến tức cười. Lũ trẻ ngồi quanh bàn cứ há hốc mồm nghe ông khách lạ, quên cả ăn. Tôi bị cuốn vào câu chuyện hồi nào không hay, vừa nhồm nhoàm nhai vừa kình cãi với khách. Vợ tôi ăn ít, nàng chống hai khuỷu tay lên bàn, xoa xoa hai bàn tay vào nhau nghe chúng tôi nói chuyện và tiếp thức ăn cho mọi người. Q. gắp cho nàng một khúc cá, khi đưa đến gần chén của nàng thì nó trượt khỏi đôi đũa rơi tòm xuống chén nước sốt.

- Đấy, chết rồi mà vật lộn với nó còn khó. Tôi luôn luôn chỉ bắt được vẩy cá trong những lần tát ao.

Anh chữa thẹn rồi thản nhiên lấy tay chùi nước sốt văng trên áo mình, đưa lên miệng liếm.

Tối đó anh ngủ lại nhà tôi. Cơm nước xong thì đã chín giờ rưỡi, chuyến xe lửa cuối cùng hai giờ sáng mới chạy, tôi buộc lòng phải giữ anh lại. Q. thấy đó là điều đương nhiên, không một câu từ chối khuôn sáo, anh hăng hái giúp chủ nhà dọn dẹp để lấy chỗ ngủ. Nhà chật nên chúng tôi dùng chiếc ghế sa-lông lớn kéo ra làm giường cho khách. Ngồi trên đống chăn gối mới mang ra, anh nạp một mẩu thuốc, nhìn vợ tôi và mấy cháu nhỏ như dò hỏi rồi tự cho phép mình mồi lửa hút.

Nằm trong phòng ngủ tôi sốt ruột đợi vợ vào để nghe nàng đưa ra những nhận xét về ông khách mới. Nàng còn lịch kịch rửa chén dưới bếp, chuẩn bị nồi cháo gà cho bữa điểm tâm sáng mai. Tôi ngủ quên lúc nào không hay.

Nửa đêm tôi tỉnh giấc vì khát nước. Uống xong ly nước lạnh thì tỉnh ngủ hẳn, tôi lần ra phòng khách kiếm thuốc lá hút. Cả nhà đã ngủ say, tiếng Q. ngáy rền cả phòng khách. Anh đã uống khá nhiều rượu, hơi thở nặng nề, nồng nặc mùi men. Tôi định vào phòng ngủ hút, nhưng sợ nàng thức gậy lại phát hoảng lên như lần trước nên lộn trở ra ban công. Tuyết rơi nhiều, lún phún rắc trong ánh đèn đường, bay cả vào nhà. Đứng một lúc người đã thấm lạnh, tôi lập cập mở cửa bước vào phòng khách. Q. vẫn ngáy như sấm, thỉnh thoảng nói làm nhảm điều gì không rõ rồi cười khì khì trong mơ. Tôi nảy ra ý định quan sát anh khi đang ngủ. Phải rồi, con người không thể giấu mình được trong trạng thái này. Những nét nhuần nhuyễn của kịch cợm lúc tỉnh sẽ bị lột sạch, cái ưu cái khuyết, những hang hốc mối mọt của cái tủ cũ sẽ bị cạo mất lớp son lẫn ghét phủ ngoài, trơ ra chất gỗ thật của mình dưới vòi nước xịt mạnh. Không cưỡng lại được ý định ngắm anh, tôi dò dẫm lần đến cây đèn mờ đứng ở phòng, bật nhẹ. Ánh sáng vừa đủ rọi tới mặt Q., anh hơi nhíu mày, rồi mặt giãn nở lại, ngáy tiếp. Mớ tóc cứng, bồng bềnh những nếp quăn tự nhiên lúc này bết mồ hôi bám quanh sọ. Chân mũi vuông, vun đọng thịt ở chóp của con người thiên về hành động, ăn nhậu. Những chân rễ chằn chịt như dây võng bắt nguồn từ đuôi mắt tỏa rộng ra hai bên thái dương hằn rõ mồn một. Lúc tỉnh, cặp mắt sáng tia điện nghịch ngợm đã tỏa lấp phần nào cái nhàu nát ở vùng mắt anh. Trán anh cao, gồ, sần sùi những nếp nhăn xếp sóng. Quai hàm vuông, ngay trong giấc ngủ cũng bạnh ra như đang ngấm ngầm chịu đựng cơn đau bụng. Khuôn mặt đó là dương bản của bộ não sau khi trải qua thuở thiếu thời cơ cực, tuổi thanh niên lận đận với mắm muối củi lửa bám rêu trong đầu.

Không thấy quen, cũng chả phát hiện ra điều gì bất thường khi đưa khuôn mặt này rọi chiếu trước quang tuyến, tôi tắt đèn ngồi hút thuốc. Con người thật thảm hại, đáng thương trong giấc ngủ, nếu đẹp có chăng chỉ là nàng công chúa được tạo hóa sàng lọc những đường nét thanh tú từ đời ông bà cha mẹ, ướp mình trong nhung lụa rồi nằm mơ bị con sâu bò đến gần đe dọa. Không biết vợ tôi có thường ngắm chồng trong giấc ngủ? Hôm nay rõ ràng Q. đã kiếm được nhiều điểm của mẹ con nàng. Cứ nhìn con mắt, nụ cười trong trẻo của nàng thì rõ, những điều cảnh giác trước của tôi tan biến ngay khi con người xù xì này lướt vào nhà. Thật đúng là đàn bà với con nít. Giá họ có ác cảm với anh ta thì ngược lại, tôi sẽ chú tâm tìm kiếm những điểm dễ thương để biện hộ trước vợ con, xác tín với mình. Tôi ngồi trong bóng tối hàng giờ, nghi ngờ phủ nhận, đốt sạch gói thuốc Q. vẫn say sưa ngủ, không hay biết chủ nhà đang trăn trở thắc mắc về mình, thỉnh thoảng lại đưa tay quệt nước dãi ở miệng.

Sau đó đều đều mỗi tháng anh vẫn đến nhà tôi chơi, còn dắt theo cả vợ con (để làm tin?). Tôi bị xô đẩy vào mối quan hệ như ép duyên, rồi cũng quen dần với nó. Hai người đã làm tốn khá nhiều thời giờ và rượu bia của nhau. Mặc dù vậy, sau mỗi lần trò chuyện, chi bộ nhỏ trong tôi vẫn họp lại để kiểm thảo, đào bới xem anh có mặc áo giấy đi đêm không. Một nửa con người tôi phải lòng anh, chấp nhận anh, đi với anh trên bề nổi cuộc sống, nhưng phần chìm, khuất trong bóng tối vẫn nhắc nhở, cảnh tỉnh khiến tôi khổ sở như ăn hộp cá ngon mà không biết date, xuất xứ của nó.

Hai bà vợ thân thiết với nhau hơn cả chị em ruột. Họ đã tìm lại Hà Nội thuở ấu thời, hàng quà hàng bánh, chợ Đồng Xuân, chợ Cửa Nam trong nhau. Lũ trẻ mất dần đi những câu “con bác Q.”, “tụi nó…” mà thành “anh R…”, “chị H…”. Chúng xóa nhòa ranh giới giữa hai nhà, ôm tất cả vào lòng rồi chia đều theo thứ tự tuổi tác.

Không được phép đầu độc cuộc sống của vợ con bằng những nghi ngờ, tôi thu mình lại bên cạnh những mối quan hệ cởi mở đó. Những lời tâm sự giữa hai vợ chồng tắt dần, thỉnh thoảng buột miệng đưa ra một nhận xét lạc lõng về Q. làm cả nhà ngạc nhiên, khó hiểu, tôi vội xóa nó bằng nụ cười gượng gạo rồi giải thích sang hướng khác. Mỗi lần bị quỷ ám, nửa đêm tôi không dám ngồi trong phòng ngủ, ngoài phòng khách mà chui vào toiletkhóa cửa lại đốt thuốc trong đó. Tôi cố gắng chặt lìa con ma nghi ngờ ra khỏi người mà không được, sau mỗi nhát dao chém nó càng bấu chặt lấy ruột gan tôi hơn, xác nhận tính cấu thành vững chắc trong tôi. Tôi kinh hoàng nhận ra mình là kẻ tàn tật đi trên cõi đời này. Tôi không phải đoàn viên, chả phải đảng viên, chưa một ngày đứng trong cơ chế Cộng sản, trong tôi không có những cuộc đấu tố rùng rợn, không có bội phản, giả trá, nhưng thói đa nghi, đề phòng cảnh giác luôn bắt tôi phải soi mói, phân tích và phê bình con người. Tôi không hài lòng với thời trang, tôi bực bội với đầu tóc của kẻ khác, tôi tuyên chiến với những cặp nhân tình ôm hôn nhau ở ngoài đường, tôi nhìn vạn vật với con mắt cần cải tạo. Tôi trở thành kẻ thù của con người lúc nào không hay. Những cố gắng đẽo gọt, cạo rửa bản thân mình trở nên vô ích, tôi là viên gạch vô tình nằm trong lò sát sinh và đã bị ám khói lửa thiêu người.

Jean Paul Sartre sau khi phản tỉnh đã thổ lộ "Tôi ly khai chủ nghĩa…, có nghĩa đã ghê tởm, phỉ nhổ nó, đoạn tuyệt hẳn với nó, nhưng mỗi sáng ngủ dậy đứng trước bồn tắm rửa mặt tôi vẫn thấy một thằng cán bộ đang rình mò, soi mói nhìn mình trong gương…". Không biết ông đã đập vỡ bao nhiêu miếng gương, còn tôi, tôi luôn sống với cảm giác sau lưng mình có mọc một cái đuôi.

[Dortmund, tháng 6-1986]

THẾ UYÊN

Tên thật Nguyễn Kim Dũng. Sinh năm 1935 lại Hà Nội. Di cư vào Sài Gòn năm 1954.

Giáo sư Việt văn. Sĩ quan QLVNCH. Cải tạo tập trung 3 năm. Theo học Văn Sử trường Sư Phạm Bồi Dưỡng Sài Gòn và tiếp tục dạy môn Văn trong 3 năm.

Cùng gia đình đến Mỹ năm 1987, diện đoàn tụ. Định cư tại tiểu bang Washington.

Cộng tác với nhiều tạp chí văn chương tại hải ngoại.

Chủ trương nhóm văn hóa Thái Độ với chủ trương hình thành một xã hội không Tư Bản không Cộng sản.

Ông mất ngày 11-6-2013 tại tiểu bang Washington, Hoa Kỳ.

Tác phẩm đã xuất bản:

Trước 1975: có 21 cuốn được xuất bản, gồm đủ loại sáng tác, biên khảo, giáo khoa và dịch thuật.

Tại Hoa Kỳ:

- *Sài Gòn Sau Mười Hai Năm* (bút ký, Xuân Thu, 1989)
- *Con Đường Qua Mùa Đông* (ký sự, Xuân Thu, 1989)
- *Nghĩ Trong Mùa Xuân* (ký sự, Xuân Thu, 1992)
- *Tuyển Tập Truyện Ngắn Thế Uyên* (Xuân Thu, 1992)
- *Tuyển Tập Dâm Tình Và Các Nhà Văn Nữ Hoa Kỳ* (truyện dịch, Xuân Thu, 1993)
- *Khu Vườn Mùa Mưa* (truyện dài; Xuân Thu, 1993)
- *Nhà Văn Già Và Cô Bé Gù* (tập truyện; Xuân Thu, 1995)
- *Không Một Vòng Hoa Cho Người Chiến Bại* (truyện dài, Xuân Thu, 1998)
- *Những Người Mỹ Chung Quanh Chúng Ta* ("sự biến đổi gia đình Việt Nam qua không gian và thời gian", Xuân Thu, 1998)
- *Những Người Đã Qua II* (hồi ký, Văn Mới, 2003)

Không ơn thiên sủng

Tôi bắt đầu quen với Quang vào tháng thứ năm hay sáu chi đó của cuộc đời cải tạo tại trại Trảng Lớn, Tây Ninh.

Vào thời kỳ đó đám cải tạo bọn tôi đã thiếu chất xanh một cách trầm trọng. Mỗi bữa mỗi người chỉ còn được phát có một chén ăn cơm nước luộc bí hoặc su su, và nạn phù đã bắt đầu xuất hiện trong trại. Mỗi sáng đều có những sĩ quan cải tạo được dìu lên trạm xá – chỉ đến tình trạng đi không được, mới được trạm xá phát cho những viên Vitamine hiếm hoi cứu mạng. Ban chỉ huy trại, năm đó hoàn toàn là quân đội chính quy miền Bắc nắm giữ, đã khuyến cáo các cải tạo tự mình trồng lấy rau xanh, không nên trông cậy ở khẩu phần chính thức mỗi ngày một co lại vì phải bù quá nhiều tiền cho việc mua củi.

Bạn bè tôi túa ra chiếm những khoảng trống có thể trồng rau trong hàng rào kẽm gai của trại. Tôi và Văn, một bạn thân vóc dáng nhỏ thó nhưng đẹp trai và tháo vát khỏi chê, thì cứ lè phè như thường lệ. Không tham gia vào công cuộc giành đất khai hoang. Nguồn chất tươi của hai đứa tôi trông cậy vào tài lanh lẹn của Văn. Mỗi khi được gọi đi lao động trên trung đoàn, dù là tháo vỉ sắt sân bay hay dọn những căn nhà đã cháy trong cuộc chiến cuối cùng của năm 75, chỉ thoáng một cái là Văn đã nhìn ra chỗ nào cần phải cải thiện rồi. Tôi đứng ra làm bình phong cho Văn biến đi đâu chừng nửa giờ, là dư khi trở về Văn đã kiếm ở đâu đó ít cọng khoai lang, rau dền hay đôi khi cả trùm bao nữa. Và có lần Văn dám chui kẽm gai vào khu khác, bới trộm được ba bốn củ khoai lang còn nhỏ xíu.

Tối hôm đó tôi sang lán của Văn để cùng rửa khoai. Nói là cùng cho oai chứ tôi thì ngồi coi, tán chuyện gẫu. Văn vốn là một chuyên viên kinh tế tốt nghiệp Tây phương, có những ngón tay tài hoa khéo léo, đâu cho tôi đụng đến. E tôi làm gãy khoai, sẽ bớt chất ngọt chất tươi đi. Đến tối Văn cho khoai vào lon gô, nhóm lửa nấu thật chăm chút như nấu món yến sào trong cung vua chúa. Và khi khoai chín, hai đứa trịnh trọng mang lon gô ra một khoảng xi măng sạch sẽ sát hàng rào kẽm gai, và dưới ánh trăng tỏ đêm đó, hai đứa chia nhau từng củ nóng bỏng, vừa nhai vừa húp nước luộc khoai cho thêm phần sinh tố.

Trong đời lính chiến của tôi, chẳng an nhàn gì cho lắm và đã từng có lúc khát quá múc nước sông đỏ ngầu uống mà thấy ngọt dễ sợ. Và đói thì cũng có lúc đói mờ mắt. Nhưng chưa bao giờ biết thế nào là một cơ thể thiếu chất xanh cho đến khi làm thân cải tạo. Người cứ như khô đi, hốc hác, khó chịu làm sao. Nhưng vẫn ở mức độ cũng còn chịu đựng được nếu chứng bệnh phù không tới. Và dĩ nhiên là tôi bị trước Văn. May mắn gặp một người bạn tốt cho mấy viên B1 nên chưa đến nỗi đi lết bết. Làm sao tránh nổi cảnh đó khi chất xanh đã hiếm hoi, gạo thổi cơm lại là thứ gạo để quá lâu trong kho đã mốc meo.

Tôi quyết định rủ Văn đi một đường khai hoang trồng lấy rau. Mới đầu Văn còn không chịu. Nhưng với thời gian, những phiên lao động ngoài trại mỗi ngày một ít đi, tài tháo vát của Văn không còn đất dụng võ. Nhưng anh chỉ quyết định theo tôi trồng lấy rau khi một buổi tối, hai đứa thèm chất xanh quá rồi, đang ngồi bàn tán sát một luống rau muống của bạn bè, Văn bỗng dưng bảo tôi làm bình phong để hắn chĩa rau. Tôi ngần ngại một chút rồi cũng nghe theo. Văn chĩa được chừng một lon gô rau muống để hai đứa chia nhau ăn trưa ngày hôm sau. Nhưng đến đó là giới hạn chót bởi vì cải tạo cũng có luật bất thành văn của cải tạo: Chĩa tài sản của trại thì được, chĩa của anh em thì tối ky.

Sáng hôm sau hai đứa ra khu đất trống của trại bây giờ đã biến thành cả trăm luống rau đủ loại. Không còn tới một thước đất cho hai đứa cắm dùi. Sau cùng tôi với Văn đành cuốc ven con lộ cho bằng ra thành một luống nhỏ. Làm hai ngày mới xong vì đá, sỏi rác rưởi đủ loại lổn nhổn. Khi luống đã thành, cọng rau muống già xin đã đủ, đã cắm xuống xong xuôi thì hai đứa mới ngẩn ngơ trước một sự kiện hiển nhiên. Đất xấu như thế, nước thì không nhiều, nếu không có phân bón thì giấc mơ được ăn rau, ăn khoai của bọn tôi còn lâu mới tới. Tôi quyết định múc phân người từ cầu tiêu công cộng ngay đó, Văn phản đối kịch liệt. Nhưng nhu cầu thực tế sau cùng vẫn thắng: Văn bằng lòng cho tôi tưới phân người với điều kiện là chỉ tưới vào lúc không có mặt đương sự.

Từ đó mỗi buổi trưa nắng chói chang là tôi hành nghề làm vườn một mình. Trại lúc đó thường vắng, không ai tranh giành những gầu nước quí giá ở đáy cái giếng gần đó. Tôi dùng một cái gầu thẳng làm bằng một cây sắt xuyên qua chiếc mũ nhựa lót trong các mũ sắt, thọc thẳng vào cầu tiêu gần đó. Rồi khệ nệ đưa gầu đầy phân tươi rói ấy ra tận luống rau ven lộ, đổ ụp xuống. Phải đi đi lại lại như vậy khoảng ba, bốn lần mới xong mục bón ruộng. Sau đó là múc nước tưới lên cho sạch sẽ, đúng như yêu cầu của Văn.

Giải quyết xong vấn đề rau tươi rồi, mỗi chiều tôi lại càng thảnh thơi hơn. Trong chốn tù đày này, mỗi người có một cách để giữ thăng bằng cho tâm hồn. Văn chọn cách là tin theo bất cứ một tin đồn cà chớn nào cho biết rằng lũ sĩ quan bọn tôi sắp được tha về. Khi thì mười ngày nữa, khi thì chính xác là mồng 3 tháng sau. Tôi hay trách Văn là tại sao lại đi tin những tin tức tầm phào như vậy. Mới đầu thì hắn nín thinh, nhưng rồi tới một tối hắn la lại tôi: "Tại sao ông lúc nào cũng thích lôi người ta vào cõi thực như vậy. Ông cứ để cho tôi tối đi ngủ mơ rằng tuần sau, tháng tới được về. Có thế tôi mới dễ ngủ và sống được chứ!" Lần này đến lượt tôi nín thinh vì Văn có cái lý của hắn, cái lý của nhiều đồng đội khác nữa: Khi lâm hoàn cảnh khốn cùng, ta cứ việc mơ mọi giấc mơ không tưởng để quên thực tế trước mắt. Chính những người theo trường phái mơ màng này nhiều năm về sau đã tin chắc là Mỹ sẽ mang trực thăng đến tận trại "bốc" thẳng cải tạo đến Hoa Kỳ. Hay là khi đã được tha về sống đói rách vất vả với vợ con thì tin ở giấc mơ cứ việc điền đơn đi Úc là có xe bus đêm khuya ghé tận cửa nhà đưa thẳng ra bãi sau của Vũng Tàu, bước thẳng lên đoàn tàu há mồm đang đợi sẵn.

Tôi không thể nào hoang tưởng như thế được. Tôi biết Đảng Cộng sản Việt Nam còn nhốt bọn tôi nhiều năm tháng nữa. Tôi tìm cách tái lập quân bình nội tâm bằng cách khác. Tôi vẫn giữ trong người từ lúc còn rất trẻ cái thú thích cảnh thiên nhiên và các vẻ đẹp dưới bất cứ hình thức nào. Ban ngày tôi lang thang đi thăm từng nơi có hoa trong trại, hoa bìm bìm tím phủ đầy mái lán của một đội bạn gần vườn rau, hoa tóc tiên hồng ven vỉa hè của lán khác, và đã có lúc tình cờ nhìn thấy hoa cỏ nở trên vũng nước nằm trong hàng rào kẽm gai, tôi đã ngồi xuống ngắm nghía và mơ mộng cả giờ.

Nhưng thích thú nhất là vào những buổi chiều không mưa, tôi cùng vài người bạn leo lên bồn chứa nước, ngồi ngắm những đám khói đốt đồng ở vùng biên giới tít mù phía xa. Ngồi lơ lửng trên cao như thế, nhìn mặt nhau biết cả, khỏi lo có ăng-ten, thiếu gì lúc bọn tôi bàn tán ước mơ có dịp chạy như bay trên những đồng cỏ xa ấy, phóng qua biên giới, đi về bất cứ đâu, miễn là ra khỏi Việt Nam. Nhưng chỗ ưa thích nhất của tôi vẫn là một gốc cây cưa cụt không xa cầu tiêu công cộng nằm chính giữa vườn rau rộng của trại. Tôi ngồi đó, trịnh trọng nhồi thuốc rê vào ống điếu, châm lên rồi vừa hút khói khét lẹt vừa thưởng thức cảnh núi Bà Đen gần kề.

Cảnh núi chẳng chiều nào giống chiều nào là một niềm an ủi lớn cho tôi. Núi có đó, vẻ đẹp của núi có đó, có từ nhiều triệu năm trước khi có tôi ra đời và còn tồn tại nhiều triệu năm nữa sau khi hình hài tôi đã trở về với cỏ với đất này. Một buổi chiều tôi đang mơ màng như thế bỗng dưng tôi để ý tới một cải tạo viên đang lúi húi làm vườn ngay luống đất kế cận. Anh trắng trẻo đẹp trai. Nhưng điều làm tôi chú ý là anh cắm những cọng rau muống già xuống theo một đường thẳng hoàn mỹ. Khoảng cách giữa mỗi cọng, giữa mỗi hàng thật chính xác như hình kỷ hà kẻ trên mặt giấy. Nhưng sự kiện quan trọng hơn nữa làm tôi chú ý là khuôn mặt bình thản, yên tĩnh của anh.

Từ lâu lắm rồi tôi không được nhìn thấy một vẻ mặt bình tâm như thế sau hàng rào kẽm gai dày đặc này. Anh đã có trong anh một cái gì để soi sáng bình an lên nét mặt như vậy? Tôi liền làm quen, biết anh tên là Quang, sống ở một khu không xa tôi lắm. Anh bảo anh đã biết tôi từ lâu vì anh thường theo dõi những buổi nói chuyện trong đêm giữa tôi và Tùng, một người bạn nằm gần anh. Tôi chỉ quen Tùng kể từ khi nhập trại và tình thân tăng rất nhanh vì Tùng có hai ưu điểm: Lúc nào cũng kiếm ra cà phê để pha và là người Quảng Nam, quê mẹ của tôi, một vùng quê mà suốt đời chưa bao giờ tôi có dịp đặt chân tới. Có thể vì những ngụm cà phê pha cơm cháy, có thể vì nghe người khác kể chuyện quê hương và cuộc đời cũng là một điều thú vị, tôi thường gợi cho Tùng kể lể cuộc đời khiêm tốn của đương sự từ lúc nhỏ tới hiện nay. Có lần tôi yêu cầu Tùng kể cho nghe tất cả những món quà của miền Quảng Nam xa lạ ấy, ăn ở đâu, vào những lúc nào thì ngon nhất.

Quang bảo những lúc ấy anh thường nằm yên nghe kể với nhiều thích thú. Nghe kỹ như thế về cuộc đời một kẻ khác, cũng là một thứ phiêu lưu. Tôi khám phá ra rất nhanh Quang là một con người tốt, một thứ người có thể kết bạn một lần cho suốt cả cuộc đời. Chỉ có điều hai đứa khác nhau nhiều điểm quá. Quang không bao giờ hút thuốc, không bao giờ uống rượu và cũng không thèm cà phê tối ngày như tôi. Anh là con một mục sư đã từng phục vụ gần cả cuộc đời nơi miền Cao Bắc Lạng và rồi tại cao nguyên miền Nam. Anh cắt nghĩa thái độ điềm tĩnh, vẻ mặt bình an của anh đại khái như sau: Đời cải tạo này chẳng qua là một thử thách Chúa đã an bài cho anh phải trải qua. Vậy cứ vâng ý Chúa mà sống…

Anh có một niềm tin lạ lùng như thế ở Chúa của anh. Và dĩ nhiên anh rán cư xử như lời Chúa dạy, lúc nào cũng sẵn sàng giúp đỡ mọi người và chia sẻ cái gì anh có với bạn bè – nhất là cho tôi. Anh mang theo tương đối được nhiều tiền nên gửi cán bộ mua chính thức và mua lén được nhiều thực phẩm bên ngoài hơn. Và có lần tôi ghé sang anh, ngoài hai cục đường thẻ anh còn đưa tôi một bịch ni-lông nhỏ thuốc lào. Anh bảo anh gửi mua thuốc lào cốt để cho tôi mà thôi. Quang là người như thế đó, nhưng hai đứa không thể nào thật thân nhau được bởi vì anh quá nghiêm túc, trong khi tôi thích nói về hoa lá cỏ cây và đàn bà. Bởi thế tôi biết nói gì hơn là im lặng nghe khi anh cắt nghĩa trước đây anh được học bổng đi Mỹ lấy bằng BA là do Chúa định. Khi trở về bị động viên thì anh bảo Chúa thử thách. Ngồi gần anh lắm lúc tôi có cảm tưởng anh buông thả hoàn toàn mọi sự, cả thân xác lẫn cuộc đời vào một dòng sông định mệnh bí hiểm nào đó.

Tôi hiểu sự bình an của anh phát xuất từ một căn bản như thế đó. Tôi hiểu, nhưng tôi không sao bắt chước được. Sinh vào một gia đình nghèo, đông anh em, tôi phải phấn đấu để được học, từng bước từng lớp từng năm. Cái gì tôi đã có trong trần gian này, đều do sự cố gắng của tôi mà có. Thân lập thânnhư người xưa nói, tôi chưa bao giờ nương tựa buông thả mình vào bất cứ ai, thần linh nào. Ngay bây giờ cũng vậy, sự an tĩnh của tôi trong những hàng rào kẽm gai dày đặc này, cũng là do tôi tự thực hiện lấy cho mình.

Đến cuối năm đó tôi có tên trong danh sách những người chuyển trại đợt mới. Lần này cán bộ không có giấu diếm; với các cải tạo thì sự kiện đó có nghĩa lần chuyển trại này không đi vào nơi hắc ám như đi đảo Phú Quốc hay ngồi toa bít bùng chuyển ra miền Bắc vừa xa lắc vừa đầy hận thù.

Các toán bếp được phép thức khuya để nấu cơm nắm sẵn cho cả ngày mai. Đến 9 giờ đêm điện vẫn cứ tắt, toán bếp được phép thắp đuốc để làm việc cho xong. Dân làm bếp mà được thức có nghĩa là cả trại được phép thức theo luôn. Từng nhóm nhỏ bạn thân từ trước hay mới thân từ lúc đi cải tạo tụ hợp nhau để giã từ. Những người được ở lại trại xuất những của cải trần gian quí báu của mình ra, nghĩa là cà phê, thuốc lá, đường và kẹo để tổ chức tiệc tiễn hành. Không một ai trong cả cái trại hơn một ngàn sĩ quan này có thể biết được trong cuộc đời này còn có hi vọng gì gặp lại nhau nữa hay là không.

Tôi được một nhóm bạn trong có một bác sĩ mời dự tiệc tiễn hành tổ chức trên một nắp lô cốt đã sập nghiêng. Tôi thân với anh bác sĩ vì anh là người đầu tiên, chưa có lệnh của trại, đã tự ý gieo trồng một cây cà chua trong cái lon. Khi cây còn đang tăng trưởng, tôi hay thường ghé lại ngắm nghía với anh. Dĩ nhiên khi cây cho ba trái đầu tiên, anh đã trịnh trọng tặng tôi một trái và thích thú nhìn tôi nhe răng cắn ngập ăn luôn cái vèo – trái cà chua trong chậu kiểng này bé bằng một phần ba trái trứng thôi. Bác sĩ thì ở đâu cũng được vị nể và do đó anh đãi tôi và những bạn sắp lên đường những ngụm cà phê thứ thật, nóng hổi, thơm thuần túy mùi cà phê. Câu chuyện lan man đến khuya, tôi chỉ đủ thì giờ về lán thu xếp túi đeo lưng và những đồ tế nhuyễn của riêng tây đa số là lon gô ca cóng, là đã đến giờ lên sân tiểu đoàn. Giờ tập họp là 3 giờ sáng, bởi thế tôi không có dịp nào để phóng qua khu Quang, giã từ người bạn theo đạo Tin Lành, kẻ phó mặc cuộc đời mình trong tay Chúa này.

Trong đêm gần về sáng ấy, trưởng trại, một thượng úy của quân đội miền Bắc, đã nói thẳng với bọn tôi là chuyến đi sẽ đưa chúng tôi đến một nơi lao động được, và có lao động rồi thì mới có hi vọng về với vợ con. Tôi biết viên sĩ quan này nói thật nên chẳng ngạc nhiên chẳng buồn khi nhìn thấy chiếc xe đầu đoàn quẹo nơi ngã ba ngoài thành phố, đi thẳng lên phía Bắc. Một người bạn đứng cạnh tôi đã chiến đấu ở vùng này, hiểu địa thế, nên đã nói ngay: "Chúng ta đi Katum là cái chắc! Trong chiến khu D!"

Một chuyến đi vất vả, xóc tối đa, nhưng bọn tôi hài lòng vì càng rời xa vùng có dân cư, kỷ luật càng nới lỏng. Bọn tôi tha hồ đứng lên ngồi xuống, leo cả lên thành xe ngắm cảnh mà không bị hai vệ binh cầm AK đi cùng quát mắng. Khi xe dừng ở một cái trảng giữa rừng, tôi đã cố tình đứng vào cuối hàng để bị khám đồ gần chót. Tôi có giấu trong hành trang một con dao làm bằng đai thùng, phải khám sau để còn rút kinh nghiệm tìm cách giấu. Sở hữu một con dao, dù là dao tự chế, là một tội. Nhưng tôi tìm cách giữ vì dao cần vô cùng cho sinh hoạt của tôi đã đành mà còn hữu ích trong việc giao tế với bạn bè. Tôi đã nhận thấy các vệ binh kiểm tra đồ không một ai lật chiếc poncho lót lên nên tôi đã nhẹ nhàng giấu dao xuống dưới, lẫn vào đám cỏ dày – tôi không biết rằng nội qui ở cái trại giữa rừng lại không cấm cải tạo có dao. Còn hai người nữa mới đến lượt thì đã nghe thấy rừng hú lên báo hiệu cơn mưa to đang tới. Anh vệ binh cũng sợ mưa như ai nên bảo tôi: "Cho anh xếp đồ vào trại luôn. Mưa rồi?" Tôi vui mừng vì giữ được con dao, nhưng trả giá là chưa vào đến cổng trại, đã bị mưa ướt nhẹp.

Trong cổng trại đầy người ấy bỗng có kẻ reo lên mừng rỡ bắt tay tôi. Đó là Hà, một học trò cũ, đi lính sau, cấp bậc thiếu úy nên đã được đưa đến trại Katum ngay từ những ngày đầu thành lập. Hắn la lên thúc giục: "Thầy phóng vô ngay đi không tụi họ giành hết chõng. Xứ này không nằm đất được đâu. Bùn không à!" Tôi phóng vô ngay, nghĩa là bì bõm tối đa trong bùn để tới được lán đã được chỉ định. Tôi quăng túi đeo lưng và hành trang xuống đất ướt giữ chỗ, phóng ngay ra ngoài mưa về phía lán của các thiếu úy trẻ đang cho chõng. Dưới làn mưa ào ạt với tiếng hú của cây rừng, tôi nhìn thấy một chiếc chõng làm bằng tre và sậy nằm tít phía xa.

Tôi phóng tới cùng với một người nữa. Hai người một chõng, chưa bao giờ tôi xuất toàn lực như lúc này để rán chạy cho nhanh. Đến gần đích, tôi nhào người về phía trước rán đập tay vào thành chõng, hô lên: "Tôi xí nhất!" Đám thiếu úy trẻ đứng dưới mái hiên vỗ tay hoan nghênh kẻ về nhất. Tôi quay lại ngó anh bạn cùng chạy mặt mũi đang buồn hiu đầy nước mưa như tôi, nói nhẹ nhàng: "Tôi rất tiếc nghe!", trước khi đội cái chõng lên đầu mang về lán.

Tôi ngủ thật ngon đêm đó. Sáng hôm sau mới đi lòng vòng quanh lán một chút, đã khám phá ra cái trại này đúng là trại thô sơ trong rừng. Tất cả nhà cửa đều mái lợp tranh, vách cũng bằng tranh. Nhìn đâu cũng thấy không trảng tranh thì cây rừng. Không còn một ngọn núi nào cho tôi ngắm mỗi buổi chiều nữa. Tôi thoáng nản lòng, vào lục túi đeo lưng kiếm phần cơm sấy cuối cùng. Ở Trảng Lớn, đói đến mấy tôi cũng cương quyết không đụng tới phần cơm do người vợ trẻ tôi thương yêu vô cùng đã gửi lên qua bưu điện, cố để dành cho trường hợp khẩn cấp. Và bây giờ đây, giữa rừng hoang xa lạ đầy mưa lầy lội này, tinh thần xuống thấp… Tôi mang lon gô ra khu bếp, kiếm được một chỗ chen vô thì mới khám phá ra mình không có củi để đun nước sôi. Tôi đang ngẩn ngơ nhìn lon gô trơ trụi chưa biết tính sao thì người ngồi bên cạnh đã chia đôi mớ củi đang cháy sẵn trong bếp anh, cho vào bếp tôi. Tôi chưa kịp nói cám ơn thì đã nhận ra đó là Quang. Tôi mừng rỡ vô cùng. Tôi đâu ngờ anh cũng chuyển trại tới nơi này như tôi.

Ở đâu cũng vậy lúc nào cũng thế tôi không bỏ được cái tính hay nói đùa chọc ghẹo bạn bè: "Này bạn, Chúa đã an bài bạn đến đây đó hả?" Quang nở nụ cười hiền quen thuộc trước vẻ vui mừng thành thực của tôi. Anh chỉ nói: "Chúa cho tôi cả những người bạn, những người đồng hành trong cuộc đời này…" Sau khi chỉ lán của mình cho tôi biết, anh đi trước, không quên ấn vào tay tôi một mẩu cá khô nướng còn nóng hổi. Khi nước đã sôi, tôi cho vào cơm sấy, mang tất cả ra nhà chòi trước lán ngồi. Dân cũ của trại này, toàn là thiếu úy, đã đủ lãng mạn để cùng nhau bỏ công làm vài nhà chòi dễ thương ngay bên ngoài. Những nghênh phong các toàn bằng tre sậy và cỏ tranh. Tôi leo lên ghế còn nguyên vỏ cây, chậm rãi ăn bát cơm sấy điểm với cá khô nướng. Tôi hạnh phúc và ý thức rằng thứ hạnh phúc được ăn cơm trắng nóng no bụng như thế này chắc sẽ khó còn trở lại trong cõi rừng già này.

Và quả thực mọi sự diễn ra đúng như vậy. Mỗi sáng các cải tạo chỉ được phát một tô cháo đặc với muối cục, trưa một chén cơm đầy, tối một chén nữa. Thức ăn chỉ gồm rau muống, rau lang luộc và cá khô. Không khá gì hơn trại Trảng Lớn, nhưng nguy hiểm hơn ở điểm ở trại cũ thỉnh thoảng bọn tôi mới phải lao động nặng, trong khi ở đây phải làm nghề vô rừng chặt tre đốn gỗ. Lao động nặng như thế mà khẩu phần chỉ là 1.100 calorie một ngày – con số này do chính bộ đội phụ trách y tế trại công bố công khai. Hậu quả là cải tạo viên mới tới suy sụp rất nhanh, nhất là tôi, vốn thể chất chưa bao giờ khỏe mạnh lại tuổi cũng đã cao.

Miếng ăn, nói cho đúng hơn, là cơm, trở thành quan trọng số một, là vấn đề sống còn cho tất cả. Trại để các cải tạo tự quản, lãnh gạo về thì tự mình nấu lấy và chia lấy với nhau. Khỏi nói ban bếp chia cơm công bằng tối đa. Cứ mỗi mâm bốn người là một chậu nhôm nhỏ cơm. Khi chia cơm, có ban đại diện từng đội kiểm soát đàng hoàng. Khi bưng chậu cơm về đến bàn ăn, lại có màn phân chia nữa. Một người lấy muỗng ăn cơm xuống cho chắc trước khi lấy dao hay một thanh tre cắt làm bốn phần. Sau khi bốn người cùng mâm đồng ý là chia như vậy tạm được, lúc đó mới tới màn chót. Một người quay mặt ra phía sau, một người lấy đũa chọc đại vào một phần, hô lên: "Phần này của ai?" Người quay mặt đọc một tên nào thì chậu cơm quay về phía người đó làm chuẩn, những người khác theo vòng quay đồng hồ mà lấy tiếp. Nhiều mâm có những anh bạn khó tính, đòi hỏi quay số kỹ hơn, bốnlần chỉ bốn lần hô.

Cơ thể suy nhược dần đến độ một lần tôi nhận đi lấy tre. Chặt xong số tre qui định, vào thời kỳ mới nhập trại thì thôi dư sức vác lên vai mang về trại. Bây giờ đói quá, tôi phải chia làm hai bó. Cứ vác một bó đi một quãng để đó, quay lại vác bó thứ hai. Quang trẻ và khỏe hơn tôi nhưng không phải là không chơi với. Bởi thế một tối hai đứa gặp nhau bàn tính – ở trại này được một điểm đền bù là vệ binh mặc kệ bọn tôi lang thang, bởi vì có ngon trốn trại thì có may băng rừng già của cả hai nước Việt Miên hay Lào, thành công tới Thái Lan rất là thấp.

Hai đứa nghiêm chỉnh thảo luận để rồi sau cùng thỏa thuận trao đổi cháy cho nhau. Mỗi khối mỗi bữa nấu một chảo cơm, nhưng chỉ chia cơm đồng đều. Không chia cháy được vì sẽ bể vụn ra hết, cải tạo hợp nhau qui định là mỗi đội được ăn cháy một lần. Như vậy phần cháy chia đến tay mọi người sẽ to hơn, "chất lượng" hơn. Nhưng số đội thì đông nên cả tuần mới đến phiên được ăn cháy một lần. Tôi với Quang thỏa hiệp là ai đến phiên được thêm cháy, sẽ bẻ đôi chia cho người kia. Như vậy lượng tuy ít đi nhưng được ăn nhiều lần hơn.

Thỏa hiệp này được thực hiện liền và được giữ cho đến ngày cải tạo được thân nhân lên thăm nuôi. Thật không gì thú vị bằng mồ hôi mồ kê nhễ nhại lết về đến trại, sau khi nộp cây tre mây lá cho ban mộc, vào lán thấy trên đầu giường đã có một miếng cháy để sẵn. Tôi cầm lên thật cẩn thận – dĩ nhiên vài hột cơm vãi ra trên gối được nhặt cho vô miệng liền – ra đầu thềm ngồi cắn từng miếng, thưởng thức từng chút vị bùi của cháy. Thật nhiều năm về sau này ra hải ngoại, lang thang liên lục địa, ăn đủ các món ăn khác nhau, tôi vẫn tự hỏi không biết có món nào cung cấp số lượng "ngon" nhiều hơn những miếng cháy đó không.

Thành thật mà nói những miếng cháy tôi chạy sang để lên đầu giường Quang thường nhỏ hơn miếng Quang chuyển sang cho tôi. Lâu lâu một lần, miếng cháy chia cho tôi to đến độ tôi biết Quang đã không ăn chút nào, nhường cho tôi cả. Chỉ vì tôi già hơn, đuối sức hơn anh.

Sức lực xuống, tinh thần tôi xuống theo. Tôi vẫn gắng gượng mỗi sáng tập thể dục, đi rừng thấy hoa vẫn ngồi ngắm, nhưng tinh thần xuống vẫn cứ là xuống. Trong khi Quang vẫn giữ được vẻ bình an cố hữu. Da dẻ anh vẫn mịn màng, râu ria lúc nào cũng cạo nhẵn, quần áo chỉnh tề. Tôi không cần phải hỏi, vì có hỏi thì chắc anh vẫn trả lời là nhờ có Chúa… Còn tôi, kẻ vô thần, chẳng có Jesus, Phật, Allah hay thánh thần Đông Tây kim cổ nào phù hộ nên lại bắt đầu bị phù.

Cả ngàn sĩ quan cải tạo có ai khá hơn ai bao nhiêu. Tôi biết là còn có người mang theo nhiều viên Vitamine quí giá, nhưng tôi không quen biết, làm sao xin. Sau cùng tôi đành chấp nhận sử dụng tới vật cuối cùng có giá trị thương mại nơi rừng già này, là cái bật lửa Zippo. Cái bật lửa đã cũ này, với chùm chìa khóa không còn mở được bất cứ cái gì nữa, là hai vật lúc nào tôi cũng mang theo trên người.

Tôi đành trao cái bật lửa cho Hà, nhờ hắn bán hay đổi cho bộ đội, lấy đường. Dĩ nhiên trước khi trao, tôi bật nó lần chót châm vào điếu thuốc rê, nhìn đốm lửa vàng lóe lên trong làn khói thuốc mà như tưởng thấy khuôn mặt của người vợ yêu kiều không biết bao giờ mới được gặp.

Hà mang về cho tôi được 30 cục đường thẻ. Hắn bảo bộ đội chê bật lửa đã trầy sát nhiều, nên không chịu đưa hơn. Tôi tặng Hà hai cục, còn lại chia đều mỗi ngày hai cục để chữa phù. Tôi không đụng chạm tới muối, cá khô nữa. Sáng một nửa tán đường ăn với tô cháo đặc, trưa một nửa tán nữa cho bát cơm duy nhất, chiều cũng vậy. Còn một nửa tán thứ tư, tôi dùng cho ca nước trùm bao nóng hổi sau khi đi rừng trở về. Lúc uống ly trùm bao đường này thường là giây phút thú vị lớn trong ngày. Tôi ngồi trên chõng tre sậy, nhấm nháp từng ngụm nóng bỏng, ngắm trảng tranh dập dềnh dưới gió, dưới mưa, ngoài khung cửa. Và vào một buổi chiều như thế tôi đã đi đến quyết định tìm cách đặt tâm hồn và thân xác, cả cuộc đời mình vào Chúa của Quang. Tôi cần nơi nương tựa, tôi không còn đủ sức đi tiếp hiên ngang bằng tự sức mình như xưa nữa.

Quang lắng nghe quyết định của tôi rồi đề nghị kể từ nay sẽ giảng đạo cho tôi nghe. Hai đứa thỏa thuận là mỗi tối sẽ gặp nhau ở hội trường. Lúc đó đang vẫn còn là mùa mưa. Hội trường làm nhô một phần ra trảng tranh, hai đứa chọn khúc cây làm ghế ở gần chót. Nơi đó, ban đêm, hoàn toàn vắng người. Đom đóm rừng nhiều không biết bao nhiêu ngàn con, lập lòe trong trảng tranh chạy dài tới bìa rừng phía xa. Trong khung cảnh đó, mỗi tố Quang nhỏ nhẹ kể Thánh Kinh cho tôi nghe. Tôi thả tâm hồn tôi trôi nổi trong dòng cố sự của miền Trung Đông cách đây hai ngàn năm. Tôi nghe những truyện, những điển tích ly kỳ ấy, không hề phê bình, chỉ thỉnh thoảng hỏi thêm một vài chi tiết, ý nghĩa.

Tôi vẫn sáng sáng dậy đúng tiếng kẻng, phóng ra ngoài sân tập thể dục một mình. Tôi vẫn lết bết vào rừng với con dao chặt cây làm bằng một thanh vỉ sắt lót sân bay, rán hoàn tất chỉ tiêu trại trao về cây cột, về xà ngang, về cỏ tranh lợp mái, về mây rừng dùng để cột tất cả mọi sự thay đinh – nơi chốn này kim khí là một thứ vật chất khó kiếm ra nhất. Tối đến tôi vẫn đến ngồi cuối hội trường đợi Quang, và lại lắng nghe giọng đều đều của anh nói về Kinh Thánh, trong khi đàn đom đóm rừng vẫn lập lòe trong trảng tranh. Có đêm trời quang mây tạnh, bầu trời có sao, nhưng tôi thấy sao cũng lẫn vào đốm sáng của đom đóm. Tôi như ngồi trong một phi thuyền vũ trụ bay lãng đãng trong không gian vô cùng.

Đến đêm thứ mười, khi Quang đang nói tôi bỗng cảm

thấy như có ai đang rình mò. Tôi nghiêng đầu thật khẽ kiểm soát phía sau thì thấy một ăng-ten đang ngồi thu lu dưới đất sau một hàng ghế phía sau. Tôi hích nhẹ Quang rồi yêu cầu anh nói to hơn kẻo tôi nghe không rõ. Quang hiểu ngay, nói tiếp nhưng lớn và rõ ràng một đoạn trong Kinh Thánh. Bọn tôi cần phải cho ăng-ten biết rõ bao nhiêu đêm nay hai đứa tôi ra đây chỉ cốt nói truyện đạo, không hề nói tới truyện trốn trại hay chống đối lại Đảng và nhà nước.

Nhưng đã bị bao vây nghi ngờ như thế thì phải ngưng thôi. Sáng hôm sau là ngày chủ nhật, được nghỉ, tôi sang kiếm Quang sau bữa ăn trưa. Hai đứa ngồi cạnh nhau trên thềm hiên đất, dưới mái tranh ngắm sân đất bắt đầu khô được vài khoảng dưới nắng. Tôi cho Quang biết tôi chẳng thấy một niềm tin nào hết đến với tôi. Quang im lặng một chút rồi nhỏ nhẹ: "Tại anh nghe tất cả những điều tôi kể với cái tai của một người nghe truyện văn học và thần thoại…" Tôi bảo tôi biết làm sao hơn. Tôi không thể vẫn là tôi, còn là tôi, như thế. Tôi hỏi ngược lại Quang là xưa kia làm sao anh có được Niềm Tin. Anh ngẫm nghĩ rồi mới trả lời: "Niềm tin tự đến với tôi, như một ơn thiên sủng".

Tôi thở dài trở về khu mình, đi chậm rãi men theo những khoảng đất đã khô. Ơn Thiên Sủng? Tôi không biết nó là cái gì, nhưng chắc chắn là không ai ban cho tôi cái ơn này, dù tôi đã mở rộng tâm hồn thể xác tôi mà cầu xin trong mười đêm liền vừa qua. Bao nhiêu ngàn ngàn con đom đóm thắp sáng những đêm đó, nếu chúng có một linh hồn riêng, hẳn chúng có thể chứng nhận cho sự thành tâm của tôi. Nhưng thôi, Chúa Ki Tô đã không đến với tôi, tôi sẽ đi tiếp con đường đời còn lại một mình, bằng sức mình, như xưa. Nếu không may bị cây đè chết, đau ốm mà chết, thân xác này ra góc rừng kia làm mồi cho đàn mối, cũng đành, cũng là xong.

Chế độ ngưng ăn muối đã thành công. Mặt tôi đã bớt sưng rồi trở lại bình thường, sức khỏe tôi dần dần khá hơn.

Hai mươi tám tán đường thẻ cái bật lửa Zippo tôi đã mua bằng tiền tôi ấy, đã cứu tôi qua cơn ngặt nghèo. Hai tuần sau ban chỉ huy trại tập họp toàn thể cải tạo trên hội trường, cho biết chế độ cho thăm nuôi sắp bắt đầu. Liên trại vùng Katum thời đó do quân đội chính quy ngoài Bắc quản lý nên cách xử sự khá tử tế, không khắt khe tệ hại như công an về sau này. Họ trao cho mọi khối cải tạo tự bình bầu lấy những đợt thăm nuôi, căn cứ trên tiêu chuẩn giỏi lao động hay là không. Quang, lao động giỏi, được bầu vào đợt thăm nuôi thứ nhất nơi khối anh. Còn tôi, quả thực tôi ngạc nhiên khi được đồng đội bầu vào đợt thứ 7 – tôi cứ tưởng lết bết như tôi thì phải vào đợt hai mươi về sau.

Vào ngày của đợt thăm nuôi thứ nhất, tôi ngồi ngắm đồ thăm nuôi của anh bạn cùng lán mang từ trại tiếp tân vào. Nhìn thực phẩm bầy đầy một chõng là đủ mê rồi, dù chẳng phải là của mình. Dĩ nhiên anh bạn chủ chõng tháo một bịch đường ra, cho đám bạn đang ngồi ngó chung quanh mỗi người một cục. Đây là thứ đường cục hình hạt đậu dày cộp và vàng tươi, thơm mùi mía mới ép. Dĩ nhiên là anh không quên bấu cho mỗi người một nhúm thuốc lào trong một bịch to như giấc mơ của những người ghiền thuốc như tôi. Hơn nữa, anh còn bằng lòng cho tôi khẩu phần cơm bữa chiều. Với quà đầy đủ, tối nay anh nấu mì và nhiều thứ nữa đãi những bạn cùng mâm và các bạn thân của anh.

Tôi gặm nhấm chưa hết nửa tán đường thì Hà qua bảo Quang đã từ trại tiếp tân trở về. Tôi sang. Quang đang lúi húi xếp đặt lại số quà cáp mới nhận được. Thấy tôi, anh cười chỉ xuống cuối chõng. Anh đã chia sẵn cho tôi mỗi thứ một chút, trong đó có nửa ký đường thẻ – thứ thực phẩm sống còn của cải tạo viên nơi rừng núi khắp hai miền Nam Bắc. Đêm hôm đó một nhóm bạn chưa được thăm nuôi tổ chức nấu chè. Mỗi người góp hai tán đường và một chén cơm. Chè cơm nguội được nấu trong một thùng đạn đại liên do một tay đầu bếp được anh em tín nhiệm, mang ra thơm lừng để trên chiếc bàn tre sậy trong phòng ăn. Một ngọn đèn dầu làm bằng hũ tương chao được thắp lên soi sáng. Tôi ăn ngon vô cùng tô chè cơm nguội này, và khi hít một hơi thuốc lào sau đó, thấy cuộc đời là hạnh phúc. Các bạn tôi cũng vậy, cười, nói đùa, hát nho nhỏ cho nhau nghe tới khuya.

Rồi tôi cũng đến lượt được thăm nuôi. Được ăn no hơn, đủ thuốc lào thuốc rê hút, cuộc sống dễ chịu hẳn lên. Sau này, khi bị chuyển trại đến trại do công an quản lý, đầy khắt khe dữ dằn kìm chế ngày đêm, tôi vẫn nhớ tiếc thời kỳ Katum này. Và dĩ nhiên tôi không thể quên mười đêm ngồi giữa đàn đom đóm và ngàn sao với Quang. Tôi đã đi tìm Niềm Tin, tôi muốn… nhưng làm sao được, không có một ơn Thiên Sủng nào dành cho tôi hết. Tôi đi tiếp con dường của mình bằng sức mình, với vợ và với các con. Không còn gì khác nữa.

Nếp sống của tôi bắt đầu đổi khác. Tôi có một nhóm bạn mới để mỗi tối quây quần quanh ngọn đèn dầu, uống cà phê nói đủ mọi thứ chuyện của cuộc đời. Vui hơn nhiều. Nhưng tôi vẫn duy trì tình bằng hữu với Quang. Thỉnh thoảng tôi vẫn sang khu anh, ngồi nhìn anh ngồi chẻ tre làm lạt. Vợ anh đã mang lên cho anh một con dao thật bén, và do khéo tay, anh được trao luôn việc ra tre ra mây cho cả khối. Lối nói chuyện của anh vẫn như xưa mà thôi, nhẹ nhàng với những sinh hoạt hằng ngày. Không bao giờ anh nhắc tới chuyện đạo với tôi nữa. Có lần anh đưa cho tôi mượn một số Reader's Digest cũ. Tôi nằm dài ra chõng của anh, mở ra mà hối tiếc sao xưa kia không chịu khó học thêm Anh văn. Tôi coi hình và mơ màng rất lâu trước hình quảng cáo của một hãng hàng không Mỹ. Cô tiếp viên với nụ cười xinh đẹp đang bưng một khay đồ ăn đưa cho khách. Lúc đó nếu có ai bảo tôi rằng khung cảnh đẹp như mơ, đẹp quá tầm của bất cứ giấc mơ nào của cải tạo ấy, sẽ có tôi ở bên trong sau này, nhiều lần, chắc tôi sẽ khó mà tin.

*

Vài tháng sau tôi bị chuyển về một trại do công an quản lý gần Sài Gòn hơn. Lần này, không có Quang. Rồi tôi được tha về Sài Gòn. Một năm rồi hai năm đi qua vẫn chưa thấy Quang đâu. Mãi đến năm thứ năm hay sáu gì đó mới thấy anh xuất hiện nơi mái hiên nhà tôi. Anh vẫn vậy, bất biến. Một lần nữa tôi lại chọc bạn bè, hỏi anh có phải Chúa thử thách sáu năm thấy đã đủ nên cho về chăng. Lần này, anh trả lời với giọng đùa cợt kiểu tôi. Anh bảo nhóm Tin Lành của anh ở Katum ngày nào có năm người thì hai đã trốn trại, hai được tha về. Còn có một mình anh thôi. Vợ anh liền đi mượn thân nhân hai cây vàng, kiếm chỗ đưa, chuộc được anh về. Tôi ngừng hỏi thêm bởi vì biết chắc có hỏi thì anh sẽ trả lời đại khái rằng chính Chúa đã hướng dẫn cho vợ anh làm như thế.

Nhà anh ở tầng trên cùng của cư xá Thanh Đa, tít mù phía Bắc thành phố. Khoảng cách là xa hay gần, trong cuộc đời thực, không phải đo bằng km hay mile mà bằng phương tiện con người di chuyển. Nếu tôi tới nhà anh bằng xe hơi hay xe gắn máy, thì nhà anh gần lắm. Nhưng tôi chỉ có một chiếc xe đạp cũ, vừa đi vừa tuột xích, yên xộc xệch, nay thủng mai lỗ rò, thì anh ở quá xa tôi. Một vài chuyến viếng thăm sau đó làm tôi hiểu nếp sống của anh. Gia đình anh, do thân nhân trong nước ngoài nước đều vững, không bị áp lực của nồi gạo như bên phía tôi. Bởi thế anh chỉ đi dạy Anh văn và dành đa số thì giờ cho việc tụ họp các tín đồ Tin Lành để cùng hành đạo, nay nhà này mai nhà khác – hồi đó Đảng Cộng sản Việt Nam chưa chịu trả các nhà thờ Tin Lành lại cho các tín đồ. Tôi có lần bảo sao anh không làm mục sư luôn đi, bởi vì hơn ai hết, anh sẽ là một mục sư tốt. Anh chỉ cười, vẫn nụ cười bình an ấy.

Gia cảnh bên tôi trở thành quẫn bách vài năm sau đó. Vì đã nộp hồ sơ đi Mỹ đoàn tụ gia đình, tôi đã từ chức giáo sư môn Văn ở một trường ngoại biên, vợ tôi không kiếm ra việc làm mới. Ba đứa con trai lớn phải xông ra đi làm công nhân hết công trường xây cất này đến xí nghiệp quốc doanh khác. Ở trên trại, trong sách vở kinh điển, người Cộng sản hay nhấn mạnh: Phong kiến bốc lột nhân dân một thì tư bản bốc lột trăm lần nhiều hơn. Bây giờ tôi chua chát học thêm một bài học mới: Nơi nào có Đảng Cộng sảnthì đảng sẽ bóc lột nhân dân ngàn lần nhiều hơn và tinh vi hơn. Ba đứa con trai làm công nhân như thế mà tiền lương của chúng mang về không đủ đong gạo ăn no. Bởi thế có những buổi sáng vợ tôi ngậm ngùi cho biết nàng không còn tiền đong gạo thổi cơm chiều cho mấy đứa con, chứ đừng nói gì tới việc cơm ăn sáng mai và trưa mai tại công trường cho chúng nữa.

Vợ tôi không còn ai để vay. Cô bác chú dì của nàng, thậm chí cả em ruột đều còn sống ở cùng một thành phố, nhưng không ai chịu cho vay gạo nữa. Tôi bèn lấy cái bị cói, đạp chiếc xe tàng ra đi. Nếu tôi đói, tôi chịu được, khỏi cần nhờ vả ai. Nhưng các con tôi đói, vợ tôi đói thì lại khác. Làm một người đàn ông, làm một con trống, dù thất thế cùng đường đến đâu chăng nữa, cũng phải rán lên thôi. Tự ái cá nhân phải bỏ ra ngoài. Rồi đến một thời kỳ những bạn ở gần đã nhờ vả cả rồi, tôi nhớ đến Quang. Tôi đạp xe dưới trời nắng chói chang sang cư xá Thanh Đa, khát không dám uống vì số tiền trong túi phải để dành để phòng vá xe. Và khi bước chân vào phòng khách nhà Quang thì hai tay tôi dính bê bết dầu đen bẩn vì phải láp lại xích quá nhiều lần. Mồ hôi dĩ nhiên đầy mặt và lưng áo.

Quang vẫn như ngày nào trên cõi núi rừng. Nghĩa là anh săn sóc tôi chu đáo. Vặn quạt thêm cho mát, đưa khăn cho tôi lau tay, mời tôi uống nước ngọt, ăn trái cây. Tôi tiếp nhận những săn sóc ấy với thái độ biết ơn và khiêm tốn. Ba năm cải tạo không dài gì nhưng đã dạy cho tôi một bài học lớn. Tôi trở thành khiêm cung hơn với cuộc đời, bớt gồ ghề đi trong giao tế hằng ngày. Tôi biết sống hơn, thương người hơn đã đành và cũng biết để cho người thương mình – điều mà trước kia tôi vì kiêu ngạo ít khi chịu chấp nhận. Vợ anh phụ bán hàng ngoài chợ cho bà cô chưa về. Hai đứa con gái thay mẹ nấu ăn, bày bàn trải khăn với ly tách đầy đủ. Và khi tất cả đã ngồi vào bàn, anh chắp tay cầu nguyện và cám ơn Chúa "đã cho hằng ngày dùng đủ". Nghi lễ này tôi quá quen thuộc nhưng mỗi lần nghe giọng anh chân thành thốt lên những lời kinh ấy, tôi vẫn thấy phảng phất một yên tĩnh đâu đây.

Sau bữa cơm tôi cáo từ ra về. Anh yêu cầu tôi đợi một chút để vào phòng lấy ra một bao thư trao cho tôi. Anh không đưa ra một cách bình thường, mà đặt thư vào hai tay mở ngửa, đưa lên cho tôi, đầy trịnh trọng. Tôi cầm lấy cám ơn, như đã từng cám ơn khi anh kiếm cho tôi những cọng rau muống già làm giống cho luống rau cần cỗi ven lộ ở Trảng Lớn, như đã cám ơn những tán đường những miếng cháy anh đã chia cho tôi ở Katum. Khi đã qua cầu, ngừng chân nghỉ quán nước ven đường, tôi mới mở bao thư ra coi. Anh đã đưa số tiền mười lần lớn hơn lòng mong chờ của tôi. Trong lần gặp sau, tôi hỏi anh sao có thể chia cho tôi nhiều như vậy, anh đã cho biết anh thuộc một giáo hội có lệ là mỗi gia đình giáo dân, dù giàu hay nghèo, dù kiếm được nhiều hay ít, đều mỗi tháng cất riêng ra 10% lợi tức, coi như tiền đã cúng dường cho Chúa. Người gia chủ chỉ còn là người quản lý số tiền ấy thôi để giúp những người lâm cảnh ốm đau, ngặt nghèo bất kể thuộc tôn giáo nào trên thế gian.

Tôi nhớ cho đến ngày được cùng gia đình bước chân lên máy bay đi Bangkok, tôi còn phải tới cầu cứu anh hai hay ba lần nữa. Anh chẳng bao giờ biết khi nào thì tôi tới chơi thân hữu, khi nào thì cần tiền. Bởi thế những thư, những gói tiền bọc giấy học trò hay giấy báo ấy, khi nhiều khi ít. Nhưng bao giờ anh cũng dùng cả hai tay dâng lên tặng tôi. Có thể anh được gia đình giáo dục, có thể tôn giáo anh đã rèn luyện cho anh có được một cử chỉ như vậy. Nhưng dù do nguyên nhân nào thì anh cũng vẫn dịu dàng dạy cho tôi một bài học mà tôi áp dụng mãi về sau này. Phải biết chia sẻ cái gì mình có, dù ít, cho kẻ khốn cùng hơn đã đành, mà còn phải biết cách cho nữa. Một người đi cầu xin, nhờ vả, tự thâm tâm họ đã đau buồn lắm rồi…

*

Gia đình tôi sống với nhiều vui tươi ở Hoa Kỳ. Cả nhà quyết định để năm năm đầu ưu tiên cho việc học, đi làm chỉ là thứ yếu. Dù có lợi tức khiêm tốn, cả nhà chưa bao giờ từ chối một thư cầu cứu nào từ quê nhà bên kia biển. Có nhiều cho nhiều, có ít cho ít và mỗi năm gần Tết cố gắng gửi tiền lì xì, dù lắm khi chỉ là 10 dollar cho mỗi gia đình. Từ vợ chồng tôi lẫn các con đều hiểu rằng ít khi cuộc đời dành cho mình cái thú vị là được đáp ơn những người trước kia đã giúp mình. Bởi thế, cách trả ơn người đời hay nhất là giúp những người khác đang lâm cảnh khốn cùng.

Dĩ nhiên vừa tới Mỹ tôi đã đã viết thư cho Quang, và từ đó cứ mỗi năm mỗi viết. Mãi đến năm thứ hai tôi mới nhận được thư trả lời của Quang cho biết gia đình anh vẫn bình thường, vẫn tôi tớ cho Chúa, nhưng cũng đã nạp đơn xin đoàn tụ với người anh đã là mục sư tại Hoa Kỳ từ nhiều năm. Tôi viết thư trả lời, khuyên anh nên chi tiền cho những chỗ cần thiết – như chị đã chi ngày xưa để cho anh được tha về. Tôi nghĩ anh nên đi sang Hoa Kỳ sớm cho chị được nghỉ ngơi, các cháu có tương lai tốt nghiệp đại học. Và anh, anh nên thụ phong mục sư ở Mỹ. Rồi sau đó nếu anh muốn trở về Việt Nam phục vụ, anh có cả một hội thánh lớn mạnh yểm trợ để phục vụ dân nghèo khốn khổ ở Việt Nam.

Anh không trả lời thư ấy của tôi. Nhưng không phải vì thế mỗi năm khi vào mùa đông, các con tôi treo đèn ngoài mặt tiền, trên cây trong vườn mùa Giáng Sinh, tôi không viết cho anh những lời chúc mừng thành thật nhất. Rồi với thời gian qua nữa, chuông điện thoại reo và tôi nghe tiếng nói vui vẻ của anh phát xuất từ miền Nam Cali. Anh cho biết anh đã tới Hoa Kỳ, đã thụ phong mục sư và dĩ nhiên đang phục vụ cho Chúa.

*

Rồi như những truyện, những tuồng cổ Đông Phương bao giờ cũng có hậu, như những phim Mỹ thường tận cùng bằng một happy ending, một ngày mùa hè năm vừa rồi tôi nhận được điện thoại của anh báo anh sẽ tới thăm gia đình tôi vào buổi chiều. Anh lên miền Bắc họp các mục sư của hội thánh, bởi thế tạt qua thăm tôi.

Anh không đủ thời giờ ở lại ăn một bữa cơm để tôi được nghe lại một lần nữa giọng anh nho nhỏ cám ơn Chúa "đã cho hằng ngày dùng đủ" như những ngày đã xa trong quá khứ. Khi tiễn anh ra xe đậu ven bờ cỏ, đứng cạnh luống hoa tôi trồng đang mãn khai trong khí hè ấm áp, anh bỗng dưng hỏi tôi đến tuổi này rồi, tóc đã bạc, tôi có nghĩ đến chuyện trở lại đạo, với Chúa không. Và y hệt những ngày xưa cũ, tôi lại nói đùa chọc anh: "Tôi nghĩ là không cần thiết. Một con người ngoài đạo, nhưng sống theo đúng mười điều răn của Chúa, thì lên đến cổng Thiên Đường, đâu có sợ bị đuổi xuống chỉ vì thiếu I.D. Card của một hội thánh dưới cõi trần gian…"

THI VŨ

Tên thật Võ Văn Ái. Sinh tại Pha Long (Mường Khương, địa đầu biên giới Việt-Hoa) năm 1935 (trên giấy tờ ghi 1938). Chánh quán Thừa Thiên, tổ quán Bình Định.

Sống tại Pháp. Cộng tác với nhiều báo trong và ngoài nước cũng như ngoại quốc.

Chủ nhiệm chủ bút báo Tin Tưởng (1963-69). Chủ nhiệm chủ bút tạp chí Quê Mẹ (từ 1976) tại Paris.

Đã có sách in tại Sài Gòn từ trước 1975 và các nước Pháp, Hoa Kỳ, Ý.

Tác phẩm đã xuất bản:
Thơ:
- *Mùa Xuân Xa*(Paris,1966)
- *Mùa Rêu*(Paris,1966)
- *Hoa Nắng*(SàiGòn, 1969)
- *Je Vous Parle De Ces Jours Absents* (Paris,1968)
- *Un Ramodõ In-censo* (Ý, 1968)
- *Answer Of Fire*(Hoa Kỳ,1968)
- *Twelve Poems*(Hoa Kỳ,1969)
- *Nos Pas* (Paris,1975)
- *Thơ Tình Cho Người Lính*(Paris,1973)

Truyện, biên khảo, chính luận:
- *Tiếng Kêu Trầm Thống Trước Sự Tàn Phá Con Người* (SàiGòn,1968)
- *War Resistance And War Reality* (Paris,1968)
- *Kinh Ruột Tuệ Giác Siêu Việt* (dịch, chú giải và bình luận bản Prnjnaparamila Hrdaya Sutra chữ Phạn, Paris,1973)
- *Nguyễn Trãi, Sinh Thức Và Hành Động* (Paris,1981)
- *Mẹ* (Paris,1984)
- *Gọi Thầm Giữa Paris* (Paris,1985)
- *Luận Chiến Nước Ngoài* (Paris,1990)
- *Bốn Mươi Năm Thơ Việt Nam 1945-1985* (Paris, 1993)

Chiếc hôn

Chân mây quê mẹ hiện nguyên hình
Sen nở mùa sen gió trắng tinh
Áo em đâu biết trong màu nắng
Trăm tay xin hái đọt tình xanh

Đâu đỉnh đồi xưa một kiếp ngồi
Cho trăng thương nhớ bớt đơn côi
Em tới rồi đi em chẳng biết
Má là nơi đậu của chim môi

Xưa đã dần xa nay sắp xưa
Còn lưa trên mắt bóng xa hình
Bình minh gội tóc đêm thành trắng
Sương khói lòng ta vẹn kiếp người

Có đêm nào ngủ bỗng cô liêu
Trận gió lùa hương đến tận hồn
Em hãy tin rằng ta đến hôn.

Gửi người thừa phủ
(nhớ TT và HT)

Mộng chưa giải như thư tình chưa đọc
Người vào lao cho cơn khát tôi thôi
Xuống địa ngục nghe muôn lời than khóc
Ngóng tìm em trên võng gió đơn côi

Từ Huế đó nặng lòng tôi ngoài cõi
Hoa ghi lời nào đâu bóng trăng soi
Câu đất hát có ai ngờ phiến lá
Trang thơ đời Thu tới hốt đem thiêu

Người thay tôi vào ở chốn lao tù
Dòng sông bỗng quên đường ra cửa biển
Dấu tình thâm mây trắng chợt vô biên
Chiều hiu hắt chiều ngồi nghe tiếng cú

Cho tôi gửi trời xanh trong lá cỏ
Trên sân lao người ghi dấu hẹn hò
Người hãy thở hít vào muôn dặm núi
Gió rừng tôi thổi tắt mối buồn lo
Sen vẫn nở trong sắc hồng khét lửa
Nắng trăm năm mưa vẫn cứ là mưa
Con cá chết mùi bay không quá gió
Vị trầm hương ngào ngạt cõi nhân thừa.

Đoản khúc Kim Thanh

Như một tiếng Kim Thanh
tôi lắng trong vào hạt móc
trên cây cầu tuổi thơ
vắt qua dòng nước

Thành phố ngủ trưa
khi em cười sóng sánh bên Cồn
lá đua tay xin giữ
quả chùm mơ

Thơm phức hương em qua tà áo
cánh vỗ mùa xuân xôn xao
mặt trời nhìn hoa đếm tuổi
tôi dừng cuộc phiêu linh

Mùa hè có những hạt mồ hôi
lăn ngọc trên trán
những sợi lông măn nhốt gió
trên cánh tay trần

Tôi trở về căn nhà trống không
tin em biệt tích
những lá thư vàng lộng gió
heo may
mùa thu xanh mắt người

Như một tiếng Kim Thanh
tôi gửi cuốn từ điển đời tôi
vào cổ chim
trên sa mạc Úc
tôi gửi bài thơ tôi

vào môi chưa kịp nói
vì biết rằng
mắt em
là kho tàng trí nhớ
em đem dùng
cho những chiếc hôn sau
Bây giờ tôi chỉ còn quê hương
trong lòng
con đò xưa trôi mãi
trong mắt
nước đưa nỗi chết đêm
về tinh hệ bình minh
như tôi đưa em
vào đáy tim

Bây giờ tôi chỉ còn hai lồng ngực
gọi gió Trường Sơn
tôi chỉ còn hai vầng nhật nguyệt
như hai chiếc vú thơm
em cất hoài chưa trả
bàn tay tôi sa mạc

Đây giờ tôi chỉ còn một mảnh trời xanh
cho em lau mặt
tôi chỉ còn tôi
cho em đo những bước ra đi
tôi chỉ còn tiếng trống đồng
ngân khuya trên ghềnh đá
gọi em
vàng vang thanh điệu
xin em từng hơi thở
điêu khắc tượng Người

Bây giờ tôi chỉ còn em
trang hoàng ngày chủ nhật
hai ba tư năm sáu bảy
một hàng nến thắp
một mặt trời không tắt
con ngựa nhà trời ăn sương trên thảo nguyên

Bây giờ tôi chỉ còn em – hơi thở
tiếp hơi lồng ngực
Bây giờ tôi chỉ còn em – đôi mắt
nhìn về nơi sinh
Bây giờ tôi chỉ còn em – đôi tay
kéo lay nhật nguyệt
Bây giờ tôi chỉ còn em – đôi môi
vàng thơm tiếng nước.

Kim Thanh

Em còn cất giữ không
trong rừng em kín mật
bộ lạc Thơ
tôi chăn dắt nghìn năm

Bây giờ em hãy nói
cho mọi người khát nước trăm năm
đớn đau nô lệ
đứng lên
học nói Tiếng Thơ.

THU NGA

Thu Nga sinh tại Triều Sơn, Hương Trà, Thừa Thiên Huế. Viết văn và làm thơ lúc còn ở trung học. Định cư tại Hoa Kỳ năm 1975.

Đương kim Phó Chủ tịch Nội vụ Trung Tâm Văn Bút Nam Hoa Kỳ.

Giám đốc đài phát thanh Sài Gòn Dallas 1600 AM và giám Đốc SBTN/TX.

Viết chương trình kịch "Đời Sống Trên Đất Mỹ" cho đài phát thanh (2003), tác giả và đạo diễn phim "Đời Sống Vẫn Trôi" (2010), phóng tác và đạo diễn phim "Cuối Đường Hoàng Hôn" (DVD, 2012).

Tác phẩm đã xuất bản:
- *Ngậm Ngùi Hương Xưa* (tập truyện, 1998)
- *Bên Bờ Hạnh Phúc* (tập truyện, 1999)
- *Mây Theo Gió Về* (trường thiên tiểu thuyết, 2004)
- *Gió Đưa Cây Cải* (tập truyện, 2010)
- *Mấy Trăng Cũng Khuyết* (truyện dài, 2014)

Thư gởi mạ năm thứ bốn mươi

Mạ ơi! 30 tháng Tư năm ni đánh dấu 40 năm tròn ngày đau buồn nhất của trang sử Việt Nam! Khắp nơi trên thế giới, nơi nào có bước chân người Việt đặt chân đến, đều có những chương trình tưởng niệm trang trọng. Thời gian quả thật như bóng câu qua cửa sổ! Mới đó mà đã 40 năm qua rồi! Từ đó đến nay nỗi đau mất quê hương vào tay giặc Cộng như một vết thương sâu, chỉ lành trên mặt, nhưng bên dưới vẫn âm ỉ mưng mủ, chỉ chờ có cơ hội là bật máu đớn đau như cũ!

Ngày con ra đi mạ chưa tới 70, vẫn còn mạnh khỏe bươn chải nuôi dâu mới sanh xong lại vào Sài Gòn chờ con gái khai hoa nở nhụy. Con biết, tuy lòng Mạ trong những ngày tháng Hai đó rất nôn nao vì đang nuôi con và cháu ngoại, nhưng cũng nhớ con trai và cháu nội quay quắt. Những ngày trong tháng Hai trời hơi se lạnh. Cháu Út sinh cùng một thời gian với con của một người bạn thân trong cư xá Điện Ảnh, tên M.. Tuy nhiên, còn non ngày non tháng nên người nào ở nhà nấy. Bà M. cũng chờ cứng cáp là đi làm trở lại, nên cũng lo tịnh dưỡng kỹ càng. Mạ và mẹ bà M. cũng hay nói chuyện với nhau ở trước nhà, hay gởi nhau mua thức ăn từ chợ. Nuôi con được một tháng, Mạ cúng đầy tháng cho cháu Út xong mới quay trở lại Tuy Hòa.

Mạ về nhưng không yên tâm, nên Mạ dặn dò rất kỹ con bé C. người làm những điều cần thiết cho người mới sanh, dù sanh con rạ, Mạ bảo cũng phải kiêng cử vài tháng, như đi đứng phải nhẹ nhàng, không ăn những thứ quả chua, không ăn những thức ăn lạnh lẽo… và nhất là phải uống thuốc bổ huyết. Con nhớ ở khu chợ xóm Chiếu có ông y tá, nhưng ông tỏ ra thành thạo như bác sĩ, còn hơn bác sĩ nữa! Thân chủ của ông rất đông, người ta kháo nhau ông rất mát tay, nên văn phòng của ông lúc nào cũng tấp nập không đủ ghế ngồi chờ. Ai cũng bảo ông trị bệnh gì cũng khỏi. Con là một trong những thân chủ trung thành của ông. Để được có đầy đủ máu huyết cho sức khỏe, con đến đó rất thường xuyên để ông vô nước biển! Chả hiểu có phải vì nước biển được truyền thường xuyên hay không mà nhiều người trầm trồ da dẻ con hồng hào và mập mập hẳn ra. Chữ "mập" này mà ngày nay khi sống tại Mỹ, ai nghe cũng hoảng hồn, thế nhưng vào cái thời bấy giờ nghe ai khen mập thì người mình đều thích vì có nghĩa là được trẻ ra, hoặc được khen "phát tướng, phát tài", còn nếu ai bảo "dạo này sao ốm quá!" thì phải hiểu ngầm bị chê là có vẻ già! Cả cư xá ai cũng ít nhất một lần gặp ông để chích thuốc ho, hay đau nhức, hoặc chích thuốc bổ, băng bó vết cắt, v.v...

Không biết con đi truyền được bao nhiêu chai nước biển thì tới lúc biến loạn. Dạo này có lẽ vì thần kinh căng thẳng, con bị mất ngủ liên miên. Con định ra chợ Khánh Hội, nhờ ông y tá truyền cho vài chai nước biển xem có khỏe hơn không, nhưng hình như ông đi đâu mất tiêu rồi. Bà M. nói bà cũng có tới văn phòng ông mấy lần, nhờ chích thuốc bổ, nhưng những người chung quanh nói ông không mở cửa cả tháng rồi. Trong cư xá vắng và im lặng hơn. Gia đình Trung Tá S. chỉ huy trưởng đã ra khỏi trung tâm cũng lâu rồi; do đó, căn nhà của tụi con được nới rộng hơn, sáng sủa hơn. Mạ nhớ không, lúc sinh đứa thứ ba, cháu Loan, nay đã được bốn tuổi, thì con ở căn của khu đối diện, chật chội hơn nhiều, Mạ bảo nhà con đi mua một cái máy lạnh gắn ở cửa sổ cho mát.

Căn nhà đó, gần căn bà Th. bên tay phải, nhà ông bà đại úy Ch. bên tay trái. Tụi con vẫn chạy qua chạy lại nói chuyện với nhau thường xuyên. Sau lưng nhà là khu gia binh. Thường thường cũng khá ồn ào với tiếng khua nồi niêu xoong chảo, hay tiếng ru con, tiếng la mắng con cái, hay tiếng con nít la hét cười đùa khi chúng tan học về. Có lần mới ru cháu mới thiu thiu ngủ, thì những tiếng cười đùa làm con bé thức giấc, Mạ bảo "răng mấy tụi nớ ồn rứa hè?!". Thế nhưng bây giờ cũng rất vắng vẻ, hình như người ta đã đi ra ngoài hết rồi. Con nhớ lại hồi Tết Mậu Thân, con cũng ở trong cư xá sĩ quan Quân Đoàn, Pleiku, người ta đồn với nhau là những cô, những bà vợ sĩ quan lính Cộng Hòa sơn móng tay đỏ, nếu bị Việt Cộng bắt được, chúng sẽ rút móng hết! Có lẽ cũng vì vậy, khi nghe tin Việt Cộng đã tiến vào vòng đai Sài Gòn trại gia binh sợ, di tản hết, trống hoe!

Bây giờ gần cuối tháng Tư, mẹ con bà Ch. đã đi về nhà mẹ của bà ở gần Chợ Lớn. Bên kia trung tâm tạm trú Hải Quân cũng vắng vẻ hơn. Trước đây, lúc nào cũng tấp nập người ra, người vào. Gia đình ông bà đại úy L. cũng có một vẻ gì khác lạ, mặc dầu bà L. vẫn đi ra, đi vô cư xá với chiếc áo cánh màu nâu có sọc nhỏ và nhiều miếng vá – mà bà có vẻ rất thích thú khi người ta phê bình. Chọc bà mãi cũng chán, chỉ còn bà vợ ông Trung Tá chỉ huy trưởng, mà ai cũng quen miệng gọi là "bà Trung Tá". Bà Trung Tá S. này rất kẻ cả – xem tụi tôi, nhỏ tuổi hơn bà rất nhiều – như kẻ dưới quyền, hễ gặp bà L. bà lại hất mặt lên bảo: "Trời ơi! Bớt tiền mua vàng để mua cái áo mới đi bà L. ơi! Tiền của để chi nhiều, chết có mang theo được đâu!?". Bà L. cười, nụ cười thật xinh với hàm răng trắng đều như hạt bắp, trả lời "Tiền ở đâu mà nhiều bà trung tá!?". Và bà vẫn bận chiếc áo bất hủ này cho đến ngày lên tàu, cũng không rời chiếc áo. Mẹ con bà L. được "bà trung tá" gắn tên cho hai đứa con gái bà L. là "Hím nhỏ, Hím Lớn" mà sau này con mới hiểu là nghĩa gì. Bà L. cũng cười, chấp nhận tên của con bà như thế. Con nhớ một lần Mạ nghe bà L. kêu "Hím nhỏ! Về ăn cơm!" Mạ hỏi "Tên chi lạ rứa con?".

Những ngày cuối tháng Tư, con cũng bắt chước người ta đi đổi dollars. Những người đổi dollars chuẩn bị thoát ra nước ngoài. Con nhớ đã mang tiền Mỹ lại nhà anh T. Trung tá. Em của anh là anh Kh. bạn cùng khóa với nhà con. Con nhớ anh bảo tìm đường đi, không còn thuốc chữa đâu. Thế nhưng anh Kh. lại không nghe lời ông anh, anh Kh. cười cười bảo tụi con là "chủ bại, có chi phải chạy, nghe nói trung lập mà". Cũng vì không chịu tin là Việt Nam hết thuốc chữa, và mặc dù có anh em ruột thịt là những sĩ quan cao cấp cho biết trước thế mà cuối cùng anh Kh. phải ở tù cả 15 năm. Có lẽ do số phận an bài.

Lúc này sau hai tháng, con đã cứng cáp; tụi con và ông bà đại úy M. bàn nhau kế hoạch di tản qua Mỹ vì bà M. làm cho sở Mỹ trong phi trường Tân Sơn Nhất. Chuẩn bị xong con và các cháu cùng bà M. và 3 đứa con của bà được người đưa tới một căn nhà gần phi trường chờ; ông M. và nhà con dự trù sẽ đến sau và sẽ được lên máy bay cùng di tản một lượt. Thế nhưng số mạng có lẽ cũng đã được an bài, chuyến đi bị hoãn vì lý do nào đó không được biết rõ lắm, và có tin, nếu đi được, cũng chỉ cho đàn bà và con nít thôi, đàn ông họ bắt sẽ đi sau. Nghe tin phải đi một mình, khi có chuyến bay, con và bà M. quyết định rất nhanh "không đi nữa!".

Trong khi tin tức dồn dập không khả quan chút nào, như Việt Cộng đã chiếm lần lần các tỉnh miền trung, Đà Nẵng, Tuy Hòa, Nha Trang, Phan Rang v.v… và đang tiến gần đến Thủ Đô. Con đã trải qua giây phút khủng hoảng Tết Mậu Thân tại Pleiku, và nay một lần nữa phải đối diện với điều tương tự, thật khủng khiếp. Thiên hạ rùng rùng bỏ chạy. Con lo sợ và hoang mang lắm. Chứng mất ngủ càng nặng hơn.

Khi chuyến đi với bà M. không thành, lúc ấy vào khoảng 20 tháng Tư; trở về lại, con cũng không biết mình phải làm gì. Mấy ông lính bị cấm trại một trăm phần trăm. Trong khu quân sự của trung tâm điện ảnh cũng vắng vẻ một cách kỳ dị. Đàn bà chỉ nghe lóm từ câu chuyện của mấy ông rồi bàn tán xì xào với nhau. Ngày 29 tháng 4, con nhớ như in, ông L., ông M., ông Th. và nhà con về nhà hầu như cùng một lúc. Nói là về nhà có vẻ xa nhưng thật ra từ cư xá, tới văn phòng làm việc của mấy ông cách không xa. Con và mấy bà vợ khác ít khi ra vào nơi đó trừ khi có việc gì cần kíp. Nét mặt của các ông có vẻ nghiêm trọng. Con và các bà còn lại trong cư xá được báo tin là chuẩn bị di tản. Con hỏi "đi đâu?" nhà con bảo "đi ra tàu, rồi tính". Nói xong, nhà con quay lại văn phòng.

Con nhìn mông lung ra cửa sổ qua hướng trung tâm tạm trú hải quân, đối diện với cư xá. Khung cảnh im lìm, tịch mịch. Không có tấp nập như trước đây. Con lại nhìn chung quanh căn nhà, lòng bâng khuâng tự hỏi "Đi đâu? Chừng nào về?…" Và nhiều câu hỏi khác hiện ra trong đầu mà không biết ai có thể trả lời cho mình. Con nhớ Mạ, nhớ nhà quay quắt và thèm một chỗ nằm yên ổn trong căn phòng Mạ dành riêng cho con mỗi lần con về thăm và ở lại thật lâu. Con ước ao phải chi con đang ở mới Mạ, giao phó tất cả vào tay Mạ; rồi lại thầm mong những việc đang đảo lộn chung quanh chỉ là một giấc mơ dữ, khi thức giấc mọi chuyện trở lại bình thường.

Thế nhưng khi nhìn thấy cô em chồng, H.L. mới từ Nha Trang vào đây học nghề tóc ở Khánh Hội, nghe lời anh dặn chuẩn bị, cô đang bỏ áo quần vào trong xách tay cho ba đứa cháu, con nhận thức ra rằng đây là cuộc đời thật, không phải ác mộng. Con bé người làm cũng đã xin về nhà ở miền Trung, nó nói mẹ nó đau. Không lâu sau khi Mạ về. Mọi chuyện bây giờ con phải nhờ cô em chồng làm phụ. Con vội vã mở tủ, cẩn thận kéo một chiếc hộp giấy nhỏ, chiếc hộp này con cất giấu rất kỹ dưới những lớp quần áo len. Trước khi bỏ vào hộp, con lấy những mảnh vàng lá ra ngắm nghía. Con đếm lại cái gia tài mới vớt vát lại cách đây đôi tuần sau khi chỉ lấy được một số tiền nhỏ nhoi từ ngân hàng. Con nhớ những giây phút ồn ào hỗn loạn khi người ta giành nhau rút tiền. Không một ai được rút toàn bộ số tiền trong chương mục của họ cả, có người phải trèo qua cửa sổ mới có thể vào bên trong nhà băng được. Với số tiền đó, con đã vội chạy đi mua vài lượng vàng làm của tùy thân. Con lấy cái thắt lưng kiểu ruột tượng, đã được may mấy ngày trước, con cẩn thận bỏ những thỏi vàng vào cùng với một số tiền mặt rồi thắt chặt vào bụng và cảm thấy đôi chút an tâm.

Việc tiếp theo là thúc giục mấy đứa con mang vào vai cái ba lô nhỏ đựng quần áo, giày dép, đồng thời đứa nào cũng mang thêm một vài món cho thằng Út hiện bây giờ đã hai tháng rưỡi vì nó cần nhiều thứ lắm, nào là tã lót, khăn lông, sữa bột, bình chứa nước nóng để pha sữa, áo quần, vớ, mũ v.v... Bé L., bốn tuổi xỏ chân vào đôi giày có chữ viết màu xanh đỏ "phải", "trái" để con nít khỏi mang lộn chân. Hai đứa con trai lớn có lẽ hiểu sự quan trọng của sự việc nên chỉ làm theo người lớn dặn chứ không thắc mắc gì cả.

Khi mọi chuyện xong xuôi, các ông trong dáng vẻ hấp tấp trở về hối vợ con. Gia đình người nào tự lo liệu. Cô em chồng bỗng dưng nói không muốn đi theo, muốn ở lại một mình tìm đường về lại Nha Trang. Nhà con cau mặt gắt "Nha Trang mất rồi, làm sao mà về. Đi bây giờ ngay rồi tính sau!". Cô em sụt sịt khóc nhưng không dám cãi lại. Tụi con cả thảy là bảy người hối hả chất lên trên một chiếc xe Honda chạy cho kịp. Tới bây giờ suy nghĩ lại, con vẫn không hiểu sao, bảy người lại có thể ngồi trên một chiếc xe gắn máy nhỏ xíu như vậy được. Điều đó chứng tỏ rằng trước cơn nguy biến, bản năng sinh tồn làm cho người ta có thêm ý chí, sức mạnh làm những việc mà không thể nào làm được hay nghĩ ra trong hoàn cảnh bình thường.

Đi ngang Khánh Hội, thấy người ta nhốn nháo chạy lên chạy xuống, lách đầu này, lạng đầu kia, cuối cùng tụi con cũng vào được bên trong bến tàu. Người thật đông. Trên bãi cát, xe cộ bỏ bừa bãi, phần đông là xe gắn máy, xe hơi và cả xe đạp. Dưới sông có nhiều chiếc tàu lớn. Tụi con được bảo chạy về hướng con tàu mang tên Anh Tuấn. Không biết bằng cách nào, gia đình tụi con, gia đình ông bà L., gia đình ông bà T. đều lên được trên tàu đầy đủ.

Bảy ngày lênh đênh trên biển cả với những cơn mưa như trút nước, với bóng tối bao trùm dưới hầm tàu, với tiếng khóc không ra tiếng của cháu Út, với những bữa cơm đạm bạc tối đa của người chủ tàu tốt bụng và cuối cùng với sự tiếp tế của tàu Mỹ, mọi người bình an đến Subic, Phi Luật Tân. Sau những thủ tục giấy tờ, từ Subic đến đảo Guam và từ Guam đến định cư tại Hoa Kỳ.

Từ đó đến nay thấm thoát đã 40 năm. 40 năm con không có Mạ một lần nào nữa! Con tự làm những việc mà Mạ đã làm cho con, nuôi con và có cháu nội ngoại để thương yêu! Những khi con cái làm con buồn lòng, con mới hiểu con đã làm biết bao nhiêu điều muộn phiền cho Mạ. Con cũng nhận ra rằng "nước mắt chỉ chảy xuôi, không bao giờ chảy ngược!". Con nhớ Mạ đến đau thắt ruột gan. Bây giờ có muốn đền bù công ơn sinh thành dưỡng dục đôi chút cũng không bao giờ còn cơ hội nữa! Làm sao quay ngược được kim đồng hồ. Những đứa con của con cũng có những sự phản kháng như con đã từng làm với Mạ. Và con hiểu rồi chúng cũng sẽ nhận ra sự thương yêu của cha mẹ như thế nào khi con của chúng lớn lên, và sẽ thấm thía hiểu được lòng yêu thương vô bờ bến của hai bậc sinh thành. Con bây giờ đã vào lứa tuổi của mạ 40 năm về trước và đứa cháu Út mới hai ruổi rưỡi năm nào nay đã ở vào lứa tuổi trung niên!

Mạ ơi! 40 năm xa quê hương Tổ quốc, có những đêm con nằm mơ thấy Mạ. Thấy lại ngôi nhà thời thơ ấu. Con nghe được tiếng hàng xóm chuyện vãn lao xao của mỗi buổi sáng mai khi mặt trời vừa thức giấc. Con nghe được âm thanh của những chiếc gàu múc nước từ chiếc giếng nằm ở cuối xóm. Con nghe được tiếng chuông nhà thờ nằm gần khu xe lửa. Con thấy được ánh sáng bập bùng của nồi bánh tét tối 30 Tết sau hè. Con nếm được vị ngọt ngào của chiếc bánh chưng nhỏ xíu mà anh N. dùng nếp vụn và nhưn còn lại để gói riêng cho đứa em gái. Và thật sâu trong ký ức, con còn hình dung cả thời tiểu học ở trường Quân Dân Chính với tiếng trống vào lớp và tiếng trống tan trường giòn giã. Con thấy cả bóng cây bàng thật to ở cuối sân trường mà mỗi lần trời chạng vạng, con đi ngang đều cắm đầu chạy vì sợ ma.

Nhiều đêm con lại nghe được tiếng thông reo vi vu trên con đường dẫn đến trường Nguyễn Huệ cũ. Con cũng sống lại giây phút cả đám, trai có, gái có rủ nhau đạp xe đạp thi từ ngôi trường Nguyễn Huệ mới xuống bãi biển Tuy Hòa; và khi mặt trời đã lặn sau đỉnh núi, cả bọn lại lao nhao lên xe đạp về. Hình như có một ánh mắt nhìn theo sau lưng tà áo trắng. Ánh mắt dĩ vãng vẫn ám ảnh con không nguôi trong những cơn mộng mị. Sau cuộc đời không biết ánh mắt đó đã về đâu!?

Thỉnh thoảng, khi có thì giờ, con lật lại những cuốn album có những tấm hình trắng đen đã bạc màu, mà ba đã khổ công lục lọi lại trong nhà gởi cho con vài năm sau 1975. Tâm hồn lắng đọng với những kỷ niệm dấu yêu. Này là hình ảnh của một thời áo trắng, thời của những bước chân chim. Thời của những e thẹn, ngập ngừng, bối rối trong từng trang lưu bút. Thời của những đêm ngồi nắn nót chép lại những bài thơ tiền chiến mà thấy như bài thơ diễn tả tâm sự của mình… Rồi này là hình Mạ, hình Ba, hình Anh. Những tấm hình con theo chồng về miền Pleiku đèo heo hút gió khi tuổi mới đôi mươi.

Hai năm sau Tết Mậu Thân, nhà con mới xin đổi vào Sài Gòn. Và với năm năm ở Sài Gòn đã ghi vào sổ tay đời con thật nhiều kỷ niệm. Từng góc phố, cột đèn, chợ hoa, thương xá. Những buổi ra phố chỉ để nhìn người dân Sài Gòn lượn lên, lượn xuống khoe chiếc áo dài tha thướt hay những chiếc mini jupe khoe cặp chân dài. Ăn quà vặt ở chợ Bến Thành, nhâm nhi phá lấu và uống nước mía trên vỉa phố. Nhớ làm sao những cơn mưa bất chợt rơi lộp độp trên mái tôn của ngôi chợ.

40 năm trôi qua, con chỉ về lại Việt Nam một lần khi anh N. qua đời, khoảng mười năm, sau khi con rời bỏ quê hương. Khi con về anh đã được chôn cất, con không được nhìn mặt thân yêu của anh lần cuối. Những ngày ngắn ngủi ở đây con chỉ toàn thấy những gương mặt xấu xí của bọn đã cướp miền Nam. Những nơi chốn thân thương nhất trong lứa tuổi mộng mơ của con không còn lại dấu vết nào cả. Con như đi lạc vào một đất nước không phải là của con ở những ngày xưa cũ. Tuy Hòa của con khi mới lớn hoàn toàn thay đổi. Và Sài Gòn của thời trưởng thành cũng thay đổi một cách đáng sợ. Và khủng khiếp hơn hết là bây giờ người ta kêu tên Sài Gòn bằng tên của một xác chết, vẫn nằm tại Ba Đình! Mạ ơi! Bọn họ trơ trẽn gọi ngày 30 tháng Tư là Ngày Giải phóng. Thật mỉa mai! Giải phóng gì mà lại khuân cả tài sản miền Nam trù phú ra xứ miền Bắc nghèo đói? Giải phóng gì mà những tên cán ngố miền Bắc ngước mặt nhìn những biệt thự, cao ốc của miền Nam mà tưởng như lạc vào thiên thai. Thế rồi chúng tha hồ vơ vét, lớn vét theo lớn, nhỏ vét theo nhỏ cho bõ công mang dép râu vượt trường sơn, cho bỏ mấy chục năm trốn chui, trốn nhủi làm du kích đặc công giết hại dân lành. Chúng vừa vơ vét vừa trả thù người dân một cách công khai với nhà tù, lớn có, nhỏ có từ Nam tới Bắc. Chẳng biết với bản chất dối trá hay ngu dốt thật sự mà Cộng sản không hề mở mắt để ý thức rằng người dân miền Nam nghe hai chữ giải phóng đã bỏ ruộng vườn của cải đất đai, mồ mả cha ông, liều chết trốn chạy ra nước ngoài?! Đó mãi mãi là ngày Quốc Hận của dân tộc Việt Nam!

Thế nhưng Người Việt của mình thông minh lắm Mạ. Chỉ trong vòng thời gian rất ngắn, nhiều người mới hôm nào chỉ có tay trắng, nay đã trở thành những chủ nhân ông, trong đó có cháu ngoại của Mạ, trở thành bác sĩ, khoa học gia, luật sư, chính trị gia, rất nhiều triệu phú… không thiếu một ngành chuyên môn nào cả.

Thế nhưng Mạ ơi! Con của Mạ, cũng như bao nhiêu người Việt lưu vong khác, tới cái tuổi này đáng lẽ chỉ còn biết hưởng thụ, con cái đã nên danh phận, thế nhưng hạnh phúc của mỗi nhà hình như không được trọn vẹn. Trong lòng mỗi người con xa xứ đều có một sự gì lấn cấn. Sự lấn cấn đó là giấc mơ chưa thành tựu, giấc mơ hồi hương. Giấc mơ chế độ Cộng sản sụp đổ. Giấc mơ này kéo dài đã 40 năm vẫn chưa đạt được nhưng không tàn lụi với thời gian. Cho nên mỗi lần tháng Tư về thì vết thương xa quê hương lại vỡ òa nhức nhối! Đã có nhiều người phải bỏ cuộc vì "chí thì mong tiến bước nhưng sức không kham nổi đoạn đường" đành bỏ thây nơi xứ người mà hồn vẫn mơ về cố quốc. Nhiều khi tự ngắm nhìn trong gương cũng đã tự hỏi, giấc mơ của mình bao giờ thành sự thật và mình còn có cơ hội đó chăng?!

Khi con nhìn con trong gương, con thấy lại hình bóng Mạ. Mỗi lần gói thức ăn cho con cháu đem về, con nhớ những gói thức ăn mạ ký ca, ký cóp đi xe đò từ Tuy Hòa lên Pleiku thăm con và cháu ngoại. Một lần Mạ tới thăm lại mang theo một con bé người làm để cho con bớt sợ khi nhà con bị cấm trại. Nhưng con bé này nhát gan và sợ ma còn hơn con nữa. Con hay bế con đứng ở lan can cư xá nhìn theo những chiếc xe GMC chạy ngang qua trong cơn gió cao nguyên lạnh buốt, không biết những chiếc xe đó chạy đến chiến trường nào! Nhìn sang bên kia đường là sân vận động Hoa Lư. Nơi đó có một khu chợ nho nhỏ. Nếu không cần mua nhiều thứ, con đi chợ ở đó, thay vì phải đón xe lam đi chợ Pleiku. Những khi nhà con có thì giờ, chở con bằng xe Honda đi loanh quanh ở khu Diệp Kính, nơi mà một người nhạc sĩ đã viết "đi dăm phút đã về chốn cũ..." Tại khu Diệp Kính, bán đủ thứ, nhất là những đống quần áo viện trợ Mỹ. Người mua ướm thử những chiếc áo đầm rộng thùng thình hay chiếc quần jean cao bồi dài thậm thượt, hay ngần ngừ lựa chọn một chai dầu thơm, hộp phấn, thỏi son. Gió buổi chiều lành lạnh, sương cũng bắt đầu giăng trên hàng thông cao, trước cư xá. Con bé người làm đã theo đứng ở sau lưng tự lúc nào. Nó kéo kéo vạt áo con và nói giọng run run "Cô ơi vào nhà đi trời… tối rồi!" Vào trong nhà, nó không rời con nửa bước. Sau căn cư xá là một bãi đất trống không có đèn đuốc. Xa xa nữa mới tới khu gia binh. Những bóng đèn điện yếu ớt hắt ra những vệt đèn vàng làm cho khung cảnh thêm lạnh lẽo. Buổi tối là con lo cửa đóng, then cài thật kỹ. Cửa chỉ mở ra khi trời thật sáng, hoặc khi nhà con kêu mở cửa, sau đêm cấm trại về nhà. Con bé sợ ma lắm, sau khi mặt trời tắt nó không bao giờ nó dám bước xuống nhà dưới một mình.

Khi con theo chồng về Sài Gòn, tuy là miền thủ đô thừa dư cả thức ăn lẫn áo quần mặc, nhưng Mạ cũng vẫn tiếp tục thăm con với những món ngon mà con thích.Nhiều đêm con nằm mơ thấy Mạ. Thế nhưng hầu hết giấc mơ này chỉ xảy ra nửa vời, con chưa kịp làm một cử chỉ hay một lời nói yêu thương nào với Mạ thì giấc mơ đã tan. Có lần con thấy rõ ràng Mạ ngồi trên giường bên cạnh con, con chỉ cần đưa tay ra là chạm vào Mạ. Con cũng hay có những giấc mơ rất kỳ lạ mà con nhớ đã xảy ra khi con còn nhỏ. Con vẫn hằng thắc mắc, nó thật sự xảy ra khi con còn bé hay chỉ là giấc mơ trong lứa tuổi thơ. Như hình ảnh con thấy rất rõ cái bụng của một chiếc máy bay thật to bay thật thấp, thấp đến nỗi như nó có thể chạm vào thân cây ổi già trước sân. Con nhìn lên thấy người ngồi trên máy bay nhìn xuống. Hay là hình ảnh lửa cháy dữ dội ở phía bên kia núi Nhạn, mọi người hốt hoảng chun vào hầm trú ẩn. Con lại thấy con được Mạ bỏ vào một đầu thúng, đầu kia là gạo, nước, thức ăn trên bước đường chạy giặc! Phải chi Mạ còn sống để con hỏi những chuyện đó có thật sự xảy ra hay chỉ là những cơn mộng mị?!

Những giấc mơ trong tuổi thơ vẫn bám chặt ký ức con không rời mặc dù đã 40 năm trôi qua. 40 năm đã biến những đứa cháu của Mạ đã quá tuổi trưởng thành. 40 năm quả đã làm biển cả hóa nương dâu. Giờ đây đứa con gái nhỏ bé của Mạ cũng đã qua rồi thời xuân sắc! Thời gian trôi quá nhanh. Con nhớ như in, khi con còn bé, con mơ ước được mau lớn để trở thành cô giáo như cô Thu Hồ, cô giáo lớp nhất mà con rất yêu quý. Cô đã thuê nhà của mình và ở chung với cô Ngọc Lan. Cô Thu Hồ có mái tóc cắt tém, kiểu demi garcon, còn cô Ngọc Lan thì có mái tóc dài dợn sóng. Nhiều lần con thấy mấy anh học sinh lớn, bạn anh N. nhìn cô Ngọc Lan một cách ngưỡng mộ. Con say mê nghe hai cô nói những gì đã đọc trong những cuốn Pairs Match về tài tử Brigitte Bardot, Audrey Hepburn, Sophia Loren, Alain Delon… Con say mê nghe cô Ngọc Lan ca những bài ca tiếng Pháp mà cô Thu Hồ khen cô hát không thua gì Sylvie Vartan. Con thật sung sướng khi đi theo cô Thu Hồ thăm Quy Nhơn. Cô Thu Hồ một lần về quê Phan Thiết ăn Tết, khi quay lại, mang theo cho con hai bộ đồ thật đẹp có chiếc quần tây bó ống. Chiếc quần này được tụi trẻ nhỏ ở Gò Bồi Quy Nhơn trầm trồ, chỉ trỏ một cách thèm thuồng.

Con cũng nhớ, mong lớn cho nhanh để được mang chiếc nhẫn ngọc nạm vàng khua lắc cắc của "cô Bảy Ngọng", hay được đeo đôi xuyến vàng chóe của "thím Chín Thịt Heo!" Khi được ba đem vào Nha Trang thăm bác Dự, con lại ao ước lớn mau mau để được bận những bộ quần áo lụa màu mỡ gà sang trọng, được vén mớ tóc uốn quăn lên cao, để khoe dây chuyền vàng có hột ngọc màu xanh thẫm.

Mạ ơi! Kể làm sao hết những kỷ niệm quý giá của thời thơ ấu có Mạ, có Ba, có anh bên cạnh. Người ta có khuynh hướng chỉ mơ về tương lai mà quên sống cho hiện tại, nên chi khi hiện tại trôi qua, trở thành quá khứ thì mới thấy tiếc nuối để phải thốt lên rằng, "Trời ơi! Sao ta không trân quý hơn những giây phút ấy"; hay "sao ta không làm thế này, sao ta không làm thế khác cho người thân yêu của chúng ta hơn?!" Phải! Nếu con biết tận hưởng, biết quý trọng những giây phút hạnh phúc bên Mạ, biết hiếu thảo với Mạ nhiều hơn thì giờ đây tâm hồn con có thể bớt ray rứt hơn chăng!?

Trong giây phút xúc động xao xuyến này, con nguyện với lòng là trân quý những hạnh phúc đang nắm giữ trong tầm tay, tận hưởng từng giây phút của đời sống hiện tại. Những kỷ niệm ngọc ngà của một thuở xa xưa vẫn ấp ủ thương yêu, giữ gìn như một bảo vật hành trang, nhưng không ân hận, không hối tiếc làm mất đi niềm vui hiện tại. Những con diều, những chiếc lồng đèn trung thu, những con chim sáo, những con dế mèn, những hòn bi đủ màu sắc… có thương tiếc cũng không thể nào tìm được, và chắc chắn các cháu của Mạ không thể nào hình dung ra được những món đồ chơi của thời xa xưa đó. Chúng đã được thay bằng những trò chơi trên máy điện toán, những chiếc iPhone, iPad, những chiếc tàu bay, xe hơi chạy bằng remote control tối tân. Mạ ơi! Hiểu ra được điều ấy, con thấy lòng nhẹ nhàng hơn và chấp nhận hiện tại một cách thanh thản hơn.

Con đã trải qua 40 lần tháng Tư Đen, cái tháng Tư oan nghiệt đã đem con ra biển xa mọi thứ quý giá nhất trên đời! Trong 40 lần tháng Tư đó, con cũng như bao nhiêu người Việt tị nạn Cộng sản đã tận dụng tất cả mọi phương tiện mình có trong tay để bảo vệ thành trì chống Cộng tại hải ngoại. Sức mạnh đoàn kết đã đem lại chiến thắng vẻ vang trong những trận biểu tình chống phái đoàn Cộng sản, bẻ gãy nghị quyết 36 của chúng trong âm mưu phá nát cộng đồng người Việt, và lá cờ vàng ba sọc đỏ thân yêu đã được nhiều tiểu bang, thành phố Hoa Kỳ chấp nhận là lá cờ chính nghĩa của cộng đồng người Việt tị nạn Cộng sản. Đồng thời mạnh mẽ yểm trợ cho phong trào đấu tranh dân chủ trong nước, mong có một ngày lật ngược cái gọi là "giải phóng miền nam" của Việt Cộng để đòi lại tên Sài Gòn thân thương.

Đã qua 40 lần tháng Tư, niềm tin vẫn còn đó, giấc mơ một ngày hồi hương vẫn còn còn đó, như những đợt sóng ngầm trong trái tim xa xứ. Lần 30 tháng Tư của 40 năm, con nhất định làm theo lời nguyện hứa là dùng quá khứ làm hành trang cho đời, tận dụng tất cả sức lực, phương tiện mình có trong hiện tại tại để tiếp tục tranh đấu cho tương lai đất nước Việt Nam. 30 tháng Tư lần thứ 40 này chưa đạt được, sẽ cố gắng hơn nữa để đạt được trong lần 30 tháng Tư kế tiếp. Con biết Mạ sẽ phù hộ cho con có đủ nghị lực để chờ ngày vinh quang đó!

Thu Nga

THU THUYỀN

Thu Thuyền tên thật Lưu Hoàng Thu Thuyền, sanh vào tháng 12 năm 1958 tại Sài Gòn.

Thời ở Đà Lạt đã theo học tại các trường: Petit Lycée Yersin, Hùng Vương, Couvent des Oiseaux (1969-1975), thời ở Sài Gòn (1976-1979) theo học tại St.Paul, Trung học Sư phạm, Dạy tại Huỳnh Mẫn Đạt. Sống ở Pháp từ 1979 đến 1981.

Sang Mỹ vào tháng 2 năm 1981, tốt nghiệp đại học tại Cincinnati Ohio. Hiện định cư cùng gia đình tại Dallas Texas.

Bắt đầu viết cuối năm 1998. Có bài đăng trên các tạp chí *Văn, Văn Học, Hợp Lưu, Chủ Đề, Phố Văn, Văn Học Nghệ Thuật Liên Mạng, Ca Dao; Tuần báo Việt Nam Weekly News, Viet Mercury*.

Tác phẩm đã xuất bản:
- *Những Nhánh Sông Mất Biển* (tập truyện, Văn Mới, 2004)
Và có mặt trong *Tuyển Tập 14 Tác Giả* (Văn Tuyển 2000).

Bức tranh vĩnh cửu

Sở làm này Mỹ đứng tên, Do Thái quản lý. Nhân viên Do Thái chiếm 80%, thiểu số còn lại là Mỹ, Việt, Tàu, Ấn. Đi đâu cũng nghe tiếng Hebrew. Giống như dân Ý, người Do Thái ăn to nói lớn, cãi nhau như mổ bò. Tranh luận xong, họ ngồi xuống cùng giải quyết vấn đề, thành ra khó khăn nào cũng vượt qua dễ dàng. Những ai muốn tìm hiểu con cái của Abraham, chẳng cần đi thánh địa Jerusalem, cứ đến đây sẽ có dịp gặp dân tộc Do Thái từ khắp nơi: Pháp, Nga, Đức, Ba Lan, Ý… Nói tiếng gì cũng có người hiểu. Họ biết từ hai đến ba ngoại ngữ trở lên, làm việc chăm chỉ bằng mười lần nhân viên Mỹ, triệt để tuân lệnh cấp trên, tinh thần tự giác cao… Hạnh kiểm tốt thế không hiểu sao có lắm kẻ thù? Nhất là kẻ thù truyền đời từ khối Ả Rập và các quốc gia theo Hồi giáo như Afganistan, Pakistan, Indonesia v.v…

Kim vào làm vài ngày đã thấy đồng nghiệp mình có một điểm rất đáng phục: Họ đoàn kết, đùm bọc lẫn nhau như anh em một nhà. Các trưởng nhóm thường tổ chức những cuộc họp mặt ngoài hãng để nhân viên có dịp trao đổi tâm tình, thông cảm quý mến nhau hơn. Nhắc đến hội họp, Kim chợt nhớ đến buổi mít tinh mới đây, Gal, sếp của Kim đang hào hứng thuyết trình bằng Hebrew, thấy cô bước vào, ông thuận đà nói: "At yekhola lashevet, lo hefsadet clum!" Cô mau miệng "Ken ken, Narkon" (Vâng vâng, Đúng vậy). Câu trả lời không ăn nhập vào đâu, làm cả phòng cười rộ. Avi với chiếc mũ lù lù như cái tô úp trên đầu, cố nhịn cười, "Gal, ông phải nói chậm lại thì chị ấy mới hiểu!" Cô Yifat ngây thơ cãi: "Nói chậm, chưa chắc đã hiểu đâu". Tất cả lại được một phen cười muốn lộn khỏi ghế. Gal chỉ biết ngỏn ngoẻn, vừa xoa đầu hói vừa đổi sang Anh ngữ, mời Kim an tọa. Moshe tóc tai bờm xờm, mau mắn chỉ Kim chiếc ghế trống cạnh anh nhưng Kim đã sà xuống bên Yifat (Thú thật, Kim không chịu được mùi hăng hắc của Moshe.) Yifat huých tay nháy mắt, đùa: "Tôi xin đề nghị Kim học tiếng Do Thái cho cả nhóm đỡ mất công nói tiếng Mỹ". Cô này nói không sai, chỉ vì một mình Kim mà mọi người phải khổ. Udi sốt sắng bồi thêm: "Do Thái đón khoảng 40 người Việt tỵ nạn sang. Bây giờ họ làm ăn khá giả, nói tiếng Do Thái trôi chảy. Được mời lên tivi phát biểu, họ bảo, nếu cho họ cơ hội định cư lần nữa, họ vẫn chọn Israel làm quê hương. Tụi tôi nghe xong cảm động quá chừng!" Thôi thì Kim đành phải học đếm, lẩm nhẩm thêm mấy câu chửi để đối đáp cho đúng điệu. Ngoài ra cứ: lô-no, ken-yes, tôđa-Thank you. Lõm bõm dăm chữ đủ dùng trong lúc "buyo lishtot caphê" (đi uống cà phê).

Lúc giải lao, Kim hay tò mò hỏi về những ngày lễ của Do Thái. Sao mà họ vẽ ra lắm ngày nghỉ thế. Mọi sự quan trọng đều bắt đầu vào lúc mặt trời lặn. Hàng quán đóng cửa, kẻ nhịn ăn, người nhịn uống. Hành hạ thân xác đến là phiền. Ngay cả cái đầu cũng không được để yên, nhiều ông cứ đem ra cạo trọc tếu khiến cô nhầm tên hết người này đến người khác. Có tóc, Kim còn cắm râu ông này lên cằm ông khác, huống gì nhẵn nhụi. Điển hình là Jacob và Udi sàng sàng chiều cao làm Kim kêu tên sai loạn lên. Jacob phải phân tích: "Tôi, đầy đủ tóc, độc thân vui tính. Udi đỉnh đầu lưa thưa, vợ mang bầu sắp sanh. Xin chớ gọi tôi là Udi, tôi tủi". Sau đó Jacob láu lỉnh dặn: "Nếu sợ nhầm, tôi xin mách thêm: Avi cách ngày cạo râu một lần. Mỗi lần cạo râu, cạo luôn tóc. Moshe một tuần cạo râu một lần nhưng ba tháng mới chịu đi cắt tóc cho đáng đồng tiền. Gal thuộc loài động vật không lông. Miễn cạo/cắt". Gal mắng Jacob ngoa ngoắt. Ông chỉ mặt Jacob, hỏi tất cả: "Có biết tối hôm qua mưa đá, tên này đã làm trò gì không? Jacob. Kể cho mọi người nghe đi!" Cả bọn nhao lên thắc mắc vì hôm qua những viên đá to bằng nắm tay, rớt vỡ mái nhà, nát cửa kính, vật đổ hàng rào, lõm cả mui xe… Jacob cười cười: "Tôi thấy cục đá to quá, che dù chạy ra lượm coi chơi. Không dè đá rớt gãy dù, may nhờ chạy vô nhà kịp chứ cái đầu này đã bật máu". Ai cũng cười rũ. Jacob có lối suy luận nhạy bén, giải quyết rất nhanh những vấn đề hóc búa. Vậy mà kỳ này bộ óc để đâu, không đem ra dùng. Như không sợ bạn bè chọc, Jacob kể tiếp: "Tôi bèn vào nhà lựa một cái thau lớn, đẩy ra hứng thử. Đá rớt bể toang thau nhựa của tôi. Một cục đụng trúng ngón tay trỏ, bây giờ còn sưng". Cả bọn lại bật cười rộ. "Jacob ơi, anh đúng là hiện tượng lạ của trời đất". Yifat cầm tay Jacob săm soi nhìn, lắc đầu tặc lưỡi, mãi. Trong đây, ai cũng ngầm mong Yifat và Jacob bén lửa tình với nhau. Trai tài gái sắc, không kết đôi thật phi lý. Thấy Yifat tỏ vẻ xót xa, cả bọn càng mừng. Biết đâu câu chuyện ngốc nghếch này làm người đẹp rung động?

Yifat chưa chồng, tuổi độ 26. Thân hình cô cao dong dỏng, mái tóc đen bóng óng ả phủ tấm lưng ong. Yifat có khuôn mặt thanh với hàng mi rậm, mắt đen thăm thẳm và chiếc mũi hơi quá khổ. Đặc biệt hôm nào Yifat mặc áo thun vừa ngắn vừa bó, bộ ngực cô vun lên ngồn ngộn, hai cái núm vú be bé cũng không vừa gì. Chúng nổi hẳn trên nền vải thun, cho mọi người biết sự hiện diện của mình. Còn cái rốn xinh nhất định không chịu lép vế, cứ ngập ngừng nửa kín nửa hở, trêu ngươi cả những người không tà ý. Yifat đẹp người đẹp nết. Dịu dàng, nhỏ nhẹ. Ngày sinh nhật của đồng nghiệp, Yifat hay đem bánh đến đãi. Trong phòng làm việc của cô ta có một rổ kẹo đầy ắp. Nhiều người tiện dịp vào nhón kẹo trong rổ, hay truy vấn vòng vo xem cảm tình Yifat dành cho Jacob ở mức nào, nhưng cô chỉ chúm chím chẳng trả lời. Còn Jacob thì khỏi hỏi cũng biết anh ta rất thích Yifat. Lúc Yifat đi ngang phòng làm việc của anh, mọi người sẽ có dịp nghe anh nghêu ngao giọng hát thiên nga làm Yifat nhoẻn miệng cười, "Jacob bao giờ cũng hát đúng nhịp!"

Hôm sinh nhật Yifat, mọi người bận việc quên bẵng. Chẳng thấy ai đem bánh vào chúc mừng, Kim chạy vội ra chợ mua một chùm bong bóng tặng bạn. Yifat cảm động, nói khẽ: "Trong đây ngoài Kim, chẳng ai nhớ đến sinh nhật của tôi!" Rồi Yifat rủ cô buyo lishtot caphê. Có lẽ cao hứng trong ngày sinh nhật, Yifat tâm sự: "Chắc Kim không biết tôi có người yêu đã gần một năm. Tôi gặp Said lần đầu tại lớp Tài chí. Hôm sau anh ta ghé đến nhà thăm tôi. Đúng lúc trời đổ tuyết, sân đóng băng làm anh bị trượt chân té rách quần, trầy đầu gối, tôi phải đem thuốc ra thoa. Sau kỳ đó, tụi tôi nói chuyện điện thoại với nhau mỗi ngày và yêu nhau lúc nào không hay. À, chuyện này Kim đừng để đến tai Jacob. Tôi không muốn anh ta buồn trong thời gian làm việc bên đây". Kim lặng người. Tội cho Jacob, thất tình trăm phần trăm mà không biết. Tò mò muốn nghe thêm, cô hứa nhanh: "Bí mật này sẽ theo tôi chui xuống mồ. À… Said dáng dấp, tính tình ra sao? Cha mẹ Said có hiền không?" Yifat chớp nhẹ đôi mắt long lanh: "Said đẹp trai, khéo chiều chuộng. Anh ấy từ Indonesia qua đây học lái máy bay, gặp tôi, trốn ở lại không chịu về nước. Còn gia đình anh ta vẫn ở Indonesia nên tôi chưa có dịp gặp. Dạo này, không biết họ làm áp lực thế nào mà Said có vẻ suy tư, anh thường nói bóng gió về luật lấy người Hồi giáo. Nếu tôi không đòi hỏi Said theo đạo Do Thái thì cũng đừng ai bắt tôi bỏ đạo…" Nói đến đây Yifat bỏ lửng, mím môi bực bội. Kim thêm một phen điếng người. Lựa ai không lựa, lựa ngay đúng dân Hồi giáo. Qua đây học lái máy bay để tiếp nối chương trình dang dở của ngày 9-11 chăng? Nếu vậy chỉ cần học khóa cấp tốc trả nửa tiền. Nổ máy đạp ga, làm cho máy bay cất cánh là tốt nghiệp. Những ý nghĩ khủng khiếp cứ ùn ùn kéo đến, làm rối nùi dây thần kinh não bộ Kim. Mãi một lát sau, cô mới thở dài: "Chuyện này tôi giữ kín nhưng thể nào rồi mọi người cũng biết. Biết rồi chắc họ… lo cho bạn lắm!" Cô định nói họ sẽ phản đối nhưng chữa kịp thời. Yifat cười héo hon, cô bảo: "Tôi đã kể sơ sơ cho Limor, vợ của Udi. Bí mật chẳng bao lâu sẽ lộ nhưng dù thuận hay chống cũng vậy thôi. Tôi đã quyết định thì chẳng quyền lực nào cản được!”

Sau bữa cà phê với Yifat, Kim làm việc không xong. Cứ lan man nghĩ về mối tình của Yifat & Said. Trường hợp Roméo & Juliet với hai họ kình nhau, Kim thấy đã khá tệ. Còn chuyện tình giữa hai dân tộc thù ghét nhau được Kim xếp trên một mức: Rất tệ. Nhưng khăng khăng giữ đạo như Yifat mà vào làm dâu dòng dõi Mu-ha-mết thì hỏng bét, coi như đụng chạm với gần 1/3 dân số trên thế giới. Ừ mà lỡ Said là đệ tử trung thành của Bin Ladin, cặp với Yifat để che mắt thiên hạ? Chao ơi, không cần cô Mười xem quẻ cũng thấy đường tình của bạn mình đen kịt! “Sao? Kim có tính dự lễ Brit Milah cho con của Udi/Limor không thì đi với tụi tôi?” Avi và Yifat ghé vào phòng, cắt đứt tư tưởng bi quan của Kim. Cô mau mắn xách ví đứng dậy. Lên xe nói chuyện với Avi mới hay đây là lễ cắt da quy đầu. Cô cứ tưởng ăn đầy tháng. Bây giờ hối hận đòi về thì trẻ con quá. Nhất là Kim còn nhớ câu Udi tuyên bố lúc mời bạn bè: “Đây là buổi lễ quan trọng thứ ba trong đời người đàn ông Do Thái, sau ngày Bar Mitzva và ngày cưới!” Thôi thì cứ đi xem cắt da quy đầu một lần cho biết vậy.

Vào nhà Udi, Kim vừa kịp nghe đứa bé khóc ré. Cô lạnh người, bấu vai Yifat: “Xong rồi hả?” Yifat khịt mũi cười, “Mới bắt đầu. Em bé khóc vì bị chích thuốc tê hơi đau”. Cô thấy phòng đông nghẹt nhưng im phăng phắc. Udi đầu đội kipa đen viền cam tím xanh, tay bế con, mặt mày xám ngoét, trán đổ mồi hôi ròng ròng. Sợ quá, cô rút ra phòng ngoài, mặc cho Yifat và Avi chen vào tận bên trong. Đứng một lát nghe vị giáo sĩ già tụng kinh rù rì, ríu cả mắt, Kim bỏ ra sân. Gặp Gal đang nói chuyện với Moshe, cô xông vào nhập bọn cho đỡ buồn. Gal ngập ngừng bảo với cô: “Tôi tính mở bữa tiệc nhỏ mời bạn bè trong nhóm mình. Vừa là dịp mừng con đầu lòng của Udi, vừa cho Jacob và Yifat cơ hội gần nhau. Avi chỉ ăn các món Kosher, sẽ đem bánh mì pita và xà lách do anh ta trộn lấy, Moshe lãnh phần đá lạnh cùng nước ngọt, vợ chồng tôi lo gà nướng và thịt viên. Chị muốn góp món gì không?" Kim hứa sẽ đem trái cây tráng miệng vì biết đạo Do Thái có lắm thứ kiêng khem nhiêu khê. Không muốn Gal thất vọng, lại không thể kể chuyện Yifat/Said, bụng Kim lấn cấn mãi. Cuối cùng, Kim đành phát biểu khơi khơi: "Tôi chỉ sợ ông tổ chức mười bữa tiệc, cặp Jacob và Yifat cũng không thành". Gal ngẩn người, nhìn cô bằng ánh có nhiều dấu hỏi. Kim ấp úng "Tôi… tôi… thấy… không thấy điện xẹt giữa hai người…" Nói đến đây, Kim sợ Gal hỏi dồn đâm lộ chuyện, cô bèn xin phép vào nhà kiếm Yifat. Cô vừa đi vừa khấn cho Yifat mau thoát ra khỏi chuyện tình không đoạn kết. Đỡ rắc rối cuộc đời biết bao!

Vào ngày Rosh Hashana, mọi người vui vẻ mời nhau ăn táo chấm mật ong, mừng Năm Mới thì gương mặt Yifat lại man man buồn. Cô cắm cúi lo làm việc. Vẻ rầu rĩ câm nín kéo dài qua tới Yom Kippur. Sáng thứ Ba vô làm lại, Yifat gầy rốc, mặt mày bơ phờ. Kim lo lắng hỏi han, đúng lúc Moshe bước vào kiếm bánh kẹo trong rổ. Anh nói đùa, "Tôi cũng âu sầu, nhịn đói nhịn khát hơn một ngày trong dịp Yom Kippur. Mất hai kí lô mà chẳng ai đếm xỉa. Bất công quá!" Kim chọc lại ngay, "Anh mất năm ký may ra mọi người mới nhìn thấy!" Moshe chẳng giận, xoa thùng nước lèo, cười hì hì, với tay lấy thêm vài cái kẹo bỏ túi. Moshe vui tính, thông minh, hiền lành. Anh kiên nhẫn khỏi chê, ai hỏi gì Moshe cũng giảng nghĩa rất kỹ, phải tội thân hình tiết mùi hôi vừa hoi vừa khét làm điên đầu những người chung quanh. Kim sợ nhất vào phòng họp vào buổi chiều, lúc Moshe bốc nặng nhất. Khổ nỗi tất cả không ai dám mở miệng "phê bình ưu khuyết điểm" của anh nên đành chịu làm nạn nhân của bầu không khí ô nhiễm…

Đợi Moshe ra khỏi phòng, Yifat mới ứa nước mắt, kể: "Mấy tuần liên tiếp, không hôm nào Said không năn nỉ tôi theo đạo Hồi. Tôi bực mình đòi chia tay. Tưởng sẽ quên Said dễ dàng, không ngờ mỗi ngày mỗi đau khổ hơn. Muốn điên lên được". Kim ồ lên một tiếng đầy ngạc nhiên pha vui mừng. Sau đó cô vội lắc đầu nhăn mặt, làm ra vẻ buồn bã. Cô còn thở dài sườn sượt rồi khoác vai Yifat: "Alapanim! (nôm na: Đen như mõm chó) Tối nay, bạn có buồn, ghé nhà tôi ngủ..." Nói xong Kim kiếm cớ trở về văn phòng ngay kẻo Yifat khám phá ra mình là một kịch sĩ tồi. Đến tối, Yifat không ghé lại ngủ đêm. May quá, đỡ cho Kim phải đóng tiếp vở kịch chia buồn với chiếc mặt nạ sầu thảm. Cô vặn nhạc Xuân tưng bừng nhà cửa. Tối đánh một giấc thiệt ngon!

Sáng hôm sau, Kim lấp ló ở phòng Yifat, tính rủ đi uống cà phê nhưng cô ta cứ ngồi ôm điện thoại mãi. Nói gì mà lắm thế? Đến trưa, Yifat lướt vào phòng Kim, hớn hở khoe: "Said hứa sẽ không nhắc tới chuyện đạo nữa. Tối nay tụi tôi hẹn đi chơi với nhau". Kim ngao ngán, chẳng biết nên buồn hay mừng giùm cho bạn. Điệu này lại cù cưa kéo cưa rồi! Quả thật, chỉ vài ngày lại thấy Yifat méo xẹo: "Bà mẹ Said từ Indonesia, tự tay bấm điện thoại, nhắc nhở chuyện vào đạo. Giọng bà có vẻ ra lệnh hơn là khuyên lơn!" Kim chỉ biết nói một câu hết sức ngớ ngẩn, Yifat quyết định thế nào cũng ô kê. Bạn bè chỉ muốn thấy Yifat vui vẻ hạnh phúc! Yifat lặng lẽ gật đầu, nước mắt lại viền mi.

Đến ngày Gal tổ chức họp mặt, cả bọn lễ mễ đem đồ ăn tới thật sớm. Avi vẫn đội trên đầu "cái tô úp", ăn uống kiêng cử rất đúng luật Do Thái, không dùng thịt cùng với các món có chất sữa sau ba giờ chiều. Anh tuy sùng đạo nhưng rất cởi mở dễ mến. Kim ít nói chuyện với Avi, mãi đến hôm nay mới có dịp ngồi cạnh tâm tình. Avi thích học ngoại ngữ. Anh ta "se habla Espanol" nghe cũng vi vút đáo để. Hôm nay Avi đặc biệt rủ một cô bạn Mễ có thân hình bốc lửa đến ra mắt bạn bè. Lại hỏi Kim cách nói tiếng Việt câu: I love parties. Rồi lặp đi lặp lại cho đến khi Kim gật đầu khen phát âm chuẩn. Tội nghiệp, Avi đâu có ngờ Kim bị viêm mũi nặng. Thầy nào trò nấy nên câu tiếng Việt vừa rồi, anh đã nói với một giọng nghẹt mũi đặc biệt, nghe rất bịnh!

Chờ mãi chưa thấy Yifat, cả bọn xúm lại lấy pager ra. Gõ xong điện thư, nháy nhau bấm nút gửi cho Yifat cùng một lúc. Vợ Gal (Efrat) và vợ Udi (Limor) cũng nhập bọn để phá Yifat. Gửi xong, xoa tay cười khoái chí vì biết beeper của cô ta sẽ vừa rú rít vừa run bần bật. Kéo dài liên miên ít nhất vài phút. Ngồi một tí, máy của cả bọn vang toáy lên. Điện thư trả lời: "Tôi phải ở nhà chuẩn bị đám cưới. Đã chọn ngày đầu năm. Ký: Yifat" Ai cũng chưng hửng: "Lấy ai vậy?" "Họ quen nhau hồi nào?". Limor bèn đứng lên kể mối tình đầy sóng gió của Yifat và Said cho mọi người. Không ai dám nhìn Jacob, kể cả Kim. Mãi một lúc sau, Gal mới hỏi Limor đã gặp Said chưa. "Lô, lô". Limor lắc đầu. Bầu không khí đâm nặng nề, bạn bè nói chuyện gượng gạo tránh nhắc đến Yifat để Jacob khỏi buồn. Buổi tiệc chỉ kéo thêm mười lăm phút rồi tàn.

Lúc trở vào hãng, cả nhóm nhận được thiệp mời bằng điện thư. Đám cưới cử hành đúng ngày Một tháng Một lúc 12 giờ trưa tại Mandalay Bay Resort – Chapel by the Bay, Las Vegas. Yifat còn cẩn thận xin lỗi vì quyết định gấp, không kịp in thiệp. Kim sửng sốt: Lựa chọn kỳ cục! Không biết có phải Elvis Presley sẽ đứng ra làm đám cưới cho đôi trẻ, như trong các phim của Hollywood? Cô lao vào phòng Yifat, Sao lại Vegas mà không là Dallas? Yifat cười, Tôi chỉ có thẻ xanh thường trú, Said thì visa sinh viên hết hạn. Lựa Vegas vì thủ tục mau chóng và họ không làm khó dễ về giấy tờ, Silly Ngốc ạ! Kim ngẩn người, Ừ nhỉ tôi không nghĩ đến chuyện này. Giờ ăn trưa, hai cô kéo nhau đi lựa áo cưới. Yifat thử áo mệt nghỉ.

Ngày cưới Yifat, nhóm Kim có mặt đông đủ. Đàng trai không có ai. Bên đàng gái gồm: Gal và Efrat, Udi và Limor,

Jacob, Avi, Moshe, Kim đi cùng chuyến bay đến Vegas từ sáng sớm. Người nào cũng xiêm áo chỉnh tề, đàn ông còn thêm chiếc kipa gọn ghẽ trên đầu. Moshe thơm phức, tóc tai gọn gàng. Avi, đầu gọt cạo nhẵn thín, sửa tới sửa lui cái cà vạt. Jacob nét mặt u trầm, cố giấu vẻ nôn nóng bằng cách săm soi chiếc máy chụp hình, Udi/Limor xoay trần quanh đứa bé sơ sinh đang khóc oe oe. Bạn bè ngồi trong nhà nguyện không ai nói câu nào. Nhìn quanh chẳng thấy Gal. Chưa kịp thắc mắc thì cửa nhà nguyện mở to. Bà mục sư xuất hiện đầu tiên, Said cất bước theo sau. Kim thấy anh chàng này được quá đi. Tướng tá hiên ngang, mặt mũi hiền lành dễ thương. Anh ta nhẹ nhàng dừng lại ở hàng ghế đầu, chờ đợi. Nhạc đám cưới vang lên tưng bừng, đón chào cô dâu Yifat xinh đẹp trong tấm áo cưới màu hồng, sánh bước bên Gal. Ông cười với Said trước khi trao tay Yifat cho anh.

Bên nhau, tình yêu của hai người như tỏa hào quang làm tê liệt thần kinh, choáng ngợp tâm hồn khách đến chia vui. Khi vị mục sư hỏi Yifat có đồng ý sống bên Said, chia sẻ vui buồn, khi khỏe mạnh lúc ốm đau? Yifat nghẹn ngào, Thưa có. Rồi cô bật khóc. Said cũng chan hòa nước mắt, ôm chặt lấy cô vào lòng.

Chúng tôi rưng rưng xúc động, đứng ngẩn nhìn hai trẻ khóc cười, tay trong tay. Efrat gạt lệ, mau mắn kéo Gal lên chúc mừng đôi vợ chồng son. Jacob, Avi, Moshe, Kim, Udi và Limor cùng lũ lượt theo sau. "Mazal tov, nhiều may mắn nhé hai bạn…"

Trong mắt Kim, Yifat và Said tươi cười giữa vòng tay bằng hữu bỗng trở thành một bức tranh vô giá. Rực rỡ tình người.

Một bức tranh cô mãi mãi không bao giờ quên…

11/2003

Tháng Giêng cuối cùng bên bố

Tiếng bánh máy bay chạm vào phi đạo, đánh thức từng tế bào háo hức trong tôi. Không cần chờ phi hành đoàn cho phép, tôi mở khóa thắt lưng an toàn và nhanh nhẹn lách ra khỏi chỗ ngồi. Ai cũng muốn ra trạm hành lý trước nhưng tôi là người đầu tiên lái xe ra khỏi phi trường. Đơn giản: Tôi chỉ có bộ quần áo trên người và một túi quà Tết trong tay! Phi trường San José gần chỗ của bố lắm. Chao ơi là nôn nao! Còn có 15 phút là gặp được bố, không ngờ tôi lại đi lạc! Phải đánh xe mấy vòng quẹo chữ U, đến hơn một tiếng, tôi mới trờ tới bãi đậu xe của viện dưỡng lão kiêm dưỡng đường Mission de la Casa.

Đáng lẽ tôi chẳng đi gặp bố vào dịp Tết Bính Tuất nếu anh tôi không bận công việc. Nghe tin anh hủy chuyến thăm, tôi vội lấy vé đi sáng, về chiều, ngay hôm Chủ Nhật Mồng Một Tết. Tôi cũng bị công việc quấn lấy chân chỉ thăm bố được vài tiếng dù rất muốn ở lại San José thêm ngày Mồng Hai. Bình thường, tôi khá lề mề. Không thăm bố chuyến Tết thì sẽ có chuyến mừng sinh nhật vào tháng Năm. Không hiểu sao tôi lại cứng đầu khăng khăng quyết định: Tết năm nay ít nhất phải có một đứa đến mừng tuổi bố. Giá nào cũng đi. Chồng biết tánh, không cản tôi một câu.

Tôi đã dặn cả nhà đừng nói cho bố hay về chuyến đi của tôi, thế mà khi vào đại sảnh của Mission de la Casa, đã thấy bố ngồi chờ trên xe lăn. Mắt bố hướng về cửa chính, trên người khoác chiếc áo len xanh dương sọc trắng của tôi gửi biếu tháng trước. Tôi reo: "Bố!" Đôi mắt bố lấp lánh. Cả khuôn mặt bố rạng rỡ. Sau này tôi vẫn nói với chồng, nhìn bố lúc ấy, thật không bõ công bay xa, đi lạc! Tôi ôm chầm lấy bố, liếng thoắng kể chuyện lái xe loanh quanh mãi không ra được xa lộ, tả cho bố nghe phố xá tràn ngập người mua sắm, đi chùa hái lộc đầu năm.

Vừa nói, vừa đẩy xe đưa bố về phòng. Trong phòng, tôi lại rối rít móc túi trên túi dưới lấy quà cáp, tiền mừng tuổi của cả nhà tặng. Quấn tay con khỉ nhồi bông, cháu Hiu Hiu biếu ông ngoại, vào thành giường. Hí hoáy nhét những tờ hai mươi đô vào cuốn sách thánh kinh để bố có tiền tiêu vặt. Dúi mấy cuộn 25 xu vào một cái gối ôm, xếp ngay ngắn dưới chân giường. Vừa làm, vừa hỏi lung tung. "Bố có thích cà phê Lee's Sandwich không, con ra mua về?" "OK" "Bố ăn chuối chiên, con mua luôn một thể!" "Ừ!" "Mua thêm bơ với thịt nguội bố con mình nhâm nhi với rượu vang không bố?" "Con để bạc cắc trong đây, lúc mua báo bố chỉ việc khều ra!" "OK!" "Đừng quên nhé!" "Ừ…" "Có sợ nhân viên họ dọn phòng, dọn cả tiền ra không?" "Không".

Những giây phút mới gặp, bố tôi dường như còn bị choáng, cứ trả lời từng nhát một. Tôi thì muôn đời băng nhắng. Hỏi chưa nghe ra câu trả lời đã bắc sang câu kế, chưa kịp biết bố có đồng ý đã nhảy ngay ra Lee's Sandwich đem về lũ khũ cà phê sữa đá, chuối chiên, pâté, bánh giò… Một ít xếp vào tủ lạnh. Còn lại, bày đầy ra bàn. Hai bố con nhìn "mâm cỗ Tết", không biết phải bắt đầu bằng món gì trước, chợt có bà cụ lăn xe ngang phòng 128 của bố, thấy nhộn nhịp, dừng mắt lại vài giây: "Con ông Tuấn về chúc Tết đấy à?" Bố tôi vênh vang gật đầu như thầm nói, "Tôi bảnh chưa? Con ở mãi tận Texas lặn lội về đây thăm đấy!" Bà cụ chặc lưỡi: "Con gái tôi hôm nay bận không thăm được nhưng hôm qua có tới đưa gói mứt, để tôi về phòng đem qua đây ăn cho vui". Nhưng bố tôi cản nhanh: "Thôi bà ạ. Cháu nó sắp đưa tôi ra ngoài rồi!" Nhìn gương mặt phúc hậu của cụ bà chùng xuống, tôi thấy thắt cả ruột!

Vừa lúc ấy, cô Trâm, tri kỷ của bố, tới. Bố phán ngay, "Em đưa hai bố con về nhà!" Tôi chưng hửng nhìn cô Trâm rồi quay lại nhìn bố "Nhà… cái gì?" Bố không đáp chỉ tủm tìm. Cô Trâm ríu rít khoe: "Nghe tin cháu sang thăm, bố hành cô quá chừng. Bắt cô sửa soạn nhà cửa cho tươm tất, trang hoàng thật rực rỡ để cùng đón Xuân. Bố ngang lắm cháu ạ! Có phòng ở Mission de la Casa mà nhất định đòi phải mướn nhà ở ngoài thêm để lâu lâu buồn, còn nhảy dù ra ngoài ở cho vui…"

Thế là cả ba ra văn phòng ký giấy tờ rời viện, lên xe "về nhà"!

Nhà bố là một căn hộ trong khu chung cư khá gần Mission de la Casa. Mở cửa vào là một rừng hoa. Hồi xưa ở Đà Lạt, mỗi năm Tết đến, mẹ đều cắm một cành đào thật to trong cái thống lớn giữa nhà, cành đào khúc khuỷu rêu bám bạc nhiều chỗ nhưng rộ những hoa và có rất nhiều nụ xinh lấm tấm. Bây giờ không biết cô Trâm thỉnh tận đâu được một cành đào cũng chi chít những cánh hoa. Lại có cả bình hồng nhung đỏ thắm trên bàn ăn và hai chậu cúc đại đóa vàng rực trong phòng khách. Cô Trâm còn than, Năm nay cô mua hụt giò Thủy Tiên 60 đô. Tiếc ghê! Tôi nghe giá Thủy Tiên, phát khớp ngang! Bố không giàu nhưng tiêu xài khá mạnh tay. Đối với tôi, bánh trái có lý cho bao tử hơn hoa nhưng đối với bố và cô Trâm, hoa là những món ăn tinh thần không thể thiếu. Biết tính bố, mỗi lần về thăm, chị tôi vẫn ra mua mấy chậu thổ lan chưng trong phòng bố. Vừa có hoa đẹp, lại giữ được vài tuần chứ ở trong viện, họ để hệ thống sưởi quá nóng, chỉ hai ngày là hoa nào trong bình cũng gục hết!

Trong lúc cô Trâm dắt tôi đi xem nhà, bố ngồi trong phòng khách, ngả lưng lim dim mơ màng. Nếu có thêm điếu thuốc trên tay, bố sẽ giống hệt như hồi xưa, lúc đang sáng tác. Tôi để ý bố ít nói hẳn. Chỉ có cô Trâm và tôi đàm đạo vang nhà. Cô Trâm kể tội bố chướng, không chịu cho ai tắm ngoài cô. Lại hay cáu giận hờn lẫy, nói hớ một câu là không xong với bố. Ngày nào thăm bố trễ là những lời trách móc rót vào đầy tai cô… Tôi bênh, Bố thích nhõng nhẽo lại được cô chiều, tội gì không đòi quyền sống chứ! Nói xong liếc xéo ra phía bố, thấy người rung đùi khoan khoái. Lâu lâu tôi quay lại hỏi bố một câu nhưng người chỉ ừ hử. Ít ra lúc này, tôi bắt được hình ảnh bố rất hạnh phúc.

Tôi lấy quà Tết ra biếu cô Trâm. Cô mở hộp, thích thú nhìn chiếc khăn quàng cổ bằng len trắng. Tôi khoe: "Cháu đan đấy. Bận quá đan vội, thể nào cũng sót vài mũi cô ạ!" Bố không nhịn được, cắt lời/nịnh: "Cô Trâm là vua đan áo". Cô Trâm thích chí cười khanh khách. Đến lúc cô mở thiệp, thấy tiền mừng tuổi rơi lả tả, cô giật mình, "Ối giời! Có cả 'nhân' nữa à?" Tôi vội nói, "Vâng"! "Nhân" là quà của cả nhà gửi ạ. Cô Trâm bảo ngay: "Cô tính đánh cho bố sợi dây vàng 24K để bố đeo ngọc cẩm thạch cho giảm đau. Vậy là ngày mai cô có thể ra tiệm vàng rồi". Tôi chả tin các loại mẹo vặt giảm đau mau lành. Nhất là vàng bạc đeo lúc này chả tiện, dưỡng đường bao nhiêu kẻ ra người vào… Định cản cô Trâm nhưng thấy bố đang phởn râu sung sướng, tôi bèn im!

Ngồi một lát, bố muốn đi ăn bún riêu. Thế là cả ba lên xe. Chạy chưa được bao xa, cô Trâm đề nghị kiếm chỗ đậu để đi bộ vì đường kẹt như hũ nút. Tôi đồng ý ngay. Đi thoăn thoắt một quãng, tôi quay lại thấy bố chống gậy dò dẫm từng bước. Tôi giận cho cái tánh vô ý của mình quá, đi đâu cũng xăm xăm phía trước. Tôi vội quay trở lại, ôm cánh tay bố, rảo bước nhìn người qua kẻ lại. Thong dong thế này kể ra cũng sướng nếu có thì giờ!

Lúc tô bún riêu nghi ngút khói xuất hiện, tôi so đũa, tấn công tô bún không thương tiếc. Nhìn qua bố, từng gắp run run đưa lên miệng. Sợi rơi xuống tô, sợi sa vào người. Bố yếu quá rồi, tôi chợt thở dài. Ngày xưa, ôi chao, ngày xưa bố ăn như rồng cuốn. Bố xì xụp nước lèo, bố gặm xíu quách rồn rột. Soạt một lát là bát phở, bát bún hết nhẵn. Mẹ vẫn gắt lên vì bố ăn uống ồn ào trông bình dân quá. Bố bảo muốn ngon miệng thì khi ăn phải co hai chân, bưng bát và, húp, liếm môi, đánh lưỡi chóp chép cho rõ tiếng mới khoái khẩu. Nể mẹ nên phải kiểu cách thôi. Bây giờ, ôi chao, bây giờ bố ăn sao quá chậm rãi, nhai nuốt trệu trạo. Tôi buông đũa, lại thở dài…

Chỉ mới năm trước, hai anh em tôi về thăm bố, thấy người vẫn khôi tráng. Hai anh em bước vào phòng lúc bố vừa xong bữa sáng. Chúng tôi hơi thất vọng, tưởng bố sẽ chê những món quà vặt mới đem tới. Thế mà bố vẫn chén ngon lành. Cao hứng, tôi lôi cả mấy chai rượu vang con con ra mời nhưng anh tôi cản lại vì "còn sớm" (thật ra anh sợ rượu làm bố chưa trị xong ung thư, đổ thêm bệnh tim!). Tôi ỉu xìu, thấy bố cũng ỉu xìu. Biết anh có ý tốt nên tôi không cãi, lẳng lặng xếp chai qua một bên nhưng định bụng chờ anh quay lưng, tôi sẽ cùng bố cụng ly.

Tiếc thay tôi ham nghe bố kể chuyện, quên cả chai rượu vang đang chờ (sau này anh tôi thú nhận đã quẳng rượu vào thùng rác khi tôi quay lưng đi!). Bố kể miên man về từng ông bạn cùng phòng. Có ông bị bán thân bất toại, cực kỳ gàn dở khó tính. Lúc nào cũng gắt hơn mắm. Vợ con đến thăm phát điên đầu về những lời than vãn, nhiếc móc. Còn các cô nhân viên thì khổ "như chó" với ông này: "Các con có biết, ông già đó ác đến độ vừa tắm rửa xong, y tá bê lên giường nằm chưa được một giây đã nghiêng người bĩnh cho một bãi be bét rồi quay ra nằm ngửa. Bẩn từ lưng xuống đùi!" Anh em tôi khiếp hãi hét lên làm bố tôi cười sặc sụa. Bố còn khoe tiếp: "Có hôm ông ấy lảm nhảm chửi bới mấy cô dọn phòng, bố tức không cầm được, quay lại chỉ mặt quát cho một trận, rung cả cửa kính: 'Chính mày mới là thằng khốn nạn, làm khổ vợ con, làm khổ nhân viên. Bây giờ còn làm khổ tai tao!'" Chúng tôi lăn ra cười. Bố tôi đắc thắng khoe, Từ đó "ông nội gia trưởng" ấy tởn luôn.

Vừa lúc ấy, ông bạn cùng phòng của bố được đẩy vào. Tôi hỏi khẽ, "Có phải bác này là vua Bĩnh không bố?" Bố tôi cười ha hả. Không đâu con, ông ấy đi đứt rồi! Tôi ôm miệng để khỏi la hoảng. Thôi bố ơi, chết rồi thì để người ta yên. Bố tôi không nói về bác Bĩnh nữa thì quay qua nói về bác Nghịch: "Bác Nghịch thích bấm chuông kêu y tá, đến lúc họ vào, bác tỏ vẻ ngơ ngác không hiểu chuyện gì xảy ra". Bố kể: "Có hôm bác rên rỉ nhờ bố bấm chuông giùm. Bố bấm xong, y tá vào. Bố chỉ qua bác ấy, bác lại chỉ qua bố kêu, Ông bấm sao lại chỉ tôi!"

Toàn những chuyện vặt vãnh vây quanh các vị bô lão của viện, bố tôi kể không biết mệt. Tôi trầm trồ khuyên bố ghi xuống. Bố cũng đồng ý đấy là những chuyện hi hữu đáng viết, nhưng người than mệt mỏi quá không tập trung tinh thần được. "Nhất là hôm nào nghe gõ mõ tụng kinh ở phòng kế cận, hôm ấy mất mẹ nó vài tuổi thọ!" Tôi bốc: "Ở đây có lẽ bố là khỏe mạnh, trẻ trung nhất. Còn lâu mới tới phiên bố!" Bố gật gù. Rõ ràng là người còn ham sống, còn nhiều sân si lắm. Tôi hy vọng bố ít nói chỉ vì xúc động khi thấy con cái tới thăm vào dịp Tết chứ chẳng phải bố mệt mỏi muốn bỏ cuộc.

Không ngờ bố từ chức Thợ Đấu vào mùa Thu 2006, hết còn dịp xông đất và chia sẻ không khí Tết ở "nhà" với con cái nữa. Hy vọng hành lý bố nhẹ, ra đi dễ dàng. Còn tôi, từ hôm đến nhà cùng bố mừng Xuân, được nhìn thấy màu hạnh phúc bừng lên khuôn mặt bố, lòng tôi cũng thanh thản vô cùng...

[01/26/2010]
Thu Thuyền

Phạm Chu Sa by Trương Đình Uyên

THỤY KHUÊ

Tên thật Vũ Thị Tuệ. Sinh ngày 9-8 năm Giáp Thân (25-9-1944), tại thôn Doanh Châu, huyện Hải Hậu, tỉnh Nam Định. Tháng 10-1954, theo gia đình di cư vào Nam. Tháng 9-1962, sang Paris du học và ở lại Pháp. Viết tiểu luận phê bình từ năm 1985, trên những báo: *Tự Do, Văn Học, Thế Kỷ 21, Hợp Lưu...* ở hải ngoại và phụ trách chương trình Văn Học Nghệ Thuật của đài RFI, Pháp, từ 1990 đến 2009.

Tác phẩm đã xuất bản:
- *Cấu trúc thơ* (NXB Văn Nghệ, Cali, 1995)
- *Sóng Từ Trường* (Văn Nghệ, Cali, 1998)
- *Nói chuyện với Hoàng Xuân Hãn và Tạ Trọng Hiệp* (Văn Nghệ, Cali, 2002)
- *Sóng Từ Trường II* (Văn Nghệ, Cali, 2002)
- *Sóng Từ Trường III* (Văn Mới, Cali, 2005)
- *Nhân Văn Giai Phẩm Và Vấn Đề Nguyễn Ái Quốc* (Tiếng Quê Hương, Virginia, 2012)
- *Họa Trường Lê Bá Đảng* (Nxb Thuận Hoá, Huế, 2015)
- *Vua Gia Long Và Người Pháp* (Công Ty Sài Gòn Books và Hồng Đức, Hà Nội, 2017)
- *Phê Bình Văn Học Thế Kỷ XX* (Công Ty Nhã Nam và NXB Hội Nhà Văn, Hà Nội, 2017)
- *Lê Thị Lựu Ấn Tượng Hoàng Hôn* (NXB Tổng Hợp và Bảo Tàng Mỹ Thuật TP Hồ Chí Minh, 2018)

Dịch thuật:
- *Mademoiselle Sinh (Nàng Sinh)*, với sự cộng tác của Marion Hennebert, tập truyện ngắn của Nguyễn Huy Thiệp (Nxb Aube, 2010, Pháp)
- *Crimes, amour et châtiment*, tuyển tập truyện ngắn của Nguyễn Huy Thiệp, dịch một phần, hiệu đính và chú thích toàn bộ, với sự cộng tác của Marion Hennebert (Aube, 2012, Pháp).

Mai Thảo

Là một trong những nhà văn tài hoa và sáng tác sung mãn nhất của thế hệ ông, văn chương Mai Thảo bao trùm giai đoạn dài từ kháng chiến chống Pháp đến di tản hải ngoại; ở khoảng nào, cũng có những tác phẩm xuất sắc, vẽ nên những chân dung con người với một nội dung siêu hình, một tâm thức lãng mạn, đớn đau.

Mai Thảo là "đầu tàu" của nhóm Sáng Tạo, sau 1954, đã đem vào văn học một bút pháp mới. Bút pháp ấy đã ảnh hưởng sâu sắc đến những người cùng thời và thế hệ sau từ Nguyên Sa đến Nguyễn Thị Thanh Bình, Trần Vũ…

Là người của kỷ niệm, của dĩ vãng, của "căn nhà vùng nước mặn" chợ Cồn, Hải Hậu, Mai Thảo còn là người Hà Nội, người sông Hồng, mà lại rất Paris, rất Camus, rất Sartre.

Mai Thảo là của độc thân, của phòng trà, của vũ trường, không ràng buộc giờ giấc đi về và rượu như một bạn đường cùng đi vào cô độc:

Uống ư một ngụm chiều rơi lệ
Và một bình đêm rót rất đầy.

Tư chất nghệ sĩ và tư tưởng yếm thế của Mai Thảo không chỉ toát ra ở ngòi bút mà còn trong tiếng nói, trong dáng điệu, trong lối uống rượu, bình thơ. Mai Thảo sống thế nào thì viết như thế ấy.

Bắc cầu giữa lãng mạn và hiện sinh, cái tôi Mai Thảo là cái tôi mơ mộng tiền chiến, của nhớ nhung, của Hà Nội sông Hồng đã muôn trùng xa cách, được thể hiện dưới bút pháp nhạy cảm rất *Thạch Lam* nhưng đã xa tiền chiến; xô đẩy truyền thống ngôn ngữ, trong cái nhìn hiện sinh u uất, chán nản về sự bất tri của chính mình và của đồng loại trong cuộc tồn sinh hiện hữu. Những *đời chẳng có gì hết"*, *"một* biển chán chường", "một rừng phiền muộn", "những chiều gục đầu", "những đêm rã rượi"... nếu rút ra khỏi văn cảnh có thể trở thành sáo ngữ, nhưng nằm trong không khí tiểu thuyết Mai Thảo, đó là những nhận thức nhức buốt trỗi lên như những âm giai buồn bã trong tâm hồn kẻ cô đơn, bặt hướng, lần mình trong những cơn say, vật vã đi tìm hủy thể như chính tác giả.

Nỗi đau hiện sinh ấy không chỉ thuộc thời Mai Thảo đã sống, mà còn là của những lớp người đô thị, ở bất cứ nơi nào, có những hộp đêm, vũ trường, chiến tranh hay không chiến tranh, kỳ thị hay không kỳ thị, Đông cũng như Tây, hôm qua và hôm nay.

Gặp Mai Thảo một lần, có thể rất yêu hoặc rất ghét, nhưng nhớ mãi. Nhớ cái thực, cái "authenticité" Mai Thảo khó thấy ở một cá nhân nào. Nhớ cách Mai Thảo bình thơ, nhớ lối nói nửa say nửa tỉnh, tàn phũ với người, âu yếm với thơ.

Người ta ca tụng Mai Thảo, nhưng dường như không mấy ai đọc Mai Thảo, may ra vài dòng *Sổ tay,* dăm ba câu thơ *Ta thấy hình ta những miếu đền.* Được xưng tụng, Mai Thảo có cả một triều đình nhưng quần thần lơ láo, quan quân tán tác, phần đông dừng lại ở *Bản chúc thư trên ngọn đỉnh trời,* ở Mai Thảo 63, trong khi Mai Thảo vẫn đi, một mình, đi đến 98 và đi mãi về sau...Bởi sau 75 Mai Thảo vẫn còn là "đầu tàu". Mai Thảo hải ngoại nhập vào con người, con người di tản, đi thêm một chặng đường, như chưa nhà văn di tản nào có được, như chưa nhà văn lưu vong nào nhập sâu được như thế, *ngọn hải đăng* ấy vẫn chiếu nhưng... hình như không ai cần nó nữa, không ai tha thiết với nó nữa, nó đã bị *mù* trong đôi mắt đồng loại quá nhiều ánh sáng.

Đó cũng là bi kịch và nghịch lý của Mai Thảo và của dân tộc ông. Một dân tộc chú ý nhiều đến cái vỏ mà bỏ qua cái lõi. Một dân tộc ngại đọc, biếng nghĩ, thích phê và đầy vị kiến. Mai Thảo là nạn nhân và cũng là thành viên của dân tộc ấy.

Lặng lặng, ông sống, ông viết trong cô đơn, với rượu và những nhân vật xây dựng từ chính mình, trong một cõi nhân quần đông đúc, đầy bè bạn, tạc thù, nhưng không tri kỷ.

Một cõi không người. Cõi hư vô Mai Thảo.

Văn chương Mai Thảo: nguyện ước của người đi

Sau 1954, miền Nam cần một niềm tin, một lý tưởng. Sự xây dựng xã hội tự do là một hoài bão lớn và có thật nơi những người di cư bỏ đất Bắc. Tinh thần chống Cộng đương nhiên có trong những người đã từng va chạm với Cộng sản. Mai Thảo xuất hiện với hai tác phẩm: *Đêm giã từ Hà Nội* (1955) và *Tháng Giêng cỏ non* (1956), đáp ứng đúng tâm lý và chân lý người di cư. Trừ cuốn *Viên đạn đồng chữ nổi* (1966), một ngoại lệ, vẫn còn trong địa bàn chống Cộng, vả lại truyện cũng xoàng, bởi Mai Thảo viết những câu văn tố Cộng không hay, trực và sượng; từ 1963 trở đi, với tập truyện ngắn *Bản chúc thư trên ngọn đỉnh trời* và tiểu thuyết *Mái tóc dĩ vãng*, Mai Thảo bắt đầu giữ khoảng cách với chính trị. Ký ức kháng chiến nhòe đi, trở thành kho tàng lưu trữ *chiến thời* và ông đã vén màn làm lộ những chân dung ký ức ấy trong một bút pháp lãng mạn đầy đớn đau và hạnh phúc. Dùng tình yêu phủ lên những vết thương dĩ vãng, Mai Thảo nhìn con người bên này hay bên kia với con mắt cảm thông, không gắt gay, không trừng trị nữa. Tác phẩm chín hơn với những đoản thiên giá trị như *Bầy thỏ ngày sinh nhật, Căn nhà vùng nước mặn, Chuyến tàu trên sông Hồng, Dòng sông rực rỡ, Người thầy học cũ*...tuy vẫn nằm trong không gian kháng chiến, nhưng đã mở rộng sang cuộc sống miền Nam, sang những ưu tư sâu lắng hơn, bằng sự nhận thức nỗi bơ vơ của con người. Riêng với bức *Thư cho một người bạn*, năm 1968 (in trong cuốn *Người thầy học cũ*) ông đã đoạn tuyệt với Hà Nội, chấp nhận Sài Gòn là quê hương. Chấp nhận ở lại là vĩnh biệt Hà Nội trong cõi nhớ, là sống với Sài Gòn, với miền Nam, sau 14 năm xa đất Bắc.

Mai Thảo gọi *thời kháng chiến* là *chiến thời*. Như để cách biệt với người khác và để giữ khoảng cách với một thứ thực tại người thật việc thật trong các tác phẩm được gọi là hiện thực. Tất cả những ký ức đẹp nhất của ông nằm trong *chiến thời*, và *chiến thời* tức là *thời chiến trong văn chương Mai Thảo*, không giống bất cứ thời chiến nào có trước. Mười năm luân lạc để lại những dấu ấn, những con người, những nhân vật, những sự vật không quên được và tạo nên sự nghiệp văn chương Mai Thảo. Nếu dùng chữ của Bakhtine, thì *chiến thời* chính là *thời-không-gian* (chronotope) tức là thời gian và không gian của Mai Thảo.

Quê quán chợ Cồn, Nam Định, nhưng Mai Thảo như phần đông những nhà văn nhà thơ lớn cùng quê Nam Định như Nguyễn Bính, Vũ Hoàng Chương, Đinh Hùng, Trần Dần... đều có khả năng bước qua *cổng tỉnh* để đến với toàn diện đất nước và con người. Mai Thảo đi từ *căn nhà vùng nước mặn* chợ Cồn, lên Nam Định năm 10 tuổi, rồi ra Hà Nội, về Vĩnh Yên, trên sông Hồng, ngược Việt Bắc, vào Sài Gòn, xuống Cửu Long, ra biển đông, hải ngoại, Mỹ, Úc, Âu... Tất cả những chuyến đi ấy đều có trong văn chương, Mai Thảo đã quán xuyến toàn bộ diện mạo *chiến thời* từ con mắt của một người "bỏ đi": một người quốc gia, theo kháng chiến rồi bỏ kháng chiến về thành. 1954 di cư vào Nam. 1975 di tản hải ngoại.

Tất cả những chặng đường ấy Mai Thảo đều có mặt và đánh dấu bằng tác phẩm nghệ thuật. Nhưng có một khoảng trống *không thể nào lấp nổi* trong văn chương Mai Thảo đó là ký ức về cuộc chiến 54-75: Hầu như không có.

Sự quay mặt với chiến tranh trong thời kỳ 54-75 phải hiểu như thế nào? Có phải là một "trục trặc kỹ thuật" vì Mai Thảo không đi lính, không đánh nhau, nên không viết được? Không chắc. Thiếu gì văn nghệ sĩ không đi lính mà vẫn viết về chiến tranh, như Nhật Tiến, Nhã Ca… Chưa kể Trịnh Công Sơn đâu có đi lính, mà đã nhận diện đến tận cùng xác thịt của chiến tranh, trong âm nhạc.

Sự quay mặt với chiến tranh ở Mai Thảo, rất có thể đã từ một nguyên nhân sâu xa hơn: không chấp nhận cuộc chiến 54-75, nhưng cũng không thể phản chiến như Trịnh Công Sơn, bởi năm 1954, Mai Thảo đã trưởng thành, di cư vào Nam với mục đích chính trị: tìm tự do và tạo một đời sống mới. Đã từng theo kháng chiến, đã có kinh nghiệm sống trực tiếp với Việt Minh, rồi bỏ vào thành, Mai Thảo di cư là để "lánh nạn", vào Nam với mục đích "xây dựng tự do". Vì thế, Mai Thảo không thể phản chiến và cũng không thể chấp nhận một cuộc chiến, nhân danh tự do, lấy *conngười* làm lá bài, con mộc. Và khi tâm thức đã chối bỏ, thì ngòi bút không thể viết được. Có lẽ đó mới chính là lý do tại sao Mai Thảo không viết về chiến tranh trong suốt giai đoạn 54-75.

Sự ngoảnh mặt với chiến tranh 54-75, nơi Mai Thảo, còn thể hiện tâm thức sâu xa của người dân miền Nam: Phần đông coi chiến tranh như một điểm đen của lịch sử: bởi anh em đánh nhau thì có hay ho gì mà viết, mà nói. Vì vậy, họ tìm cách sống ngoài cuộc chiến. Ai đi quân dịch cứ đi. Ai đánh cứ đánh. Ai du đãng cứ du đãng. Ai dạy học cứ dạy. Ai phòng trà cứ phòng trà. Ai tiệm nhảy cứ nhảy. Ai văn chương cứ văn chương.

Tiểu thuyết của Mai Thảo phản ánh sự thờ ơ và chán chường ấy.

Đẩy chiến tranh sang một bên, Mai Thảo đắm mình trong đám đông quần chúng, sống với hôm nay, chỉ biết hôm nay. Cái hôm nay trong triết học hiện sinh, thoáng chốc trở thành cái hiện hữu của những kiếp người không biết mình sống chết lúc nào, chỉ biết những phút đang còn sống, biết mình còn hiện hữu lúc này, đã biến thành cái *hôm nay Mai Thảo*. Luôn luôn *ở* với người, *người hôm nay*. Lấy vũ trường, rượu và cô đơn làm bạn, Mai Thảo đã gánh cái tâm thức chán chường của người đồng loại, bởi ông biết thức cảm và đau đớn hơn người.

Sau 75, Mai Thảo được yên trong thời gian đầu, rồi bị ruồng bắt gắt gao từ mùa xuân 1976. Vũ Hoàng Chương bị bắt và mất 5 ngày sau khi được thả. Cuối năm 1977, Mai Thảo vượt biển. Năm 1982, khi tục bản tờ Văn ở hải ngoại, Mai Thảo trở lại với lập trường chống Cộng thời 1954. Tác phẩm đầu tiên in tại hải ngoại là tập *Chân dung* (1985), vẽ lại chân dung 15 bạn văn, phần lớn còn kẹt lại ở quê nhà, người trong tù, người đã mất. Bài *Mấy tháng cuối cùng với Vũ Hoàng Chương*, trong tập *Chân dung* ghi lại điều kiện sống của người cầm bút sau 75 ở miền Nam và ở hải ngoại, đồng thời phản ảnh não trạng chung của những người cầm bút trước sự đàn áp của chính quyền trong nước đối với văn nghệ sĩ. Trong thái độ chống Cộng quyết liệt lần này, Mai Thảo vẫn *ở với người*. Và *người* đây là những Vũ, những Hoàng, những Chương, đã dưới mộ. Mai Thảo vẫn sống với *hôm nay*, cái hôm nay đượm mùi tàn phũ đầy nghịch lý sau ngày "giải phóng".

Mai Thảo hải ngoại vẫn còn là đầu tàu.

1986, *Ngọn hải đăng mù* xuất hiện, dường như không mấy ai để ý đến "nó", mặc nhiên "nó" vẫn giữ vai trò hải đăng như *Đêm giã từ Hà Nội* thời năm tư. Là tập đoản thiên hay nhất của người di tản viết về thân phận mình, đầy sình lầy, đỉa đói rừng Sát, lên đênh trên biển, chết cạn trong một "thế giới tự do" đầy dẫy những "hải đăng mù". Tác phẩm chở tâm thức lưu đày của người Việt di tản hòa những ấm lạnh của lòng người trên vùng đất hứa. Lại một lần nữa Mai Thảo trung thành với nguyện vọng và khế ước của người đi.

1989, *Ta thấy hình ta những miếu đền* món quà bất thường của Mai Thảo một đời bỏ thơ theo tiểu thuyết, lại là tập thơ hay nhất tại hải ngoại, vượt *Thơ ở đâu xa* của Thanh Tâm Tuyền – chỉ còn là cái bóng của *Liên đêm mặt trời tìm thấy* cách đây hơn nửa thế kỷ.

Trong suốt hành trình sống và sáng tác, từ cái hay lẫn cái dở, từ cái sáng suốt lẫn cái cố chấp, Mai Thảo luôn luôn là con tàu chở *nguyện ước của người đi, người bỏ đi*: vào thành thời kháng chiến; di cư thời năm tư; di tản thời bảy lăm. Mai Thảo gần gụi mọi người. Mai Thảo ở trong mỗi người. Vì vậy mà người ta cảm được dù không đọc ông, người ta vẫn cưu mang báo Văn. Người ta mời Mai Thảo đi khắp nơi trên đất Mỹ, đất Úc, sang Âu châu, bốn mùa được mời, đài thọ máy bay, ăn ở. Không một nhà văn lưu vong nào được hưởng vinh dự ấy. Lại một nghịch lý khác trong đời Mai Thảo: Ông vua không ngai. Thủ lĩnh văn đàn không có người đọc.

Mai Thảo thủ lĩnh trên những vùng đất không lãnh thổ.

Thi pháp Mai Thảo.

Những truyện ngắn hay nhất của Mai Thảo chia làm hai hướng chính, hướng vọng quê hương đất nước, vọng dĩ vãng kỷ niệm trong các tập *Đêm giã từ Hà Nội, Tháng giêng cỏ non, Căn nhà vùng nước mặn, Chuyến tàu trên sông Hồng, Bầy thỏ ngày sinh nhật*…, hướng quay về sự phi lý của kiếp người, về nỗi hoài nghi những lý tưởng trong các đoản thiên: *Dòng sông rực rỡ, Bản chúc thư trên ngọn đỉnh trời, Người bạn đường, Từ cao ngó xuống, Cửa sau, Ngọn hải đăng mù*…

Ngay từ *Đêm giã từ Hà Nội* (1956), Mai Thảo đã xác

định một thi pháp độc đáo: tạo không gian cho cái nhìn nghệ thuật, mở rộng tư tưởng về phía hoài nghi và xem cấu trúc hình thức ngôn ngữ như một khả năng nội tại của tư tưởng. Mai Thảo làm mới câu văn: bỏ chủ từ, bỏ động từ, thêm thì, là, mà những chỗ rất chướng, câu văn khi dài thoòng, khi cụt ngủn: hành văn tự do, không tuân theo luật tắc văn phạm mà tuân theo nhạc điệu, hình ảnh, màu sắc, thi tứ...

Văn phong Mai Thảo, ở những chỗ đạt, dào dạt, mãnh liệt, đau đớn, thiết tha, đó là những chân dung: chân dung kỷ niệm, chân dung sao trời, chân dung Hà Nội, chân dung bạn văn, chân dung nụ hôn, chân dung ngọn cỏ, chân dung Cửu Long, chân dung sông Hồng, chân dung cuộc tình... Đó là những bức họa, ấn tượng, trừu tượng, siêu thực ẩn hiện trong những điệu nhạc jazz trầm uất. Nếu là Hà Nội thì Hà Nội phải được nhìn từ trên xuống: "Một vùng ánh sáng lung linh, hư ảo bốc lên. Lửa hồng bên trên. Hà Nội dưới lửa. Lửa cháy thành năm ngọn, mỗi ngọn một cửa ô". Đó là những ánh lửa nội tâm Hà Nội trong Mai Thảo. Nếu là Cửu Long thì dòng nước được đổ về từ Mỹ Tho, Long Xuyên, Châu Đốc. Ví thử là rừng núi, thì rừng núi được nhìn từ đáy vực lên đỉnh trời, hoặc từ đỉnh trời xuống đáy vực, xuyên qua một hành trình nội tâm mà lưu lượng và vận tốc câu văn biến hóa không ngừng, khi dồn dập như thác lũ, lúc êm dịu như dòng sông, lúc lạnh giá như băng tuyết... Những cách thay đổi ống kính như thế tạo nên những nhân vật nữ như Liễu cô lái đò, như Luân trong kháng chiến, mà lòng gan dạ, tình yêu quê hương, đất nước, pha trộn với sức ép nội tâm tình yêu thể xác đốt cháy tâm hồn. Đôi khi những nhân vật lại được nhìn từ trọng tâm cá tính như Phương Bến Xanh trong *Chiều cuối năm,* như thằng Tám Cục Đất trong *Chấp một tay,* như chiếc xe 405 trong *Chiếc xe hàng cũ;* hoặc từ nguồn thơ như Diệu trong *Những vì sao thứ nhất,* từ sự thủy chung tình bạn như Thanh Nam, Vũ Khắc Khoan, Quách Thoại, Vũ Hoàng

Chương… Tất cả những chân dung ấy đều ít nhiều mang những thất lạc, tứ tán, đau xót của con người thời đại, đã mất hết, không còn lý tưởng, chỉ trần trụi một cái tôi cô đơn, vô vọng hướng về một đỉnh trời là hư vô và cõi chết.

Đêm giã từ Hà Nội truyện ngắn đầu tiên gửi đến báo Người Việt, làm Thanh Tâm Tuyền phải "sửng sốt" và đăng ngay, ông nhớ lại tác phẩm này như "một bài thơ văn xuôi", và nhiều người cũng cảm thấy văn Mai Thảo có chất thơ như thế. Hai sự kiện: văn Mai Thảo gây sửng sốt và có chất thơ là thật.

Nhưng dường như chưa ai thực sự tìm hiểu và phân tích tại sao nó gây sửng sốt? Và nó có chất thơ ở chỗ nào?

Cho nên việc đầu tiên khi khảo sát văn chương Mai Thảo là tìm hiểu hai yếu tố "gây sửng sốt" và "chất thơ" ấy là gì? Chúng đã kết hợp với nhau như thế nào trong bút pháp Mai Thảo.

Hơn ba thế kỷ trước Thiên Chúa, Aristote trong *Poétique* (Thi học) đã nghiên cứu các tổ chức nghệ thuật như anh hùng ca (épopée), bi tráng kịch (tragédie), kịch (comédie), và phân tích phê bình tác phẩm của Homère. Những gì Aristote tìm thấy, đến nay, vẫn còn là mẫu mực cho việc khảo sát thi ca. Tựu trung, ông cho rằng ngôn ngữ thơ được thành hình từ sự *vi phạm quy luật ngôn ngữ hàng ngày*, nhà thơ phải *bứt chữ* ra khỏi sự tầm thường của ngôn ngữ thông dụng để gây *sửng sốt* cho độc giả và làm *nổi bật cái đẹp*. Đem áp dụng quy luật này vào trường hợp Mai Thảo, thì đúng là, vì Mai Thảo *vi phạm quy luật ngôn ngữ* thông thường, cho nên ông *gây sửng sốt*. Hai yếu tố này gắn liền với nhau, họp thành một *tổ chức chữ nghĩa*, xác định thi pháp Mai Thảo. Chính ở cái *tổ chức chữ nghĩa mới* này, mà Mai Thảo thành danh, nhưng đồng thời cũng bị nhiều người đương thời, nhất là những nhà văn trường quy viết theo đúng văn phạm, cho văn ông là màu mè, lập dị. Văn Mai Thảo có chỗ màu mè, lập dị thật, nhất là khi không có cảm xúc mà vẫn viết, đó là những đoạn văn dở, nhưng không nhiều trong suốt hành trình chữ nghĩa vạn trang của ông.

Biền ngẫu mới

Tại sao nhà văn, để tạo thi pháp mới, cần phải vi phạm quy luật ngôn ngữ hàng ngày? Bởi ngôn ngữ hàng ngày thường bằng phẳng, không có bề dày, nó nhạt. Nhà văn, có thể giữ nguyên cú pháp thông thường, nhưng tạo bề dày bằng ý tưởng; hoặc có thể "bóp méo" ngôn ngữ để gây ấn tượng, tạo hình ảnh, làm giật mình người đọc. Mai Thảo thuộc loại thứ nhì. Ông viết văn bằng thủ pháp thơ:

"Mái nhà ngó xuống, cửa sổ nhìn ra, nước trong lòng bể nhìn lên, quê hương vây lấy tôi". (*Căn nhà vùng nước mặn*).

"Lửa Hà Nội nhìn xa như thế, mê đắm nghìn lần hơn khi Hà Nội nhìn gần. Trời cứ tối đặc ở ba phương. Riêng lửa một phương Hà Nội sáng". (*Hà Nội, một ánh lửa đã tắt*).

Đó là cách Mai Thảo "bóp méo" ngôn ngữ. *Mái nhà ngó xuống, cửa sổ nhìn ra, nước trong lòng bể nhìn lên, quê hương vây lấy tôi.* Thông thường không ai viết văn xuôi như thế: bởi theo logique, thì *mái nhà* làm gì có *mắt* mà ngó xuống? *Cửa sổ* làm gì có *mắt* mà nhìn ra? *Nước trong bể* làm gì có *mắt* mà nhìn lên? *Quê hương* làm gì có *màn* mà *vây* lấy? Nhưng chính ở cái chỗ khác người ấy mà có văn: nó tạo hình, và người ta gọi những *mái nhà ngó xuống, cửa sổ nhìn ra, nước trong bể nhìn lên...* là những hình ảnh siêu thực, hoặc huyền ảo (fantastique).

Không những Mai Thảo đã "bóp méo" ngôn ngữ mà ông còn thêm những chiều kích khác cho câu văn: chiều kích không gian và thời gian, bởi vì, những "ngó xuống, nhìn ra, nhìn lên, vây lấy" ấy đã làm cho cái tôi (Mai Thảo) trong *căn nhà vùng nước mặn* không chỉ là một cậu bé, mà còn là *cậu bé lớn dần theo thời gian*, và cậu ta *đang được nhìn từ nhiều phía*, từ mái nhà, từ cửa sổ, từ lòng bể. Tóm lại, cậu bé này là *trung tâm của vũ trụ*. Cách nhìn một đối tượng như trung tâm của vũ trụ này, Mai Thảo còn thể hiện với nhiều đối tượng khác, khi ông vẽ chân dung, như với Luân, với sông Hồng, với Cửu Long, với Hà Nội…

Trong câu văn thứ nhì: "Lửa Hà Nội nhìn xa như thế, mê đắm nghìn lần hơn khi Hà Nội nhìn gần. Trời cứ tối đặc ở ba phương. Riêng lửa một phương Hà Nội sáng". Mai Thảo bóp méo cả ý tưởng lẫn cú pháp. Đúng cú pháp thì phải viết như thế này: "Nhìn xa thì Hà Nội ánh lửa lên như thế, nhưng khi nhìn gầnthì…".Nhưng ông đã đảo câu, đảo chữ, để viết: "mê đắm nghìn lần hơn khi Hà Nội nhìn gần",và ông đã bỏ hết liên từ, thay vì viết: "riêng chỉ có một phương Hà Nội là sáng", ông viết: "riêng một phương Hà Nội sáng".

Sự vi phạm cú pháp nơi Mai Thảo tất nhiên là có dụng ý, cố tình viết ngược, làm câu khác thường, nhưng đối với những người có dịp gần ông, và nếu để ý, thì thấy khi ông nói chuyện, nhiều khi cũng có những câu "khác thường" như thế. Vậy đây còn là một thứ ngôn ngữ bẩm sinh nữa. Điều đó giải thích, tại sao Mai Thảo có thể viết nhiều, viết nhanh như thế.

Sự vi phạm cú pháp này đã tạo ra một thứ *biền ngẫu mới*, mà nhịp điệu và tư tưởng không còn ở trong quy pháp biền ngẫu cổ điển:

"Lửa Hà Nội nhìn <u>xa</u> như thế, mê đắm nghìn lần hơn khi Hà Nội nhìn gần.

Trời cứ tối đặc ở ba phương. Riêng lửa một phương Hà Nội sáng".

Vẫn vế đối vế, từ đối từ: *xa* đối *gần, tối* đối *sáng*.

Nhưng trong biển ngẫu mới có thêm yếu tố huyền ảo, vắng mặt trong thơ cổ điển và thơ mới:

Áng đào kiểm đâm bông não chúng
Khóe thu ba gợn sóng khuynh thành

(Nguyễn Gia Thiều)

Người giai nhân: bến đợi dưới cây già
Tình du khách: thuyền qua không buộc chặt.

(Xuân Diệu)

Ôn Như Hầu và Xuân Diệu đối chiếu những yếu tố hiện thực với nhau: *áng đào kiểm* đối với *khóe thu ba; người giai nhân* đối với *tình du khách*. Nhưng Mai Thảo tạo sự đối xứng giữa những yếu tố ảo, huyền ảo: *Lửa Hà Nội xa–lửa Hà Nội gần; ba phương trời tối đặc–một phương Hà Nội sáng.* Là ảo, ảo cả, bởi làm gì có "lửa Hà Nội", Hà Nội cháy bao giờ? Vậy lửa Hà Nội trong Mai Thảo chính là ngọn lửa tâm, nói theo tiếng Phật. Sau này Bachelard coi đó là ngọn lửa nguyên thủy của đời sống: *lửa tình.*

Và ngọn *lửa tình* này đã nung nấu Mai Thảo trong suốt hành trình sống và sáng tác. Lửa đó ta không nhìn thấy, bởi nó vô hình, nhưng vô cùng hiện hữu, nó có thật, nó đã cháy và còn đang cháy, cháy trong người, cháy trong lòng người. Còn người sống là còn có lửa. Ngọn lửa ấy đã trong Mai Thảo, đã hiện lên ánh mắt, nằm trong cử chỉ, trong tình bạn, tình đời Mai Thảo, nó luồn vào chữ nghĩa Mai Thảo, *ở những trang đạt nhất, văn ông bao giờ cũng có lửa.* Lửa cháy trong Mai Thảo suốt đời. Trọn vẹn. Cho tới khi mất.

Cho nên khi không có lửa mà phải viết, Mai Thảo cứ viết, viết dở, viết vội những dòng văn kỹ thuật, không hay. Người ghét Mai Thảo chép lại những câu văn không hay của ông để chê là màu mè, lập dị. Nhưng kỳ quái hơn, phần lớn những người ca tụng Mai Thảo, cũng thường trích những câu văn kỹ thuật của ông để khen hay và những người bắt chước lối viết của Mai Thảo cũng chỉ bắt chước được những câu văn kỹ thuật. Vì không mấy ai có lửa trong lòng bút như Mai Thảo. Không phải nhà văn, nhà thơ nào cũng có lửa. Mà cũng không phải lúc nào con người cũng có lửa. Có lửa mà bất tài, lửa sẽ leo lét, thóp thoi, phụt tắt. Lửa mà không nhân hậu là lửa phũ phàng tàn bạo của căm hờn. Chỉ khi có lửa, lửa nhân, mà biết biến lửa ảo thành thực, biến lửa thực thành ảo, mới có thơ, có nghệ thuật.

Văn Mai Thảo, ở những đoạn hay nhất, luôn luôn là sự biến ảo: từ một hình thái đã chết trong quá khứ, ông truyền lửa cho sống lại, thành một bản nhạc, một bức họa ấn tượng hay siêu thực. Chính ở khả năng biến hóa này, Mai Thảo đã khắc tạc nên những chân dung nghệ thuật và gây *sửng sốt* cho độc giả.

Triết lý nhị nguyên

Những truyện hay của Mai Thảo phần lớn đều dựa trên sự đối đầu giữa hai cực, giữa hai nguyên lý sâu xa của đời sống, đối cực nhưng đan cài nhau, quần thảo nhau, giao hòa nhau, xây dựng và tận diệt nhau, như âm với dương, như sống với chết, như tự do với ràng buộc, như tình yêu và tan vỡ, như đỉnh cao và hư vô.

Chính cái *triết lý nhị nguyên* về đời sống đã dẫn đến *thi pháp biền ngẫu mới* hay chính cái thi pháp biền ngẫu mới này dẫn đến triết lý nhị nguyên, trong tác phẩm Mai Thảo?

Bởi sự đối xứng trong thi pháp biền ngẫu và sự đối đầu trong triết lý nhị nguyên có thể tìm thấy trong toàn bộ cấu trúc nghệ thuật của Mai Thảo, từ việc đặt tên các truyện ngắn như *Bản chúc thư trên ngọn đỉnh trời*, đã có sự đối chiếu giữa *chúc thư* và *đỉnh trời*, giữa *đỉnh cao* và *vực sâu*; đến *Ngọn hải đăng mù* đối chiếu: *hải đăng* và *mù*; rồi trong nội dung, cho trực diện cái sống với cái chết. Hoặc sự đối chiếu hai bản sắc trong cùng một con người: như *tội ác* và *nhân bản* trong nhân vật Phương Bến Xanh (truyện *Chiều cuối năm*). Hoặc đối chiếu hai hành động: Vượt biển và trở về trong truyện *Tiếng gọi* (tập *Ngọn hải đăng mù*). Hoặc kháng chiến và về thành trong *Luân*; hạnh phúc và đe dọa trong *Bầy thỏ ngày sinh nhật*; người đẹp và định mệnh trong *Những bức hình của chị Thời*; hạnh phúc và tự do trong *Cửa sau*; tình yêu và tan vỡ trong toàn bộ tiểu thuyết Mai Thảo, v.v…

Mai Thảo là người có địa bàn viết rộng nhất trong các nhà văn cùng thời. Một bút pháp đa chiều, đầy mãnh lực của nhà hùng văn nhưng cũng có thể rũ xuống mềm như cánh liễu theo dáng đi vũ nữ. Ông có thể ở trong một cậu bé, lớn dần lên trong thể xác và tâm hồn nó để trở thành một thanh niên cường tráng, sống trác táng trong các vũ trường và lịm dần trong sa đọa, biến thành ông già nhăn nheo như xác chết. Mai Thảo thoải mái trong tất cả các vai: từ vũ nữ, tướng cướp, đứa bé,… đến chiếc xe vận tải 405, dòng sông, căn nhà… bởi tất cả đều đã là… Mai Thảo.

Triết học hiện sinh thấm trong ông, trở thành nền tảng tư tưởng và bút pháp: để khảo sát con người, nhà văn phải đột nhập vào thể xác và tâm hồn của kẻ mình viết; nhà văn chính là nhân vật mà mình dựng nên. Sự tìm hiểu chính mình, sự nhận thức chính mình trong chiều sâu của triết học hiện sinh đã ở trong Mai Thảo.

Mối tương quan giữa Mai Thảo và *người khác*, vật khác, nhờ tâm thức hiện sinh, trở thành mối *tương quan đồng nhất*: Ông thấy người khác như đã thấy mình. Ông đi từ chính mình để viết về người. Mai Thảo khác người vì ông có ống kính hai chiều: ông chiếu về người bằng mình và chiếu về mình bằng người, đặc biệt trong truyện ngắn *Cửa sau*, viết về người đàn bà muốn sống tự do không ràng buộc: người đàn bà ấy là chính ông, con người tự do. Đứa bé đi thuyền trên Sông Hồng vừa là đứa bé, vừa là Mai Thảo. Cậu bé (hay chàng thanh niên) trở về căn nhà vùng nước mặn cũng là Mai Thảo. Vẫn chàng thanh niên ấy trong *đêm giã từ Hà Nội*. Và vẫn người ấy trong chuyến vượt biên đến Poulo. Vẫn người ấy lang thang trên đất Mỹ. Vẫn người ấy trong Kiều Chinh, nữ diễn viên điện ảnh số một, khi rời quê hương trắng tay trắng nghiệp, phải đi lại từ đầu nhưng không hề khuất phục số mệnh… Tất cả là Mai Thảo: Kiều Chinh cũng là Mai Thảo. Là Mai Thảo trong những hoàn cảnh khác nhau, trong những địa chỉ khác nhau, trong những hành động khác nhau. Nhưng nếu chỉ đem mình ra mà viết như vậy, thì có gì đáng nói? Cái đáng nói là Mai Thảo đã nhìn thấy mối tương quan giữa *cái tôi* (nhân vật chính cũng là mình) đối với các nhân vật khác, *người khác*: một mối tương quan chằng chịt như những đường máu trong cơ thể.

Kiến trúc phi không gian thời gian

Thi pháp Mai Thảo dựa trên hai kiến trúc: *không gian* và *thời gian*, như trên đã nói: *chiến thời*.

Nhưng đồng thời ông cũng hủy diệt ngay tức khắc cả *không* lẫn *thời* để đưa đối tượng mô tả vào khoảng vô định: *phi không gian thời gian*. Hay *phi thời*.

Kiến trúc không gian được thể hiện qua những ống kính, những chiều nhìn khác nhau về đối tượng (cậu bé) mà chúng ta đã phân tích ở trên.

Kiến trúc thời gian (trong *Căn nhà vùng nước mặn*) nằm trong chữ *sẽ*, một thì tương lai, rất Tây:

"Tôi sẽ về, về thẳng một mạch. Như con chim…"
"Tôi sẽ về thẳng căn nhà cũ của tôi. Những đoạn đường

cuối cùng không có bạn hữu…"

"Tôi sẽ về nhà tôi, một mình…"

Sẽ thể hiện việc chưa xảy ra: *chưa về* nhưng đồng thời còn đưa ra những tín hiệu khác: Rằng những gì xảy ra sau đó, chỉ là tưởng tượng. Rằng hiện thực "trở về nhà" nằm trong không gian ảo và thời gian chưa xác định. Rằng chân dung *căn nhà vùng nước mặn* (vì chưa về thì chưa thấy) đã bước ra ngoài không gian và thời gian, nó không chịu sự hủy diệt của thời gian nữa, bởi vì không ai diệt được cái gì *chưa đến*. Rằng tất cả ngần ấy thứ nằm trong một chữ *sẽ*. Nhưng ngoài *sẽ*, còn có những khả năng khác như *đã* và *có thể*:

"Tôi <u>*đã*</u> về nhà tôi, tôi <u>*đã*</u> về nhà tôi. Tôi <u>có thể</u> im lặng nghẹn ngào cảm động đến không nói thành tiếng. Tôi <u>có thể</u> đứng chôn chân xuống đất. Nhưng tôi cũng <u>có thể</u> *hò hét toáng lên. Im* lặng nghẹn ngào hay hò hét nhảy múa thì cái nhà cũng vẫn nghe thấy tôi, trông thấy tôi. Nó ý thức được sự có mặt của tôi. (...) Căn nhà thức giấc. Nó trở mình. Nó mở tất cả những con mắt của nó, tất cả những vành tai của nó. Nó <u>*đã*</u> sống dậy với người. Người đốt lửa cho căn nhà sáng lên. Những căn buồng chìm khuất trong bóng tối phút chốc hiển hiện. Tâm hồn tôi cháy sáng bằng ánh sáng của chúng nó. Chúng nó cũng vậy. Người về như mặt trời. (...)

Việc làm thứ nhất: tôi <u>*sẽ*</u> đến rửa mặt ở cái bể rêu cuối sân lối đi ra vườn sau. Bao nhiêu trận mưa trời rơi xuống ở đây, từ mái ngói chảy qua lòng máng (...)

… người vú nuôi tôi đã chết" (*Căn nhà vùng nước mặn*, An Tiêm, 1966, trang 11, 12, 13, 14)

Trong *Chuyến tàu trên sông Hồng*, không có *sẽ*, nhưng cả ba: *sẽ, đã, có thể*, họp lại trong cụm từ "hình dung thấy":

"Hình dung thấy một cái bến tỉnh lẻ…

Hình dung thấy một con tàu nằm sát kề mặt bến…

Hình dung thấy đứa nhỏ ngồi đó và nó nghĩ…

Hình dung thấy chuyến *đi đó, trên con tàu, trên Hồng Hà… dẫn đưa vào thiên đường cũ".(Chuyến tàu trên sông Hồng*, Tuổi Ngọc, 1969, trang 17-18).

Sẽ, đã và *có thể*, ở đây tập trung thành *hình dung thấy*, ngoài dụng ý phi thời gian không gian, nghĩa là chuyến đi trên sông Hồng *có thểchưa xảy ra*, ba thì quá khứ hiện tại và tương lai giao nhau còn ngụ ý *xác định giả tưởng sáng tạo*: có thể tôi đã làm thế này, nhưng cũng có thể tôi đã làm khác, tất cả tùy thuộc vào ngòi bút của tôi lúc bấy giờ; đồng thời, tạo ra một bối cảnh nghệ thuật mới: sự trở về căn nhà vùng nước mặn (và cả chuyến đi trên sông Hồng) *không còn ở trong hiện thực nữa* mà đã là mộng, đã ở trong những cơn mơ, chúng trở thành *hiện thực của tưởng tượng* và đó là mục đích chính của sáng tạo: biến ảnh thực thành ảnh ảo. Mỗi khi có suy nghĩ, có mơ mộng là lại có trở về căn nhà vùng nước mặn, và mỗi lần như thế sự thể lại khác đi, khi thì "tôi" đứng chôn chân xuống đất, khi thì "tôi" nhảy toáng lên… những diễn biến ở đây đã ảo, chúng không còn là những thứ người thật việc thật trong một thứ hiện thực thô thiển, mà chúng đã trở thành những phiêu lưu xảy ra trong óc nhà văn, có thể biến hóa khôn cùng, lại có thể đến và đi bất cứ lúc nào trong cuộc sống: ký ức trong tác phẩm của Mai Thảo đã thoát khỏi sự giám định của thời gian và không gian.

Ngoài ra những câu như:

- "Mái nhà ngó xuống, cửa sổ nhìn ra, nước trong lòng bể nhìn lên, quê hương vây lấy tôi"ngoài lối giải thích cổ điển Mai Thảo đã "nhân cách hóa" mái nhà, nó còn cho thấy cách bố trí điện ảnh của Mai Thảo: ống kính nhìn "tôi" từ nhiều phía: kèo cột, rường mối, cùng nhìn "tôi" và cùng hòa giọng với chiếc cầu thang: "Chú đã về đấy hả?". Rồi cậu bé trèo lên cầu thang dưới đôi mắt lo âu của người vú đã chết từ kỷ niệm bước ra, và như thế cậu bé đã lùi lại thành đứa trẻ mới chập chững biết đi: Thời gian lùi lại trong đôi mắt của người vú đến từ cõi khác. Đoạn văn trên còn dẫn đến nhận thức: dù "tôi" có làm cử chỉ gì đi chăng nữa thì cái nhà cũng *nhận ra* tôi: nhận ra cậu chủ con, cậu chef, sự *nhận ra* ấy rất tự nhiên, bởi nó nằm trong *tiềm thức nhà*: Cậu nhỏ đã là *trung tâm của vũ trụ*.

Nhưng không chỉ một mình cậu nhỏ được nhìn như vậy, mà những thực thể khác cũng có cái hân hạnh ấy. Ví dụ:

Cửu Long :

- "Cửu Long đang bát ngát dâng lên, Long Xuyên đổ về, Châu Đốc đổ về. Miền xa về họp chợ đi toàn bằng những bước đi của Cửu Long" *(Một chiều qua Cửu Long)*.

Phương Bến Xanh, tướng cướp khét tiếng vùng châu thổ:

- "Như một vang động hãi hùng, một lưu truyền thần thoại. Từ Hồng Hà *đổ sang và từ sông Đáy đổ xuống*" *(Chiều cuối năm)*.

Con đường viễn chinh của người lính Albert, theo đúng theo con đường Nam tiến của dân tộc ta:

"Nổi chìm ở nơi một ngã rẽ. Thăng trầm đi theo từng dấu chân. Người Tây già lưu động và tha phương sống, nếu chỉ nói riêng ở cái khía cạnh hình thức của chiều hướng, di chuyển đã đi thật đúng con đường dân tộc ta xưa. Từ Bắc tới Nam. Từ rừng xuống biển. Lửa Lạc Việt tiền sử dựng nước le lói khởi dấy từ một điểm xuất phát phía bên kia những ngọn núi bây giờ là địa đầu biên thùy Hoa Việt. Lửa đi theo Hồng Hà. *Lửa tiến cùng mặt trời. Ngọn lửa cá nhân soi đường cho thân thế trôi dạt* của Albert cũng vậy. Từ Đồng Đăng, Tuyên Quang, lửa xuống. Từ Sơn Tây, Hà Nội, lửa về. Lửa vượt Non Nước của Ninh Bình, Hàm Rồng của Thanh Hóa, leo qua Hải Vân, đổ dốc Đồng Giao, qua những biển lúa phẳng, qua những rừng dừa nghiêng, để ngừng lại ở đây, trong căn nhà bên suối". (*Căn nhà bên bờ suối*, trong tập *Người thầy học cũ*, Văn Uyển 1968).

Những *đổ xuống, đổ về, ngược lên, xuôi chiều*… đã trở thành một cấu trúc nghệ thuật trung tâm vũ trụ mà Mai Thảo dùng để nhìn các đối tượng của mình.

Tính cách *trung tâm vũ trụ* này chính là *ý niệm thủ lãnh* trong vô thức Mai Thảo.

Ý niệm thủ lãnh

Kiêu hãnh. Tự coi mình là trung tâm vũ trụ: *Ta thấy hình ta những miếu đền.*

Sự kiêu hãnh này phát xuất từ đầu, từ câu đầu, trong truyện ngắn đầu tay:

Phượng nhìn xuống vực thẳm.
Hà Nội ở dưới ấy

Từ Hà Nội, Mai Thảo ném ra cái nhìn ngạo mạn đầu tiên: Hà Nội ở dưới chân ta.

Rồi sẽ có: *Hồng Kông ở dưới chân.*

Mà *ta* là ai?

- Là Phượng, là Mai Thảo, là cậu chủ nhỏ của căn nhà vùng nước mặn.

Ý niệm lãnh tụ đến từ bao giờ? Từ khi viết văn chăng? Chắc chắn sớm hơn, từ khi ra đời Mai Thảo đã là cậu, cậu con nhà giàu. Bé tý trong nôi đã là cậu chủ nhỏ đối với người vú. Lớn hơn chút nữa, dạn đòn, đi hoang bờ bụi. Khi đi học, trở thành lãnh tụ đám lỏi trường làng. Mai Thảo *sống* trọn vẹn vai trò lãnh tụ của mình từ thuở nhỏ, và đến khi cầm bút, ký ức tuổi thơ sống lại, ký ức lãnh tụ tuôn ra. Mai Thảo là một thứ lãnh tụ "bẩm sinh". Ký ức lãnh tụ hiện rõ trên chữ nghĩa: "Người về như mặt trời". Mặt trời ấy là một đứa con nít, nó đem ánh sáng lại cho căn nhà vùng nước mặn: có chủ về là căn nhà sáng lên. Là mọi sự sống lại.

Ý thức lãnh tụ ở Mai Thảo mang ý nghĩa *souverain* của Jean Jacques Rousseau: lãnh tụ là tập hợp những ý nguyện của toàn dân trong mối tương quan đầu, mình, chân, tay, bình đẳng và thân ái. Trước Rousseau, đã có Khổng Tử trong *Luận ngữ* (quân quân, thần thần, phụ phụ, tử tử) và Platon trong *République*. Rồi trước Khổng Tử hơn nghìn năm, kinh Veda của Ấn Độ đã quan niệm vũ trụ như một con người mà sự tồn tại dựa trên mối tương quan bình đẳng và nhân ái giữa bốn đẳng cấp: hiền nhân (brahman), chính nhân (kshatriya hay rajpute), nghệ nhân (vaishya) và hầu nhân (shudra), tất cả là một toàn khối như đầu, mình, chân, tay.

Sau này Lévy-Strauss chứng minh lại một lần nữa, cái ý thức lãnh tụ ấy trong cấu trúc của các bộ lạc nguyên thủy ở vùng Amazone: mỗi nhóm giữ đúng vai trò của mình trong bộ lạc. Người thủ lãnh biết sống chết, biết chia sẻ niềm vui, nỗi buồn, lo thức ăn, thức uống cho toàn thể bộ lạc.

Mai Thảo chính là thứ nguyên thủ đó đối với "bộ lạc" di cư và di tản của dân tộc ông. Cho nên ông được mọi người mến yêu và tha thứ. Những văn hữu già sống với Mai Thảo bằng trung thành tình bạn đã trải. Những người viết trẻ bu lấy Mai Thảo như một niềm tin, một cột vịn. Ai cũng có thể thấy mình thân với Mai Thảo. Và khi Mai Thảo mất, những dòng ký ức chân thật nhất với Mai Thảo có thể đến từ những con người không mấy khi chân thật. Nhưng cũng không ít người, dù rất gần Mai Thảo, vẫn cảm thấy một *khoảng cách* giữa mình với Mai Thảo. Và cái khoảng cách ấy cũng lại có thật. Mai Thảo tạo được một triều đình, một thần dân, và cả sự xa cách.

Nguyên thủ là đầu tàu, đồng thời cũng là tổ hợp ý nguyện chung của bầy đàn mà hắn là nguyên thủ. Tương quan của nguyên thủ với mọi người là *tương quan đồng nhất*, như đầu mình chân tay, như máu chảy ruột mềm. Vị nguyên thủ có thể có trí khôn hơn, có thể có sức mạnh hơn, nhưng tất cả những thứ "hơn" ấy, hắn không dùng để phục vụ độc quyền lãnh đạo, không dùng để đàn áp đồng bào, mà để *che chở* và *thông cảm* với đồng bào hắn, vì thế người ta coi hắn là nguyên thủ và hắn trở thành nguyên thủ. Hắn chính là "khối nguyện vọng chung" của quần thể mà hắn làm lãnh tụ, hắn thở không khí mà đồng bào hắn thở, nhưng hắn thính hơn đồng bào hắn: khi đồng bào hắn rét, hắn rét hơn. Khi đồng bào hắn đói, hắn đói hơn. Khi đồng bào hắn bất hạnh, hắn bất hạnh hơn. Khi đồng bào hắn sung sướng, hắn sung sướng hơn. Và nhìn theo chiều hướng ấy: nguyên thủ J.J. Rousseau tương đương với nhà văn dấn thân J.P. Sartre: nhà văn bắt buộc phải dấn thân, hắn chính là lương tâm của thời đại, của dân tộc hắn, hắn phải gánh chịu những hậu quả của ngòi bút, hắn phải có trách nhiệm ngòi bút và trách nhiệm ngòi bút chính là trách nhiệm với đồng loại. Trong ý nghĩa đó, nhà văn đích thực là một thứ nguyên thủ tinh thần.

Ý thức nguyên thủ này là linh hồn ngòi bút Mai Thảo.

Và ngòi bút ấy chuyên chở một nghệ thuật độc đáo: *nghệ thuật chân dung*.

Nghệ thuật chân dung

Tinh thần lãnh tụ có trong Mai Thảo từ thuở thiếu thời:

"Ngày bé, tôi nổi tiếng nghịch ngợm nhất nhà. Sáng vừa trở dậy, thoáng đã lẻn đi. Phơi nắng. Lang thang ngoài đồng, trong bờ trong bụi. Đi quên bữa ăn, đi lạc đường về. Bị đánh, bị mắng thế nào vẫn chứng nào tật ấy.

Những cuộc đi hoang trong thời thơ ấu ấy bao giờ cũng có thêm Tuyền. Lần nào, tôi vừa mắt trước mắt sau lẻn ra khỏi nhà, quay lại là y như rằng đã thấy nó bụ bẫm chạy theo sau. Nhiều lần tôi quắc mắt làm dữ, đuổi: 'về'. Nó đứng lại, mắt đã rưng rưng chực khóc. Tôi đuổi quá, nó liều lĩnh dọa: 'không cho em đi, về mách mẹ cho mà xem'. Thế là tôi lại đành cho nó đi theo. Tuyền thích được nhập vào những cuộc phiêu lưu tuổi thơ như thế. Nhưng thích mà vẫn sợ. Nó sợ đủ thứ. Sợ lạc đường. Sợ về nhà phải đòn. Sợ rắn rết dưới hố sâu. Sợ cọc nhọn, gai ngầm trong bụi. Một tiếng động lạ tai trong cỏ, một con thằn lằn từ cành rớt xuống, là đủ để cho nó, đang vui thích chạy theo tôi, đứng sững lại, mắt mở đến đứt kẽ, mặt mũi tái nhợt. Tôi vò đầu giậm chân, mắng: 'Giời ơi! Sợ thế mà cừ đòi đi!' Nó hoàn hồn, nhoẻn miệng cười: 'Sợ nhưng mà thích'". (*Bước đi một bước*, trong tập *Dòng sông rực rỡ*, Văn Uyển, 1968)

Hai chân dung trong một đứa bé: thằng anh và con em đều to gan như nhau, đều có khả năng "cầm quyền". Tuyền, đứa em gái liều lĩnh từ bé, lớn lên phản kháng, chống lại cuộc hôn nhân do cha mẹ sắp đặt, chọn thoát ly gia đình. Tuyền và người bác điên trên sườn Tam Đảo, là những chân dung âu yếm và đớn đau nhất mà Mai Thảo rút ra từ ký ức gia đình, tự nhiên, dễ dàng tưởng như có thể thò tay vào túi lấy ra được. Cái giây phút xuất thần ở người bác điên, khi thấy lâm nguy, đã bỏ điên, tỉnh lại, liều mình cứu mẹ, em và cháu thoát nạn. Cái linh thần của người bác điên, xuất hiện một lần trên đỉnh Tam Đảo, sống lại trong những đứa nhỏ: con Tuyền lẫm chẫm mà đã thích đi hoang với anh, thằng nhỏ *Trong rạp chiếu bóng*, dẫn bà nó đi xem xi-nê và đọc phụ đề tiếng Việt cho bà nhanh như gió, thằng Tám Cục Đất can trường, đánh lộn chấp tai tay, để bảo vệ danh dự mẹ. Thằng nhỏ trên *Chuyến tàu trên sông Hồng*, bé tý đã bước vào thế giới tưởng tượng của nhà văn... những đứa bé đó có một quyết định, một vượt thoát, không chỉ cho cuộc đời nó, mà cho cả những người chung quanh. Nó chuyên chở tâm hồn lãnh tụ, hơn bất cứ người lớn nào trên trái đất. Những đứa nhỏ đó đã là những lãnh tụ trong địa hạt thương yêu, bất khuất. Mai Thảo không những đã đối xử với những nhân vật bé nhỏ của mình một cách bình đẳng mà còn đầy kính phục và âu yếm. Ở đây không phải một người lớn viết về một đứa con nít, mà là sự nhập thân đầy âu yếm của *một người* trong một *người khác.* Quan hệ giữa Mai Thảo và đứa trẻ là quan hệ xuyên thâm bình đẳng giữa hai thực thể, hai con người.

Những chân dung phụ nữ của Mai Thảo đều có những nét cao ngạo và bi đát của chính tác giả: Trước hết là chân dung Luân, người con gái có cái tên rất con trai. Ngôn ngữ hàng ngày luôn luôn phân biệt phái tính, và con người được phân biệt rõ gái trai ngay từ cái tên cha mẹ đặt. Xóa bỏ thành trì ngôn ngữ thông thường, Mai Thảo đặt cho tên người con gái ấy là Luân, một cái tên rất con trai. Luân là một tâm hồn trinh bạch. Luân cư xử như một thiên thần. Luân đến với ba chàng trai mới lớn cùng một lúc, Luân cho họ đồng đều: tình yêu, tình bằng hữu, tình người: Luân là thứ tình yêu tuyệt đối, càng cho càng đầy. Luân là tình yêu lý tưởng đã đạt tới *tự do*: yêu chia sẻ, yêu không giới tuyến, tình yêu vượt trên sự chiếm hữu. Luân giữ địa vị độc nhất trong tác phẩm của Mai Thảo, Luân chính là Mai Thảo thời còn tin tưởng, thời xây dựng tự do, thời mới di cư, sau 1954.

Những người đàn bà khác trong tác phẩm của Mai Thảo luôn luôn có vị trí bình đẳng và cao sang: từ cô gái điếm, cô gái nhảy, đến cô lái đò, đến người phụ nữ kháng chiến, tất cả đều có những nét kiêu kỳ, phóng túng và tự do như thế. Nhưng ở thời đoạn sau, Mai Thảo đã chán chường hơn, đã thất bại hơn, đã mất dần niềm tin. Sự hồ nghi dần dần chiếm lãnh, đưa ông đến chỗ đối chất giữa *tự do* và *hạnh phúc,* giữa tình yêu và hạnh phúc. Những người phụ nữ dày dạn gió sương, chán chường và sa đọa này chính là hiện thân của con người trong thời đoạn mất niềm tin của cuộc chiến thứ nhì và lần di tản thứ nhì. Họ cũng chính là Mai Thảo.

Đối với sự vật, Mai Thảo cũng coi là bạn đồng hành, đồng hóa với con người, cùng có một địa vị, một trách nhiệm như con người: từ căn nhà vùng nước mặn đến chiếc xe hàng cũ, từ những vì sao thứ nhất đến sông Hồng, sông Cửu. Vẫn trong vị trí thương yêu và bình đẳng: *Căn nhà vùng nước mặn* đã che chở đã nuôi nấng tuổi thơ và theo sát tác giả trong suốt hành trình sống và hành trình sáng tác, nó không còn chỉ là căn nhà nữa mà nó đã là mẹ, nó đã là nguồn sống, nguồn sáng tác. *Những vì sao thứ nhất* chính là nguồn cội của thi ca, mà Diệu trong đó không ai khác hơn là Xuân Diệu, thần tượng của Mai Thảo. Phải nghe Mai Thảo, mỗi lần ngà say, lại đọc "Phất phơ hồn của bông hường, nghe hơi sương đọng còn vương máu hồng",mới hiểu được hồn thơ Xuân Diệu đã ngấm vào người con trai mới lớn ấy như thế nào, trong một đêm sao; đã chao đảo cả một đời người về phía nghệ thuật. Luân là chân chung của tình yêu, Diệu là chân dung của thi ca. Cả hai đều là khởi điểm tự do của Mai Thảo.

Như vậy, Cửu Long không chỉ là một dòng sông, mà nó chở tất cả niềm tin và hy vọng của người di cư, hy vọng sống còn, hy vọng trù phú, cho những người tay trắng. Hà Nội không chỉ là một thành phố, mà là ngọn lửa, cháy không ngừng trong tâm thức Mai Thảo và những người đi, từ chữ đầu khai bút lúc mới di cư, đến những trang di tản, di chúc cuối. Bảo là bỏ Hà Nội, giận thì nói thế chứ có bỏ được đâu. Không chỉ Hà Nội, mà còn sông Hồng, còn vầng trăng thứ nhất, còn chiếc xe hàng cũ... tất cả đều đã là một phần Mai Thảo, là toàn diện Mai Thảo.

Chân dung trở thành đặc điểm trong sáng tạo của Mai Thảo.

Chân dung người lính viễn chinh:

"Địa ngục nuốt chửng Dắc vào một thế giới lông lá, ma quỷ. Dắc chỉ còn là một tên lính đánh thuê. Dắc không nhớ được nữa. Đó là một cuộc đi dài, rã rời, vật vờ, hết chiến trường này đến chiến trường khác, hết đồn bót này đến đồn bót khác, qua những vũng lội, những sình lầy, những hầm hố, những bãi hoang, những vòng đai trắng, những làng xóm hủy phá, những cánh đồng sa mạc, những ngọn suối độc, những cánh rừng thẳm, những thây người.(...) Những cái bóng thấp thoáng, tiếng đại bác đinh tai nhức óc, những tiếng kêu thét rợn người và ngón tay Dắc bấm liên hồi vào cò súng, những tảng óc tóe ra trắng như màu tuyết trên những đỉnh núi nơi quê hương thăm thẳm nghìn trùng, tiếng Dắc cười điên dại, hắn bắn xả vào những ám ảnh xưa, những hình hài cũ, nước mắt Dắc dòng dòng, đôi mắt Dắc như hai khối lửa đỏ khé, máu tưới đẫm lên đầu lên tóc lên tim lên hồn Dắc, những viên đạn đồng bóng loáng như bắn ngược trở lại đâm thủng bộ ngực lông lá của Dắc. Dắc không nhớ nữa. Hắn đứng trên một con tàu say, hắn sa vào một vùng gió lốc quay tít chóng mặt, hắn ngã xuống, hắn đứng dậy, hắn lại đi nữa, lại bắn nữa, lại uống rượu cho đến khi gục xuống, lại cười, lại khóc, lại đập phá tan tành, lại hò hét điên dại ở tất cả những quán rượu hắn đã dừng lại, đã bỏ đi, ngày tháng xô dạt, bay biến, đẩy Dắc ngã sấp xuống nữa, xuống mãi, cánh đầm lầy vô hình dâng lên, tới ngực, tới cổ, tới mũi, tới mắt, Dắc sặc sụa, Dắc la thét, địa ngục úp chụp xuống Dắc, cái nắp ván thiên đóng sập lại, những tiếng vồ chát chúa vang lên kinh hoàng". (*Tiếng cười trên ấy*, trong tập *Bản chúc thư trên ngọn đỉnh trời*, Sáng Tạo, 1963, trang 66-67).

Người lính viễn chinh xuất hiện như một con quỷ, hắn bắn liên hồi, nhưng bắn ai? Hắn bắn vào quá khứ mình, bắn vào những ám ảnh cũ, những hình hài xưa, bắn vào cái tội ác mà một lần hắn lỡ gây ra, nó suốt đời theo đuổi hắn. Hắn bắn vào cái bi đát của đời hắn. Hắn muốn giết quá khứ nhưng không giết được, con quỷ nhập tràng quá khứ chết đi sống lại trong đầu, giết hắn lần mòn cho đến khi hắn chết. Cái bi đát của gã viễn chinh được trình bày như một ảo ảnh. Cái dã man của nghề chiến tranh thu gọn lại trong ống kính ác mộng của một kẻ mất trí. Cái chân dung khốn nạn của Dắc đã xả ra những viên đạn bắn vào tim chúng ta, phá vỡ những thành kiến có sẵn về lính viễn chinh, bởi họ cũng chỉ là lính, tức là người, với những khổ đau như muôn nghìn người khác. Sự căm thù giữa người và người không đưa lại một kết quả nào khả quan, ngoài tội ác. Ngược lại, sự tìm hiểu và cảm thông giữa người với người luôn luôn đưa ta tới những vùng trời khác, cho ta thoát khỏi cõi vô minh, ít nhất trong giây phút đắm mình trong tác phẩm. Và nhà văn có thể tạo được những giây phút đó trong lòng những kẻ sắt đá nhất.

Bên cạnh chân dung khốc liệt của Dắc, là chân dung dịu dàng đầy âu yếm của sông Hồng:

"Hình dung thấy chuyến đi đó, trên con tàu, trên Hồng Hà. Đêm trên sông lớn trải khắp bốn hướng mênh mông. Đứa nhỏ ríu mắt gục xuống cái mũ trắng trên đầu gối, thiếp đi. Bỗng nó bàng hoàng thức dậy.(...) Tiếng còi vang động một vùng làng xóm ngủ thiếp, lọt vào những cánh cổng đóng kín, lan tới những khoảng sân vắng, những cái bếp tro than nguội lạnh, những bờ ao kín đặc trong sương, tự lòng sông chuyển cả không gian mịt mùng, chuyển cả thời gian thăm thẳm, chuyển những vị sao lạc, những ánh trăng suông, cái điệp điệp trùng trùng của trường giang, cái mênh mông ngút mắt của bãi bờ, của cửa biển, của khơi xa, của núi rừng vào những làng xóm, làng xóm trùm kín lấy, và lắng đọng bồi hồi mãi mãi. Con tàu đi vào một khúc sông khác. Nhưng tiếng còi đêm còn lại, vĩnh viễn, với Hồng Hà. Đứa nhỏ nghe tiếng còi và tiếng còi bao nhiêu năm tháng sau này, còn ám ảnh thần trí nó, kết tinh thành cái âm thanh của tuổi nhỏ mất dần

từ một đêm bỏ làng ra phường phố". (Trích *Chuyến tàu trên sông Hồng*, Tuổi Ngọc, 1969, trang 17-18).

Với chân dung sông Hồng, nhà văn chở ta vào thế giới của tưởng tượng. Chân dung sông Hồng bao trùm vũ trụ trẻ thơ, một thiên đường đã khuất: thời chưa chiến. Dắc là chân dung hoặc loạn của bạo lực chiến tranh. Hai bức chân dung để cạnh nhau, đối chọi như thiên thần và ác quỷ. Đọc và so sánh chúng, ta sẽ thấy sự khốc liệt của chiến tranh, sự êm đềm của hòa bình, ta có dịp đối soi giữa tình yêu và tội ác. Người Việt sẽ thức dậy sau một giấc ngủ dài chỉ biết lấy căm hờn làm phương tiện duy nhất. Tác phẩm nghệ thuật đích thực luôn luôn dấn thân, dù không có một khẩu hiệu nào.

Cho nên, những chân dung khi Mai Thảo đã khắc tạc thành công và ném đi, nó sẽ bay lên và trở thành "những vì sao thứ nhất"nhưLuân, Tám Cục Đất, Diệu, Dắc, chị Thời, Phương Bến Xanh, người bác điên trên sườn Tam Đảo, Cửu Long, Hồng Hà, Sài Gòn, Hà Nội, Vũ Hoàng Chương, Vũ Khắc Khoan, Quách Thoại… Mỗi chân dung mở ra một kiên định của nhà văn hướng về một vấn đề: nói như Sartre, chúng là những viên đạn, bắn vào tâm thức chúng ta, những người còn sống hôm nay và sẽ sống ngày mai, mỗi lần đọc, ngắm những chân dung ấy, bắt buộc phải nhìn lại mình, nhìn lại cách đối xử của mình với Quách Thoại, với Vũ Hoàng Chương, với Cửu Long, Hồng Hà, mà xấu hổ, mà ăn năn, mà quyết không làm như thế nữa. Bởi Mai Thảo đã ở trong tất cả, đã là đầu, mình, chân, tay của tất cả những thứ ấy. Mai Thảo chính là lương tâm của tất cả. Những viên đạn chữ, ông đã bắn đi, từ tim mỗi chân dung, mỗi nhân vật, trúng vào hồng tâm lương tri con người.

Nhưng không phải lúc nào Mai Thảo cũng thành công trong việc vẽ chân dung. Tập *Bản chúc thư trên ngọn đỉnh trời* là một trong ba tập truyện ngắn hay nhất của Mai Thảo, cùng với *Chuyến tàu trên sông Hồng* và *Ngọn hải đăng mù*.

Nhưng truyện nổi tiếng nhất *Bản chúc thư trên ngọn đỉnh trời* lại không thành công. Nhân vật chính là một chân dung giả tạo:

"Tổ tiên chàng thuở đó sống rải rác trong những làng mạc dựng trong hốc đá, những vũng biển khuất gió, mình mặc áo lông thú dày, vũ khí là nỏ thuốc độc và đao ngắn, thờ thần mặt trời. Khi sương mù bắt đầu tan trên mặt biển, tất cả bộ lạc lại ào ạt kéo xuống những đoàn thuyền chiến buồm đen, mũi thuyền khắc nổi những hình thù kỳ quái. Đoàn thuyền rời bến bờ hoang dã trong tiếng ốc xuất quân rền rĩ, tiếng la thét mọi rợ, tiếng chèo vang mặt biển sớm đưa cả một đoàn người mà lẽ sống là chinh phục xuống những vùng trời có nắng, những đất đai trù phú ở phương Nam. Chàng bảo đời sống ngang tàng tổ tiên chàng thuở đó nằm trong những viễn trình, những chân trời xa khuất, những trùng dương mênh mông, những chiến trận không bao giờ chấm dứt, đời sống gắn liền vào đổi dời và vũ khí, kẻ chết muốn lên thiên đàng khi ngã xuống phải có gươm nỏ trong tay, những cuộc tàn sát khủng khiếp, những đêm liên hoan điên cuồng trên đống chiến lợi phẩm và thây xác kẻ thù. Cuộc sống *đó không có phần chỗ cho đàn bà"*. (Trích *Bản chúc thư trên ngọn đỉnh trời*, Sáng tạo 1963, trang 15-16).

Nhân vật chắp vá, bối cảnh chắp vá: Chàng, với những chi tiết: "tổ tiên là một bộ lạc sống trong hốc đá, khi sương mù bắt đầu tan, kéo nhau xuống những đoàn thuyền chiến đen, trong tiếng ốc xuất quân rền rĩ, kẻ chết muốn lên thiên đàng khi ngã xuống phải có gươm nỏ trong tay…" như thể bước thẳng từ phim Les Vikings ra, có thể Mai Thảo vừa xem phim này về, ngẫu hứng viết truyện. Bởi thế, mà "chàng" không có cá tính rõ ràng: Á hay Âu? Tiếp đó hoàn cảnh xô đẩy đưa chàng nhập với bọn người thám hiểm ngọn đỉnh trời: đỉnh Everest, trên Hy Mã Lạp Sơn chăng? Lại một chắp vá nữa. Chàng cùng đồng bạn leo hết ngọn đỉnh trời và tới đỉnh, chàng ngã xuống vực.

Để trình bày luận đề đỉnh cao và hư vô: trên đỉnh trời không có gì hết, chỉ là hư vô, là cõi vực, Mai Thảo đã đưa ra những nhân vật gượng ép, cả chàng lẫn nàng đều không thực. Sự chắp vá Âu, Á, đỉnh cao và hư vô, này có lẽ đã làm thỏa mãn một số độc giả trí thức sính Tây thời đó, vì vậy truyện nổi tiếng ngay. Tất nhiên không chỉ ở chỗ chắp vá mà truyện mất hay, bởi vì trong truyện dài, nhiều khi Mai Thảo cũng đưa ra những hoàn cảnh "hoàn toàn bịa đặt", nhưng khi viết, ngòi bút ông có thể đạt tới những sự thật đau đớn về tình yêu, về con người, cho nên người đọc vẫn bị lôi cuốn, không "nghi ngờ" gì cả.

Nghệ thuật tiểu thuyết

Tiểu thuyết của Mai Thảo phần lớn xây dựng trên vũ trường, trên đổ vỡ, trên những cuộc sống về đêm của một Sài Gòn ăn chơi đàng điếm. Thường là những bức tranh đời ông qua nhiều khía cạnh: một nghệ sĩ tự do, không chấp nhận bị ràng buộc bởi bất cứ một yếu tố nào kể cả gia đình. Và như thế *cô đơn* và *tự do* trở thành một cặp uyên ương miên viễn. Tiểu thuyết Mai Thảo (cũng giống như trường hợp Bình Nguyên Lộc) viết vội để đăng báo hàng ngày, bán rất chạy, được tuổi trẻ miền Nam thời ấy gối đầu giường.

Tại sao có hiện tượng ấy? Bởi đó là một nghệ thuật bình dân. Bình dân như quan điểm nghệ thuật của Tự Lực văn đoàn thủa trước, nghĩa là ở trong tầm tay của tất cả mọi người, trái với quan niệm nghệ thuật trí thức của Thanh Tâm Tuyền, Vũ Khắc Khoan, Dương Nghiễm Mậu.

Trước tiên hãy nói về "điều kiện" viết của Mai Thảo.

Ở thời điểm ăn khách nhất, mỗi ngày ông viết hai, ba feuilleton đăng báo, sau in thành truyện dài… Hỏi Trần

Thanh Hiệp: có đúng là anh Mai Thảo viết mỗi ngày hai ba feuilleton đăng báo không anh? – Đúng, nó viết thế đấy! Lại hỏi: Thế đêm nào cũng đi nhảy, uống rượu đến khuya, còn làm chủ báo, còn viết tiểu luận, truyện ngắn, tuỳ bút... thì lấy thì giờ đâu? – Ừ nó vẫn có thì giờ!

Trên giá sách căn phòng Mai Thảo ở California không có lấy một cuốn của ông. Hỏi: Sao không có sách của anh? Anh không giữ tác phẩm của anh à? Anh có đọc lại những gì anh đã viết không? Trả lời: Không. Vả lại những gì tôi đã viết cũng thường thôi. Cầm bằng cho gió bay đi. Giữ làm gì thêm nặng.

Giữ làm gì. Tôi viết cũng thường thôi.

Mai Thảo không đọc lại thật. Ví dụ có một lỗi trong cuốn "Sau khi bão tới", nếu đọc lại chắc chắn ông đã sửa: tên người tình cũ (đã mất) của Dũng ở những trang đầu là Uyển; sau đó vài trang, người tình của Kính (bạn Dũng) cũng tên Uyển. Mấy trang sau, Uyển (của Dũng) trở thành Liên. Trừ lỗi này, toàn truyện không có một sơ hở kỹ thuật nào khác, các chi tiết dù nhỏ nhặt, ăn khít với nhau. Bố cục các truyện dài (qua chín mười quyển mà chúng tôi đã đọc) luôn luôn chặt chẽ, các dữ kiện gắn bó mật thiết, không có dấu vết nào của lối viết feuilleton, cẩu thả.

1. Tiểu thuyết "Khi mùa mưa tới" mở đầu bằng những dòng:

"Phủ nhìn lên. Phiến trời nhỏ, thật xa, giữa những bờ tường xám, hồng dần. Trên những ô kính của cái chòi canh lục lăng cao vút, tia nắng rực rỡ thứ nhất vừa ánh.

Đứng tựa lưng vào một thân cột lớn, hai tay đút túi quần, mơ màng, Phủ nghe thấy vọng lại từ những hành lang dài thẳm sau lưng những bước chân rộn rịp, những cửa sắt mở ra trong tiếng khóa lách tách, tiếng trục nghiến rít lanh lảnh, và chàng bỗng thấy thèm muốn được ngủ, được ném cái thân thể mỏi mệt, nhớp nhúa, hôi hám xuống bất cứ một thứ mặt phẳng trống trơn nào, vùi mái tóc rũ rượi vào bất cứ một khoảng trũng nhầy nhụa nào. Nhưng ngủ. Miễn là ngủ. Ngủ mê man và bằn bặt. Ngủ. Một ngày. Một tháng. Một đời. Một phút cũng được. Nhưng ngủ.

Trong niềm khao khát đến cực điểm muốn thét vỡ thành tiếng trong đầu, thoắt hiện lên như một riễu cợt chua chát, hình ảnh ấm cúng của một căn buồng mầu hồng nhạt. Những riềm cửa xanh mầu nước biển lất phất như những cánh bướm đêm. Ánh sáng chìm chìm lẩn lẩn. Mùi nước hoa phảng phất trên mặt đệm trắng muốt. Cái cánh tay trắng ngần sữa đọng của người đàn bà. Phủ lạc đến cái phòng ngủ ấy lần đầu. Như người đàn bà ấy, *chàng cũng mới gặp lần đầu, ở Sài Gòn".* (*Khi mùa mưa tới*, Thái Lai 1964, trang 7).

Một lối mở truyện rất lạ. Khó có thể hiểu làm sao tác giả có thể viết những dòng như thế này một mạch kiểu feuilleton, ngoài sự dụng bút của một thiên tài.

Đây là một đoản khúc có ba âm giai, với ba chiều ống kính:

Phần mở: *Phủ nhìn lên...* ống kính chiếu ngược lên trời.

Phần giữa: *Đứng tựa lưng vào...* ống kính chiếu vào tiềm thức.

Phần kết: *Trong niềm khao khát...* ống kính chiếu sâu thêm vào vô thức, để chuyển đoạn.

Ba âm giai và ba ống kính nối kết mật thiết với nhau trong cách hành ngôn và hành động của mộng tưởng, từ lúc Phủ ngẩng mặt nhìn trời: bức tranh ấn tượng và siêu thực giao thoa trong tia nắng thứ nhất, chiếu trên những ô kính của chiếc chòi canh lục lăng cao vút. Một sức hấp dẫn ma quái bắt đầu, vì cả chòi canh, bờ tường, lẫn tia nắng, không có gì chứng thực là hiện hữu.

Quay về mình, Phủ nghe những thanh âm vọng lên từ một tiềm thức xa xôi, màu sắc đã biến đi nhường chỗ cho âm thanh: bản nhạc kinh dị trỗi lên với tiếng những bước chân nhộn nhịp, tiếng khóa lách tách, tiếng trục nghiến rít lanh lảnh… hình hài nhớp nhúa, âm nhạc thôi miên Phủ đến một thèm muốn không cự lại được: ngủ. Ngủ như một sự chết, thoát, chìm nghỉm.

Trong giây phút cực điểm của thèm muốn đang vỡ bung, một hình ảnh nén sâu trong tiềm thức vung lên "căn buồng màu hồng nhạt với những riềm cửa xanh màu nước biển lất phất như những cánh bướm đêm". Lại một hình ảnh vừa thực vừa phi thực. Phủ thoát khỏi ám ảnh *ngủ* để bước vào một cơn mê mới: giấc mộng hồng. Giấc mộng đưa Phủ vào cuộc đời thực phũ phàng.

Mở truyện như vậy là một lối: *Từ mộng vào thực* của Mai Thảo.

2. Truyện dài "Sau khi bão tới" bắt đầu bằng những hàng như thế này:

"… Người tài xế taxi nhổ mạnh ra ngoài xe một bãi nước miếng. Y ném theo vệt nước tung tóe một tiếng chửi thề cục cằn. Thò một nửa mái đầu bù rối ra ngoài khung kính, cặp mắt y níu lại những đường hằn bực bội nhăn nhúm. Cặp mắt ấy vừa theo dõi những đầu người nhấp nhô trước mặt, vừa ném chếch sang phía vỉa hè, lên cao, nơi có những tấm biển số nhà thấp thoáng dưới một hàng hiên dài. Những cửa tiệm còn mở cửa. Nhưng hàng hiên nhô rộng, đã che hết ánh sáng từ những ngọn điện đường chiếu xuống, và những con số lờ mờ trên những tấm biển nhỏ, không nhận được ra. Nhiều tấm biển số nhà hiện ra và mất hút. Sự nóng nẩy của người tài xế bực bội cũng gia tăng thêm. Y lại nhổ nước miếng và lại chửi thề nữa.

Cuối cùng chiếc taxi già cũ rú máy khét lẹt, dừng khựng lại. Người tài xế kéo mạnh tay số về điểm chết, quay lại hỏi dồn, như một nạt nộ:

- 234. Phải không?". (*Sau khi bão tới*, trang 7- 8).

Ở đây, Mai Thảo chiếu thẳng ống kính vào nhân vật phụ nhất là người tài xế taxi. Hắn không có nhiệm vụ gì hết, trừ nhiệm vụ mở đầu tác phẩm. Hắn mở phũ phàng, trần tục, thô lỗ. Và hắn đóng bằng cách quay số về điểm chết, như một khai tử, nhưng đồng thời hắn cũng cho ta thấy cách xây dựng hiện thực của Mai Thảo, đúng hơn là cách Mai Thảo *ném* hiện thực phũ phàng về phía người đọc, hệt như tay tài xế nhổ nước miếng và "y ném theo vệt nước tung tóe một tiếng chửi thề cục cằn".Sự tục tằn không đến từ tiếng chửi thề (bởi tác giả không cho biết lời hắn chửi) mà đến từ hành động: "y ném theo vệt nước tung toé". Chính cái sự y ném... ấy, làm ta buồn nôn và đó là hiện thực Mai Thảo: dùng thủ thuật hình ảnh giống như trong thơ, nhưng phũ phàng, lỗ mãng như cuộc đời. Một thứ hiện thực gián tiếp đã được lọc qua một hình ảnh khác. Ông không chỉ quay hiện thực bằng caméra ngang như mọi người mà còn đảo tít các chiều khác nhau theo ánh mắt bực bội của người tài xế: chiếu vào những đầu người nhấp nhô, ném chếch sang vỉa hè, lên cao... rọi vào những hàng hiên nhỏ, những ngọn điện đường chiếu xuống..., những tấm biển số nhà... Mai Thảo thay đổi không ngừng cách nhìn hiện thực, ông tận dụng mọi chiều không gian, như đã nhìn Hà Nội, Cửu Long, sông Hồng, khiến cho cái màn tìm nhà của gã tài xế trở thành một hoạt cảnh sống động vừa tục tằn vừa sục sạo, khổ ải.

Sự hắc ám của người tài xế mở ra trang đầu, đối diện với khuôn mặt "lạc lõng, bỡ ngỡ, nai lạc bầy" của người con gái đi tìm anh, lần đầu tiên đến Sài Gòn, là một đối chất mới. Sự đối chất sáng tối này sẽ xảy ra trong toàn diện tác phẩm.

Đó là lối mở truyện: *đối chất biền ngẫu* của Mai Thảo.

3. Truyện dài "Mái tóc dĩ vãng", bắt đầu bằng những dòng như thế này:

"Tấm màn trong suốt bỗng vén mở từ từ. Như một dấu chân êm ái vừa nhẹ lướt khỏi tiềm thức, giấc ngủ dịu dàng chuyển mình. Tiếng trục quay rì rào. Tiếng trục quay rì rào trong đầu Quyền. Tấm màn trong suốt vẫn đều đặn vén lên, tới đâu đẩy mắt Quyền mở ra tới đó. Tiếng trục rì rào ngừng bặt. Và Quyền tỉnh dậy.

Chàng nằm im, nghe ngóng. Phút giây tỉnh thức ngắn ngủi tụ đọng nguyên vẹn trong bầu không khí chiêm bao mơ hồ lưu luyến, Quyền chưa nghe, chưa nhìn thấy gì, giấc ngủ còn là một trạng thái xanh biếc chưa đổi mầu, mặt đệm dưới lưng giam cầm trong khoảng trũng ấm áp lũ tay chân bất động trong dáng điệu cũ, gây cho Quyền cái cảm giác ngây ngất vừa dềnh lên từ một vực thẳm thơm ngát. Quyền đã thức, nhưng chàng còn nằm tròn trong cái cảm giác thơm ấy như trên một đài hoa lớn. Rồi những cánh hoa lả tả rụng xuống. Và, với sự hiện hữu của chung quanh, Quyền biết giấc ngủ đã bỏ đi, chàng không trở lại với nó được nữa. Mấy giờ? Quyền không đoán được. Tiếng đồng hồ thả giọt xuống một vùng bóng tối trên đầu, xếp đặt dần trong thần trí minh mẫn vị trí của căn phòng, khung cửa sổ mở rộng cắt thành một hình vuông trên một nền trời mực tầu ở rất xa bên ngoài, là khởi điểm quy định cho Quyền đoán thấy những đồ vật im lìm chung quanh".(*Mái tóc dĩ vãng*, Xuân Thu tái bản, trang 10).

Quyền đang ở trạng thái thức ngủ chập chờn: "Tấm màn trong suốt bỗng vén mở từ từ…"chỉ là tâm thức của

Quyền đang chuyển mình từ trạng thái đóng sang mở. Tiếng trục quay rì rào vang trong đầu Quyền như tiếng sóng chiêm bao, và khi tiếng trục chấm dứt Quyền tỉnh. Trạng thái tỉnh kéo theo một tâm thức khác: sự định thần, và bây giờ chàng thấy giấc ngủ là một "trạng thái xanh biếc"và "lũ tay chân bất động" đang bị giam cầm trong khoảng trũng của mặt đệm ấm áp. Chàng đang nhập hồn, "lũ tay chân" ấy chưa phải là của chàng, "chúng" còn đang muốn tiếp tục hưởng những hơi ấm cuối cùng của chăn gối. Chính Quyền cũng chưa muốn bước ra khỏi vực thắm thơm ngát của đài hoa mà chàng đang nằm. Nhưng tiếng đồng hồ vô tình đã "thả giọt xuống vùng bóng tối trên đầu chàng" làm cho bóng tối ấy tan đi và chàng dần dần tỉnh hẳn. Khó có một cuộc tỉnh ngủ nào nên thơ và lãng mạn như thế. Lối mở pha trộn mộng thực này gây liên tưởng đến cách viết của Marcel Proust, nhưng tuyệt đối vẫn là sản phẩm của Mai Thảo. Mai Thảo 1963. Với tiểu thuyết đầu tay, đã chinh phục độc giả qua lối viết mới lạ: với cảm xúc lãng mạn, Mai Thảo đi vào vùng tri giác của con người trong giây phút chập chờn giữa mộng và tỉnh: ở chính giây phút nửa ngủ nửa thức ấy, sự gì đã xảy ra?

Đó là lối mở truyện *đi tìm thời gianđã mất* của Mai Thảo.

4. Truyện dài "Để tưởng nhớ mùi hương", giới thiệu nhân vật nữ chính như thế này:

"Người đàn bà chừng ba mươi tuổi. Có thể hơn một chút, ở cái nhìn còn trong suốt, đen láy, thăm thẳm, phảng phất như mầu đen nhìn thấy giữa lòng một đài hoa. Buổi chiều đi qua trên đầu nàng, trên mái tóc Trang, trên cuộc đời nàng, nàng ngồi đó một mình, trầm tư trong mơ màng, và nàng vừa gội đầu xong. Những sợi tóc lướt thướt toát ra mùi bồ kết thơm cay, được những ngón tay cong vút lùa vào, hất nhẹ, cho thả dài thành một dòng suối mun từ đỉnh đầu xuống gần sát mặt đất.

Trang ngồi như thế, hơi cúi xuống, soi dung nhan nàng trên mặt nước giới hạn và trong vắt của cái bể non bộ. Đường mũi, vành môi, gò má, trũng mắt mờ mờ hiện. Đẹp. Trang biết nàng đẹp. Khuôn mặt phản chiếu lên từ đáy nước đã mất đi ánh hào quang rực rỡ của những xuân đời Trang đã bỏ lại, nhưng Trang biết nàng còn đẹp, một nhan sắc vô ích, một mình, lặng lẽ nó biết nó đẹp, nhưng không biết đẹp cho ai và dùng để làm gì. (...)

Trang bất chợt dúng một ngón tay vào lòng nước, khoắng mạnh. Mặt nước tan tác. Phiến trời mất biến. Khuôn mặt Trang vỡ tan". (*Để tưởng nhớ mùi hương*, Nguyễn Đình Vượng, 1971, trang 14-15).

Một Trang trong khung cảnh *tự lực* trong nhạy cảm *Thạch Lam*. Một Trang, *thừa tự* của *lạnh lùng*, nhưng Khái Hưng đã đi qua, và Mai Thảo đến như một bắc cầu giữa quá khứ và hiện tại. Tất cả không khí khơi gợi lại *thời tự lực*: từ chiếc bể non bộ, đến mái tóc mun, mùi thơm bồ kết, quá khứ hiện lên trong từng màu sắc, từng mùi vị, nhưng Trang không còn là Nhung thời cũ trong vòng lễ giáo chưa ý thức được mình. Trang có ý thức, Trang nghe những xúc cảm chảy trong cơ thể, nghe những rạo rực thôi thúc thân xác. Trang biết nàng đẹp. Một sắc đẹp vô ích. Trang biết mình đam mê. Một đam mê vô ích. *Trang biết con người là một sinh vật đam mê vô ích.* Như Sartre. Và Trang có thể bằng một cử chỉ khoắng tan những ảnh ảo của nhan sắc, của đời nàng. Trang đã giã từ thời điểm *lạnh lùng* Khái Hưng, nàng khai phá nỗi *cô đơn hiện sinh* Mai Thảo.

Đó là lối mở truyện *tự lực thời hiện sinh.*

*

Độc giả của Mai Thảo ở thời điểm ấy cũng là những kẻ đang bắc cầu giữa mộng và thực: một Nguyễn Tường Thiết mới lớn, muốn thoát khỏi ảnh hưởng người cha Nhất Linh, Tự Lực, mong xây dựng một đài hoa tân kỳ cho thế hệ trẻ của mình. Một Trần Vũ, gia đình thuần túy Hà thành, di cư vào Nam đem theo tất cả hành trang đau thương của thời kháng chiến, lớn lên và đọc Mai Thảo khi vừa bước vào tuổi vị thành niên. Một cô gái mới lớn nhìn thấy tất cả những rung động của mình trong chữ nghiã Mai Thảo qua nhiều chiều ông kính, qua nụ hôn đầu, bất tận, xác định mình như một thực thể hiện hữu:

"Lửa và ánh sáng nghìn cũ làm sống trái đất ngu ngơ câm nín bây giờ là lửa và nụ hôn là ánh sáng làm sống lên, làm ngoi lên, làm nở ra Linh, từng cánh run rẩy, từng đài bỡ ngỡ, Linh nở lên thành hình hài mới, trước tấm gương mà Linh nhìn ngắm nàng bằng ôm ghì, bằng nhắm mắt, bằng nhận được tận cùng và đáp lại trọn vẹn, để thấy rằng nàng đang được đời sống đích thực thụ thai, nàng đang được tình yêu đích thực khai sinh.

Linh muốn nói thật nhỏ, bằng cái tiếng *nói mê sảng thì thầm lạc giọng: 'Tôi đã có thực'* Linh muốn thét thật lớn, cho tiếng thét đánh vỡ tan tành những thành trì vô hình của Huế: 'Tôi đã là tôi', Linh muốn truyền âm thanh qua miệng chàng, tới tâm hồn chàng: 'Vì anh đó mà em có, vì anh đó mà em đã là em' Nhưng Linh không nói, không thét được, vì nàng đang hôn.

Cái hôn bất tận, kéo nàng vào ngã vào vùng phiêu lưu quay cuồng của cảm giác vừa tiếp nhận, vừa khám phá..." (*Khi mùa mưa tới*, trang 229).

Cái hôn bất tận xác định chất hiện sinh trong Mai Thảo qua những câu: *Tôi đã có thực, tôi đã là tôi, vì anh mà em có...* những câu rất Tây, rất ngây ngô, không có trong văn

Việt trước đó, nhưng nó xác định con người là một hiện hữu. Chính hành động (cái hôn) xác định con người đang hiện hữu, trực diện với người khác. Những nhân vật của Mai Thảo đều có khả năng tự soi mình, tự đặt những câu hỏi chán chường với mình, qua hành động như thế.

Một tay du đãng nhìn thấy ảnh mình đậm nét trong kính chiếu hậu của Mai Thảo. Một kẻ trác táng, "tội lỗi" chất đầy, đi đâu cũng thấy "*Đám đông như một bầy kiến lửa. Kẻ khác như kẻ thù. Và dư luận: con rắn độc ngóc đầu phun phì phì cái hơi thở hôi hám của nó vào mặt mũi, vào sự yên vui cửa đời chàng*". (*Khi mùa mưa tới*, trang 17). Khiến "chàng" tự hỏi: "*Đi đâu? Tìm đến một cuộc sống khác? Đồng ý. Nhưng cuộc sống nào? Và để làm gì?*"(Trang 140).

Một vũ nữ về già, nhìn thấy sự "Thảm thương nhất là một đời vũ nữ về già. Đó là hình ảnh một vực thẳm rơi lần xuống, rơi lần xuống, cho tới khi chạm đáy. Đó là hình ảnh một ngõ cụt không có lối thoát, một khuôn mặt nghiêng chìm vào tối tăm, một vụ tự tử chậm, một vụ chết đuối chắc chắn vì chắc chắn chẳng còn một bàn tay nào đưa ra cho kẻ chết đuối để tạo cho kẻ đó cơ hội và niềm hy vọng cuối cùng. Ấy thế nhưng mà vẫn phải sống, dù sống chỉ là chết. Ấy thế mà vẫn phải cười dù đầu óc não nề và tâm tư phiền muộn"(*Khi mùa mưa tới*, trang 128).

Tất cả các nhân vật khác nhau đó, cũng chính là "chàng", là hình ảnh những người bạn trác táng của Mai Thảo, của chính bản thân Mai Thảo, chôn nỗi chán chường trong những đêm phòng trà tăm tối, âm u:

"Những ý nghĩ buồn rầu về hình ảnh một người vũ nữ về già thoắt làm Phủ liên tưởng đến đời chàng. Mình cũng thế. Phủ nghĩ thầm. Mình cũng không biết ngày mai cuộc đời sẽ ra sao, lòng không đợi chờ, không hy vọng, đã hết ngạc nhiên bởi không còn tin tưởng. Lát nữa trở về con đường đêm, những bước chân nặng lết đi, kéo theo sự phiền muộn như một sợi dây xích sắt vô hình quấn từng vòng thật chặt lấy số kiếp. Một căn buồng khách sạn rẻ tiền. Những vỉ tường trần trụi. Ánh sáng lạnh lẽo ngoài hành lang. Ánh sáng mờ đục dưới cái chao đèn cáu bẩn ở đầu giường. Một giấc ngủ nặng, có mồ hôi nhớp nhúa ở cổ áo, một giấc ngủ vật vã như một chạy trốn tuyệt vọng vào lãng quên". (*Khi mùa mưa tới*, trang 128).

Truyện dài của Mai Thảo chỉ có độc một đề tài: Mai Thảo.

Nhân vật chính trong truyện dù là Ninh, Dũng, Quyền, Trường, Phủ… họ đều là Mai Thảo, dưới những ống kính khác nhau, trong những thời đoạn khác nhau.

Những vũ nữ về già như Mẫn, Uyển, Phấn, Điệp, Ngà, Oanh, Phụng, những người đã chọn cuộc sống tự do, trác táng, không muốn ràng buộc với ai, cũng là Mai Thảo.

Một Mai Thảo thông suốt chiều dài toàn bộ tác phẩm: "cảm thấy nghi ngờ trước chính những cái chàng hằng coi như lẽ phải hằng cửu. Một đời sống tự do không ràng buộc. Một bản thân đơn độc tách rời, không hệ lụy, vô trách nhiệm đối với kẻ khác.Có phải như thế là đã tìm thấy lý tưởng? Có phải như thế là sống cuộc đời đáng sống?"(*Mái tóc dĩ vãng*, trang 231).

Một Mai Thảo luôn luôn đặt lại vấn đề *tự do* của mình: "Chàng nghĩ những bước chân vô định lang thang chính là cuộc đời chàng như một hành tinh mải miết lăn đi trong không gian vô tận, nó vĩ đại, nó kiêu hãnh vì cuộc hành trình lớn, nhưng kỳ thực là nó buồn thảm, nó lạnh lùng vì không tìm được chỗ dừng chân". (*Mái tóc dĩ vãng*, trang 230).

Một Mai Thảo tự do "Không chịu lưu đày một đời trong nếp cũ. Nghĩa *là phải dám sống như một người tự do.*

Được đổi thay khi mình muốn thay đổi". (Để tưởng nhớ mùi hương, trang 112).

Một Mai Thảo đòi hỏi tự do, thực hiện tự do, nhưng vẫn luôn luôn hoài nghi những điều mình làm, kể cả tình yêu:"Gắn bó với nhau, nhưng vẫn giữ cho nhau được nhẹ thoáng như mây trời. Hòa lẫn vào nhau, nhưng vẫn sáng suốt dành cho nhau một lối thoát. Thế là yêu ư?"*(Để tưởng nhớ mùi hương,* trang 132).

Một Mai Thảo muốn chặt đứt quá khứ, nhưng quá khứ vẫn cứ đeo đuổi. Một Mai Thảo, như *người xa lạ* với cả chính mình:

"Phải, tôi là một người lạ mặt. (...) Một người lạ mặt trước hết với chính tôi.

Chặt đứt một quá khứ. Chôn vùi từng kỷ niệm. Đánh loãng trí nhớ, vít kín con đường trở lại với sau lưng, nơi vẫn những xâu chuỗi ám ảnh chập chờn theo đuổi. Giết chết cái tôi cũ. Khởi đầu cái tôi mới. Làm một kẻ lạ mặt với chính mình, trong đổi thay một con đường khác với con đường của những dấu chân, những cỏ hoa và những bờ bến thuở xưa. Sống là một làm lại". (*Để tưởng nhớ mùi hương,* trang 13).

Từ chủ ý *Con người xa lạ* với chính mình, chịu ảnh hưởng của Camus, Mai Thảo đã dựng nên một kiểu người: muốn chặt đứt với quá khứ, muốn giết cái tôi cũ, để làm lại cái tôi mới; không thích ràng buộc, muốn có "tự do tuyệt đối".

Nhưng trên đường lẩn trốn mọi ràng buộc, Mai Thảo luôn luôn gặp ràng buộc. Trên đường từ chối tình yêu, Mai Thảo luôn luôn gặp tình yêu. Những thiếu nữ như Thúy, như Hậu, như Khánh, như Linh… là những cản lực bất ngờ không thể cưỡng lại được trên đường "tìm tự do" của Mai Thảo. Cản lực ấy là tình yêu. Tình yêu của người con gái mới lớn, biết yêu lần đầu. Tình yêu đầu đời của người con gái dậy thì như ngọn gió khốc liệt quật ngã những lý tưởng siêu việt nhất, ghê gớm nhất. Bởi nó là hình ảnh của bản thể lần đầu tiên xuất hiện, là sự nhận diện thân xác và hiện hữu chính mình của người con gái qua *kẻ khác.*

Cuộc hiện sinh trong tiểu thuyết của Mai Thảo là cuộc nhận diện thân xác mình qua sự tiếp xúc với thân xác *kẻ khác.* Nhận diện sự hiện hữu của mình qua tình yêu của *kẻ khác.* Không có *kẻ khác* thì không thể có mình. Không có tình yêu thì không có cuộc sống. Không có hiệu hữu. Nhưng con người tự do còn một đòi hỏi khác: đòi hỏi không chịu ràng buộc với ai. Đòi hỏi không bị chiếm hữu.

Cho nên cuộc hiện sinh trong tiểu thuyết của Mai Thảo trở thành cuộc đối đầu giữa *hạnh phúc* và *tự do* trong suốt chiều dài tác phẩm. Ở *Suối độc* là cuộc đối đầu giữa Trường và Thúy, giữa cuộc đời phóng túng sa đọa và tình yêu thần thánh của người con gái dậy thì táo bạo lăn xả vào tình yêu. Ở *Khi mùa thu tới* lại một tiếng sét ái tình phi logic giữa hai kẻ không thể gặp nhau: Linh một cô gái Huế tinh khiết và Phủ, chàng trai đầy tội lỗi Sài Gòn.

Để tưởng nhớ mùi hương là một trong những truyện rất chín của Mai Thảo. Tình yêu đích thực ở đây được mô tả dưới nét Trang, một người phụ nữ đứng tuổi, trang khiết, một "lạnh lùng" đã thoát khỏi tay Khái Hưng để chuyển sang thời Mai Thảo, táo bạo hơn, nhục cảm hơn, khốc liệt hơn và bi đát hơn, bởi không có lễ giáo nào ép buộc, chỉ còn có mình đối diện với chính mình. Mọi quyết định, mọi đắn đo là ở tự lương tri, (lương tri hiểu theo nghĩa triết học của Kant). Lương tri xuất hiện như định mệnh cuối cùng: nếu con người không thoát khỏi bản năng, thì cũng không thoát khỏi lương tri. Khi Ninh đóng cửa phòng, mặc tiếng gọi thiết tha của Trang, thế "lạnh lùng" vào tay Mai Thảo đã đảo ngược: người "thủ tiết" ở đây, không còn là người đàn bà mà là người đàn ông: sự tự do và bình đẳng đã đạt tới đỉnh và tính bi đát cũng đã lên tới cực: Mai Thảo không đối chọi *hạnh phúc* với *tự do* nữa, mà đối chọi *hạnh phúc* với *lương tri* và lần này, hạnh phúc đại bại. Con người Kant trong Mai Thảo đã thắng con người Epicure.

Trung thành với triết lý nhị nguyên của đời mình, toàn bộ truyện dài của Mai Thảo khai quật những bi đát nảy sinh từ sự đối đầu giữa những yếu tố nguyên khai của đời sống: tự do và hạnh phúc. Hạnh phúc và lương tri. Muốn có hạnh phúc thì phải mất tự do, phải trói buộc đời mình vào đời một kẻ khác. Muốn có tự do thì suốt đời sẽ là kẻ đi trên hành tinh sa mạc. Mai Thảo đã lựa chọn tự do, và trên hành trình sa mạc đó, Mai Thảo chỉ thua cuộc khi phải đối chọi với lương tri của chính mình.

Giờ phút bi đát nhất của con người tự do, vì không chịu ràng buộc đời mình, là giờ người vũ nữ về già nhìn lại đời mình:

"Ngà tắt đèn, đóng cửa đi ra. Nàng ngồi ngoài đầu thềm cho tới sáng. Sương phả ướt đẫm vai, tóc mà Ngà không hay. Nàng đưa cặp mắt buồn rầu nhìn ra khoảng tối tăm yên tĩnh trước mắt, tưởng như nhìn thấy đời nàng hiện lên. Một cuộc đời vô nghĩa, trống rỗng, bẩn thỉu, tàn tạ. Ngà thổn thức khóc. Nàng tàn nhẫn lạnh lùng với tất cả những người đàn ông. Nhưng đó là thứ lạnh lùng tàn nhẫn bề ngoài, che giấu một trạng thái yếu đuối không muốn tỏ lộ. Ngà vẫn chỉ là một người đàn bà. Nghĩa *là thiếu vắng tình yêu và thèm khát hạnh phúc. Mình già rồi, Ngà đớn đau nhủ thầm. Cuộc sống không phải, không thể như thế này. Thêm một vết nhăn trên khuôn mặt. Thêm một mệt mỏi và ngờ vực trong tâm hồn, và sự tàn tạ kéo đến"*. (*Khi mùa mưa tới*, trang 158-159).

Cuộc nhận diện cô đơn không chỉ xảy ra trên vai những vũ nữ về già, trong ánh rượu chát, trong khói thuốc mù mịt phòng trà, trong những khách sạn rẻ tiền tăm tối, trong những phòng hồng biệt thự xa hoa, mà còn là những làn lưới thường trực vô hình đan cài đau đớn của những kiếp người, mọi nơi, mọi thời, mỗi khi tỉnh rượu lúc tàn canh, từ Nguyễn Du trở ngược lên tiền sử. Tác phẩm của Mai Thảo xuyên suốt những mẩu đời ngang trái, biệt lập, đối chọi nhau, của những gái điếm hết thời, của những cô gái nhà lành, những tay du đãng, những gia đình êm ấm hạnh phúc, những kẻ ăn chơi trác táng, một chú Lềnh nghiện hút, một cụ Quảng Hưng liệt giường, một cô gái quê bốc hỏachỉ đợi dịp là trốn theo trai... toàn diện con người đan cài với nhau trong khối cảm thông vượt ngoài tầm cảm giác, như một linh giác tiềm tàng trong bản thể tác giả: một lòng nhân hậu tuyệt đối, sống âm thầm trong hơi chữ, trong từng lời đối thoại, trong mỗi cử chỉ của nhân vật, dù nam hay nữ, người ta đều gặp lại Mai Thảo, gặp lại lòng nhân hậu đất Chợ Cồn của u già vùng nước mặn.

Một biển nhân hậu, bởi *hải hậu* chính là quê hương ông.

[Paris tháng 4/2008 và tháng 7/2014]

Thụy Khê

THƯỜNG QUÁN

Thường Quán (Nguyễn Tiên Hoàng) – sinh năm 1956 tại Đà Nẵng, hiện sống tại Melbourne.

Cộng tác với nhiều tạp chí văn chương hải ngoại: Văn Học, Trăm Con, Hợp Lưu, Thế Kỷ 21…

Trong nhóm chủ trương tạp chí Tập Hợp và tập san Hợp Lưu.

Tác phẩm thơ đã xuất bản:
- Ngoài Giấc Ngủ (thơ, Văn Nghệ, California,1990)
- *Dấu Nước* (Talawas Chủ Nhật, 2006)
- *Years, Elegy* (Vagabond Press, 2011)
- *Hải đảo, trở lại* (NXB AJAR, 2016)
- *Captive and Temporal* (Vagabond Press, 2017)

Biên tập các tác phẩm thơ:
- Bushnights – 23 Australian poets (NXB Litchbild, 1994)
- Three Poets – Lưu Mê Lan, Lưu Diệu Vân, Nhã Thuyên (Vagabond Press, 2012)
- Three Poets – Nguyễn Thúy Hằng, Đỗ Lê Anhdao, Lê Đình Nhất Lang (Vagabond Press, 2016)

Elegy
(tưởng niệm thi sĩ Lê Đạt)

Anh đếm những đầu bò, đóng lại một ngày
trải mùa đông trên những thửa đồi trọc cằn có nghĩa một
cách ly, chừng đấy, và sự viết
cực khó khăn, không ngừng mọc tủa từ đầu anh
như cỏ sau mùa lửa rẫy
anh tự nhủ phải ngang tầm với những tay viết ấy
những người đi trên những thành phố lạ, xa xôi
ắt hẳn họ đã từng mơ thấy những ngày và đêm của anh
họ sưởi ấm đôi tai anh như một chiếc nón dạ
họ đoán định những bước đi của anh và nói hãy chăm nom
đôi lá phổi, cột sống lưng, đôi ống quyển.
Cùng họ anh dò tìm, vẽ những đồ bản
những khoảng trời tương lai, một tổng thể nổi
của những ký hiệu và những từ khóa
những cửa hàng hiệu thuốc, những nhà hát, những cửa biển,
những bến cảng
rồi sự có mặt tự tại, thời thơ thiếu
những dòng chữ cọ xát những bìa đất thổ bạc phớ, vẽ một
vòng địa thế
căn nhà sẽ trở về, có lẽ sẽ, nếu được phép, sở hữu một bàn
viết
những con bò lồm cồm đang lùa lưỡi cong cắt vào bữa rơm
trễ
những vì sao miền cao chạy tới tít cuối một con hói thấp
những trẻ em bản làng đang dìm thân tắm gội trong nước,
cha me chúng lẩn quẩn canh đe.

Nước. Đấy, tiếng kêu cơn sốt thảng thốt của mùa xuân đầu
tiên
một chiếc chìa khóa rỉ sét, một bình thủy kín bưng chân
không.
Sau chiếc án, ngày thư viện anh dịch chữ làm nghề, sống và
suy nghĩ
những ngày chiến tranh đều đặn tới đi đơn thuần là một tiếp
nối từ điểm dừng của những thửa đồi:
đổi thay của sao trời hay đổi thay của những chế độ lính
canh
không can dự lắm tới sự tra chìa vào một ổ khóa, bước
chậm rải bước những bước đi làm người
trên đường sẽ luôn luôn có một phép văn phạm mới
cho lẽ bao la, cho kẻ trật trịa ngoài lề, cho người cô độc.

Nội Mông

Trẻ nhỏ đi rồi, vườn nắng xuyên sơn
dù sớm ngày chưa trễ muộn, cây im, anh bạch dương
ta nhớ
trẻ nhỏ, mái nhà nhỏ, thành phố cũ kỹ
mộng trong đêm
một người cao, thanh niên
là giờ mọi người đã đi hết
cư dân, va li, tay nải, hải thuyền
ta nhớ nỗi trống rỗng ăn tới cuống tim mình
đứng nhìn trẻ nhỏ
thành phố tuyệt nhiên không ai
Quân dữ sẽ tới
Nhưng mà anh, người trẻ ấy, đã tới sớm hơn
chẳng để làm gì, chỉ nói
một lời trấn an
Rồi sẽ bình yên tất cả, ánh mắt đằm kia, và
miệng cười
Nhưng mà, rồi như lịch sử, nó tất phải vậy
Chuyến xe đỗ kịch trước nhà
những người áo đen
Và anh
một mình, đầu trần, ở giữa
đối diện,
những bao vây
Tông tích thành phố này, thân thích ai, lịch sử nào
cũng hiển nhiên toang mở
Súng chĩa thẳng vào ngực người
Đạo quân ấy không thiện chiến hơn Hốt Tất Liệt
trong chiến tranh, sức bắn của bắp tay
kẻ dữ nào cũng thiện chiến
Sức đạn hay sức bờ ngực vỡ

người bị hất tung từ lề trái cảnh quan
qua một trưa nổ tung trước mặt
màu xanh chảy từ chân dung
ra cuối đường, ra hết con phố, ra viền cửa bể

Rồi ai cũng thoát cơn mộng của mình, nhưng ta nhớ
khuôn mặt ấy,
ngay giờ bắn tung người
một trăm mười – giác độ
và màu xanh chảy kia
như một lưỡi sóng trườn
Nội Mông, Ngoại Mông, thế giới phẳng, khu vườn
sự bình yên, tiếng cười hôm qua vang vang trẻ nhỏ
cây chanh phải cắt tới năm cành cuối cùng để sống qua cơn
bệnh
mùa hè rồi đã trổ chanh cho trẻ nhỏ
ta chào anh, ra đi, bình yên làm sao – Cảm ơn
Mùa khô ngoài kia
dưới chân
biển
và thảo nguyên.

4.4.16

Thơ rời XII

Đã từng đứng dưới một thân cây chưa được đặt tên
đã từng hỏi những dấu trầy
vạch nào đã đóng dấu chiều
một ngôi sao để mọc ngay ngắn
một chiếc bàn để bắt đầu
một lá thư một người nhận
biết đâu đấy
có những căn phòng vuông hình khối hộp
tiếng *black bird* trong bóng chạng vạng tối – *leaving*(*)
không phải là ai thúc hối
cái gì sự tuần tự của tuồng lớp, điều gì thuộc về bất ngờ
nhảy ra, mọc dậy
anh nhớ ngày của một người mới vào nghề
kéo và hạ màn
tắt ngấm, trở về, đốt một cái gì
một cái cớ
để đứng với những cột ống khói thở, thở
để đi với tiếng đập đập, mèo hoang
để sống, chỗ ngán ngẩm, đám người
và anh sự chung cùng
a, cái chung không mặt mũi
để một hôm lá đổi
sự lấy bản thân ra tra hỏi, nghệ thuật tự trào
chỗ bật cười, có thể
những bậc thang, không để nhìn
mà là
để đặt chân
và bước lên
ra khỏi hầm
thở, có thể
một hơi vĩ cầm

bay ở ngoài cửa
bắt đầu
có thể
thứ khói mang hương nhựa thông tháng 12
nước nôi bất kể sự chảy mệt nhọc, miễn là
anh muốn nói
sự đóng lại một chiếc cửa, không hẳn đóng
sự quay lưng, không bao giờ
những chiếc thùng thư có đánh số phòng
tiếng đám trẻ chạy nhảy
chúng nhảy từ chiếc giường này qua chiếc giường khác
khi mà một người.

19/12/2011

(*): Tên một tác phẩm của Václav Havel.

TIỂU THU

Tiểu Thu là bút hiệu khi viết văn. Sinh năm 1947 tại Quận Cao Lãnh – Đồng Tháp Việt Nam.

Theo gia đình rời Việt Nam tháng 4-1975 và định cư tại Thành phố Montréal, tỉnh bang Québec, Canada.

Bắt đầu sáng tác năm 1987. Cộng tác viên thường trực *Thời Báo* Canada cho tới năm 2014.

Trong Ban Biên Tập *Cỏ Thơm* (Virginia) và một số đặc san tại Mỹ, Âu châu…

Hiện là Tổng Ký VBVNHN/vùng Québec-Ontario, nhiệm kỳ 2016-2019.

Tác phẩm đã xuất bản:
- *Sóng Nước Tình Quê* (tập truyện, 2002)
- *Tiếng Hót Vành Khuyên* (tập truyện, 2007)
- *Dòng Sông Tuổi Thơ* (tập truyện, 2018)

Góp mặt trong: *Kỷ Niệm về Nhạc sĩ Anh Bằng – Tác phẩm Lê Văn Khoa Một Người Việt Nam – Đặc San Phụ Nữ Việt – Tuyển Tập Cô Gái Việt – Nỗi Lòng Người Di Tản* và *Món Ăn Theo Bước Di Tản* (tập truyện ngắn viết chung 13 tác giả).

Đàn ông năm bảy lá gan…

Dưới ánh mặt trời chói chang, ruộng lúa chín trải dài từ con lộ mới vô tít trong làng Mỹ Nghĩa như một tấm thảm vàng khổng lồ. Những bông lúa no tròn rạp lên nhau theo chìu gió. Từng đàn chim dòng dọc, chim se sẻ bay lên, sà xuống từ chỗ nọ sang chỗ kia như những đám mây nhỏ…

Nhà ông Cả Phương, đám thợ gặt ở nơi khác tới cũng đã tề tựu đông đủ. Họ ăn ở luôn tại đây. Những thợ gặt trong làng, mỗi buổi chiều xong việc ai về nhà nấy.

Mợ tư Tâm, dâu ông bà Cả, đang mang thai đứa con thứ ba. Cái bầu bảy tháng khiến mợ đi đứng nặng nề, chậm chạp. Tuy vậy mợ vẫn phải chỉ huy đám hỏa đầu quân nấu cơm cho thợ ăn ngày ba buổi. Chẳng phải cao lương mỹ vị gì, nhưng món mắm lóc chưng đường hủ, nước đặc quánh, rắc hành tiêu thơm phức được mọi người chiếu cố đặc biệt. Bầu, bí, rau cải đầy vườn nên họ cũng được ăn thả cửa. Mợ Tư đãi ngộ đám thợ gặt rất rộng rãi nên ai cũng rán làm hết sức, không hề than cực.

Mỗi bữa trưa, con Ni với thằng Ban, đứa đội thúng cơm, đứa đội thúng đồ ăn, tay xách bình trà huế ra đồng. Dưới tàn cây gáo cổ thụ tỏa bóng mát như một cây lộng khổng lồ, hai đứa bày cơm nước trên chiếc đệm cói. Đám thợ gặt bu xung quanh, vừa ăn vừa cười giỡn râm ran. Thúng cơm gạo nàng tây trắng nõn không mấy chốc đã hết sạch. Sau khi tráng miệng mỗi người một trái chuối lá xiêm chín vàng lườm, họ quay ra người ăn miếng trầu, kẻ vấn điếu thuốc rê, hút phun khói mịt mù… Sau chén trà huế nóng hổi, họ tiếp tục gặt cho tới xế chiều…

Chỗ mang cá giáp con lộ mới, ông Cả dùng làm chỗ đạp lúa. Hai con bò vừa đạp lúa vừa nhơi rơm nhóc nhách. Sau đó lúa được giê cho sạch hột lép, rồi đổ trên những tấm đệm trải dài hai bên con lộ đá xanh. Sau vài nắng, hột lúa thiệt khô mới đổ vô bồ, chờ lái tới mua. Rơm được chất xung quanh một thân tre khô cao độ ba, bốn thước thành cây rơm. Rơm dùng cho trâu bò ăn vào mùa nước, hoặc nướng bánh phồng, bánh tráng trong dịp Tết. Đôi khi dùng nướng cá lóc, cá bông bọc đất sét cũng rất tiện lợi.

Cứ cách một hai tối, mợ Tư lại đãi đám thợ gặt một nồi chè đậu xanh hoặc đậu đỏ. Nhà có vườn dừa bát ngát nên nồi chè nào cũng được nêm nước cốt dừa béo ngậy. Bà Cả có cằn nhằn sao hoang phí thì mợ Tư chỉ cười chống chế:

- Tội nghiệp họ làm cực khổ quá má à. Nồi chè đối với mình đâu có đáng bao nhiêu.

Mà thiệt năm nào ông bà cũng cho trồng vài công đậu ở miếng đất giáp với nghĩa địa của đại gia đình họ Nguyễn. Miếng đất có độ hai công nên không đáng trồng lúa. Thiệt tình mà nói, những gia đình có của dưới quê, đã giàu càng ngày càng giàu thêm bởi quanh năm họ không phải chi tiêu nhiều cho vấn đề ăn uống. Gia đình ông Cả Phương có vườn dừa bán trái quanh năm. Cam, quít, xoài mỗi mùa đều có lái tới đặt cọc trước. Lúa ruộng góp mỗi năm cả chục ngàn giạ. Nếu được giá thì bán cho lái. Không thì cậu mợ Tư Tâm mướn ghe chài chở lên Chợ Lớn bán cho mấy chành lúa. Sau mùa lúa bắt đầu tát đìa. Ông Cả có vài cái đìa khá lớn rải rác trong ruộng nhà. Mùa nước lớn, ngoài đồng nước ngập mênh mông. Tôm cá đủ loại từ sông Cái lội vô kiếm ăn. Đến khi nước giựt, cá từ từ tụ lại sống trong đìa. Ngoài cá tôm, trong đìa còn có sen, súng mọc đầy. Mùa sen nở rộ, mỗi luồng gió thoảng qua, mang hương thơm bay lồng lộng khắp cánh đồng. Cứ vài hôm bà Cả sai thằng Ban ra đìa cắt hoa sen về cho bà cúng Phật. Cọng bông súng, mợ Tư bóp giấm làm gỏi trộn khô cá lóc, cá sặc, hoặc trộn với bông điên điển, lá lụa, lá xoài non chấm mắm kho cũng ngon tuyệt vời!… Năm nào tát đìa xong, tôm cá nhiều quá ăn không hết, mợ Tư và con Ni phải đem xuống chợ Cao Lãnh bán bớt. Gà, vịt lúc nào cũng sẵn vài chục con trong sân. Heo vài con trong chuồng. Mợ Tư lại có tay trồng rau. Vạt rau sau hè lúc nào cũng xanh tươi. Mợ cảm thấy lòng thư thái, êm ả khi ngắm đàn bướm đủ màu bay lượn trên những luống cải lấm tấm hoa vàng. Tai nghe tiếng vo ve của đám ong bầu, ong vò vẻ lượn lờ trên giàn bầu, giàn bí cũng khiến lòng mợ vui như mở hội…

Không tốn kém cho việc ăn uống nên đồng tiền thâu vô phần lớn dùng để mua thêm ruộng, thêm vườn. Căn nhà nền đúc đồ sộ của ông Cả được trưng bày rực rỡ. Bàn ghế, tủ thờ, hoành phi, trường kỷ… được đám thợ mộc thiện nghệ từ ngoài Trung đi ghe bầu vô đóng tại chỗ. Gian giữa thờ sắc Thần. Phía trước buông rèm từ trên trần nhà xuống tới nền gạch bông xem thiệt uy nghi và không kém phần huyền bí đối với lũ cháu nội, cháu ngoại của ông bà Cả! Mỗi năm tới mùa cúng đình, hương chức hội tề cùng dân làng tựu lại nhà ông Cả làm lễ rước Sắc Thần ra đình. Cúng bái liên tiếp trong ba ngày. Tối đến có hát bội tưng bừng náo nhiệt. Những đêm hát tuồng có đào đẹp như Lưu Kim Đính Giải Giá Thọ Châu, Mộc Quế Anh Dưng Cây Đầu Tống, Lữ Bố Hí Điêu Thuyền thì thiên hạ coi chật rạp. Ngược lại nếu diễn tuồng Chung Vô Diệm thì khán giả rất thưa thớt!

Năm nào mợ Tư Tâm cũng bị chia phần chỉ huy ban ẩm thực. Từ người có chức lớn nhứt cho tới kẻ cùng đinh trong làng đều được ăn uống no say nên mọi người ai nấy đều hể hả…

Ông Cả Phương muốn cậu Tư sau này ra tranh cử Hội Đồng nên bắt cậu lãnh chức Xã trưởng, là nấc thang bắt đầu cho sự nghiệp chánh trị về sau. Năm đó cậu mới vừa ba mươi. Đẹp trai, ăn nói có duyên lại có chức nên cậu được phái nữ hâm mộ hết mình, báo hại mợ Tư đánh ghen mệt nghỉ!

Mấy ngày trước khi mùa gặt bắt đầu, cô hai Trâm là chị bà con của cậu Tư Tâm tới gặp mợ Tư, xin cho người em bà con bên chồng vô giúp việc. Cô hai nỉ non:

- Tội nghiệp cổ lắm mợ ơi. Mới hăm hai tuổi đã góa chồng. Không nghề ngỗng lại bị bà má với đám em chồng ăn hiếp. Cổ chịu hết nổi nên ôm quần áo trốn lên nhà tui ở đậu. Tui thấy mợ bụng mang dạ chửa nặng nề, lại sắp tới mùa lúa, chắc cần người phụ, nên mới đánh liều tới hỏi mợ cho cổ làm, kiếm miếng cơm qua ngày. Tùy mợ muốn cho nhiêu cũng được, cổ không dám đòi hỏi gì nhiều.

Sẵn tánh hay thương người, thấy cảnh góa bụa lại bị ức hiếp, mợ Tư đâm thương cảm nên đồng ý mướn liền. Cô Hà thuộc loại mình dây, người cao dong dỏng. Tuy mặc cái áo bà ba vải bông, quần ú đen, nhưng không giấu được làn da trắng hồng. Mái tóc đen nhánh bới gọn sau ót. Cặp mắt lá răm có đuôi, tuy hay nhìn xuống, nhưng cũng không giấu được nét long lanh. Lúc chào mợ Tư cô chỉ hé đôi môi, nhưng mợ cũng thoáng thấy đôi hàm răng trắng ngà đều đặn. Nếu một mình cô ta tới xin giúp việc chắc mợ Tư không dám mướn. Nhưng là em chồng cô hai Trâm, vướng trong tình trạng trái ngang, phải tạm đi làm nuôi thân thì lại khác. Mợ Tư an ủi cô Hà vài câu rồi kêu con Ni dẫn cổ xuống nhà dưới, nơi dành cho người làm, dọn một căn buồng nhỏ kế buồng con Ni cho cổ. Hành trang của cô người làm mới chỉ gọn gàng một bọc đồ nho nhỏ... Mới có mấy ngày mà cô Hà đã được lòng hết mọi người trong nhà. Chịu khó thức khuya dậy sớm, làm lụng chăm chỉ, lại nói năng ngọt ngào. Khó tánh như bà Cả mà cũng không bắt bẻ vào đâu được. Chỉ có hôm đầu, vừa mới thấy mặt cô Hà, Bà Cả châu mày ngạc nhiên, kêu mợ Tư lên nhà trên nói:

- Vợ thằng Tư thấy sao, chớ má dòm tướng con nhỏ này đi ở mà sao mướt rượt hà!

Mợ Tư cười hiền:

- Cổ là em bà con với anh hai chồng chị Trâm đó má.

Hoàn cảnh ngặt nghèo mới đi ở tạm kiếm cơm. Thôi mình cũng rán giúp cổ ít bữa xem sao...

Bà Cả nói xuôi:

- Ừ, nhà mình đương neo người, bây tính sao đó tính.

Con Ni chịu lắm, vì từ ngày có Hà, nó có thì giờ rảnh để tò tí với thằng Ban nhiều hơn. Con Ni năm nay mười bảy. Thằng Ban mười chín. Gia đình Ban ba đời đều làm cho ông Cả. Ông nội, rồi tía nó đều là tá điền làm ruộng, riêng nó được giao cho giữ bầy bò và làm công việc lặt vặt trong nhà từ năm mới lên mười bốn. Phần con Ni quê ở Hồng Ngự. Lúc mợ Tư sanh đứa con thứ hai, bà Phủ Bá, má ruột mợ trên Đốc Vàng Thượng, mướn nó lúc đó mới mười ba tuổi, dắt xuống coi em. Nhà nó đông con lại nghèo thê nghèo thảm. Có bữa ăn cơm chỉ có rau cải trời, rau tập tàng luộc chấm nước tương. Lúc mới tới giúp việc, con Ni ốm lòi cả xương sườn xương sống. Rồi nhờ ăn uống đầy đủ chất bổ, từ từ nó trổ mả coi cũng đẹp gái. Với thân hình tròn lẳn, chắc nịch, mái tóc dài xức dầu dừa mướt rượt, kẹp gọn trong chiếc kẹp ba lá. Nước da nó ngăm ngăm nhưng hồng như trái bồ quân. Cái mặt tròn lấm tấm mụn trứng cá, mà hễ hở tay là nó len lén móc túi áo, lấy cái kiếng tròn nhỏ xíu ra, đưa ngang mặt ngắm nghía, mân mê mấy cái mụn. Có lần ngứa tay nặn lầm cái mụn bọc, mặt sưng vù hết cả tuần. Miệng nó tươi lại cười toe toét suốt ngày, nên đám trai làng đã nhiều đứa thả lời ong bướm. Rốt cuộc nó kết thằng Ban. Thằng này ngoài tướng tá vạm vỡ, lại ở chung nhà, có nhiều cơ hội gặp gỡ, chuyện trò với con Ni nên chiếm thượng phong. Khi nhà có khách nó còn dám giấu mấy món ngon, lén đem cho thằng Ban ăn. Có lần bị chú Tám Tiểu bắt gặp. Chú Tám là người phụ trách lau chùi bàn ghế nhà trên và khi ông bà Cả đi công chuyện thì phụ chèo ghe hầu. Chú hơn bốn mươi, góa vợ đã năm sáu năm nay. Chú vừa cười vừa điểm mặt con Ni:

- Chết bây nghen. Dám giấu đồ ăn cho thằng Ban. Mà cái thằng mạnh như trâu cần gì ăn đồ bổ? Ốm yếu như chú đây mới cần tới mấy món nầy. Đưa chú ăn giùm cho.

Con Ni nguýt:

- Chú mà yếu! Chú kêu yếu sao đêm nào cũng "chầu" nhà cô năm Liễu tới khuya lơ khuya lắc mới về?

Chú Tám trợn mắt:

- Sao bây biết tao ở đằng cô năm tới khuya?

Con Ni cười đắc thắng:

- Thôi chú đừng chối. Mới sáng hôm qua tui lên nhà trên thay dĩa trái cây trên bàn thờ. Thấy chú ngồi dưới gạch, tay cầm miếng giẻ lau mấy cái chưn tủ. Tay chú kéo qua kéo lại mà mắt nhắm hít, cái đầu gục lên gục xuống. Hổng thức khuya sao chú ngủ gục?

Chú Tám cười xòa:

- Thôi tao sợ cái miệng bây luôn!

Mợ Tư Tâm la con Ni chằn chằn vì mợ sợ nó lỡ dại ôm bầu. Bởi có lần mợ bắt gặp hai đứa đang hun nhau sau vườn chuối. Nhưng trong thâm tâm mợ cũng muốn tác hợp cho hai đứa nó sau này.

Trong thời gian gặt lúa, người nào cũng bận rộn từ hừng đông tới tối mịt. Làm không hở tay nên sau bữa cơm là lăn ra ngủ, không còn biết trời đất gì ráo. Mợ Tư vác cái bụng bầu tròn vo đi tới đi lui cả ngày, tới tối có khi hai bàn chưn sưng vù, mệt đứt hơi. Leo lên giường là mợ đánh một giấc no nê tới gà gáy canh một. Cậu Tư lấy cớ không muốn phá giấc ngủ của mợ nên tạm thời di tản lên ngủ nhà trên, cạnh phòng ông Cả. Phòng cậu mợ ở nhà ngang, nhà dưới cho người làm và nhà bếp. Sáng nào mợ cũng thức sớm nhứt rồi lệt bệt xuống nhà dưới, kêu con Ni dậy nhúm lửa nấu bữa sáng cho cả nhà và đám thợ gặt ăn dằn bụng.

Cậu Tư ngoài việc làng cũng lăng xăng ra đồng đôn đốc mọi người. Tối tối sau bữa cơm cậu cũng tham gia ăn chè với đám thợ gặt. Tài kể chuyện tiếu lâm của cậu được tán thưởng nhiệt liệt. Riêng lũ con trai mới lớn, còn khờ khạo về mục trai gái, được cậu ban cho những lời khuyên rất hữu ích. Kinh nghiệm tình trường của cậu chất cả bồ!

… Mùa gặt qua. Giạ lúa cuối cùng cũng đã được cho vô bồ. Đám thợ gặt sau khi lãnh tiền công hậu hỉ, ai về xứ nấy, trả lại sự yên tĩnh cho gia đình ông bà Cả. Nghỉ ngơi vài ngày rồi mọi người sẽ bắt tay vào mục làm bánh mứt và quết bánh phồng, lo cho cái Tết sắp đến…

Ông bà Cả có tới ba cô con dâu, mà cô nào cũng khéo léo. Tết là dịp cho các cô tranh tài. Thường thường năm nào Mợ Tư Tâm cũng ăn đứt mấy chị em dâu về mục này. Mứt bí sên đường xong trong vắt như miếng bạch ngọc. Mứt khoai lang thì màu hồng cam đẹp như san hô. Rồi có cả mứt me, mứt mãng cầu… thôi thì khách khứa tới chúc Tết ông bà Cả đều khen nức nở.

Bữa nay trăng tròn vành vạnh, đổ xuống vạn vật một thứ ánh sáng trong như thủy tinh, êm mát như nhung lụa. Cơm tối xong, cậu tư Tâm nói với mợ rằng cậu phải lại nhà ông Hương sư Mậu họp, chắc về trễ. Chuyện cậu Tư đi chơi sau bữa cơm tối là thường, nên mợ cũng không cần thắc mắc. Mợ chỉ nhắc cậu như thường lệ:

- Mình nhớ đừng nhậu nhẹt quá chén, rủi về dọc đường té bờ té bụi không ai hay rồi mang họa.

Cậu Tư trấn an vợ:

- Anh biết rồi. Mình cứ yên tâm ngủ ngon. Đừng lo, anh họp chút xíu về liền.

Đang ngủ say, mợ Tư chợt giựt mình tỉnh dậy vì hình

như có ai đang khều. Định hồn nhìn kỹ té ra con Ni. Mợ định mở miệng hỏi thì nó ra hiệu biểu đừng lên tiếng, rồi kề tai nói thì thào:

- Cô Sáu – con nhỏ kêu theo thứ của mợ Tâm lúc còn con gái – theo con xuống nhà dưới liền. Dượng Sáu đang ở trong buồng chị Hà.

Nghe tới đây mợ Tư bật dậy như bị điện giụt. Miệng há hốc nói không nên lời. Con Ni thì thào tiếp:

- Hồi nãy con thức dậy đi tiểu. Ngang buồng chị Hà nghe có tiếng nói chuyện nho nhỏ. Con tưởng anh Ban nên áp tai vô vách lắng nghe. Té ra tiếng của dượng Sáu. Con lật đật lên kêu cô. Cô nhớ đừng để cho dượng biết là con cho cô hay, không thì chết con đó.

Mợ Tư nói thôi mầy về buồng trước đi rồi tao xuống. Nhưng trước khi xuống, mợ cầm cái đèn trứng vịt đi kiếm cây chổi lông gà. Mợ nhè nhẹ mở cửa buồng rồi bất thần vén mùng lên. Chu mẹt ơi, dưới ánh trăng sáng lồng lộng từ cửa sổ hắt vô, bộ ngực trần của cô Hà trắng nhễ nhại. Lại còn gối đầu trên cánh tay cậu Tư, mái tóc huyền xổ tung coi mười phần gợi cảm. Máu ghen tràn ứ cổ, mợ Tư tay vừa quất túi bụi, miệng rít lên :

- Đồ gian phu dâm phụ. Dám dở trò khốn nạn trong nhà này. Cho mấy người giỏi hú hí nè…

Cậu Tư vừa đỡ đòn cho tình nhân, vừa nhảy xuống giường, a lại ôm mợ Tư cứng ngắt:

- Thôi mà mình… Thôi mà mình…

Rồi quay qua phía cô Hà đang ngồi chết trân trong góc giường, tay kéo hai vạt áo cố che bộ ngực trần đang phập phồng vì quá sợ hãi! Cậu la lên:

- Trời ơi chạy lẹ đi. Còn ngồi đó làm chi nữa!

Cô ta như chợt tỉnh, phóng xuống giường, chạy một mạch ra cửa sau rồi biến dạng trong đêm tối. Bây giờ con Ni mới lò dò bước vô, làm như vừa thức giấc. Lúc đó cậu Tư mới dám buông mợ ra. Mợ bật lên khóc nức nở. Kể lể bù lu bù loa, mắng cậu lòng lang dạ sói, mặt người lòng thú v.v. và v.v…

Cậu không ngớt vuốt ve năn nỉ. Nhưng cậu càng nói mợ càng sôi máu la lớn thêm. Trên nhà ông bà Cả nghe ồn ào cũng lật đật xuống coi có chuyện gì. Chừng nghe mợ Tư kể đầu đuôi, ông Cả nổi tam bành, kêu cậu Tư theo ông lên nhà trên "làm việc"! Bà Cả ở lại khuyên nhủ mợ Tư. Khuyên một hồi mà thấy con dâu cứ "ngoan cố" khóc lóc mãi, bà đâm bực mình, phán cho một câu xanh dờn:

- Ối bây khóc chi cho mệt. Đàn ông dù năm thê bảy thiếp cũng có hao mòn gì đâu mà sợ? Nó chơi chán rồi cũng mò dìa với vợ cái con cột, lo cái gì chớ? Mà cũng tại bây, hồi đầu tao đã nói con đó hổng giống dân đi ở đợ mà bây hổng chịu tin. Ni đâu, dẫn cô mầy lên phòng nghỉ.

Mợ Tư đang khóc nỉ non chợt nín ngang vì quá đỗi ngạc nhiên! Mợ có sợ hao mòn cái gì đâu chớ? Bằng cớ là những lần mèo chuột trước, mợ chỉ to nhỏ với cậu trong phòng ngủ của hai vợ chồng mà thôi. Nhưng lần này cậu quá quắt, dám dắt nhân tình về tận nhà gạt mợ. Vậy cậu còn coi mợ ra cái thể thống gì nữa?! Tội lỗi đã sờ sờ ra đó mà bà già còn binh! Mợ ấm ức không nói không rằng, đi một nước lên nhà ngang, vô buồng đóng chặt cửa… khóc tiếp. Gần sáng mệt quá mới thiếp đi…

Sáng hôm sau mợ sai con Ni tom góp mớ quần áo của con "dâm phụ", mà hồi hôm ăn mấy chổi lông gà, sợ quá bỏ của chạy lấy người, đưa cho mợ. Cầm bọc quần áo, mợ Tư hầm hầm đi tới nhà cô hai Trâm. Bà này đoán biết thế nào dông tố cũng tới, nên đã sẵn sàng trong tư thế… ứng chiến.

Mợ Tư liệng bọc đồ cái bịch xuống chiếc chõng tre, rồi đưa cặp mắt toé lửa nhìn cô hai:

- Sao chị dám dẫn con quỉ cái đó tới gạt tui? Tui làm mích lòng chị chuyện gì mà chị nỡ nhẫn tâm hại tui như vậy, chị nói đi!

Cô hai Trâm chắp tay năn nỉ, giọng đầy nước mắt:

- Tại cậu Tư dẫn cổ tới nhờ tui nói vậy, chớ có ăn gan trời tui cũng hổng dám tự ý gạt mợ đâu. Bị mang ơn cậu mấy lần giúp tiền đóng giấy thuế thân cho ông nhà tui nên thiệt khó lòng từ chối đó mợ. Mợ mở lượng hải hà tha lỗi cho tui lần này, tui thề không bao giờ dám tái phạm…

Cô hai nói tới đây bèn đưa chéo khăn rằn đỏ bình thường dùng để lau cổ trầu, lên chặm chặm cặp mắt đỏ hoe.

Mợ Tư đã mềm lòng, nhưng còn cố gằn giọng:

- Bây giờ chị giấu con quỉ cái đó ở đâu?

Cô hai Trâm lật đật nói:

- Chèn ơi, tối hôm qua khuya lơ khuya lắc nó tới đây đập cửa. Tui thấy điệu bộ hớt hơ hớt hãi của nó là biết chuyện đã đổ bể. Sáng nay gà mới gáy canh một là tui đã kêu ông nhà tui lấy xuồng chở nó xuống chợ Cao Lãnh rồi. Ứ hự, thiệt khi không lãnh nợ giữa đường!

Biết nói thêm cũng vô ích, mợ Tư ra về, lòng nặng trĩu ưu phiền. Mợ không hiểu sao ông Tơ, bà Nguyệt cắc cớ gì mà se duyên cho mợ với một ông chồng quá đỗi bay bướm như vậy? Mà ngặt nỗi với cái miệng dẻo quẹo như kẹo mạch nha, ngọt như đường phèn cộng với cái tài nịnh hót thần sầu của cậu, mợ không thể nào giận lâu được! Tuy lần nào phạm lỗi cậu cũng thề nặng: "Anh mà tái phạm cho Bà Chúa Xứ vật anh hộc máu, chết không nhắm mắt, không toàn thây…" Mợ đâu có muốn cậu chết… yểu, bỏ mợ bơ vơ một mình, nên lật đặt bịt miệng cậu lại, rồi nói giọng yếu xìu:

- Thôi mình đã biết lỗi em tha. Từ đây nhớ đừng làm em giận nữa đó.

Dĩ nhiên là cậu đưa cả hai tay lên trời thề một cách rất chân thành, rất tha thiết. Nhưng một thời gian sau, cậu lại quên mất lời thề độc (có gì lạ? một nhà tư tưởng lớn, sau nhiều năm "nghiên kíu" đã đi đến kết luận: loài người là một giống rất mau quên!). Cậu vẫn thường tuyên bố với bạn bè rằng tui là một Phật tử thuần thành mà. Đức Phật dạy chúng ta phải thương người như thể thương thân. Ai thương mình mình không thương lại ắt… mang tội!

Mợ Tư thở dài não nuột. Trong thâm tâm mợ biết cái màn bi hài kịch trên sẽ lại tái diễn và sẽ còn tái diễn dài dài. Cũng bởi, một là mợ thương quá là thương cái tên chồng mất nết đó, hai nữa cái chuyện con gái lộn nài bẻ ống, bỏ chồng về nhà cha mẹ ruột coi… hổng có đặng! Cho tá túc vài ngày rồi cha mẹ mợ cũng sẽ xỏ mũi cô con gái "dẫn độ" về trả lại bên chồng, kèm theo một núi quà cáp. Chưa kể cái màn háy nguýt của bà mẹ chồng cũng… nhức nhối như bị kim đâm! Đối với bà Cả, đàn ông năm thê bảy thiếp là thường. Hồi xưa bà đã từng phải chấp nhận vài đứa con ngoại hôn của ông Cả. Rồi có chết ai đâu?

Hy vọng một ngày nào đó, cậu mỏi gối chồn chân, chán cái mục trăng hoa, quay về với mợ vĩnh viễn. Ôi thân gái mười hai bến nước. Mợ lỡ rơi vào bến đục thì đành chấp nhận thương đau! Má ruột mợ đã từng khuyên:

- Đàn ông năm bảy lá gan. Lá ở cùng vợ lá toan cùng người… Thôi con rán ngọt ngào với nó. Làm dữ quá nó chán, bỏ đi luôn thì mất cả chì lẫn chài!

Suy nghĩ lan man về tới nhà hồi nào không hay. Y như mợ dự đoán, vừa bước vô buồng là cậu Tư đã a thần phù ôm mợ vô lòng, miệng mở máy:

- Mình ơi cho anh xin lỗi. Tía la anh một trận kinh thiên động địa rồi. Anh hối hận lắm. Anh thề với mình nếu tái phạm…

Mới nghe tới cái điệp khúc này, mợ Tư vội vàng bịt miệng cậu:

- Thôi làm ơn tắt dùm cái dĩa hát rè này đi. Tui thuộc lòng hết bài bản của mấy người rồi! Nhiêu đó đồ đi đồ lại hoài bộ hổng chán hả?

Cậu Tư cười mơn:

- Vậy mình tha lỗi cho anh nghe mình. Anh hứa từ nay…

Mợ Tư thở dài đánh sượt, tỏ dấu chán nản tới cùng cực:

- Làm ơn đừng thề cũng đừng hứa. Tui không muốn bán lúa giống đâu!

Mợ cố vùng ra khỏi lòng cậu. Nhưng phần cái bụng lớn cồng kềnh, khó xoay trở, phần đôi tay rắn chắc của cậu cứ nhứt định ôm mợ khít rịt, mợ không tài nào thoát ra được. Rồi những lời rủ rỉ rù rì bên tai, cùng với những nụ hôn, những mơn trớn đầy kinh nghiệm của cậu khiến mợ Tư dần dần cảm thấy từ tâm hồn tới thể xác mềm dần… mềm dần và cuối cùng, một lần nữa mợ lại thua một cách thảm hại trước ông chồng có tới năm bảy lá gan này! Mợ khép hờ đôi mi, thở ra: Cũng tại kiếp trước mình tu quá lố!

Tiểu Thu

TIỂU TỬ

Tên thật Võ Hoài Nam, sanh năm 1930, quê Gò Dầu (Tây Ninh), tốt nghiệp trường kỹ sư Marseille (Pháp) năm 1955, dạy trung học Petrus Ký niên khóa 1955-1956, làm việc cho hãng Shell VN từ 1956 đến ngày mất nước. Vượt biên rồi định cư ở Pháp từ năm 1979. Trước 1975, ông đã dùng bút hiệu Tiểu Tử khi phụ trách mục biếm văn "Trò Đời" của nhật báo *Tiến.*

Tác phẩm đã xuất bản:
- *Những Mảnh Vụn* (Tuyển tập 19 truyện ngắn, Làng Văn Canada, 2004)
- *Bài Ca Vọng Cổ* (14 truyện ngắn, 2006)
- *Chị Tư Ù* (truyện ngắn, phiếm và tạp văn, Tác giả xuất bản, 2012)
- *Chuyện Thuở Giao Thời* (truyện ngắn, phiếm và biếm họa, TGXB, 2014)

Bài ca vọng cổ

Tôi vượt biên một mình rồi định cư ở Pháp. Năm đó tôi mới 49 tuổi, vậy mà đi tìm việc làm đến đâu người ta cũng chê là tôi già! Vì vậy, một hôm, khi chải tóc, tôi nhìn kỹ tôi trong gương. Tôi bỗng thấy ở đó có một người có vẻ như quen nhưng thật ra thì rất lạ: mắt sâu, má hóp, mặt đầy nếp nhăn trên trán, ở đuôi mắt, ở khóe môi, mái tóc đã ngả bạc cắt tỉa thô sơ như tự tay cắt lấy. Từ bao lâu nay tôi không để ý, bây giờ soi gương vì bị chê già, tôi mới thấy rằng tôi của hồi trước "Cách mạng thành công" và tôi của bây giờ – nghĩa là chỉ sau có mấy năm sống dưới chế độ gọi là ưu việt – thật không giống nhau chút nào hết. Tôi già thiệt, già trước tuổi. Cho nên, tôi nhìn tôi không ra. Từ đó, mỗi ngày tôi… tập nhìn tôi một lần, nhìn kỹ, cho quen mắt!

Một người bạn làm việc lâu năm ở Côte d'Ivoire (Phi châu) hay tin tôi đã qua Pháp và vẫn còn thất nghiệp, bèn giới thiệu tôi cho Công ty Đường mía của Nhà nước. Không biết anh ta nói thế nào mà họ nhận tôi ngay, còn gửi cho tôi vé máy bay nữa!

Xưa nay, tôi chưa từng quen một người da đen gốc Phi châu nào hết. Và chỉ có vài khái niệm thô sơ về vùng Phi châu da đen như là: ở đó nóng lắm, đất đai còn nhiều nơi hoang vu, dân chúng thì da đen thùi lùi, tối ngày chỉ thích vỗ trống, thích nhảy tưng tưng v.v… Vì vậy, tôi hơi… ngán. Nhưng cuối cùng rồi tôi quyết định qua xứ da đen để làm việc, danh dự hơn là ở lại Pháp để tháng tháng vác mặt Việt Nam đi xin trợ cấp đầu nọ, đầu kia…

Nơi tôi làm việc tên là Borotou, một cái làng nằm cách thủ đô Abidjan gần 800km! Vùng này toàn rừng là rừng. Không phải là rừng rậm rì cây cao chớn chở như ở Việt Nam. Rừng ở đây cây thấp lưa thưa, thấp thấp cỡ mươi, mười lăm thước… coi khô hóc. Không có núi non, chỉ có một vài đồi trũng, nhưng đồi không cao và trũng không sâu…

Nhà nước phá rừng trồng mía. Ruộng mía ngút ngàn! Nằm ở trung tâm là khu nhà máy, khu cơ giới, khu hành chánh, khu cư xá, v.v… Khu này cách khu kia cỡ vài cây số.

Muốn về thủ đô Abidjan, phải lái xe hơi chạy theo đường mòn xuyên rừng gần ba chục cây số mới ra tới đường cái tráng nhựa. Từ đó chạy đi Touba, một quận nhỏ với đông đảo dân cư. Từ đây, lấy máy bay Air Afrique về Abidjan, mỗi ngày chỉ có một chuyến.

Phi trường Touba nhỏ xíu, chỉ có một nhà ga xây cất sơ sài và một phi đạo làm bằng đất đỏ, mỗi lần máy bay bay lên đáp xuống là bụi bay… đỏ trời!

Tôi hơi dài dòng ở đây để thấy tôi đi "làm lại cuộc đời" ở một nơi hoang vu hẻo lánh mà cảnh trí thì chẳng có gì hấp dẫn hết! Thêm vào đó, tôi là người Á Đông duy nhứt làm việc chung với Tây trắng (chỉ có năm người) và Tây đen (đông vô số kể). Ở đây, thiên hạ gọi tôi là "le chinois"– thằng Tàu – Suốt ngày, suốt tháng tôi chỉ nói có tiếng Pháp. Cho nên, lâu lâu thèm quá, tôi soi gương rồi… nói chuyện với tôi bằng tiếng Việt, trông giống như thằng khùng! Chưa bao giờ tôi thấy tôi cô đơn bằng những lúc tôi đối diện tôi trong gương như vậy.

… Một hôm, sau hơn tám tháng "ở rừng", tôi được gọi về Abidjan để họp (Đây là lần đầu tiên được về thủ đô!). Anh tài xế đen đưa tôi ra Touba. Chúng tôi đến phi trường lối một giờ trưa. Sau khi phụ tôi gửi hành lý, anh tài xế đưa tôi vào phòng đợi, nói:

- Tôi ra ngủ trưa ở trong xe. Chừng Patron (ông chủ) đi được rồi tôi mới về.

Ở xứ đen, họ dùng từ "Patron" để gọi ông chủ, ông sếp,

người có địa vị, có tiền, người mà họ nể nang v.v... Nghe quen rồi, chẳng có gì chói lỗ tai hết! Tôi nói:

- Về đi! Đâu cần phải đợi!

Hắn nhăn răng cười, đưa hàm răng trắng toát:

- Tại Patron không biết chớ ở đây lâu lâu họ lại hủy chuyến bay vào giờ chót, nói tại máy bay ăn-banh ở đâu đó. Máy bay cũng như xe hơi vậy, ai biết lúc nào nó nằm đường!

Rồi hắn đi ra xe. Tôi ngồi xuống một phô-tơi, nhìn quanh: hành khách khá đông, nhiều người ngồi với một số hành lý như thùng cạc-tông, bao bị, va ly, v.v... Không phải họ không biết gửi hành lý, nhưng vì những gì họ đã gửi đã đủ số ký lô dành cho mỗi hành khách, nên số còn lại họ... xách tay, cho dầu là nhiều món vừa nặng vừa cồng kềnh!

Không khí nóng bức. Mấy cái quạt trần quay vù vù, cộng thêm mấy cây quạt đứng xoay qua xoay lại, vậy mà cũng không đủ mát. Thiên hạ ngủ gà ngủ gật, tôi cũng ngả người trên lưng ghế, lim dim...

Trong lúc tôi thiu thiu ngủ thì loáng thoáng nghe có ai ca vọng cổ. Tôi mở mắt nhìn quanh rồi thở dài, nghĩ: "Tại mình nhớ quê hương xứ sở quá nên trong đầu nghe ca như vậy". Rồi lại nhắm mắt lim dim... Lại nghe vọng cổ nữa. Mà lần này nghe rõ câu ngân nga trước khi "xuống hò": "Mấy nếp nhà tranh ẩn mình sau hàng tre rũ bóng... đang vươn lên ngọn khói... á... lam... à... chiều..."

Đúng rồi! Không phải ở trong đầu tôi, mà rõ ràng có ai ca vọng cổ ngoài kia. Tôi nhìn ra hướng đó, thấy xa xa dưới lùm cây dại có một người đen nằm võng. Và chỉ có người đó thôi. Lạ quá! Người đen đâu có nằm võng. Tập quán của họ là nằm một loại ghế dài bằng gỗ cong cong. Ngay như loại ghế bố thường thấy nằm dưới mấy cây dù to ở bãi biển... họ cũng ít dùng nữa.

Tò mò, tôi bước ra đi về hướng đó để xem là ai vừa ca vọng cổ lại vừa nằm võng đong đưa. Thì ra là một anh đen còn trẻ, còn cái võng là loại võng nhà binh của quân đội Việt Nam Cộng Hòa hồi xưa.

Tôi nói bằng tiếng Pháp:

- Bonjour!

Anh ta ngừng ca, ngồi dậy nhìn tôi mỉm cười, rồi cũng nói "Bonjour". Tôi hỏi, vẫn bằng tiếng Pháp:

- Anh hát cái gì vậy?

Hắn đứng lên, vừa bước về phía tôi vừa trả lời bằng tiếng Pháp:

- Một bài ca của Việt Nam. Còn ông? Có phải ông là le chinois làm việc cho hãng đường ở Borotou không?

Tôi trả lời, vẫn bằng tiếng Pháp:

- Đúng và sai! Đúng là tôi làm việc ở Borotou. Còn sai là vì tôi không phải là người Tàu. Tôi là người Việt Nam.

Bỗng hắn trợn mắt có vẻ vừa ngạc nhiên, vừa mừng rỡ, rồi bật ra bằng tiếng Việt, giọng đặc sệt miền Nam, chẳng có một chút lơ lớ:

- Trời ơi!… Bác là người Việt Nam hả?

Rồi hắn vỗ lên ngực:

- Con cũng là người Việt Nam nè!

Thiếu chút nữa là tôi bật cười. Nhưng tôi kìm lại kịp, khi tôi nhìn gương mặt rạng rỡ vì sung sướng của hắn. Rồi tôi bỗng nghe một xúc động dâng tràn lên cổ. Thân đã lưu vong, lại "trôi sông lạc chợ" đến cái xứ "khỉ ho cò gáy" này mà gặp được một người biết nói tiếng Việt Nam và biết nhận mình là người Việt Nam, dù là một người đen, sao thấy quý vô cùng. Hình ảnh của quê hương như đang ngời lên trước mặt…

Tôi bước tới bắt tay hắn. Hắn bắt tay tôi bằng cả hai bàn tay, vừa lắc vừa nói huyên thiên:

- Trời ơi!… Con mừng quá! Mừng quá! Trời ơi!… Bác biết không? Bao nhiêu năm nay con thèm gặp người Việt để nói chuyện cho đã. Bây giờ gặp bác, thiệt… con mừng "hết lớn" bác à!

Rồi hắn kéo tôi lại võng:

- Bác nằm đi! Nằm đi!

Hắn lại đống gạch "bờ-lóc" gần đó lấy hai ba viên kê bên cạnh võng rồi ngồi lên đó, miệng vẫn không ngừng nói:

- Con nghe thiên hạ nói ở Borotou có một người Tàu. Con đâu dè là bác. Nếu biết vậy con đã phóng Honda vô trỏng kiếm bác rồi! Đâu đợi tới bây giờ…

Hắn móc gói thuốc, rút lòi ra một điếu, rồi đưa mời tôi:

- Mời bác hút với con một điếu.

Hắn đưa gói thuốc về phía tôi, mời bằng hai tay. Một cử chỉ mà từ lâu tôi không còn nhìn thấy. Một cử chỉ nói lên sự kính trọng người trưởng thượng. Tôi thấy ở đó một "cái gì" rất Việt Nam.

Tôi rút điếu thuốc để lên môi. Hắn chẹt quẹt máy, đưa ngọn lửa lên đầu điếu thuốc, một tay che che như trời đang có gió. Tôi bập thuốc rồi ngạc nhiên nhìn xuống cái quẹt máy. Hắn nhăn răng cười:

- Bác nhìn ra nó rồi hả?

Tôi vừa nhả khói thuốc vừa gật đầu. Đó là loại quẹt máy Việt Nam, nho nhỏ, dẹp lép, đầu đít có nét cong cong. Muốn quẹt phải lấy hẳn cái nắp ra chớ nó không dính vào thân ống quẹt bằng một bản lề nhỏ như những quẹt máy ngoại quốc. Hắn cầm ống quẹt, vừa lật qua lật lại vừa nhìn một cách trìu mến:

- Của ông ngoại con cho đó! Ổng cho, hồi ổng còn sống lận.

Rồi hắn bật cười:

- Hồi đó ổng gọi con bằng "thằng Lọ Nồi".

Ngừng một chút rồi tiếp:

- Vậy mà ổng thương con lắm à bác!

Hắn đốt điếu thuốc, hít một hơi dài rồi nhả khói ra từ từ. Nhìn cách nhả khói của hắn tôi biết hắn đang sống lại bằng nhiều kỷ niệm... Tôi nói:

- Vậy là cháu lai Việt Nam à?

- Dạ. Má con quê ở Nha Trang.

- Rồi má cháu bây giờ ở đâu?

Giọng của hắn như nghẹn lại :

- Má con chết rồi. Chết ở Nha Trang hồi Việt Cộng vô năm 1975.

- Còn ba của cháu?

- Ổng hiện ở Paris. Tụi này nhờ có dân Tây nên sau 1975 được hồi hương. Con đi quân dịch cho Pháp xong rồi, về đây ở với bà nội. Con sanh ra và lớn lên ở Sài Gòn, về đây, buồn thúi ruột thúi gan luôn!

Tôi nhìn hắn một lúc, cố tìm ra một nét Việt Nam trên con người hắn. Thật tình, hắn không có nét gì lai hết. Hắn lớn con, nước da không đến nỗi đen thùi lùi như phần đông dân chúng ở xứ này, nhưng vẫn không có được cái màu cà phê lợt lợt để thấy có chút gì khác khác. Tóc xoắn sát da đầu, mắt lồi môi dày...

Tôi chợt nói, nói một cách máy móc:

- Thấy cháu chẳng có lai chút nào hết!

Hắn nhìn thẳng vào mắt tôi, giọng nghiêm trang:

- Có chớ bác. Con có lai chớ bác.

Hắn xòe hai tay đưa ra phía trước, lật qua lật lại:

- Bên nội của con là nằm ở bên ngoài đây nè.

Rồi hắn để một tay lên ngực, vỗ nhè nhẹ về phía trái tim:

- Còn bên ngoại của con, nó nằm ở bên trong. Ở đây, ở đây nè bác.

Bỗng giọng hắn nghẹn lại:

- Con lai Việt Nam chớ bác!

Trong khoảnh khắc, tôi xúc động đến quên mất màu da đen của hắn, mà chỉ thấy trước mặt tôi, một thanh niên Việt Nam, Việt Nam từ cử chỉ tới lời lẽ nói năng. Tôi với tay vỗ nhẹ lên vai hắn mấy cái, gật đầu nói:

- Ờ! Bác thấy. Bây giờ thì bác thấy…

Hắn mỉm cười:

- Ở đây người ta nói con không giống ai hết, bởi vì con hành động cư xử, nói năng không giống họ. Bà nội con cũng nói như vậy nữa! Còn con thì mỗi lần con nhìn trong kiếng, con vẫn nhận ra con là người Việt Nam. Bác coi có khổ không?

Rồi nó nhìn tôi, một chút trìu mến dâng lên trong ánh mắt:

- Bây giờ con gặp bác rồi, con thấy không còn cô đơn nữa. Gặp một người giống mình, ở cái xó xa xôi hẻo lánh này, thiệt là Trời còn thương con quá!

Tôi im lặng nghe hắn nói, nhìn hắn nói mà có cảm tưởng như hắn đang nói cho cả hai: cho hắn và cho tôi. Bởi vì cả hai cùng một tâm trạng…

Hắn vẫn nói, như hắn thèm nói từ lâu:

- Nhớ Sài Gòn quá nên con hay ca vọng cổ cho đỡ buồn. Hồi nãy bác lại đây là lúc con đang ca bài "Đường về quê ngoại" đó bác.

- Bác không biết ca, nhưng bác rất thích nghe vọng cổ.

Giọng nói của hắn bỗng như hăng lên:

- Vọng cổ là cái chất của miền Nam mà bác. Nó không có lai Âu lai Á gì hết. Nó có cái hồn Việt Nam cũng như cá kho tộ, tô canh chua. Bác thấy không? Bởi vậy, không có gì nhắc cho con nhớ Việt Nam bằng bài ca vọng cổ hết.

- Bác cũng vậy.

Tôi nói, mà thầm phục sự hiểu biết sâu sắc của hắn. Và tôi thấy rất vui khi có một người như vậy để chuyện trò từ đây về sau… Có tiếng máy bay đang đánh một vòng trên trời. Chúng tôi cùng đứng lên, hắn nói:

- Nó tới rồi đó. Con phải sửa soạn xe trắc-tơ và rờ-mọt để lấy hành lý. Con làm việc cho hãng Air Afrique, bác à.

Rồi hắn nắm tay tôi lắc mạnh:

- Thôi, bác đi mạnh giỏi. Con tên là Jean. Ở đây ai cũng biết "Jean le vietnamien" hết. Chừng về bác ghé con chơi, nghen.

Bỗng, hắn ôm chầm lấy tôi siết nhẹ, rồi giữ như vậy không biết bao nhiêu lâu. Tôi nghe giọng hắn lạc đi:

- Ghé con nghe bác… Ghé con…

Tôi không còn nói được gì hết. Chỉ vừa gật gật đầu, vừa vỗ vỗ vào lưng hắn như vỗ lưng một người con…

Khi hắn buông tôi ra, tôi thấy hai má của hắn ướt nước

mắt. Tôi vội vã quay đi, lầm lũi bước nhanh nhanh về nhà ga mà nghĩ thương cho "thằng Jean le vietnamien". Hồi nãy, nó ôm tôi, có lẽ nó đã tưởng tượng như là nó đang ôm lại được một góc trời quê mẹ…

… Trên máy bay, tôi miên man nghĩ đến "thằng Jean" rồi tự hứa sẽ gặp lại nó thường. Để cho nó bớt cô đơn. Và cũng để cho tôi bớt cô đơn nữa!

* * *

Bây giờ, viết lại chuyện thằng Jean mà tôi tự hỏi: "Trong vô số người Việt Nam lưu vong hôm nay, còn được bao nhiêu người khi nhìn trong gương vẫn nhận ra mình là người Việt Nam?", "Và có được bao nhiêu người còn mang trong lòng bài ca vọng cổ, để thấy hình ảnh quê hương vẫn còn nằm nguyên trong đó?".

Tiểu Tử

 **TÔ THÙY YÊN**

Tên thật Đinh Thành Tiên. Sinh năm 1938 tại Gò Vấp, Gia Định.

Theo học Đại Học Văn Khoa. Dạy học, làm báo.

Sĩ quan QLVNCH, ngành Chiến Tranh Chính Trị. Cấp bậc cuối cùng: Thiếu tá.

Chức vụ cuối cùng: Trưởng Phòng Văn Nghệ/ Cục Tâm Lý Chiến.

Sau 30-4-1975, đi học tập cải tạo 10 năm. Cuối năm 1988 bị bắt lần thứ hai, bị cầm tù khoảng vài tháng vì tội vượt biên. Nam 1991 bị bắt lần thứ 3 với các tội danh: Sáng tác thơ văn chống chế độ xã hội chủ nghĩa, hoạt động gián điệp, âm mưu lật đổ chính quyền… Tổng cộng ba lần đã ởtù 13 năm. Cuối năm 1993, cùng gia đình đến Hoa Kỳ theo diện Tù Nhân Chính Trị. Tái định cư tại Saint Paul, Minnesota.

Thành viên của tạp chí *Sáng Tạo*.

Cộng tác với một số tạp chí tại hải ngoại: *Hợp Lưu, Thế Kỷ 21, Văn Học…*

Tác phẩm đã xuất bản:
- *Tuyển Tập Thơ Tô Thuỳ Yên* (Đức 1994; Minnesota Hoa-Kỳ, 1995; Kẻ Sĩ tái bản, Hoa-kỳ, 2018)
- *Thắp Tạ* (An Tiêm, Hoa Kỳ, 2004)

Anh hùng tận

Dựng súng trường, cởi nón sắt
Đơn vị dừng quân trọn buổi chiều
Trọn buổi chiều, ta nhậu nhẹt
Mồi chẳng bao nhiêu, rượu rất nhiều

Đây ngã ba sông, làng sát nước
Xuồng ba lá đậu kế chân bàn
Trời mới tạnh mưa còn thấp ướt
Lục bình, mây mỏi chuyến lang thang

Mấy kẻ gặp nhau nào có hẹn
Nên gặp nhau không giấu nỗi mừng
Ta gạn dăm ba lời tặng bạn
Dẫu từ lâu bỏ việc văn chương

Thiệt tình tên bạn ta không nhớ
Nhưng mà trông mặt thấy quen quen
Hề chi, ta uống cho say đã
Nào có ra gì một cái tên…

Tới đây toàn những tay hào sĩ
Sống chết không làm thắt ruột gan
Cũng không ai nhắc gì thân thế
Có vợ con mà như độc thân

Bạn hỏi thăm ta cho có lệ
Cuộc đời binh nghiệp. Ta cười bung:
Còn mươi tháng nữa lên trung úy
Có thể ngày mai chửa biết chừng…

Mặt bạn, mặt ta còn trắng cả
Như mặt trời chiều mới tạnh mưa
Tiếng hò mời dzô, dzô tở mở
Mũi thủy triều chừng cũng dạt ra

Phía phía rừng tràm xanh mịt mịt
Sông không bờ, trời cũng không chân
Người thuở trước tìm vàng khẩn đất
Tiêu xác thân, để lại oan hồn

Ngày nay, ta bạn đến đây nữa
Đất thì không khẩn, vàng không tìm…
Đạn nhủ ta: đừng hỏi khó
Uống mất ngon vì chuyện loạn tâm

Ta chắt cho nhau giọt rượu sót
Tưởng đời sót chút thiếu niên đây
Giờ cất quân, đưa tay bắt
Ước cõi âm còn gặp để say.

Tàu đêm

Tàu đi. Lúc đó, đêm vừa mỏi
Lúc đó, sao trời đã ngủ mê
Tàu rú. Sao ơi, hãy thức dậy
Long lanh muôn mắt tiễn tàu đi

Thức dậy, những ai còn sống đó
Nhìn ra nhớ lấy phút giây này
Tàu đi như một cơn dông lửa
Cuồn cuộn sao từ ống khói bay

Cảnh vật mơ hồ trong bóng đêm
Dàn ra một ảo tượng im lìm
Ủ ê những ngọn đèn thưa thớt
Sáng ít làm đêm tối tối thêm

Bến cảng, nhà kho, những dạng cây…
Chưa quen mà đã giã từ ngay
Dẫu sao cũng một lần tan hợp
Chớ tiếc nhau vài cái vẫy tay

Toa nêm lúc nhúc hồn oan khốc
Đèn bão mờ soi chẳng rõ ai
Ta gọi rụng rời ta thất lạc
Ta còn chẳng đủ nửa ta đây

Người bạn đường kia chắc chẳng ngủ
Thành tàu sao chẳng vỗ mà ca?
Mai này xô giạt về đâu nữa
Đất lạ ơi, đừng hắt hủi ta!

Đất lạ, người ta sống thế nào
Trong lòng có sáng những trăng sao

Có buồn bã lúc mùa trăn trở
Có xót thương người qua biển dâu?

Tàu đi như một cơn điên đảo
Sắt thép kinh hoàng va đập nhau
Ta tưởng chừng nghe thời đại động
Xô đi ầm ĩ một cơn đau

Ngồi đây giữa những phân cùng bụi
Trong chuyển đời xung xát bạo tàn
Ta trở thành than, thành súc vật
Tiếng người e cũng đã quên ngang

Ta nghe rêm nhói thân tàn rạc
Các thỏi xương lìa đụng chõi nhau
Nghe cả hồn ta bị cán nghiến
Trên đường lịch sử sắt tuôn mau

Dường như ta chợt khóc đau đớn
Lệ nóng cường toan cháy ruột gan
Lệ chảy không ra ngoài khóe mắt
Nghẹn ngào đến cả tiếng than van

Giá ta có được một hơi thuốc
Dẫu chỉ là hơi thuốc mốc thôi
Để phả cho hồn ấm tỉnh lại
Để nghe còn sự sống trên môi

Ta nhớ dăm ba hình ảnh cũ
Lờ mờ như nhớ lại tiền thân
Đời ta khi trước vui vầy thế
Bỗng thảm thương nghìn nỗi ngói tan

Đem thân làm gã tù lưu xứ
Xí xóa đời ta với đất trời

Ngàn dặm lìa tan tình cố cựu
Bàng hoàng thân thế cụm mây trôi

Đã mấy năm nay quằn quại đói
Thèm ăn như đứa trẻ con nghèo
Mẹ ơi, con nhớ thời thơ dại
Nhớ miếng ăn mà mẹ chắt chiu

Liệu còn một bữa cơm đầm ấm
Bên ánh đèn đoàn tụ vợ con
Chia sẻ chút tình cay mặn cũ
Miếng không ngon cũng lấy làm ngon

Tàu đi khoan xoáy sâu đêm thép
Tiếng nghiến ghê người, thác lửa sa
Lịch sử dường như rất vội vã
Tàu không đỗ lại các ga qua

Ô những nhà ga rất cổ xưa
Dường như ta đã thấy bao giờ
Đến nay người giữ ga còn đứng
Đèn bão đong đưa chút sáng mờ

Tàu qua những ruộng đồng châu thổ
Hiu hắt làng xa mấy chấm đèn
Đêm ở nơi đây buồn lặng lặng
Cái buồn trải nặng mặt bằng đen

Hỡi cô con gái trăng mười bốn
Đêm có nằm mơ những hội xuân
Đời có chăng lần cam dối mẹ
Nhớ thương nào giấu thắm vành khăn?

Có lúc tàu qua những chiếc cầu
Sầm sầm những nhịp động đều nhau

Dưới kia con nước còn thao thức
Bát ngát dềnh lên bãi sậy sầu

Có lúc tàu qua những thị trấn
Mà đêm đã gói lại im lìm
Tàu qua âu cũng là thông lệ
Nên chẳng ai buồn hé cửa xem

Ôi, những nỗi sầu vô dạng ấy
Gọi ta về với những đêm vui…
Ở đâu đèn sáng như châu ngọc
Đường phố người chen chúc nói cười

Ở đâu mộng ảo vườn sao tụ
Yến tiệc bày trong những khóm cây
Ta rót mừng em ly rượu đỏ…
Mà thôi, chớ nhớ nữa, lòng ơi

Mà thôi, hãy nuốt lệ còn nghẹn
Tỉnh thức, lòng ơi, nhìn tận tường
Thời đại đang đi từng mảng lớn
Rào rào những cụm khói miên man

Người bạn đường kia chắc vẫn thức
Mong tàu đi đến chỗ đêm tan
Có nghe lịch sử mài thê thiết
Cho sáng lên đời đã rỉ han

Tàu ơi, hãy kéo còi liên tục
Cho tiếng rền vang dậy địa cầu
Lay động những tầng mê sảng tối…
Loài người, hãy thức, thức cùng nhau.

1980

Ta về

Tiếng biển lời rừng nao nức giục
Ta về cho kịp độ xuân sang.

Ta về – một bóng trên đường lớn.
Thơ chẳng ai đề vạt áo phai…
Sao vẫn nghe đau mềm phế phủ?
Mười năm, đá cũng ngậm ngùi thay.

Vĩnh biệt ta-mười-năm chết dấp
Chốn rừng thiêng im tiếng nghìn thu.
Mười năm, mặt sạm soi khe nước,
Ta hóa thân thành vượn cổ sơ.

Ta về qua những truông cùng phá,
Nếp trán nhăn đùa ngọn gió may.
Ta ngẩn ngơ trông trời đất cũ,
Nghe tàn cát bụi tháng năm bay.

Chỉ có thế. Trời câm đất nín.
Đời im lìm đóng váng xanh xao.
Mười năm, thế giới già trông thấy.
Đất bạc màu đi, đất bạc màu…

Ta về như bóng chim qua trễ
Cho vội vàng thêm gió cuối mùa.
Ai đứng trông vời mây nước đó,
Ngàn năm râu tóc bạc phơ phơ.

Một đời được mấy điều mong ước?
Núi lở sông bồi đã lắm khi…
Lịch sử ngơi đi nhiều tiếng động.
Mười năm, cổ lục đã ai ghi?

Ta về cúi mái đầu sương điểm,
Nghe nặng từ tâm lượng đất trời.
Cám ơn hoa đã vì ta nở.
Thế giới vui từ mỗi lẻ loi.

Tưởng tượng nhà nhà đang mở cửa,
Làng ta, ngựa đá đã qua sông,
Người đi như cá theo con nước,
Trống ngũ liên nôn nả gióng mừng.

Ta về như lá rơi về cội.
Bếp lửa nhân quần ấm tối nay.
Chút rượu hồng đây, xin rưới xuống,
Giải oan cho cuộc biển dâu này.

Ta khóc tạ ơn đời máu chảy
Ruột mềm như đá dưới chân ta.
Mười năm chớp bể mưa nguồn đó,
Người thức nghe buồn tận cõi xa.

Ta về như hạt sương trên cỏ
Kết tụ sầu nhân thế chuyển dời.
Bé bỏng cũng thì sinh, dị, diệt.
Tội tình chi lắm nữa, người ơi!

Quán dốc hơi thu lùa nỗi nhớ.
Mười năm, người tỏ mặt nhau đây.
Nước non ngàn dặm, bèo mây hỡi,
Đành uống lưng thôi bát nước mời.

Ta về như sợi tơ trời trắng
Chấp chới trôi buồn với nắng hanh.
Ai gọi ai đi ngoài quãng vắng?
Phải, ôi vàng đá nhắn quan san?

Lời thề truyền kiếp còn mang nặng
Nên mắc tình đời cởi chẳng ra.
Ta nhớ người xa ngoài nỗi nhớ.
Mười năm, ta vẫn cứ là ta.

Ta về như tứ thơ xiêu tán
Trong cõi hoang đường trắng lãng quên.
Nhà cũ, mừng còn nguyên mái, vách,
Nhện giăng, khói ám, mối xông nền.

Mọi thứ không còn ngăn nắp cũ.
Nhà thương khó quá, sống thờ ơ.
Giậu nghiêng, cổng đổ, thềm um cỏ.
Khách cũ không còn, khách mới thưa…

Ta về khai giải bùa thiêng yểm.
Thức dậy đi nào, gỗ đá ơi!
Hãy kể lại mười năm mộng dữ.
Một lần kể lại để rồi thôi.

Chiều nay, ta sẽ đi thơ thẩn,
Thăm hỏi từng cây những nỗi nhà.
Hoa bưởi, hoa tầm xuân có nở?
Mười năm, cây có nhớ người xa?

Ta về như đứa con phung phá
Khánh kiệt đời trong cuộc biển dâu.
Mười năm, con đã già như vậy.
Huống mẹ cha, đèn sắp cạn dầu…

Con gẫm lại đời con thất bát,
Hứa trăm điều, một chẳng làm nên.
Đời qua, lớp lớp tàn hư huyễn.
Hạt lệ sương thầm khóc biến thiên.

Ta về như tiếng kêu đồng vọng.
Rau mác lên bờ đã trổ bông.
Cho dẫu ngàn năm, em vẫn đứng
Chờ anh như biển vẫn chờ sông.

Ta gọi thời gian sau cánh cửa.
Nỗi mừng ràn rụa mắt ai sâu.
Ta nghe như máu ân tình chảy
Từ kiếp xưa nào tưởng lạc nhau.

Ta về dẫu phải đi chân đất
Khắp thế gian này để gặp em.
Đau khổ riêng gì nơi gió cát…
Hè nhà, bụi chuối thức thâu đêm.

Cây bưởi xưa còn nhớ trắng hoa.
Đêm chưa khuya lắm, hỡi trăng tà!
Tình xưa như tuổi già không ngủ,
Bước chạm khua từng nỗi xót xa.

Ta về như giấc mơ thần bí
Tuổi nhỏ đi tìm những tối vui.
Trăng sáng lưu hồn ta vết phỏng.
Trọn đời, nỗi nhớ sáng không nguôi.

Bé ơi, này những vui buồn cũ,
Hãy sống, đương đầu với lãng quên.
Con dế vẫn là con dế ấy,
Hát rong bờ cỏ, giọng thân quen.

Ta về như nước tào khê chảy.
Tình đầu mười năm luống nhạt mờ.
Thân thích những ai giờ đã khuất?
Cõi đời nghe trống trải hơn xưa.

Người chết đưa ta cùng xuống mộ.
Đêm buồn, ai nữa đứng bờ ao?
Khóc người, ta khóc ta rơi rụng.
Tuổi hạc, ôi ngày một một hao.

Ta về như bóng ma hờn tủi
Lục lại thời gian, kiếm chính mình.
Ta nhặt mà thương từng phế liệu
Như từng hài cốt sắp vô danh.

Ngồi đây, nền cũ nhà hương hỏa,
Đọc lại bài thơ buổi thiếu thời.
Ai đó trong hồn ta thổn thức?
Vầng trăng còn tiếc cuộc rong chơi.

Ta về như hạc vàng thương nhớ
Một thuở trần gian bay lướt qua.
Ta tiếc đời ta sao hữu hạn,
Đành không trải hết được lòng ta.

7-1985

Tô Thùy Yên

TÔN NỮ THU DUNG

Tôn Nữ Thu Dung là tên khai sinh, các bút hiệu khác là Nguyễn Phước Tiểu Di và Trần Thụ Duy.

Thời đi học, trước 75 viết cho *Tuổi Ngọc, Tuổi Hoa* và các báo thiếu nhi.

Hiện định cư tại Mỹ, nghề tay phải: nhân viên xã hội. Nghề tay trái: viết văn làm thơ.

Tác phẩm đã xuất bản:

Các tập thơ: *Kỷ Niệm, Nhật Ký, Tiểu Khúc.*

Các tập truyện ngắn: *Hướng Dương Giấu Mặt, Thiên Thần Không Mang Đôi Cánh.*

Các tập truyện vừa: *Ngày Tháng Nào, Mùi Bánh Kem, Thủy Tinh Tan Vỡ.*

Góc phố

Góc phố
đêm dài tự hỏi
Mùa yêu
lạc mất phương nào
Đường mây ai còn rong ruổi
Chim bằng cánh mỏi... nghiêng chao.

Góc phố
sương nhòa... tan, hợp
So vai
gió tạt qua hồn
Tìm đâu
hương thầm dạ lý
Ngậm tình thuở ấy
môi hôn...

Góc phố
vầng trăng huyền hoặc
Hồ Ly
thấp thoáng hiên người
Trang kinh
úa màu u mặc
Nghe chừng
cổ tích tàn phai...

Góc phố
nhuốm buồn thiên cổ
Hồn hoa
lãng đãng qua đời
Đêm rơi
mịt mù khói nhớ
Vô ngôn
còn vọng
bên trời...

Khúc trăng xưa

Gác kiếm người xưa quy ẩn
Giang hồ chưa chắc lòng nguôi
Chỉ sợ nhớ thời dông bão
Lời thề lại xóa mất thôi

Qua sông, mịt mờ cố xứ
Ngửa tay, hứng giọt sương buồn
Tiếng sóng, tiếng lòng tan vỡ
Cuối trời… mây khói mênh mông…

Cúi xuống, soi mình bóng nước
Một vầng trăng khuyết chông chênh
Dáng mong manh gầy thuở trước
Chớp mắt… đã là lãng quên.

Bắt chước người xưa quy ẩn
Đừng gọi tôi hoài… lênh đênh
Bắt chước người xưa lận đận
Tình tôi,
chao đảo thác ghềnh…

Chiều rơi

Ai gọi tôi về chốn cũ
Tiếng sóng hoang vu thở dài
Một con dế buồn trong cỏ
Ngậm sương chờ đợi dấu hài.

Ngồi xuống cùng tôi – thơ dại –
Trái tim…
bong bóng vỡ rồi
Bàn tay nào che khuất mặt
Nụ cười một thuở mưa bay.

Cùng đếm giùm tôi giấc mộng
Bao năm nắng rớt bên đồi
Chiều rơi…
cuối cùng mất bóng
Đêm tàn…
lạnh một chia phôi.

Tôn Nữ Thu Dung

TRẠCH GẦM

Nhà thơ tên thật Nguyễn Đức Trạch, sinh năm 1942 tại Sài Gòn, trước biến cố 30-4-1975, là sĩ quan thám báo; khi nước mất, phải đi "tù cải tạo".
Hiện sống tại tiểu bang California.
Mới xuất hiện sau này nhưng đã xuất-bản các tập thơ *Vụn Vặt* (TGXB, 2007), *Ráng Chịu* (2009), *Dấu Giày Chinh Chiến* (2013) và hai tập truyện ngắn *Bên Lề Cuộc Chiến* (Viet Tide, 2015), *Nhốt Vòng Nhớ Thương* (Viet Tide, 2016).

Vụn vặt

Một thoáng theo mây ta về ký ức
Gõ cửa Trường Sơn ta hát giữa rừng
Hôn dấu giày sô vạt đời chinh chiến
Thương nhớ bạn bè súng đạn đầu lưng

Một thoáng theo mây ta về sông cũ
Qua nhịp cầu Ghềnh… nao nức gót chân
Hơi thở Đồng Nai mặn mà quyến rũ
Xin trả lại Người món nợ trầm luân

Một thoáng theo mây rơi dài nước mắt
Khóc nỗi bạn bè… lưu lạc bốn phương
Thằng mất thằng còn – Nổi trôi vận nước
Giọt ngắn giọt dài ướt đẫm quê hương

Một thoáng theo mây ta về Thủ Đức
Đứng giữa Quân trường hô nghỉ hô nghiêm
Xin học lại bài… Tám tuần huấn nhục
Để trả cho đời những phút bình yên

Một thoáng theo mây ngủ trên thành phố
Thành phố Sài Gòn của tuổi thơ ta
Nơi ta đã quen… quen từng viên đá
Mòn cả sân trường… mòn cả lời ca

Một thoáng theo mây ta về cội nguồn
Quì gối cúi đầu trước mặt Hùng Vương
Một lũ con cha mang dòng Bách Việt
Hoài bão lưng chừng đánh mất quê hương.

Cho tao chưởi mầy một tiếng

Đ. M, cho tao chưởi mầy một tiếng,
Đất của Ông Cha sao mầy cắt cho Tàu?
Ngậm phải củ gì mà mầy cứng miệng,
Đảng của mầy, chết mẹ... đảng tào lao.
Chế độ mầy vài triệu tay cầm súng,
Cầm súng làm gì. Chẳng lẽ hiếp dân.
Tao không tin lính lại hèn đến thế,
Lại rụng rời trước tai ách ngoại xâm.
Mầy vỗ ngực. Anh hùng đầy trước ngõ,
Sao cứ luồn, cứ cúi, cứ van xin
"Môi liền răng" à thì ra vậy đó
Nó cạp mầy, mầy thin thít lặng thinh.
Ông Cha mình bốn ngàn năm dựng nước,
Một ngàn năm đánh tan tác giặc Tàu.
Thân phận mầy cũng là Lê, là Nguyễn
Hà cớ gì.... mầy hèn đến thế sao!
Chuyện mầy làm Toàn Dân đau như thiến,
Mầy chết rồi, tao nghĩ chẳng đất chôn.
Hãy tỉnh lại ôm linh hồn sông núi,
Cứ đà nầy... chết tiệt còn sướng hơn.
Đàn gảy tai trâu... xem chừng vô ích,
Giờ mầy nghe tao chưởi còn hơn không...

Cùng với tháng Tư

Tháng Tư nào ta cũng lật trang ký ức
Trong đó có ta có đủ mặt bạn bè
Những thằng lính gánh còng vai tủi nhục
Giữa hận thù mà chết cứng bơ vơ

Thằng bạn đồng minh vỗ tay phủi
Bỏ mặc ta giữa lửa bỏng dầu sôi
Ta với nó có chi là ruột thịt
Nữ Thần Tự Do… gục mặt gượng cười
Tháng Tư nào ta cũng nghĩ quanh nghĩ quẩn
Đại Tướng của ta sắp ngửa đầu hang
Ba mươi tuổi – Ta mười năm lính chẵn
Có chưởi thề… cũng mát ruột mát gan
Vất súng rồi bọn ta ôm mặt khóc
Thân thể còn nguyên, thành phố còn nguyên
Vô lý thế - Ta nào tin thế được
Đời chinh nhân… da ngựa bọc ưu phiền
Tháng Tư nào cũng soi mòn nỗi nhớ
Nỗi nhớ thênh thang rải khắp chiến trường
Ta nghe quanh ta đọng từng hơi thở
Thằng mất thằng còn… cùng cảnh gió sương
Đứa vào tù ca bài ca bất khuất
Đứa bỏ đi ngạo nghễ phương trời xa
Hoài bão ngày nao vẫn còn thao thức
Hay chết mòn giữa… nghiệt ngã xa hoa.

Nốc cạn gió sương
(tặng Lê Phi Ô, Út Khiết)

Đâu phải có mình mầy đâu hả Út
Gánh tháng Tư chạy xuống biển lên rừng
Xương trắng đồi hoang, sóng gào ôm xác
Nát bét hồn cùng quá khứ rưng rưng.

Nhắc chút xíu… cho lòng thêm hoang lạnh
Đoạn đường nào chẳng nốc cạn gió sương
Đã là lính mà không quen ly biệt
Thân làm sao đứng nổi giữa chiến trường

Từ tháng Tư… tao gánh còng tủi nhục
Về phố xưa, phố bày đặt hững hờ
Khung cửa sổ khép đôi dòng nước mắt
Xé người tình thành trăm mảnh bơ vơ

Ngày cầm súng mình sống bằng hơi thở
Thằng chết cho thằng còn sức mà đi
Cát bụi thức… ôm tháng ngày thao thức
Đâu đợi có ngày rách nát phân ly

Mầy giấu tháng tư, giấu đâu hả Út
Khi Anh Em còn bao đứa sững sờ
Đời lưu vong có nơi nào để giấu
Có đành không… giấu tận đáy bơ vơ.

TRANG CHÂU

Tên thật Lê Văn Châu, sinh ngày 28 tháng 3 năm 1938 tại Huế.

Học trung học tại trường Thiên Hữu (Huế) và Yersin (Đà Lạt). Tốt nghiệp Y Khoa Bác Sĩ (Sài Gòn, 1965).

Phục vụ 7 năm ở Tiểu Đoàn Quân Y, Sư Đoàn Dù, QLVNCH.

Hành nghề tư tại Montréal (Québec, Canada) từ 1977 và nghỉ hưu năm 2016.

Chủ Tịch Văn Bút Việt Nam Hải Ngoại (nhiệm kỳ 1991-1993)

Cộng tác với các báo: Tập san *Y Sĩ Canada, Làng Văn, Nắng Mới, Sóng, Văn, Văn Học.*

Tác phẩm đã xuất bản:

- *Tình Một Thuở* (thơ, 1964)
- *Y Sĩ Tiền Tuyến* (bút ký, giải thưởng Văn học nghệ thuật năm 1969, tái bản lần thứ 9 năm 2018)
- *Thơ Trang Châu* (1989)
- *Về Biển Đông* (bút ký, 1995)
- *Dì Thu* (tập truyện, 2000; tái bản, 2013)
- *Thơ Tuyển* (2007)
- *Người Ăn Trưa Trong Xe* (tập truyện, 2013)
- *12 Truyện Ngắn 12 Bài Thơ* (truyện và thơ, 2017, Amazon phát hành)

Người ăn trưa trong xe

Điều khó khăn cho tôi trong dự tính bước đi một bước nữa là sợ bị lợi dụng. Tôi sợ đàn ông đến với tôi không vì tình mà vì quyền lợi của họ. Góa chồng vào tuổi 45 quả là một điều bất hạnh. Tôi không còn trẻ để nhờ cậy vào nhan sắc. Nhan sắc không phải tôi không có nhưng tôi sợ cái có đó không bền. Hình như càng lớn tuổi thời gian đi càng nhanh. Châu, đứa con gái duy nhất của tôi đã lập gia đình và ra ở riêng. Tương lai của hai vợ chồng chúng nó được bảo đảm với nghề dược sĩ của Châu và nghề kỹ sư của chồng nó. Yên tâm về phần con cái, tôi chỉ còn lo cho tôi. Chồng tôi thình lình qua đời sau một cơn đau tim mặc dù anh mới 53 tuổi. Có lẽ anh quá lao lực và bị căng thẳng trong nghề nghiệp của anh. Chồng tôi là một y sĩ gây mê. Anh trực gác liên miên ở nhà thương. Có lần anh than thở với tôi rằng nghề của anh phải đi sớm về muộn, phải vào bệnh viện sớm để sửa soạn cho bệnh nhân ngủ và chỉ về sau khi bệnh nhân tỉnh dậy mà không bị biến chứng. Tôi là một người vợ chỉ biết sống cho chồng, cho con. Có một chút thì giờ rảnh rỗi, tôi làm đại lý cho một hãng du lịch, bán vé máy bay ăn huê hồng. Một cách cho qua thì giờ, thêm có chút tiền túi. Chồng chết, con ra ở riêng, còn lại một mình tôi trong căn nhà 5 phòng ngủ, tọa trong một khu sang trọng của thành phố.

Sau một năm gặm nhấm nỗi cô đơn, khi sự phiền muộn theo thời gian có phần nào vơi đi, tôi lấy lại được bình tĩnh, phân tích hiện tại và suy nghĩ về một hướng đi cho tương lai mình. Tôi không còn ở cái tuổi nôn nả tình yêu hay rạo rực thể xác. Nó chưa mất nhưng nó cần được khơi dậy. Người đàn ông tôi cần vẫn là một người đàn ông có chiều sâu như chồng tôi. Trước tiên, tôi cần sự cảm thông, sau đó thì cho nhau chút gì còn lại của tuổi trẻ. Đến với tôi phải là một người đàn ông hoàn toàn tự do, tuy giàu nghèo đối với tôi không phải là một vấn đề. Phân tích xong nhu cầu của mình, tôi thấy tình hình không khó mà cũng không dễ. Không khó vì điều kiện của tôi không quá đáng; không dễ vì đàn ông hợp với lứa tuổi của tôi mà còn tự do e đếm được trên đầu ngón tay trong cái thành phố không quá ba chục ngàn người Việt cư ngụ này. Mà khi có, chắc gì họ là người đang chờ đợi ở tôi giống những gì tôi đang chờ đợi ở họ? Tìm kiếm thì tôi vẫn tìm kiếm nhưng gặp được hay không tôi tin ở số trời.

Khi chồng tôi còn sống, chúng tôi hay tham dự những buổi tiệc có văn nghệ khiêu vũ tại tư gia của bạn hữu. Chúng tôi thích nhảy, dù không nhảy giỏi và thường chúng tôi nhảy với nhau. Thỉnh thoảng bạn bè cũng lôi chồng tôi ra sàn nhảy với những điệu *disco* hay *twist*, anh cũng lúc lắc cặp giò, ngoáy mông, trước tiếng vỗ tay cổ võ của bạn hữu vì chồng tôi là người nổi tiếng nghiêm nghị, nhưng là một vẻ nghiệm nghị được quí mến vì anh rất nhã nhặn. Trong hai vợ chồng, tôi là người xã giao bặt thiệp hơn anh. Sau khi chồng tôi mất được sáu tháng, nể vài cặp bạn thân, tôi tham dự mấy buổi họp mặt. Nhưng sau đó tôi quyết định né tránh. Tôi phải né tránh vì dường như mọi sự có vẻ thay đổi. Trong những buổi họp mặt có đôi có cặp, người đàn bà một mình như tôi, trở nên lạc lõng. Những người vợ, bây giờ có vẻ như không muốn chồng họ mời tôi nhảy và một số ông chồng trở nên ngập ngừng trong cách cư xử với tôi. Tôi tự nhiên trở nên một thành phần bị để ý. Mặc dù từ trước tôi vẫn được xem là một người đàn bà bặt thiệp nhưng đứng đắn. Góa chồng, sự đứng đắn của tôi bị thử thách, sự bặt thiệp của tôi trở nên một đe dọa. Cả môn thể thao mà tôi thích là *golf*, bây giờ tôi cũng thôi chơi. Thôi là vì đám bạn đàn ông của tôi ngày trước trở nên săn đón hơn, đó là điều tôi vừa sợ vừa không muốn vì ông nào cũng có vợ. Tôi có cảm tưởng đàn ông có vợ hay không có vợ, trước một người đàn bà có nhan sắc và một mình, đều không phải là những người mù. Họ đều có mắt để nhìn và cái nhìn nào cũng muốn chiếm cảm tình dù cảm tình đó không biết sẽ đi đến đâu, có thể càng xa càng tốt. Cái nhẫn cưới nơi tay họ, khi cần tiến tới họ sẽ tháo gỡ hoặc coi như một cái bùa hộ mệnh khi cần rút lui. Bởi thế, bước đi một bước nữa, tìm được một người đàn ông ở vào lứa tuổi 45 như tôi, dù có nhan sắc, dù giàu có, không phải là một việc đơn giản mà phải nói là một chuyện rủi may.

Tôi không phải loại đàn bà cần đàn ông đến độ phải la cà các hộp đêm để tìm kiếm những gặp gỡ mang lại thú vui chốc lát. Tôi chọn những nơi chốn thanh lịch hơn. Đi nghe hòa nhạc hay những buổi trình diễn của ca sĩ ngoại quốc danh tiếng. Xuất hiện những nơi chốn đó, tôi đưa cái tôi sang cả nhất của tôi ra. Trang phục đắt tiền hợp thời trang, xe *Mercèdes*. Ở đó tôi gặp Hiến, một luật sư. Anh nói anh vừa ly dị vợ. Hiến xấp xỉ tuổi tôi. Tôi nhận xét gì về Hiến sau hai lần đi ăn tối với anh? Anh có vẻ chú ý nhiều về những gì tôi đang có hơn là những gì tôi đang cần. Anh mau mắn đề nghị tiến tới sống chung. Tôi thấy Hiến là một người đàn ông lanh lợi, cái lanh lợi hình như dành hết chỗ cho sự thành thực. Tôi thấy rõ anh không đến với tôi vì tình yêu. Phần tôi, cũng may tôi không bị hoa mắt trước cái vẻ hào hoa của Hiến.

Châu, con gái tôi bắt đầu lo lắng cho cuộc sống đơn chiếc của tôi. Mấy hôm trước sinh nhật của tôi, nó gọi điện thoại mời tôi đi ăn tối với nó. Nó nói:

- Chỉ có hai mẹ con mình thôi.

Tôi vui vẻ nhận lời. Mỗi khi Châu mời tôi và nói "chỉ có hai mẹ con mình thôi" là tôi biết nó có ý muốn hỏi ý kiến hay tâm sự gì với tôi. Trong tiệm ăn, ngồi đối diện với Châu, nhìn ánh mắt yêu đời của nó, tôi biết con tôi đang hạnh phúc. Tôi mừng thầm cho con tôi. Trong khi uống cà phê Châu hỏi tôi giọng buồn buồn:

- Mẹ tính ở vậy hoài sao? Mẹ có biết là mẹ còn trẻ không?

Tôi âu yếm đặt tay mình lên tay con:

- Mẹ cũng đang tìm kiếm đây. Ngặt một điều mẹ chưa thấy ai bằng ba con cả.

- Con sợ mẹ sẽ cô đơn hoài nếu mẹ chờ đợi một người đàn ông như ba.

Đến phiên tôi buồn bã:

- Mẹ đâu đòi hỏi phải bằng ba con. Nhưng ít nhất tim mẹ phải có chút rung động. Chắc con cũng biết, tìm cho ra một người đàn ông mà tim mình rung động vì họ, và tim họ cũng rung động vì mình, ở vào lứa tuổi của mẹ, không phải dễ.

- Mẹ có đòi hỏi người đàn ông phải là một người có nghề nghiệp tương đương với nghề của ba không?

- Không nhất thiết, nhưng cần có kiến thức.

- Mẹ có đòi hỏi người đàn ông phải giàu có không?

- Không nhất thiết, nhưng không thể là một người đàn ông ăn không ngồi rồi.

Tôi có cảm tưởng con tôi là nhân viên của một văn phòng se duyên đang thăm dò ý kiến của tôi. Tôi nhìn nó hiền từ hỏi:

- Chắc con có ý định giới thiệu mẹ cho một ông nào?

Châu cười úp mở:

- Có mà không.

- Sao lạ vậy con?

- Có là vì con thấy một người mà con nghĩ có thể hợp với mẹ, không là vì con không quen ông ấy.

Tôi cười:

- Con không quen ông ấy thì làm sao con giới thiệu cho mẹ?

- Con thấy để mẹ tìm hiểu. Nếu mẹ đi cái siêu thị gần *condo* của tụi con ở vào trưa thứ bảy khoảng 12 giờ, mẹ sẽ thấy ông ấy ngồi trong chiếc xe *Toyota Tercel* màu xanh nhạt, đậu ở *parking*. Ông ấy vừa ăn trưa vừa đọc sách.

Tôi ngạc nhiên nhìn Châu:

- Con nghĩ gì mà có ý định khuyên mẹ tìm cách làm quen một người đàn ông khá kỳ cục? Hết chỗ ăn trưa lại ngồi trong xe mà ăn trưa?

- Con cũng không hiểu nữa. Mấy tuần nay con có cảm tưởng mỗi trưa thứ bảy ông đến đó như để chờ gặp ai. Lạ lắm. Nhưng điều khiến con chú ý là cuốn sách ông cầm trong tay. Lúc nào cũng chỉ có một cuốn sách ấy. Cuốn "Nhà Tiên Tri" của Khalil Gibran, cuốn sách con biết mẹ rất thích vì có lần mẹ nói với con mẹ đọc đi đọc lại cuốn sách đó bao nhiêu lần mà vẫn không thấy chán. Cho nên khi thấy ông ấy ngồi trong xe với cuốn sách đó, tự nhiên con nghĩ đến mẹ. Con đoán ông ấy cũng cỡ tuổi ba, khuôn mặt xương xương, người cũng mảnh khảnh như ba nữa.

Trên đường lái xe về nhà, nghĩ đến chuyện Châu đề nghị tôi tìm hiểu người đàn ông ăn trưa trong xe, tôi vừa cảm động vừa buồn cười. Cảm động vì sự lo lắng của con gái tôi dành cho tôi, buồn cười vì ý muốn ngộ nghĩnh của nó. Nó quên mất người đàn ông kia có thể đã có gia đình. Duy có cuốn sách làm tôi phân vân. Người thích nội dung cuốn "Nhà Tiên Tri" ắt phải có tâm hồn giống tôi. Và sự tò mò đã lấn lướt.

Tôi nhận ra dễ dàng chiếc *Toyota Tercel* màu xanh nhạt còn mới ngay giữa bãi đậu của siêu thị. Hai bên chiếc *Tercel* chỗ đậu còn trống. Tôi lái chiếc *Pontiac* màu ve chai cũ kĩ của tôi, đậu phía bên trái chiếc *Tercel*. Trời tháng sáu nắng đẹp và nóng. Tôi ăn mặc bình thường như một người đi chợ. Một chiếc quần tây màu đen, một chiếc sơ mi mỏng tay dài màu vàng nhạt. Tôi cố ý để cuốn "Nhà Tiên Tri" của tôi nằm phía trên hộp đựng găng tay. Nếu chú ý, người ngồi ở phía tay lái ở xe bên kia có thể thấy được cuốn sách. Tôi mở cửa xe, đeo cái xắc tay lên vai, đóng cửa xe, rồi mặt nhìn thẳng phía trước làm như không để ý đến người chung quanh, bước thong thả vào siêu thị.

Châu cho tôi biết đối tượng tôi đang tìm hiểu vừa ăn trưa vừa đọc sách chừng một tiếng là đi. Tôi sẽ ở trong siêu thị, đi loanh quanh, mua lặt vặt sao cho hết một tiếng đồng hồ mới trở ra xe. Tôi suy luận, nếu đối tượng của tôi nhìn thấy cuốn "Nhà Tiên Tri" của tôi, tôi cũng sẽ trở nên đối tượng tìm hiểu của ông ta và chắc chắn ông ta sẽ chờ tôi. Tôi tự dặn lòng lúc trở ra sẽ quan sát kỹ người đàn ông và nếu thấy đúng là mẫu người tôi có thể có cảm tình tôi sẽ sẵn sàng tạo điều kiện cho một sự làm quen.

Rời siêu thị, bước chân tôi bỗng dưng chậm lại, tim tôi đập mạnh vì chiếc *Tercel* màu xanh vẫn còn nằm ở bãi đậu và hơn thế nữa, người đàn ông đứng tựa cửa xe mình, tay cầm một cuốn sách có vẻ như đang chờ ai. Tôi có thể nghĩ mà không sợ lầm ông ta đứng chờ tôi. Tôi hết sức làm ra vẻ tự nhiên, tiếp tục bước. Tôi thấy người đàn ông rời chỗ đứng đi vòng phía sau xe tôi tiến về phía tôi. Tôi nhìn ông nghiêm trang nhưng tươi tỉnh. Đúng như Châu đã tả, người ông dong dỏng cao, khuôn mặt chữ điền xương xương, mang kính cận. Mái tóc rậm lấm tấm muối tiêu với một mảng xõa xuống trán. Ông có dáng dấp của một nghệ sĩ hay của một ông giáo sư dạy văn chương hay triết. Tự nhiên tôi mỉm cười với ông ta. Người đàn ông tiến lại gần tôi cúi đầu chào:

- Xin lỗi bà, bà có phải là bà Mai Hương?

Tôi ngạc nhiên đến nghẹn thở:

- Vâng, phải. Nhưng thưa… làm sao ông biết tên tôi?

- Dạ Hạnh nói với tôi. Hạnh nói với tôi: "Anh hãy đến

siêu thị này vào mỗi trưa thứ bảy, thế nào anh cũng gặp một người đàn bà có cuốn 'Nhà Tiên Tri' như anh. Bà ấy tên Mai Hương". Tôi đến đây đã ba lần, lần thứ tư này thì gặp được người mang cuốn "Nhà Tiên Tri". Hạnh đã tiên đoán đúng.

Thoáng nghĩ đầu tiên của tôi là con gái tôi đã dàn dựng nên cảnh gặp gỡ này. Tôi nghĩ nó đã cho người đàn ông này biết trước tên tôi, biết tên cuốn sách tôi thích đọc và có thể nó đã giấu tên thật của nó mà lấy tên Hạnh. Tôi hỏi chận đầu người đàn ông:

- Có phải cô Minh Châu đã cho ông biết tên tôi?

Đến lượt người đàn ông ngơ ngác:

- Thưa bà cô Minh Châu nào? Tôi không được biết, tôi chỉ biết Hạnh cho tôi biết tên bà.

- Hạnh nào thưa ông? Tôi không quen biết một ai tên Hạnh cả.

Chừng như đoán được vẻ ngại ngùng trong câu hỏi của tôi, giọng người đàn ông trở nên trấn an:

- Vâng, bà không thể biết Hạnh. Hạnh đã mất cách đây 25 năm. Nhưng cách đây gần hai tháng Hạnh đã báo mộng cho tôi trước cuộc gặp gỡ với bà.

*

Chúng tôi ngồi trong một quán nước mặt hướng ra bờ sông. Nắng bên ngoài gay gắt, nhưng gió từ mặt sông thổi lên làm dịu mát da mặt. Tóc tôi phất phơ bay, tóc của người đàn ông cũng lòa xòa trên trán. Ông không buồn đưa tay vuốt, mắt xa xăm nhìn ra mặt nước lao xao những gợn sóng. Tôi có cảm tưởng ông đang tập trung tư tưởng, sắp xếp lại dĩ vãng để trình bày với tôi câu chuyện báo mộng của người đàn bà tên Hạnh, một câu chuyện kỳ bí khiến tôi tò mò đến bạo dạn nhận lời mời của ông đến ngồi uống nước ở quán nầy để nghe tiếp câu chuyện, dĩ nhiên sau khi tôi đã cân nhắc, đánh giá sự chân thật của ông.

- Thưa bà, tôi tên Chung. Người đàn bà tên Hạnh, cách đây 25 năm là người yêu của tôi. Chúng tôi là mối tình đầu của nhau. Chúng tôi là cặp tình nhân thuộc loại cấp tiến thời đó. Chúng tôi quan niệm rất rộng rãi về quan hệ luyến ái. Nói trắng ra là chúng tôi đã gần gũi nhau trước khi nghĩ đến hôn nhân. Cả Hạnh và tôi đều say mê cuốn "Nhà Tiên Tri" của Khalil Gibran. Hôm báo mộng Hạnh nói với tôi: "Gặp bà Mai Hương anh hãy đọc cho bà nghe đoạn văn mà chúng mình thích. Em biết bà Mai Hương cũng thích đoạn văn đó". Tôi xin tạm ngừng kể để đọc cho bà nghe đoạn văn mà chúng tôi thích, xem có đúng với đoạn văn mà bà cũng thích không. Đó là đoạn nhà tiên tri nói về hôn nhân: "Các ngươi hãy yêu thương nhau nhưng đừng biến tình yêu thành một chướng ngại cho nhau. Hãy để tình yêu như một vùng biển động giữa đôi bờ tâm hồn các ngươi. Kẻ này hãy rót đầy ly kẻ kia nhưng chớ bao giờ uống chung một cốc. Hãy chia nhau phần ăn nhưng chớ bao giờ ăn chung một mẩu bánh. Hãy cho nhau trái tim mình nhưng đừng trở nên kẻ canh giữ tim nhau".

Tôi xanh mặt. Đúng là đoạn văn tôi thường mang ra đọc cho chồng tôi nghe. Chúng tôi rất hợp ý về triết lý hạnh phúc lứa đôi mà Khalil Gibran nêu lên. Không những chỉ hợp ý mà chúng tôi đã sống theo lời Khalil Gibran khuyên. Chúng tôi chia sẻ cho nhau tròn đầy nhưng mỗi chúng tôi vẫn là một cá thể riêng biệt. Chúng tôi cho nhau trái tim mình nhưng không bao giờ canh giữ trái tim nhau. Chúng tôi tin tưởng nhau tuyệt đối. Chúng tôi đã đạt được hạnh phúc tròn vẹn trong chia sẻ và niềm tin. Bởi thế sự ra đi đột ngột của chồng tôi làm tôi mất thăng bằng tâm thể đến tột độ. Khi tôi nói với con tôi, tôi chưa gặp được ai như cha nó, không hoàn toàn có nghĩa là tôi chưa gặp được người đàn ông nào khác có địa vị như chồng tôi mà còn bao hàm ý nghĩa chưa gặp được người chia xẻ cái quan niệm hạnh phúc lứa đôi như chúng tôi từng chia sẻ với nhau. Cho nên tôi bàng hoàng trước đoạn văn trích dẫn của người đàn ông tên Chung.

- Tình yêu của Hạnh và tôi gặp trở ngại lớn. Nhà tôi nghèo, nhà Hạnh giàu. Khi biết Hạnh yêu tôi, gia đình nàng cấm cản kịch liệt, nhất là cha nàng, một viên chức lớn trong chính quyền thời bây giờ, nghiêm khắc và độc đoán. Bị ngăn cấm liên lạc với tôi, Hạnh đi tìm cái chết, không một lời báo trước, bằng một liều thuốc ngủ cực mạnh. Hạnh được chôn cất vội vã và bí mật, không một lời cáo phó trên báo. Cha Hạnh coi nàng là một vết nhơ của gia đình. Nhưng Hạnh đã trở thành một viên ngọc quí trong tâm hồn tôi. Từ đó đến nay tôi sống một mình nhưng chưa bao giờ tôi cảm thấy cô đơn, chưa bao giờ tôi cảm thấy cần một người đàn bà cho đời sống mình vì lúc nào tôi cũng cảm thấy có Hạnh bên cạnh.

- Tôi muốn đi về.

Ông Chung đứng lên theo.

- Nếu bà không ngại, tôi xin đưa bà đi xem mặt Hạnh.

Thật tình tôi cảm thấy ngài ngại nhưng không hiểu sao tôi không thốt ra được lời từ chối. Hai bàn chân tôi như có một ma lực nào đó nhấc từng bước bắt tôi bước theo chân người đàn ông. Khi xe ông Chung rời bãi đậu, tôi liếc nhìn ông thì lạ lùng sao tôi bắt gặp ánh mắt và nụ cười rất hiền y hệt như của chồng tôi.

Ông Chung cư ngụ trong một khu *condo* đắt tiền. Cổng vào có người gác, một thang máy dành riêng cho hai *condo*, có đường hầm nối liền các *condo* đến một tiểu siêu thị. Tôi thắc mắc ông Chung làm nghề gì mà có khả năng tài chánh để có thể mua cái *condo* sang trọng này. *Condo* của ông Chung ở tầng thứ mười. Tôi biết ở xứ lạnh, *condo* ở tầng càng cao giá càng đắt vì có được cái nhìn bao quát và hưởng được nhiều ánh mặt trời. Ông Chung mời tôi ngồi ở phòng khách. Bộ sa-lông bằng da màu nâu sẫm còn thơm mùi da mới. Ông pha mời tôi một ly nước suối rồi ngồi xuống chiếc ghế bành đối diện. Ông nói như để giãi bày:

- Chắc bà ngạc nhiên về đời sống vật chất của tôi. Những gì tôi có hiện nay đều là của Hạnh. Khi Hạnh chết, cha mẹ nàng đã bí mật giấu trong quan tài nàng một hộp vàng và kim cương coi như là một nơi giấu của kín đáo. Cha mẹ nàng bị thảm sát trong Tết Mậu Thân 68. Mộ nàng sau đó bị để hoang phế. Hạnh báo mộng cho tôi biết về kho tàng giấu trong quan tài và bảo tôi gấp gấp đi bốc mộ nàng. Tôi đã rời miền Nam bằng phi cơ quân sự Hoa Kỳ, một tuần trước khi miền Nam mất năm 75. Bà muốn biết hiện tôi làm nghề gì? Một nghề bình thường thôi. Giáo sư dạy toán cho một trường trung học. Một ông giáo dạy trung học thì đi xe *Toyota Tercel* là phải rồi. Đó là tất cả cuộc đời tôi cho đến giờ phút này. Bà là người đàn bà đầu tiên tôi mời lên chỗ ở của tôi. Vì Hạnh muốn như thế. Về phía bà tôi có thể được biết gì không?

- Tôi góa chồng được hơn một năm nay. Minh Châu, con gái tôi, là người đã gián tiếp giới thiệu ông cho tôi. Con tôi biết cuốn sách gối đầu giường của tôi là cuốn "Nhà Tiên Tri". Nhà nó ở gần cái siêu thị nên khi thấy ông đến đó đậu xe ăn trưa với cuốn "Nhà Tiên Tri" bên cạnh, nó lấy làm lạ nên nói cho tôi hay. Thú thật tôi cũng tò mò muốn biết ông là ai mà cũng thích đọc cuốn "Nhà Tiên Tri" như tôi. Về nghề nghiệp, tôi làm đại lý cho một hãng du lịch bán vé máy bay ăn huê hồng, một nghề tay trái làm cho vui. Nghề chính của tôi là nội trợ lo cho chồng cho con. Nay chồng mất, con đã có gia đình, nên tôi coi như đang thất nghiệp.

Ông Chung nhìn tôi với ánh mắt trìu mến:

- Tôi nghĩ tất cả đều do Hạnh sắp đặt. Tôi nghĩ Hạnh có cảm tình với bà.

Tôi nghe lành lạnh ở sống lưng, khi nghĩ hồn người chết tên Hạnh có thể nhập vào tôi. Không biết sau đó tôi có còn là tôi nữa hay không? Tôi sẽ yêu người đàn ông tên Chung kia bằng thể xác và tâm hồn tôi hay người đàn bà tên Hạnh sẽ mượn thể xác tôi để yêu người tình cũ của mình?

- Bây giờ xin mời bà xem hình của Hạnh.

Tôi cảm thấy rờn rợn muốn thối lui. Nhưng khi bắt gặp cái nhìn bao bọc của ông Chung tôi thấy an tâm. Tôi đứng lên theo ông đi vào một phòng ngủ nhỏ. Trong phòng chỉ vỏn vẹn một chiếc giường đơn, phủ ra mền màu xanh nhạt. Trên đầu giường, hình một thiếu nữ chụp bán thân được lồng kính trong một khung gỗ cũng sơn màu xanh nhạt. Tôi hơi giật mình vì người trong hình tuy rất trẻ nhưng có nét hao hao giống tôi, nhất là nụ cười. Tôi nói khẽ với ông Chung:

- Chị ấy có nụ cười rất tươi.

Ông Chung cũng chăm chú nhìn bức hình rồi thì thầm:

- Hạnh không cười khi chụp bức hình này.

Tôi lạ lùng nhìn kỹ bức hình một lần nữa, rõ ràng người trong hình đang nhìn tôi cười. Tôi nghe tay chân mình lạnh toát.

- Xin mời bà ra ngoài hiên ngồi uống nước ngắm trăng. Hôm nay trăng trung tuần rất tròn.

Tôi ngồi xuống chiếc ghế mây nhìn vầng trăng tròn chưa lên cao còn thấp thoáng trong rặng thông. Bầu trời trong vắt đầy tinh tú lấp lánh. Ông Chung bưng ra một cái khay trên có hai ly nước cam và một đĩa bánh bông lan. Ông đặt khay trên cái bàn con ngăn đôi hai cái ghế, rồi ngồi xuống chiếc ghế mây bên cạnh. Tôi không ăn bánh chỉ uống từng ngụm nước cam. Ông Chung lên tiếng trước, giọng trầm trầm:

- Bà thấy Hạnh cười với bà, tôi nghĩ Hạnh đã chọn bà.

- Nghĩa là chị ấy sẽ nhập vào tôi?

- Có thể.

- Lúc ấy tôi sẽ ra sao?

- Tôi nghĩ một trong hai trường hợp này có thể xảy ra: Hoặc hồn Hạnh nhập vào bà, bà sẽ là Hạnh, bà sẽ đối xử với tôi như Hạnh đã đối xử với tôi ngày trước. Hoặc Hạnh xem như đã kiếm được cho tôi một người xứng đáng thế chỗ của Hạnh và Hạnh sẽ rời bỏ thế gian này để đi vào cõi vĩnh hằng. Chúng ta hãy chờ xem. Bà có đói không? Tôi sẽ đi làm bánh mì thịt nguội. Đó là món ăn thường xuyên của Hạnh và tôi, thời chúng tôi kín đáo gặp nhau, nằm bên nhau nhai bánh mì trên căn gác trọ của tôi.

Tôi không đói lắm nhưng cũng không từ chối đề nghị của ông Chung. Tôi đang chìm trong bầu không khí huyền bí bao quanh. Tôi vừa bị lôi cuốn, vừa sợ. Nhưng vẻ trầm tĩnh của ông Chung khiến tôi phần nào an dạ. Tôi có cảm tưởng ông cố ý giữ một khoảng cách giữa ông và tôi, tôi có cảm tưởng như ông đang chờ đợi một sự việc gì sắp xảy ra.

Ông Chung bưng ra một đĩa đựng hai ổ bánh mì thịt, mỗi ổ được cắt đôi. Nghe ông mời tôi tự nhiên thấy đói. Tôi cầm nửa ổ bánh mì đưa lên miệng cắn một miếng. Ổ bánh mì tỏa ra một mùi thơm thoang thoảng như mùi hương dạ lý làm tâm trí tôi lâng lâng. Giọng ông Chung lại trầm trầm bên tai tôi:

- Mỗi đêm khi có trăng tròn tôi hay ra ngồi đây một mình. Cứ mỗi lần trăng lên cao tỏa ánh sáng vào cửa sổ của phòng Hạnh, người tôi lúc đó như mê đi và tôi thấy Hạnh hiện ra trò chuyện với tôi. Nàng tiên đoán những gì sắp xảy ra cho tôi và hướng dẫn tôi cách ứng xử. Hôm nay tôi tin sẽ xảy ra một sự việc khác thường, không những liên quan đến tôi mà liên quan đến cả bà, nhưng tôi linh cảm là một biến đổi tốt.

Tôi ăn hết nửa ổ bánh mì thì vầng trăng tròn lên cao tỏa ánh sáng mờ dịu vào cửa sổ phòng của Hạnh. Tôi thấy ông Chung ngả đầu vào thành ghế, mắt nhắm nghiền như một người đang bị thôi miên. Bỗng một vệt sáng dài thoát ra từ cửa sổ phòng Hạnh, xẹt qua đầu tôi, rồi như một ánh sao băng vun vút bay lên. Tôi mở lớn mắt theo dõi cho đến khi không còn phân biệt được đâu là vệt sáng đâu là ánh sao trên bầu trời. Tôi quay mặt nhìn sang ông Chung. Ông tỉnh lại không biết từ lúc nào, ngồi im ngắm tôi với nụ cười hiền hậu. Tôi nhìn ông, bỗng thấy đối diện với mình là một khuôn mặt thân thương quen thuộc như từ lâu đời. Tôi đưa tay qua nắm tay ông:

- Đi vào đi anh, em lạnh.

Bước ngang qua phòng Hạnh, chúng tôi ghé mắt nhìn vào. Bức hình treo trên đầu giường biến mất. Ông Chung, mắt ngấn lệ, tay nắm chặt tay tôi, miệng thì thầm: "Cám ơn Hạnh!"

TRẦM PHỤC KHẮC

Tên thật Đoàn Minh Đức. Sinh ngày 24 tháng Tư 1958.
Thuyền nhân. Định cư tại Pháp 1979, rồi tại Hoa Kỳ 1980
đến nay.
Nghề nghiệp chính: Buôn bán.
Làm thơ rất ít và không đều.
Đã cộng tác với các tạp chí: *Văn, Văn Học, Hợp Lưu* và *Thơ*.

Xóm mới

mùa Xuân gẫy xuống
phố
gieo xuống bờ

con đường một
cửa nhà

nảy mầm lên
thương
phế.

rừng

vốn em không chắc được
có còn đủ chỗ để thiêu đốt
phơi hong

trái mụ mẫm con nít ham mến

suối tắt tiếng
khe
hoãng.

Nhện

xa mãi rồi cũng
về
cho đến khi

gặp nhện
giăng
tơ

một sợi
thôi
bỏ phứt

trăm
năm ừ trăm năm.

Trầm Phục Khắc

Nguyễn Vy Khanh by Phan Nguyên

TRÂN SA

Tên thật Trần Thị Sa, sinh năm 1956 tại Đà Nẵng, lớn lên tại
Nha Trang, vượt biên và định cư tại Toronto, Canada.
Từng làm chủ bút tạp chí *Bạn Việt, Trăm Con,* trong nhóm
chủ trương tập san *Hợp Lưu* và cộng tác với các tạp chí *Văn
Học, Văn, Thế Kỷ 21, Giao Điểm, Nhân Văn,…*

Tác phẩm đã xuất bản:
- *Thơ Trân Sa* (Tập Hợp, Úc 1989)
- *Điểm Tâm Cho Người Tình* (thơ, Tân Thư, Hoa Kỳ, 1990)
- *Canh Thức Cùng Thơ Mộng* (thơ, in chung với Lê Thị Huệ
và Vũ Quỳnh Hương; Lũy Tre Xanh, 1996)

Bản chính
(Tặng Q.C và M)

Trong một giấc ngủ, Nhiên mơ thấy nàng gặp lại nàng thời nhỏ. Nhiên Nhỏ khoảng mười bốn mười lăm tuổi, da nâu hồng rám nắng, mặc quần áo vải thô sờn rách màu xanh trời, bộ điệu man dã ngây thơ như nai con. Nàng cầm hai bàn tay cô, mừng rỡ, ngắm nghía từng nét một, cả đến những sợi tóc mai và những chiếc lông măng. Đầu hơi cúi, cô bé liếc liếc nàng, hai riềm mi cười rung rung. Đôi tay cô vùng vằng nhè nhẹ, như muốn được thả ra để dọt đi chơi cho rồi nhưng lại sợ làm nàng buồn giận. Cô trông giống nàng quá, và dĩ nhiên là trẻ trung mạnh khỏe hơn. Cô có vẻ đẹp của một đứa trẻ lớn lên từ núi đồi hoang dã. Tim nàng chao nhẹ. Nàng hỏi:

"Nhiên có biết tôi là ai không?"

Nhiên Nhỏ lắc đầu. Nàng nói:

"Tôi là Nhiên đó".

Cô bé cười ha ha như nàng vừa mới nói đùa.

"Làm sao chị là tôi được? Chỉ có tôi mới là tôi thôi!"

"Thật mà! Tôi là Nhiên. Tôi là tương lai của Nhiên. Nhiên là ngày xưa của tôi. Tụi mình là một người".

"Thôi mà. Tôi không hiểu đâu. Hiểu để làm cái gì! Thả tôi ra cho rồi!" cô năn nỉ.

"Nhưng Nhiên đi đâu bây giờ vậy? Cho tôi theo với".

"Tôi đi tìm bạn của tôi. Chị sẽ không thích những trò chơi của bọn tôi đâu. Tôi thì chán những sự tính toán nhỏ nhặt của người lớn! Chị là người lớn".

Cô vuột ra khỏi tay nàng bỏ chạy. Được một đỗi ngắn cô quay đầu lại nhìn nàng, nói to:

"Nếu chạy được như tôi thì mới là tôi!"

Nàng chạy theo, giẫm lên những chiếc lá vàng mục ẩm sương. Nắng vừa mới lên, dịu dàng lấp lánh trên cành lá. Nhiên Nhỏ chạy băng băng, thỉnh thoảng lăng quăng lòng vòng quanh những gốc cây như để chờ đợi nàng. Cô nhảy vút qua vài tảng đá nhỏ, dần dần bỏ xa nàng… Đến khi hình dạng cô chỉ còn là một dấu chấm nhỏ tí nhảy múa giữa hai màu lá xanh và đất nâu thì nàng cũng nhòa biến, cùng lượt với tiếng thổn thức của một chiếc lá vừa rụng. Không biết ở đâu.

Nàng nhớ giấc mơ ấy nhiều ngày. Nhớ màu da rám nắng và những sợi lông măng thật mỏng óng ánh trên khuôn mặt như trái cây chuẩn bị ửng chín của Nhiên Nhỏ. Nhớ đôi tay vùng vằng và cái cười hơi thẹn. Những câu nói và đôi chân nai rừng chạy thoăn thoắt…

Buổi sáng sau giấc mơ, nàng dừng trước bồn rửa mặt, ngước khuôn mặt đẫm ướt lên nhìn mình trong gương cố tìm dấu vết của Nhiên Nhỏ. Nàng ngó đăm đăm hai con mắt mệt mỏi. Nàng nhếch môi để cười. Nàng cười to lên. Nụ cười tiếng cười lạ lẫm, gượng gạo làm sao! Bằng cách nào mà tôi đã để mất, đã đánh mất, đã bị cướp đoạt hoặc bôi xóa mất ánh hồn nhiên trong mắt và vẻ vui tươi của nụ cười? Đó là những điều thuộc về tinh thần, nào có lệ thuộc bởi thời gian đâu? Lời nói của Nhiên Nhỏ càng lúc càng sắc rõ trong trí: "Tôi thì chán những sự tính toán nhỏ nhặt của người lớn". Một sự phê phán quyết liệt và ngây thơ. Chỉ có trẻ con mới quyết liệt, ngây thơ được như thế. Thật ra, nếu nghiêm khắc hơn, cô có thể chê trách nàng là một kẻ lười biếng, yếu đuối và hèn nhát nữa kìa. Khi đuổi theo phía sau lưng Nhiên Nhỏ, mắt nàng đã không ngừng kiểm soát mặt đất, hoảng hốt tránh né những viên sỏi, nhánh cây. Nàng sợ phải trợt té. Nàng trèo qua những tảng đá một cách thận trong vụng về trong khi Nhiên Nhỏ nhảy phóng qua chúng một cách rất ngoạn mục. Và khi khoảng cách giữa họ bắt đầu hơi xa, nàng đã chạy chậm lại dần với tư tưởng đành bỏ cuộc. Nàng biết trên hai đầu gối của cô bé có rất nhiều vết sẹo, kết quả của bao lần té ngã. Nhưng chúng nào có làm đôi chân kia rụt rè hơn một chút nào đâu. Tại sao càng lớn người ta càng sợ té, sợ đau?

Có thể giấc mơ ấy sẽ không bao giờ còn lặp lại. Có thể nàng sẽ gặp lại Nhiên Nhỏ – tùy mức độ tha thiết, ý chí lẫn sự làm việc của não bộ nàng – theo hình thức khác. Cuộc gặp gỡ sẽ mơ hồ hơn hoặc trọn vẹn hơn, nàng chưa biết được. Duy một điều nàng biết, là lần hội ngộ mộng mị và cảm động vừa rồi đã khơi dậy trong nàng cảm giác yêu thương – và niềm khao khát được sống trọn vẹn với – chính mình.

Lẫn trong đống giấy tờ sách vở gởi lại ở căn nhà của cha mẹ nàng là một cuốn sách cũ của H.Hesse. Cha nàng nói: "Con hãy lựa những gì con muốn giữ lại, những thứ không cần thiết thì xe đổ rác sẽ mang đi". Căn nhà đã bán. Cha mẹ nàng đang chuẩn bị dọn về chung cư. Khi tất cả con cái đã lớn, người có gia đình riêng, người đi làm xa có chỗ ở riêng, họ không còn muốn giữ lại căn nhà có sân vườn quá rộng đòi hỏi nhiều chăm sóc: cắt cỏ mùa Hè, quét lá mùa Thu, xúc dọn tuyết mùa Đông. Nàng đi loanh quanh trong căn nhà đã từng ở mười năm, nhìn nó lần chót với niềm lưu luyến nhẹ nhàng. Khi vào căn phòng cũ của mình lục soạn chọn những gì giữ và không giữ, nàng cầm lên một cuốn sách cũ, giấy đã vàng ố. Tờ bìa đã mất. Sau lời tựa của Mann là hai câu của Hesse chiếm trọn một trang giấy: Tôi chỉ muốn sống hòa hợp với những giục giã đến từ cái ngã thực sự của tôi. Tại sao ước vọng chỉ có thể mà lại quá đỗi khó khăn? Đọc lướt vài chương sách, nàng bắt gặp tác giả tự trả lời: Cả một xã hội đã làm nên những người sợ hãi cái vô danh trong con người họ. Nàng xếp cuốn sách lại, vuốt nhẹ lên trang đầu tiên, nơi có chữ ký của Vũ Anh, bên dưới ghi năm 1977. Đầu nàng đột nhiên ngân nga lại một đoạn âm thanh của bài hát ngắn nàng viết năm mười chín tuổi, với tất cả sự đơn sơ của nó:

Vũ Anh Vũ Anh
Con Chim trên đồi
Vũ Anh Vũ Anh
Hót lời yêu tôi

Tội nghiệp Vũ Anh. Đây là cuốn sách Vũ Anh mê thích thời hai mươi tuổi. Vũ Anh đưa cho nàng ngày nàng cùng gia đình rời khỏi Việt Nam với lời hẹn "Gặp lại nhau ở bên kia biển!". Bây giờ Vũ Anh không còn ở đâu cả, cũng như Hesse. Họ đã biến vào đất cát, vào không khí, mang theo tất cả bao nhiêu ước mơ, bao nhiêu điều muốn thấy thời còn sống.

Ngực nàng đau buốt chỗ trái tim, khi hình ảnh Vũ Anh lại mơ hồ thoáng hiện trong trí nhớ. Cô gái tóc dài ngang lưng, khuôn mặt trắng đẹp lạnh lùng, ngồi đánh trống trong ban nhạc nữ sinh. Những lần trình diễn chung, nàng đàn guitar và hát giọng chính. Thỉnh thoảng ở giữa bản, nàng quay đầu lại cười với Vũ Anh. Lúc nào Vũ Anh cũng đưa hai ngón tay lên thành hình chữ V, nháy mắt cười lại với nàng. Hình ảnh này nối hình ảnh nọ. Nàng ngồi lặng lẽ, để cho mọi kỷ niệm trở về. Nàng mỉm cười, nhìn thấy lại cô Vũ Anh nhảy cẫng lên hét lớn: "All right!" ngày hai đứa cùng có tên trên danh sách những người thi đỗ. Là người duy nhất đỗ ưu hạng của lớp. Vũ Anh mở tiệc khao tất cả bạn bè. Đêm bày tiệc trong vườn, Vũ Anh ép hai mươi đứa con gái cùng uống rượu. Nàng uống hai cốc rượu đầu tiên trong cuộc đời, ngồi ngay dưới giàn bông giấy đỏ nghe Vũ Anh tranh cãi với một người bạn. Giọng Vũ Anh nhiệt thành sôi nổi: "Nếu bạn không sống trọn vẹn như là chính bạn, bạn sẽ không là cái quái gì cả! Bạn chỉ là một bản sao, một sự rập khuôn, một con số không đứng trước nhưng con số không khác, một con ốc vít cùn trong bộ máy, hoặc bất cứ cái gì khác đáng chán nhất trên đời!" Đêm đó Vũ Anh sao mà đẹp! Vũ Anh đánh mắt màu tím nhạt và tô son hồng bạc. Lần đầu Vũ anh trang điểm! Chiếc áo đầm nhung tím hở vai làm Vũ Anh lớn hẳn.

Nàng ngồi im, chỉ cười và ngắm người bạn thân nhất của hai năm cuối cùng thời trung học, thấy Vũ Anh như gần như xa. Sắc đẹp lổng lẫy của Vũ Anh, sự thông minh khác thường của Vũ Anh, kiến thức và những lời nói đi trước tuổi của Vũ Anh, cộng với ngày chia tay đã cận kề… làm nàng thấy buồn buồn: Có lẽ nàng sẽ mất Vũ Anh. Một Vũ Anh luôn luôn quấn quít bên nàng, lo lắng giúp nàng bài vở, hốt hoảng khi nàng ngã bệnh, ướt nước mắt khi nàng khóc. Một Vũ Anh luôn luôn chia đôi bất cứ cái gì có được cho nàng, chăm sóc từ tinh thần đến vật chất. Từng cuốn sách hay vừa đọc, từng bản nhạc này vừa nghe được, từng chiếc áo đẹp nhìn thấy được…

Tiệc tàn lúc mười hai giờ đêm. Vũ Anh tiễn bạn bè ra đến cổng. Nàng vào ngồi ở hàng hiên, đàn một khúc nhạc. Vũ Anh tắt những ngọn đèn trước sân, đến ngồi bên cạnh. Trong khi nàng đàn, Vũ Anh nhặt những viên đá nhỏ dưới chân quẳng vu vơ về phía trước. Khu vườn trước mặt mới đây còn rộn rã tiếng cười bây giờ lại lặng lẽ âm u quá.

"Hát đi, Nhiên. Mai mốt chẳng còn nghe Nhiên hát nữa".

"Hát gì bây giờ?"

"Hát gì cũng được".

Nàng hát: "Giờ này còn gần nhau… Còn thắm thiết…" Chỉ được vài câu, rồi nghẹn. Vũ Anh hát, giọng trầm xuống, gần như thì thào. Dứt bản, Vũ Anh ngồi im lặng như một cái tượng đá. Nàng để đàn qua bên.

"Bây giờ thì thấy buồn quá". Giọng Vũ Anh nhỏ, ướt. Vũ Anh cầm tay nàng, mân mê những ngón tay:

"Học ngành gì thì học, nhưng đừng bỏ chơi đàn, nghe!"

"Ừ".

"Hứa?"

"Hứa!"

Họ đã ngồi ở cái hàng hiên này, cạnh nhau như thế này, chẳng biết bao nhiêu lần, bao nhiêu buổi tối. Nhưng lần này không giống những lần trước. Vũ Anh ngồi đụng sát người nàng, hơi thở còn thơm men rượu nho.

"Hơi say say, Nhiên ơi".

"Nhiên cũng thế".

Nàng nhắm mắt. Mọi ý nghĩ bềnh bồng trắng xóa bay bay như mây. Mà nàng cũng chẳng muốn nghĩ gì nữa, ngày mai thuộc về ngày mai. Bây giờ nàng chỉ muốn ngồi cạnh Vũ Anh. Với cảm giác Vũ Anh đang nhìn, nàng mở mắt ra thấy Vũ Anh đang nhìn mình thật. Ánh mắt nóng, nồng nàn. Nàng đã bắt gặp Vũ Anh nhìn mình như thế rất nhiều lần. Và đã, khi thì bối rối ngượng ngập, khi thì cợt đùa vờ vĩnh, để làm nó biến mất đi. Lần này thì không lẩn trốn nữa, nàng nhìn lại Vũ Anh, sẵn sàng tiếp nhận bất cứ điều bất thường nào từ cá tính mạnh mẽ, linh động và quyến rũ của con người Vũ Anh. Bạn bè đã khuyến cáo nàng – với đầy đủ sự tò mò thú vị lẫn sợ hãi của họ – "Coi chừng Vũ Anh đồng tính luyến ái đấy Nhiên. Nó mê Nhiên quá chừng. Mấy năm trước nó đã mê Soeur Paulina dạy nhạc. Bây giờ nó mê Nhiên đấy!" Mẹ nàng cũng thắc mắc: "Sao Vũ Anh cứ quấn lấy con thế? Gặp mặt ở trường không đủ sao mà tối nào cũng tới kiếm nữa?" Cái "mê" của Vũ Anh tưới đẫm lấy nàng suốt những ngày cuối cùng bậc trung học như dầu xăng, và một cách lặng lẽ, thầm kín, nàng thấm hút lấy tất cả, chờ được bốc cháy.

Nàng nhớ rất rõ cảm giác cái hôn môi lần đầu tiên của đời mình hôm đó. Hơi thở như hương cỏ non trộn lẫn rượu nho của Vũ Anh. Đôi môi êm dịu, chiếc lưỡi mềm mại của Vũ Anh quấn hút mơn man. Nó làm choáng váng, làm say. Cái say dịu dàng, dễ chịu, mà mạnh mẽ còn hơn hai ly rượu ban nãy nàng đã uống. Tim nàng đập vang trong lồng ngực.

Nàng mềm nhũn, ngây ngất, không còn biết gì ngoài, không còn biết gì khác. Nàng đang ở đâu, nàng là ai… Chẳng biết chi nữa hết. Nàng níu lấy thân hình thon và êm của Vũ Anh, run nhe lên theo từng cái vuốt ve của Vũ Anh luồn trong áo dọc trên da thịt. Vũ Anh hôn lên cổ lên vai nàng rồi cắn mạnh ở cánh tay. Nàng bật kêu nho nhỏ. Vũ Anh cười thầm thì sát bên tai: "Đau hả?" rồi ngậm xiết phần thịt da bị cắn của nàng. "Để Nhiên nhớ…", Vũ Anh nói thế. Lưỡi Vũ Anh ấm nóng xoa dịu vết đau.

Giữa những cái hôn họ buông nhau ra để thở và nhìn đắm đuối mặt nhau. Đôi lông mày thẳng và đều, hai hàng mi đen rậm, và mắt của Vũ Anh, sao buồn và đẹp thế này. Sao bỗng chốc họ lại gần nhau quá vậy, gần đến nỗi những gì của Vũ Anh là chính nàng và nàng đã là của Vũ Anh. Môi Vũ Anh cuốn hút như nam châm, nàng mê mang nhập vào với những ý nghĩ rộn rã về hạnh phúc.

Những ngày hôm sau, thỉnh thoảng nàng lại vén tay áo lên nhìn ngắm cái vết hồng trên cánh tay. Nàng sợ nó phai đi mà cũng sợ người khác sẽ nhìn thấy. Soi gương, nàng có cảm tưởng mình đã lớn hơn nhiều lắm, với một bí mật trồng trong trái tim đang mọc rễ đâm chồi kết lá nở hoa màu sắc rực rỡ khác thường. Từ đấy cho đến ngày chia tay mỗi đứa học ở một tỉnh, nàng và Vũ Anh không thể rời nhau. Nhiều đêm nàng ngủ lại với Vũ Anh trong căn nhà vắng rộng. Mỗi buổi sáng, Vũ Anh thức nàng dậy bằng những ngón tay nghịch ngợm vuốt dọc thân thể nàng hay những cái hôn lên má và những tiếng nói thì thầm bên tai. Vũ Anh mua bún bò từ gánh hàng trước cổng mang vào tận trong phòng cho nàng, dành phần xắn ớt vắt chanh. Vũ Anh làm café, nâng tách kề môi nàng, chờ đợi nàng uống từng hớp nhỏ. Thời gian đó nàng bắt đầu viết ca khúc. Lúc nàng loay hoay với cây đàn, trang giấy và những nốt nhạc đen trắng nhảy tung tăng, Vũ Anh ngồi chống cằm ngắm nàng, gật đầu, lắc đầu ở những đoạn nhạc Vũ Anh cho là hay, hoặc chê là "không được. Trục trặc, trúc trắc thế nào ấy!" Có khi Vũ Anh ngồi trên thành cửa sổ, hút thuốc và gõ những ngón tay trên thành gỗ thay nhịp trống. Đó là những ngày rất đẹp của cuộc đời nàng. Những ngày cùng với Vũ Anh, nàng khám phá chính mình, cảm xúc và thân xác mình trước một con người khác. Cách xa Vũ Anh vài giờ là nàng muốn điên lên vì nhớ. Trước đây, ngày nào đến lớp không thấy Vũ Anh nàng cũng thấy thiếu vắng, nhơ nhớ, mong mong. Nhưng cường độ cái nhớ bây giờ đã nhân lên gấp mấy lần như thế. Vũ Anh nói: "Vậy là Nhiên có yêu…" Đó là kết luận của Vũ Anh. Nàng thì không dám khẳng định như thế. Đôi khi, trong suốt thời gian thiếu nữ của mình, nàng vẫn mơ mộng đến một người đàn ông nào đó. Anh ta – nàng tưởng tượng – có khuôn mặt đẹp, da mịn màng, mày thẳng, mắt sáng, mũi cao, môi đầy đặn, cằm vuông. Anh ta cao vừa phải, cân đối, thanh mảnh. Một con người cương quyết, thông minh, có nghị lực, nhạy cảm, dịu dàng, có được sự kết hợp đẹp đẽ giữa bộ óc khoa học và trái tim nghệ sĩ. Một ngày nào đó nàng sẽ lấy anh ta làm chồng. Họ sẽ sinh hai đứa con. Nàng còn tìm một cái tên lạ và đẹp để đặt cho anh ta (trong số những cái tên Đoan, Đô, Doanh, Huyên, Mẫn, Mai Khôi v.v… mà nàng đã chọn, đến bây giờ thì nàng nhận ra, đa số đều có âm hưởng dịu dàng và thiên về nữ tính!). Không thể chối cãi niềm đắm đuối mê say giữa nàng với Vũ Anh, nhưng nàng đã nghĩ, đó là một thứ tình vượt khỏi tình bạn thông thường, mà vẫn chưa phải là tình yêu. Tiếng "yêu" từ Vũ Anh làm nàng thấy sờ sợ. Từ xã hội chung quanh, trong phim ảnh sách báo nàng xem đọc, nàng chưa bao giờ được nghe, nhìn hai người đồng phái nào nói yêu nhau. Phải là tiếng yêu âu yếm dịu dàng ngọt ngào phát ra từ chính họ kìa. Không phải từ những bài báo tường thuật lại với thành kiến chủ quan riêng thành những thứ tin tức giật gân, không từ những màn ái ân có mục đích kích thích dục tính chiếu thoáng qua trên phim ảnh. Nàng vẫn băn khoăn tại sao tình yêu đồng phái lại là điều cấm kỵ? Người ta nói đến nó bằng một thái độ kỳ cục như nói về một thứ bệnh kín. Tại sao không ai dám đem những mối tình đồng phái đẹp đẽ và hạnh phúc vào sách truyện, phim ảnh hay kể cho nhau nghe? Trong một cuốn sách y học rất cũ, tác giả là một ông bác sĩ – có lẽ bây giờ cũng đã hòa tan vào trong đất và nhập vào cõi vô cùng tịch mịch – đã cho rằng tình yêu đồng phái là một chứng bệnh tâm lý (về sau nàng biết, chẳng chỉ mỗi mình ông ta viết ra sách như thế. Và tất cả những người như ông đều được chứng minh họ viết như thế là sai!). Cuốn sách ấy làm nàng đau đớn bực dọc, như thể ông bác sĩ kia có ác ý muốn làm tổn thương nàng vậy. Vũ Anh là một bệnh nhân sao?

Chứng bệnh gì mà lại làm Vũ Anh thông minh, tài hoa, quyến rũ và mạnh mẽ đến như vậy! Mỗi lần có nàng bên cạnh, Vũ Anh tươi tắn hạnh phúc như một đóa hoa nhận đầy đủ mặt trời và dưỡng chất. Dĩ nhiên nàng chẳng thể nào tin cái chẩn đoán "bệnh" ấy, cũng như không tin rằng những người thuận tay trái có "tật xấu" ấy vì thói quen, và thói quen thì có thể sửa được!

Thế nhưng mà, nàng vẫn cứ sợ hãi cái tiếng "yêu" phát ra từ đôi môi xinh đẹp của Vũ Anh – dù nàng chẳng bao giờ tránh được cái lực hút của nó – cũng như đã giấu kín vết răng cắn trên tay mình, không để ai nhìn thấy.

Quân điện thoại rủ nàng ra quán café Roméo nơi anh đang ngồi chờ. Anh nói muốn cho nàng xem những bài thơ anh mới dịch, và phải uống café pha đậm mới "phê". Từ nhà nàng đi bộ ra Reméo chi có mười lăm phút. Sáng thứ bảy nắng thu dìu dịu trên con đường ngang qua những căn nhà có cỏ xanh và những loài hoa nở muộn. Đi hết con đường nhỏ ấy, nàng rẽ ra dãy phố đầy những bảng hiệu đủ màu và cửa gương nhốt bên trong các người bán hàng buồn chán của thời kỳ khủng hoảng kinh tế. Mười lăm phút đồng hồ đi bộ, nàng đi qua, nhìn thấy khoảng vài ba chục người. Họ trắng, đen, hoặc vàng như nàng, có người pha trộn giữa các màu ấy. Họ nhìn lướt nhau, đi qua mặt nhau, dửng dưng, lạnh lùng. Bỗng dưng nàng muốn làm một bài toán đơn giản. Mỗi người, trong số mấy chục con người nàng nhìn thấy sáng nay, trong suốt cuộc đời họ, đã nhìn thấy bao nhiêu người? Giả thử lấy một con số (không lấy gì là quá đáng lắm) là một trăm năm chục ngàn người (số tuổi trung bình là bốn chục, số người trung bình mỗi ngày nhìn thấy: mười!). Trong số một trăm năm chục ngàn người ấy, được bao nhiêu người được gọi là quen biết? Trong số những người quen biết, bao nhiêu người có thể gọi là bạn? Trong số gọi là bạn, bao nhiêu người gọi là chí thiết? Trong số những người bạn chí thiết, bao nhiêu người *thực sự* thương yêu mình? Trong số những người thương yêu mình, có bao nhiêu người mình yêu? Con số thành có thể là zero cho quá nửa những người nàng nhìn thấy hôm nay, và cho hàng tỷ con người trên trái đất. Từ con số một trăm năm chục ngàn tụt xuống thành zero (hay cao lắm là hai, ba, năm, bảy…) cũng là điều đáng để người ta suy nghĩ lắm chứ. Người ta có thể – trong những ngày mùa Thu lá bắt đầu vàng úa này – nghĩ rằng mỗi người là một dấu chấm nhỏ rí trên quả địa cầu mênh mông. Nhân loại là hàng chục tỷ cái dấu chấm đang lung linh nhảy múa bên nhau để sinh tồn. Nhìn từ rất xa, chúng giống như một khối. Nhìn gần, chúng có vẻ là từng khối nhỏ quay quần. Nhìn gần nữa, hầu hết những dấu chấm là những điểm cô độc! Có những dấu chấm chỉ kết hợp lại với nhau với mục đích duy nhất là tạo sức mạnh để tiêu hủy các dấu chấm khác nhằm nới rộng vị trí (vị trí của những nhúm cát trên sa mạc!) Nhưng mà cũng có những dấu chấm nào đó sẽ biết tìm đến nhau với tình thương chứ. Nếu không thì ý nghĩa của sự sinh tồn là gì?

Trong khi chờ đợi nàng đến, Quân đã uống cạn một tách café. Anh nhổm người lên nhoẻn miệng cười khi nàng đẩy cửa bước vào quán, và gọi thêm hai tách café sữa. Những bài thơ để trên mặt bàn, bên cạnh cái lọ cắm hoa cúc trắng.

Nàng kể cho anh nghe ý nghĩ của nàng trên đường đến quán. Anh nghe một cách thú vị, hai ngón tay trỏ và giữa gãi gãi chiếc cằm. Nàng mỉm cười nhìn cái cằm vuông của anh. Anh cao hơn nàng một cái đầu, người cân đối thanh mảnh, mày thẳng, mắt sáng, mũi cao. Kỹ sư và nhà thơ, thông minh, nghị lực, dịu dàng, kết hợp đẹp đẽ giữa bộ óc khoa học và trái tim nghệ sĩ: chàng trai trong tưởng tượng của nàng năm mười tám tuổi.

"Điều thú vị là", Quân cười, "Nhiên vừa nói về một vấn đề mang tầm cỡ nhân loại vừa nhìn cái cằm bé nhỏ của anh mà cười! Nhiên là một cô bé rất ngộ nghĩnh!"

"Gọi em là cô bé à? Quân làm em mừng đó!"

"Không là cô bé thì là gì? Bác hay bà đây? No way, man! Nhiên lúc nào cũng có nét trẻ thơ, dù là lúc tỏ ra mệt mỏi. Tên của Nhiên là rất đúng với Nhiên".

Nàng mừng thật. Nàng reo lên "Nhiên Nhỏ" trong đầu, nghe thấy tiếng cười của cô mơ hồ rộn rã với bước chân chạy nhảy hồn nhiên trên đất đá địa cầu, tìm về với nàng.

"Nghe đoạn thơ này nhé, của Walt Whitman. Nhiên sẽ thấy nó có liên quan đến những gì Nhiên vừa nghĩ trên con đường đến quan".

Anh hắng giọng, bắt đầu đọc.

Linh hồn chẳng hơn gì thể xác
Thể xác chẳng hơn gì linh hồn
Không điều gì, ngay đến Thượng Đế, đối với con người,
lại cao cả hơn chính hắn
Và bất cứ ai bước đi một phần tám dặm đường
mà chẳng có chút tình thương nào cho kẻ khác
Sẽ đi về phía mộ phần mình
Trong một chiếc áo tang

Nàng ngắm khuôn mặt thanh tú của Quân trong lúc anh

đọc thơ. Có lúc nàng thoáng có ý nghĩ muốn hôn lên làn da nâu và đôi môi đỏ của anh. Rồi tình yêu sẽ bắt đầu, nàng sẽ yêu anh say đắm, săn sóc anh, nghe anh đọc thơ cho tới răng long tóc bạc. Sẽ sinh hai đứa con với anh và đặt cho chúng những cái tên xinh đẹp ngày xưa nàng đã chọn. Nàng sẽ viết nhạc lúc con đang ngủ. Đôi khi Quân cũng sẽ muốn ngồi với nàng trong khu vườn khuya, dưới trăng, để nghe nàng đàn hát những gì xuất phát từ trái tim nàng.

Quân lại gãi cằm, cái cằm vuông của anh, đọc tiếp một bài thơ khác, rồi một bài thơ khác nữa. Nàng vẫn chăm chú nhìn anh. Chưa từng thấy người kỹ sư điện nào yêu thơ đến thế! Đấy là người đàn ông thuở xưa nàng mơ mộng đấy. Nhưng ngoài lòng quý mến, nàng chưa bao giờ thấy nhớ nhung Quân? Ý nghĩ muốn hôn lên làn da nâu và đôi môi Quân trong vài phút trước đây thuần túy chỉ là ý nghĩ, không là niềm thôi thúc khát khao. Mọi điều khác, như sẽ sống bên anh, săn sóc anh, nghe anh đọc thơ, đàn hát bên anh dưới ánh trăng… cũng chỉ là những tưởng tượng không xuất phát từ ước muốn. Nàng đã vẽ vời như thế nhiều lần, đã muốn thực hiện cùng với năm, ba người, và lần nào cũng khựng lại từ những bước đầu. Nàng chưa từng thấy yêu, chưa từng thấy đắm say người đàn ông nào cả. Mọi cố gắng của nàng cố vượt lên trên tình thương mến để đi đến một điều gì mãnh liệt sâu xa hơn như thế đều thất bại, có khi tác động ngược để trở thành những cảm giác buồn bã, khổ đau.

Bây giờ, nhìn những ngón tay Quân đang lật từng trang giấy, nàng nhớ thiết tha những ngón tay Vũ Anh gõ gõ trên thành gỗ. Nhìn đôi môi Quân đang nói cười, nàng nhớ quay quắt những tiếng nói tiếng cười của Vũ Anh. Nếu có khi nào nàng sẽ được Quân áp môi anh lên môi nàng, có lẽ mọi điều rồi cũng xảy ra hệt với các lần trước, những lần nàng tưởng mình có thể yêu. Kết quả rồi thì cũng giống nhau. Sau những cuộc ân ái mang đến cho nàng chút khoái lạc trong giây phút (hoặc bực bội buồn cười suốt cả mấy tháng sau), nàng sẽ lặng người đi với cảm giác trống rỗng không cưỡng được hoặc chạy nhào vào phòng tắm dội cho tan biến đi sự dối trá mình tự phủ lên mình. Chẳng có gì gọi là rung động là choáng váng là say ngất bềnh bồng như ngày nào trong vòng tay Vũ Anh. Nàng sẽ lại cúi đầu với niềm ân hận mà nói với Quân rằng đó là điều lầm lỡ, đừng bao giờ lặp lại nữa và Quân sẽ bỏ đi mang theo sự tổn thương nàng không cố ý gây ra.

Họ uống hết ly café. Quân đã đọc hết những bài thơ. Anh hỏi nàng có thích không. Nàng gật đầu. Dĩ nhiên là những bài thơ đó hay, vì nó được Quân chọn, và vì nàng cũng đã đọc nhiều bài trong số đó rồi, từ Vũ Anh đưa. Nàng bỗng thấy choáng váng vì đột ngột nhớ ra điều ấy. Hầu như những gì hay nhất nàng từng đọc ngày xưa đều được Vũ Anh chọn và đưa cho đọc. Giờ phút này thì nàng đã nhận ra cái điều thẳm sâu khúc mắc: chính Vũ Anh là cái *bản chính* của hình ảnh người đàn ông trong mơ tưởng của nàng. Nàng đã lấy hình ảnh, cá tính, con người của Vũ Anh, thêm thắt vài chi tiết để tạo thành người ấy. Suốt bao nhiêu năm nay, nàng chỉ yêu và chờ đợi một Vũ Anh! Vũ Anh mày thẳng, mắt sáng, mũi cao. Vũ Anh xinh đẹp, thông minh, nghị lực, một người có kết hợp toàn vẹn giữa óc khoa học và tâm hồn nghệ sĩ…

Nàng thấy nhức đầu ghê gớm. Nàng ôm lấy đầu, mặt tái xanh:

“Thỉnh thoảng em lại bị migraine headache như thế này. Phải về thôi”.

Quân nhổm người dậy định cùng nàng đi. Nàng lắc đầu:

“Em muốn đi một mình. Hôm nào khác mình gặp lại”.

Quân ngơ ngác nhìn nàng vội vã đi ra cửa. Nàng quay lại nhìn anh một lần nữa, gượng cười để trấn an Quân. Nàng nhìn Quân, lần này hoàn toàn biết chắc chắn anh không phải là người nàng mong đợi. Ôi chỉ là những từ ngữ miêu tả người thôi, Quân ơi…

Nàng uống hai viên thuốc ngủ, kéo rèm cửa sổ xuống và nằm xuống giường. Với tay mở học bàn ngủ, nàng lấy cuốn album nhỏ. Trong đó, bên cạnh hình ảnh những người trong gia đình nàng là tấm ảnh của Vũ Anh. Nàng mỉm cười. Cô sinh viên khoa học năm thứ nhất trong ảnh trông thật bụi đời và yêu đời. Cô mặc quần jeans xanh bạc màu và áo thun màu vàng tươi bị chăm thuốc lá lủng từng lỗ nhỏ. Nàng kề tấm ảnh sát gần hơn để nhìn. Trên áo có chữ của Vũ Anh vẽ lên bằng bút marker mực đen: *Eternity*. Vũ Anh đứng ở bãi biển Vũng Tàu, cười toe toét, và như thường lệ đưa hai ngón tay lên làm thành hình chữ V. Tấm ảnh này Vũ Anh chụp để gởi cho riêng nàng. Phía sau lưng ảnh, Vũ Anh viết "Để Nhiên ngắm". Nàng ngắm tấm ảnh rất lâu, rồi thầm thì trong đầu: "Nhiên biết Vũ Anh muốn nói gì với Nhiên, khi cứ đưa hai ngón tay làm thành hình chữ V như thế. Yên chí đi, Vũ Anh yêu dấu". Nàng đưa tấm ảnh lên môi hôn, rồi cất vào tập ảnh.

Nàng bắt đầu buồn ngủ. Nàng biết mình sẽ ngủ thật say và không bị ác mộng, không thấy mình đứng trên bờ hoảng hốt kêu la tuyệt vọng khi chiếc ghe có Vũ Anh trên đó chìm dần vào lòng biển. Nàng sẽ ngủ rất êm như Vũ Anh đang ngủ thật bình yên. Chỉ có khác là nàng sẽ thức dậy, còn Vũ Anh thì chẳng bao giờ. Nhưng chẳng sao, nếu nàng không thể tìm thấy Vũ Anh ở một con người nào khác, hoặc không tìm ra người nào nàng sẽ có thể yêu như đã yêu Vũ Anh, thì nàng vẫn còn có Nhiên Nhỏ. Phải không? Đúng thế không? Vũ Anh?

Thôi,

Ngủ đi, Nhiên Nhỏ!

Tháng 9/ 1992

[Trần Vũ đánh máy lại từ *Hợp Lưu* số 7, 10-1992]

TRẦN DẠ TỪ

Trần Dạ Từ sinh năm 1940, tên thật là Lê Hạ Vĩnh, sinh ra tại Hải Dương, miền Bắc Việt Nam. Ông là chồng của nhà văn, nhà thơ Nhã Ca (Trần Thị Thu Vân). Ông di cư vào Nam năm 1954 khi đất nước bắt đầu chia cắt, định cư tại Sài Gòn, nơi ông bắt đầu làm thơ và viết báo, trở thành một thi sĩ được yêu thích trong giới văn nghệ miền Nam. Đầu thập niên 1960 ông cộng tác với Nguyên Sa làm tờ *Gió mới*. Năm 1963 ông từng bị chính quyền Ngô Đình Diệm bắt giam vì bất đồng chính kiến. Sau ngày 30/4/1975 vợ chồng Trần Dạ Từ bị chính quyền bắt giữ vì bị xem là "biệt kích văn hóa". Ông bị giam cầm từ năm 1976 đến 1988. Thời gian này ông cho ra đời hàng loạt bài thơ, nổi tiếng nhất là *Hòn đá làm ra lửa*. Năm 1989, dưới sự bảo trợ đặc biệt của chính phủ Thụy Điển, gia đình ông được sang Thụy Điển sinh sống, đến năm 1992 sang quận Cam, miền Nam bang California, Hoa Kỳ. Tại đây cùng với Nhã Ca, ông xuất bản tờ *Việt báo*.

Tác phẩm:
- *Thuở làm thơ yêu em* (Sài Gòn, 1960)
- *Tỏ tình trong đêm* (Sài Gòn, 1965)
- *Thơ Trần Dạ Từ* (tuyển 60 năm làm thơ gồm các thi tập Thủa Làm Thơ Yêu Em; Tỏ Tình Trong Đêm; Yêu Em Yêu Loài Người trước 1975 và các thi tập ở hải ngoại: Hòn Đá Làm Ra Lửa; Nụ Cười Trăm Năm; Gội Đầu I Bay; Thơ Lặng Lẽ; Việt Báo Foundation Hoa-Kỳ, 2018)

Thủa làm thơ yêu em

Thủa làm thơ yêu em
Trời mưa chưa ướt áo
Hoa cúc vàng chân thềm
Gió mây lưng bờ dậu

Chiều sương đầy bốn phía
Lòng anh mấy cách xa
Tiếng đời đi rất nhẹ
Nhịp sầu lên thiết tha

Thủa làm thơ yêu em
Cả dòng sông thương nhớ
Cả vai cầu tay nghiêng
Tương tư trời thành phố

Anh đi rồi lại đến
Bài thơ không hết lời
Bao nhiêu lần hò hẹn
Sớm chiều sao xa xôi

Mười bảy năm chợt thức
Bây giờ là bao giờ
Bàn tay trên mái tóc
Nghìn sau còn bâng quơ

Bài thơ này đã được nhạc sĩ Cung Tiến phổ nhạc thành bài hát cùng tên.

Nụ hôn đầu

Lần đầu ta ghé môi hôn
Những con ve nhỏ hết hồn kêu vang
Vườn xanh cỏ biếc trưa vàng
Nghìn cây phượng vĩ huy hoàng trổ bông

Trên môi ta vạn đóa hồng
Hôn em trời đất một lòng chứa chan
Tiếng cười đâu đó ròn tan
Nụ hôn ngày đó miên man một đời

Hôm nay chợt nhớ thương người
Tiếng ve mùa cũ rụng rời vai anh
Trưa vàng cỏ biếc vườn xanh
Môi ai chín đỏ đầu cành phượng xưa.

Hòn đá làm ra lửa
Đen đúa. Sần sùi. Không đáng một xu
Dzụt gốc xoài. Quạ không thèm mổ
Quăng tận ổ. Kiến không thèm bu
Phơi giữa trại tù, kẻ thù không ngó

Đó là một trong hai hòn đá cổ sơ
Chỉ có em và tôi cất giữ
Rời nhau ra. Lặng lẽ. Dư thừa
Hợp đôi lại, chúng làm ra lửa.

1.
Không hề từ que diêm, từ hộp quẹt
Chính từ lửa chung của đôi ta
Những quả bóng lân tinh đêm ấu thời
Đã đưa tôi về em

Không hề từ cột điện, từ dây nhợ
Chính từ lửa chung của đôi ta
Ngọn đèn nơi ngã ba năm nào
Khuôn mặt đêm tháng giêng dàn dụa

Không hề từ mặt trời, từ gió nồm
Chính từ lửa chung của đôi ta
Những hàng phượng chụm đầu bốc cháy
Lợp đỏ một mùa hè ngây dại

Chính từ lửa chung của đôi ta
Đám cháy hoa phượng
Đám cháy những nụ hôn lặng lẽ
Những năm tháng mù lòa
Những bài thơ khù khờ, cóp nhặt
Đã cuộn khói ngạo nghễ

Không phải quê quán, mẹ cha, con cái
Cũng chẳng phải đất đai, của cải
Chính cuộn khói dại dột bốc lên
Từ lửa chung của đôi ta
Đã làm tôi kéo em vấp ngã

Chúng ta đã chia lìa
Chúng ta bị tước bỏ, bị bôi xóa
Lần cuối, khi quay đi trong xiềng xích
Em nhớ mà. Chúng ta cùng thấy nhau
Hòn đá cổ sơ sần sùi
Trong mắt nhìn mỗi đứa.

2.
Cánh cửa bứt khỏi cổng, nhà bứt khỏi người
Trang giấy bứt khỏi mặt bàn
Chữ nghĩa bứt khỏi sách

Chúng ta bị bứt ra khỏi nhau
Ngày tháng năm bị bứt khỏi sự sống

Em vào nhà tù này, ra nhà tù kia
Bị đạp đổ. Đứng dậy
Bị phủ dụ. Quay đi
Bị đe dọa, mặc cả. Nhổ bọt
Em bị xua đuổi khỏi thành phố
Và biến mất
Như bao nhiêu người đã lặng lẽ biến mất

Tôi không biết giờ này em ra sao
Có lượm lại đủ lũ con cái tan tác không
Tôi không biết giờ này chúng thế nào
Em có gì để ăn, cho chúng ăn
Em có cách gì để thở, cho chúng thở
Em còn chỗ nào để nương náu, tạm bợ

Những con số dầu hắc hằn học
Khằn trên lưng trên ngực rách rưới
Những con số chì than dửng dưng
Trong sổ cái, sổ con bụi bặm
Những con số lặng lẽ lầm lì
Trong những T. những K. những Z.
Những con số vô danh, vô nghĩa
Những chữ cái vô tư, vô tội
Nhan nhản khắp nơi
Em sẽ tắt đi vĩnh viễn trong đó chăng
Như tôi. Như bao nhiêu người khác
Khi đĩa đèn ta cạn

Tôi đã kéo em vấp ngã
Chúng ta thật dễ vấp ngã nữa
Đã có lúc tôi thấy em đang chìm

Tôi mong em được chìm nhẹ nhàng
Như bao nhiêu người đã chìm xuống

Chúng ta bặt tin nhau. Ba trăm ngày
Có lúc tôi thấy em trôi dạt
Tôi mong em được cứu, được vớt
Được quên hết và thức dậy thảnh thơi
Lỗi tại tôi. Tôi thật mong ước vậy
Chính tôi đã kéo em vấp ngã
Em chỉ lỡ nhận quá nhiều nụ hôn
Và xây xẩm
Em làm gì đâu nào

Em sẽ ăn cơm mới, mặc áo mới
Đi đứng nhẹ nhàng trên những lối đi mới
Trò truyện thung dung bằng một tiếng nói mới
Em xứng đáng được vậy
Em làm gì đâu nào
Như bao nhiêu người khác
Dưới một bầu trời khác
Trên một mặt đất khác
Trong một cuộc đời khác.

3.
Không. Không phải vậy. Tha lỗi cho tôi.
Tôi lỡ yếu mềm
Đã tưởng tượng vớ vẩn và mơ ước tồi tệ
Chúng ta không dễ dàng được thế

Bầu trời của ta. Mặt đất của ta. Đời ta
Nụ cười chân thật mà chúng ta phụng sự
Thứ tiếng nói tuyệt vời cho thi ca
Sự diễm lệ của khổ đau mơ ước
mà chúng ta tự hào

Tình bạn, tình yêu mà chúng ta gìn giữ

Chưa hết. Nụ hôn và hoa phượng
Lửa và khói. Hạnh phúc và lỗi lầm
Chúng ta đã bứt ra khỏi nhau
Em mất tích. Em kiệt sức. Em một mình
Thật quá nặng cho em
Làm sao em thở

Mà đã hết đâu. Vẫn còn. Còn nữa
Vẫn còn nó. Nó sần sùi trong cổ
Không bay hơi. Không bốc khói
Không khò khè
Nó lầm lì buộc ta phải nhớ
Có thể không được sống,
không được chết bên nhau
Tên ta, đời ta. Đừng hòng rời nó

Tại sao tôi chọn em. Nào tôi có chọn
Chính nó chọn ta để buộc vào nhau

Chính nó. Hòn đá cổ sơ tai quái trong ta
Ngọn lửa chung của ta
Chính nó chọn cho ta bạn hữu
Chính nó chọn cho ta kẻ thù
Cách nói. Cách cười. Cách nhìn. Cách nuốt
Nó đang chọn dùm ta
Cả cách còn, cách mất

Ta có thể không biết nhau giờ này ra sao
Không biết chính mình giờ tới, ngày tới ra sao
Nhưng nó. Nó biết nó ở đâu trong ta
Nó biết nó phải sần sùi lúc nào
Như đã sần sùi trong mắt khi quay đi

Nó biết nó phải sần sùi kiểu cách nào
Như đã sần sùi theo ta đi tù đày
Nó biết nó phải sần sùi mức độ nào
Như nó đang sần sùi trong cổ

Hình như chúng ta thường phạm tội bất công
Tôi nhớ ta ít khi chịu vuốt ve cái cổ
Nơi trong tôi, hòn đá đang sần sùi
Tôi lắng nghe nó, nhờ vả nó
Để hình dung ra em

4.
Nó ở đâu. Hòn đá tai quái em đang giữ
Trong mắt em. Trong ngực em. Trong cổ em
Nó dịu dàng hơn. Với em, phải vậy chớ
Em có từng nhờ nó để hình dung tôi chăng

Chưa bao giờ cái cổ quan trọng vậy
Nó giúp tôi hình dung em dễ dàng
Em đang nín thở. Em nhăn mặt
Tôi nghe hòn đá em ân cần:
"Thở đi. Thở đều đi. Đừng nhăn nhó"

Em đang hốt hoảng. Đang giận dữ
Em bị truy bức, bị lục soát, hạch hỏi
Tôi nghe hòn đá em thì thầm:
"Chúng lùng sục tôi đấy. Chúng sợ
Lo quái gì. Làm sao chúng thấy được"

Em đang đăm chiêu. Em buồn rầu
Em bị bóng đen của cùng khốn vây hãm
Tôi nghe hòn đá em thủ thỉ:
"Cười đi. Coi nè. Tui nè. Tui biết làm"
Và em mỉm cười, chờ nó làm ra lửa

Tài thật. Dễ thương thật. Phải vậy chớ
Nụ cười em lấp lánh trong tôi
Hòn đá đúng đấy
Nó biết làm. Nó sẽ làm
Có thể chúng ta sẽ sống sót
Cùng vuốt ve lại trang giấy bị vò nát, ném bỏ
Cùng bắt đầu lại từ chỗ được bôi xóa
Như thơ em từng nói với con cái

Có thể đêm trở về
khỏi cần những quả bóng lân tinh
Chúng ta biết cách tìm ra nhau
Khỏi cần cột đèn, khỏi cần hoa phượng
Chúng ta đã thuộc khuôn mặt nhau
Đã biết cách rực đỏ
Cũng khỏi cần đám cháy
Khỏi cần những bài thơ cuộn khói ngạo nghễ
Chúng ta biết cách tần tiện những nụ hôn
Biết cách dành dụm lửa
Như em từng dành dụm
những ngọn nến xinh đẹp

Phải tần tiện, dành dụm lại thôi
Tôi đã rủ rê em phung phí bao nhiêu năm
Chúng ta mê mẩn nhau
Sôi sục với bạn hữu
Hăm hở xào xáo sách vở và cuộc đời
Bịt mắt mô tả sấm chớp của trời đất

Phải làm lại. Phải bắt đầu lại thật
Chúng ta đã cùng ăn. Bao nhiêu cơm ngon
Nói ra. Xấu hổ
Đáng đi tù. Đáng bỏ đói
Đáng bị bôi, bị xóa

Tôi chưa từng biết em chụm lửa cách nào
Chưa từng biết nồi cơm sôi ra sao

Ngọn lửa sẽ tái sinh
Ta sẽ cùng chụm lửa
Được nấu nướng bên nhau, thật hạnh phúc
Chắc sẽ đủ tiêu ớt hành ngò
Cho món xào chua cay mặn ngọt
Chắc sẽ đủ chất men của đời sống
Để cất được chén rượu ấm áp mời bạn bè

Và nồi cơm sôi. Nồi cơm sôi
Tôi sẽ sửng sốt nhìn
Bằng con mắt háu đói
Sẽ thật thà mô tả
Cho bạn hữu và kẻ thù cùng biết
Những hạt cơm tương lai
Phải cười như thế nào
Trong con mắt háu đói của nhân loại.

5.
Nhưng chúng ta đang biết cái đói khác
Cái đói tùng xẻo rỉ rả đêm ngày
Được xưng tụng là kinh điển, chính sách
Được trang phục lộng lẫy bằng mỹ từ
"Phát minh vĩ đại của thiên tài
Vũ khí chuyên chế vô địch của giai cấp
Chủ nghĩa bách chiến bách thắng của thế kỷ"

Ở đâu ra cái đói quỉ quái ấy?
Từ quả cân đẫm mồ hôi, lão địa chủ thu tô
Từ đồng xu cắt cổ, bác chà gom nợ lãi
Đâu giản dị có vậy

Cái đói phát minh của thiên tài
Mọc từ luống cày trên trán hói
"Cày đi cày lại cày tới cầy lui"
Đã để lại bao nếp nhăn tối tăm
Trên vầng trán đẹp đẽ đáng tiếc, sớm hói vì hằn học

Cái đói thành vũ khí chuyên chế vô địch
Nó được tính toán, được kết hợp lô gích
Sự co thắt dạ dầy. Nước miếng. Tiếng kẻng
Được tung, được hứng
Được quảng cáo xôm tụ:
"Kiểm kê. Quản lý. Làm chủ"

Và nó vơ. Nó vét. Nó ban phát ơn huệ
Biến chén cơm, miếng bánh thành ma túy
Biến tiếng kẻng cho ăn thành lệnh của ma quỉ
Để khuất nhục đồng loại

Tôi biết cái vũ-khí-đói này
Em ở đâu. Em coi chừng nó
Kẻng ăn gõ
Nước miếng ứa
Rớt nhãi chảy
Biến hóa thành muôn hình nghìn vẻ

Nơi em biệt tích, trong giấc ngủ chập chờn
Em có thường mơ được ăn cơm không
Những người lương thiện nấu nướng cách nào
Đêm tối quanh tôi, nấu nướng đang rôm rả

Anh này trổ tài làm cơm cháy vàng rực
Anh kia đang lựa vịt chọn gà
Anh khác nữa, cân đo gia vị
Họp lại thành bữa ăn thịnh soạn

Tha hồ mời bạn tù đánh chén

Không nước, không lửa, không củi
Không nồi, không gạo, không cả muối
Càng khoẻ. Cần gì. Anh em nấu bằng miệng
Thưởng thức. Nhai nuốt. Bằng nước miếng
Tiêu hóa bằng chính xương thịt mình

Nước miếng ứa
Rớt nhãi chảy
Kẻng ăn gõ
Nó đang gõ. Nó còn tiếp tục gõ
Gõ không ngừng. Gõ đây. Gõ đó

Chẳng cần biết làm gì
Cái kẻng thí nghiệm thông thái
Dây treo của nó. Búa gõ của nó
Nó khoa học, nó tài giỏi ra sao
Nó vẻ vang, nó oai vệ dường nào
Em đâu muốn tôi kể chuyện đó
Chúng ta đang nghe kẻng ăn gõ
Chúng ta biết nó

Nó là cái niềng bánh xe cũ phế thải
Có thể là mảnh đạn, là vỏ bom
Có nơi, như ở trại tù Z.30D,
nó là cái chuông đồng
Mang về từ ngôi chùa cổ nào đó bị cướp phá

Nó có dàn treo, có mái che
Sơn đỏ sơn xanh. Kẻ hầu người hạ
Nó lủng lẳng khắp nơi
Cổng tù. Cơ quan. Làng mạc. Thành phố
Nó được gõ. Bằng vồ. Bằng búa

Cẩn thận nghe em. Nó đang gõ
Nó gõ sáng. Gõ trưa. Gõ chiều
Rền rĩ những thể xác yếu đuối
Nó gõ tai bắt vểnh. Gõ mắt bắt nhắm
Gõ dạ dày bắt cồn. Gõ gan ruột bắt cào
Gõ khuỷu tay bắt tung hô
Gõ đầu gối bắt xì xụp
Gõ mồm miệng bắt hát, bắt hò
Bắt gào thét, nguyền rủa, đấu tố

Cẩn thận nghe em. Nó tiếp tục gõ nữa
Không nghe nó boong boong
Chớ tưởng nó ngừng
Đừng quên
Nó tự xưng là vũ khí chuyên chế vô địch
Chủ nghĩa bách chiến bách thắng của thế kỷ

Đâu phải chỉ chuông chùa, mảnh bom, niềng xe cũ
Đâu phải chỉ bằng vồ bằng búa
Vầng trán đẹp đẽ hói sớm, em nhớ không
Đang biến thành cánh đồng
Những nếp nhăn tối tăm
Thành luống cầy hằn học
Nó không trồng lúa. Nó đang trồng người
Một loại người không cười không khóc

Cái kẻng cơm vô hình
Đang lủng lẳng trên đỉnh đầu thế giới
Đang lòn sâu vô ruột vô gan
Đang gõ suốt ngày đêm
Không âm. Không vang

Kẻng cơm gõ. Nước miếng ứa. Rớt nhãi chảy
Cái lệnh ma quỉ ấy muốn vậy

Nó đòi tất cả phải cống nạp
Bằng hết nước miếng của nhân loại
Để ngâm tẩm thứ thuốc quái quỉ gì
Ai biết.

6.
Cây sậy chân tay quều quào của chúng ta
Có thể hết bưng nổi cái sọ dừa cứng đầu
Vũ chết hôm kia. Hồ chết hôm qua
Nguyễn. Và Nguyễn. Và Nguyễn nữa sắp chết
Sẽ đến lượt Lưu. Đến lượt Doãn. Đến lượt Lê

Ăn nhằm gì. Có thể sẽ không còn chúng ta
Nhưng, nước miếng nhân loại
sẽ chẳng bao giờ cạn

Làm thế nào cạn được
Trong miếng cơm nhai dập ngọt ngào
Bao nhiêu thế hệ bà mẹ đã mớm đút con dại
Như tôi, đứa con thơ èo uột nơi quê mùa
Từng được mẹ mớm đút

Làm thế nào cạn được
Trong nụ hôn nồng nàn
Gắn bó hạnh phúc và khổ đau
Dưới chân những thánh đường tương lai chưa hiện hình
Các đôi lứa sẽ còn hẹn hò nhau
Như chúng ta từng hẹn hò
Suốt mùa hè ngây dại ở Thiên Mụ

Làm thế nào cạn được
Chúng đâu chịu ngừng thì thầm dụ dỗ
Trái chanh, trái cóc,
Quả khế, quả me

Giữa kẽ răng cô vợ trẻ mang bầu
Lần đầu thèm của chua
Như em ngày nào

Làm thế nào cạn được
Trong cái miệng háu đói
Anh chồng đi làm về
Ngó vợ cạnh nồi cơm bốc khói
Như chúng ta vẫn tin sẽ cùng nhau thấy lại

Làm thế nào cạn. Chẳng bao giờ cạn nổi
Nước miếng. Tình yêu. Sự sống
Dòng sữa nuôi đích thực những câu hò đối đáp ví von
Nhiên liệu bất tận cho tiếng cười tiếng nói
Nguồn khởi đầu của dòng suối sinh nở
Sẽ còn sinh nở mãi.

7.
Yên tâm nhé em. Em lo lắng gì nữa
Quả thật đằng sau khúc tụng ca bi tráng của J. S. Bach
Có nỗi khiếp sợ dịch đậu mùa la hét
Nhưng, cái mặt rỗ chằng chịt của tôi em từng ôm
Nó chẳng nhắc em sao:
Việc chủng ngừa đậu mùa đã công hiệu

Hãy tin sự khôn ngoan của nhân loại
Tôi chia sẻ với em khúc tụng ca bi tráng
của quê hương và thời đại chúng ta
Cái đói tùng xẻo. Kẻng ăn. Rớt nhãi
Sự khuất nhục
Những vết xẹo chằng chịt một thời
Tất cả. Rõ ràng
Có công dụng của nó

Nước miếng nhân loại sẽ chẳng bao giờ cạn
Một loại vắc xim mới sẽ xuất hiện
Nụ cười những hạt cơm tương lai
sẽ được chích ngừa
Mưu ma chước quỉ không đụng được đến nó

Chữ đói, vĩnh viễn được trả về đúng nghĩa:
Nốt nhạc chung tươi tắn trong ngôn ngữ loài người
Cái đói, vĩnh viễn được trả về đúng chỗ:
Trong con mắt háu đói, cái miệng háu đói
Trước nồi cơm đầy đặn, tươi cười
Cái đói sinh động
Cái đói tuyệt vời
Tia nhìn của hạnh phúc rạng rỡ
Ngọn đèn xanh bật sáng cho nụ cười
Chìa khoá mở tung mọi cánh cửa
Món quà đằm thắm, anh chồng đi làm về tặng vợ
Như tôi hằng mong sẽ còn dịp tặng em.

8.
Sẵn sàng nhé, hòn đá cổ sơ
Đây rồi, ngọn lửa chung của ta
Được lắm. Chẳng cần phải nhờ thêm bóng tối
Tôi đang tưởng tượng em dễ dàng
Chân tay mặt mũi em. Thân thuộc biết bao
Hình thể con người. Tuyệt diệu thật

Hèn chi ta yêu nhau đến thế
Hèn chi ta yêu bạn bè ta đến thế

Chúng ta không chọn nhau
Chính ngọn lửa của chúng ta chọn giùm
Chúng ta cũng không chọn quê hương
Không chọn cha mẹ, anh chị em

Chúng ta đâu có chọn bằng hữu

Tôi thường kể với em về họ
Như sao, những đứa con bị đẻ rơi
Bị buộc cùng sáng một góc trời
Chúng tôi đã côi cút nô đùa
Giữa tro bụi lem luốc của mưa thu
Dưới móng sắc cay nghiệt của gió bắc

Anh cao ngồng. Anh lùn tịt
Anh đít vịt. Anh cổ cò
Anh vai so. Anh mặt rỗ
Anh răng vổ. Anh mắt lồi
Dị hợm. Tức cười
Mỗi anh một vẻ
Trong hơi ấm tưởng tượng của lòng mẹ
Chúng tôi đã dành dật lớn khôn
Đã hăm hở nhấp nháy

Anh tiểu thuyết miệng lưỡi, gái mê
Anh văn chương đờ đẫn, mê gái
Anh đàn địch. Anh vẽ vời
Anh thỏ đế. Anh tay chơi
Anh thiền sư. Anh đãng tử
Anh mô phạm bụng bự

Anh báo bổ cà thọt
Anh lập thuyết khói mây vi vút
Anh thơ thẩn nham nhở ướt mèm
Anh sách vở lem nhem
Anh súng ống cọc cạch
Mỗi anh một cung cách

Chúng ta yêu nhau, yêu bằng hữu

Kinh ngạc và thích thú biết bao
Chớp mắt. Thấy mình có trong nhau
Mở cửa. Thấy anh em đông đủ
Bắt tay, chào hỏi. Thấy thành phố
Bước đi, trò truyện. Thấy quê hương
Hất mặt, vươn vai. Thấy bầu trời
Hít hà. Thấy thời đại mình thở

Phải rồi. Chúng ta có chung một thành phố
Nơi 'định mệnh chân dài' của mỗi người đã ngủ
Những cây me Nguyên Sa canh cửa dịu dàng
Cột điện Thanh Tâm Tuyền hung dữ
Quán rượu Mai Thảo - Phạm Đình Chương
Rù rì đêm nguyệt cầm Cung Tiến

Chúng ta có chung một tuổi trẻ
Buổi sáng trong bầu tròn
Buổi chiều trong ống dài
Hò hẹn yêu đương với thiên tai
Sinh nở giữa pháo kích, oanh tạc
"Như khi Tường vượt sông Bến Lức
Đạn tiểu liên bắn xối vào tim"
Như đêm trở về trong thơ Toàn
"Cây xanh xao dơ lên trời ủ rũ"

Chúng ta có chung những tiểu sử
Địa chỉ Đỗ Ngọc Yến ở Sài Gòn
Ngõ hẻm Nguyễn Khắc Giảng ở Chợ Quán, Chi Lăng
Góc phố mưa Nguyễn Trung
Khu trường mù, tuổi thơ Phan Văn Song
Cánh đồng hoa nhài Lê Tất Điều ở Bình Thới
Nơi đi về tan tác của Long
Xe buýt vàng Viên Linh. Thơ Đen Tú Kếu
Nhà in chợ Cô Giang với Nghiễm

Bao nhiêu tòa báo tối tăm khác
Với Lý Hoàng Phong, Lê Xuyên, Hồ Văn Đồng,
Nguyễn Hữu Đông, Chu Tử

Chúng ta có chung một thời đại
Tình ca Phạm Duy
Rừng phong Vũ Hoàng Chương
Mê hồn ca Đinh Hùng
Mối tình mầu hoa đào của Nguyễn Mạnh Côn
Mụ đế quốc khốn khổ của Võ Phiến
Khu rừng lau mênh mông của Doãn quốc Sỹ
Những khuôn mặt dị dạng
trong *Thế giới* của Choé

Chúng ta có chung một quê hương
Nhai dập con khô mực khô thiều
Tấm tắc vị ngọt ngào sông biển
Nhâm nhi hạt đậu phộng trong miệng
Thấm thía cái bùi béo ruộng vườn
Chúng ta có chung niềm nhớ thương
Những hạnh phúc, khổ đau, tan tác
Có chung cả tù đầy, lưu lạc

Em thấy chưa
Ngọn lửa chung của ta. Tuyệt diệu thật
Trong đêm tối đầy ải nơi tôi
Em đâu phải hiện ra lẻ loi
Quanh em, có bao nhiêu bè bạn.

9.
Chúng ta yêu nhau. Yêu bè bạn. Yêu quê hương
Giản dị. Bình thường
Tôi quên nói với em điều này:
Tôi yêu em đến mức có thể yêu luôn

Những người đang gọi chúng ta là kẻ thù

Tội nghiệp. Em hãy hình dung họ
Anh cùm. Anh kẻng. Anh bẹc giê
Anh bom. Anh mìn. Anh tên lửa
Anh loa rỉ hí hửng tung hô
Anh súng ống hầm hè bắt bớ
Anh kẻng tù hả hê nạt nộ
Anh danh tướng đánh trống thổi kèn
Anh lãnh tụ tiền hô hậu ủng
Tội nghiệp. Tội nghiệp họ

Dễ hiểu thôi. Em nhớ mà
Để nhuộm đỏ những nụ hôn đầu đời
Chúng ta đã hì hục làm đẹp
nhét hoa phượng, nhét thơ thẩn vào lửa
Lửa và những nụ hôn, chúng cần gì làm đẹp
Trò vớ vẩn phù phiếm bị đốt bỏ
Bốc khói
Khói. Sự đỏm dáng liều lĩnh khờ khạo
Anh lính rơm khoe khoang được dịp canh giữ lửa
Tôi kéo em vấp ngã vì hắn

Như chúng ta
Để làm đẹp những dấu chân của mình
Nhân loại đã ném vô số thứ quái gở vào lửa
Lửa, nụ hôn và dấu chân, chúng cần gì làm đẹp
Sự quái gở phí phạm bị đốt bỏ. Bốc khói

Những cuộn khói khổng lồ
Vần vũ khắp lịch sử

Bà mẹ nhân loại từng vấp ngã vì khói
Bà sẽ còn tiếp tục vấp ngã nữa

Như chúng ta. Giản dị thôi.
Điều này em hiểu được:
Sự ăn nằm dại dột sinh đứa con khờ khạo
Tên nó là chiến tranh
Tên nó là cách mạng.

Chiến tranh. Cách mạng. Ngày hội của quần chúng
Tội nghiệp. Họ được dạy dỗ vậy
Tội nghiệp. Họ tin sống tin chết như vậy.

Cuộc hội hè ầm ĩ ba mươi năm
Họ được vỗ tay. Được la ó, cổ võ
Quả pháo đùng lớn họng đã chung cuộc
Xác pháo sặc sỡ vui mắt tung tóe bay
Ngày hội đến hồi phải thu dọn

Tội nghiệp
Những người quen nhìn đâu cũng thấy kẻ thù
Anh ta đang sửng sốt ngơ ngác
Hội hè ầm ĩ đâu cả rồi
Sao yên lặng vậy

Tội nghiệp anh ta. Biết làm gì bây giờ
Anh ta được nhào nặn
bằng tiếng đì tiếng đùng
Được ru ngủ bằng tiếng la tiếng thét
Được bú mớm bằng tiếng gầm tiếng gừ
Được tập bò, tập đi, tập chạy
Bằng tiếng nổ, tiếng dội
Không còn cái hội hè ầm ĩ kia
Làm sao chịu nổi

Anh ta đang bị sự im lặng vây hãm
Tội nghiệp anh ta. Anh ta hoảng

Bọn yên lặng ở đâu ra. Đông quá
Nó ra bằng quyển vở, ngòi bút, cục gôm
Bằng chéo khăn, tấm áo, manh quần
Bằng đôi đũa, quả trứng
Nó ra bằng đầu. Nó ra bằng bụng
Nó ra bằng mắt. Nó ra bằng tai
Bằng nén nhang, giọt lệ, nụ cười
Nó ra từ con người
Nó ra từ cuộc sống
Từ mặt đất. Từ bầu trời
Không ngớt. Không ngớt
Nó ra. Nó ra.

Tội nghiệp anh ta
Yên lặng. Yên lặng.
Và
Yên lặng

Cái loa lại hết cỡ. Nó đồng khởi
Lại anh hùng dũng sĩ ba mặt giáp công
Còng kẻng búa bẹc giê xuất trận
Lại mìn súng tên lửa xung phong
Công đồn: khai hỏa vào nụ cười
Đả viện: Phục kích từng giọt lệ
Lại danh tướng đánh trống thổi kèn
Lại lãnh tụ tiền hô hậu ủng
Hò hét nhau đánh nhanh diệt gọn

Tội nghiệp
Đứa con ầm ĩ của đám hội hè tàn
Im lặng mênh mông
Anh ta ngộp
Anh ta la hét. Anh ta tung. Anh ta nổ
Anh ta chỉ có thể thở được

Bằng tiếng dội la hét từ chính mình

Em thấy chưa
Những người tưởng mình là anh hùng
Họ bị phỉnh gạt. Tội nghiệp họ
Trận hồng thủy cựu ước còn có lúc ngừng
Đâu có cuộn khói khổng lồ nào không tan
Đâu có đám hội chiến tranh cách mạng nào
Không tới hồi kết cuộc

Tội nghiệp anh ta
Anh ta la hét bao lâu nữa.

10.
Công việc sẽ bề bộn, khi khói tan
Phải bàn tính. Phải sửa soạn. Phải làm
Nào quét dọn, giặt giũ, tắm rửa
Nào thăm hỏi, sêu cưới, cúng giỗ
Nào gieo cấy, thu gặt mùa màng
Nào làm sạch bầu trời, làm đẹp mặt đất

Việc chúng ta: làm thơ và yêu nhau
Ta đâu biết làm việc gì khác
Nhưng đừng quên cùng nhắc mọi người
Phải nhớ anh bạn trước gọi là kẻ thù
Đỡ đần anh ta tí chút chứ

Đâu sẽ vô đó. Chẳng có gì đáng ngại
Lẽ phải sẽ phải là lẽ phải
Khi được nói bằng tấm lòng thương yêu
Được nghe bằng đôi tai tin cậy

Có lẽ tương lai phải mai mối cưới hỏi cho họ
Những anh loa, kẻng, cùm, súng, mìn, tên lửa

Mỗi anh một cô vợ
Các anh sẽ được nếm giọt lệ đợi chờ
Với chăn gối nồng nàn đêm xuân
Sẽ được sống phút cây cỏ nảy mầm
Sẽ thấy lại luống cầy dản dị: Trồng lúa cho người ăn
Sẽ mau chóng hiểu ra
Sự im lặng chả có gì đáng sợ

Đầu ai rồi cũng có ngày hói
Đừng hói vội vã vì hằn học
Vầng trán nào chẳng có lúc nhăn
Hãy nghĩ tới nhau, nhăn dịu dàng

Tiếng đì đùng. Pháo Tết đó thôi
Không có gì đáng sợ
Kẻ thù ta đâu có phải là người
Thở nhẹ nhàng đi. Khỏi la. Khỏi nổ
Thấy hạt cơm cười, cứ việc cười theo
Rồi sẽ quen cái no. Sẽ thèm cái đói
Thấy nén nhang thơm, sẽ biết bồi hồi
Rồi bạn bè. Làm lụng. Rong chơi
Trưa hè bình yên, lại gối tay vợ ngủ

Em thấy chưa. Họ đáng yêu đấy chứ
Hơi tiếc
Nếu tương lai không nhậu chung một bữa.

11.

Chẳng có gì đáng lo cho họ
Cũng đừng lo lắng cho chúng ta
Như anh biết yêu em và làm thơ
Tương lai biết phần việc của nó

Nguyễn. Và Nguyễn. Và Nguyễn nữa

Sắp chết
Sẽ đến lượt Lưu. Đến lượt Lê. Đến lượt Doãn
Có thể sẽ không còn chúng ta
Như đã không còn Khái Hưng,
Phan Văn Hùm, Phan Khôi
Đã không còn Vũ Hoàng Chương,
Nguyễn Mạnh Côn, Hồ Hữu Tường,
Trần Việt Sơn, Nguyễn Hoạt
Không còn. Như bao anh em khác

Có thể không còn
Cũng chẳng mất đi đâu
Dòng chảy nào không hao hụt, bốc hơi
Có thể chúng ta vẫn quanh quất đâu đó
Như bọt nước tung tóe reo vui
Nơi này. Nơi kia
Trong bước đi bất tận của dòng suối sinh nở

Trang giấy chúng ta bị vò nát, ném bỏ
Có thể không bao giờ còn được nhặt lên
Bài thơ này, bài thơ khác
Có thể không viết ra
Tình yêu, sự ấm áp tôi hưởng nơi em
Như hòn đá cổ sơ trong chúng ta
Có thể không bao giờ còn được nhắc tới

Vẫn chẳng hề hấn gì
Nụ hoa tình yêu và đạo đức vô hình
Nở mãi trong vườn ta
Ý nghĩ, sự ăn ở tốt lành
Dù không ai biết đến
Vẫn lặng lẽ toả hương trong không gian
Làm đẹp bầu trời và cuộc sống.

12.
Khỏi cần sần sùi nữa
Hòn đá cổ sơ đen đúa của ta
Tôi biết chúng ta sẽ ra sao
Bạn bè chúng ta. Kẻ thù chúng ta
Quê hương đẫm lệ và thế giới ngộp khói
Tôi biết chúng ta sẽ gặp nhau thế nào

Trong mắt. Trong cổ. Trong ngực em
Trong mắt. Trong cổ. Trong ngực tôi
Ngọn lửa ta hớn hở, tung tăng
Hòn đá ta to nhỏ, rì rầm:
Chẳng hề hấn gì. Chẳng hề hấn gì
Và tôi mỉm cười
Thư thái hình ảnh em bước tới

Đó là một buổi sáng tháng Giêng rực rỡ
Không thứ cờ quạt nào vấy nhơ nổi bầu trời
Không thứ chủ nghĩa nào bôi bẩn được trí nhớ
Đồi núi và em mặc chung áo nắng vàng
Suối nước và em đi chung từng bước chân
Giản dị thôi. Như ngày nào. Em tới
Tới và nói chung với cây cối một lời

"À. Anh ấy nằm đây
Phải vậy chớ
Anh ấy vẫn giữ nó
Hòn đá làm ra lửa".

Bài thơ này được làm trong đầu tại trại tù Gia Trung-Hàm Tân (1979-1988), ghi thành chữ lần đầu tại Thuỵ Điển tháng 11-1988, và đăng toàn bài lần đầu tại Hoa Kỳ trong tạp chí Văn do Mai Thảo chủ biên tháng 2-1989. Bài thơ được đọc tại trụ sở Quốc hội Hoa Kỳ ngày 28-1-1992.

TRẦN DIỆU HẰNG

Sinh năm 1952 tại Hà Nội. Lớn lên ở Sài Gòn.
Hiện sống tại Tustin, quận Cam, California, Hoa Kỳ.
Viết văn, làm thơ, dịch thuật.
Đã cộng tác với các báo *Văn, Nhân văn, Văn Học, Làng văn, Tin Việt, Thế Kỷ 21...*

Tác phẩm đã xuất bản:
- *Vũ Điệu Của Loài Công* (tập truyện; Ngọc Lũ, Hoa Kỳ, 1985)
- *Mưa Đất Lạ* (tập truyện; Làng Văn, Canada, 1986)
- *Chôm Chôm Yêu Dấu* (tập truyện; Việt Pub., Canada, 1990)

Khi ở s. Về c.

Trước mặt tôi là chiếc x-terminal IBM tân kỳ, bên cạnh nó là ly cà phê, bên cạnh ly cà phê là chiếc bánh ngọt phết phó mát và đường. Chung quanh tôi là những chiếc terminalstân kỳ khác, những ly cà phê, những chiếc bánh ngọt và những người bạn đồng sở. Quá nửa buổi sáng đã trôi qua, buổi sáng đầu tiên của một khóa huấn luyện cấp tốc sẽ kéo dài một tuần. Giảng viên là một người đàn ông trẻ tuổi, phong thái đầy vẻ tự tin.

"A pointer is a variable, which is a memory location that contain the address of another memory location. Pointer is a memory location which points to another memory location, and in C, arrays are nothing but pointers, the most useful feature of C is the implementation of pointers…

OK. Why don't we take a break for fifteen minutes and come back here, let's say about… ten twenty…"(1)

Memory location. Một mạch điện. Một chỗ trong trí tưởng. Một nơi chốn trong cuộc đời. Bốn mươi tám tiếng đồng hồ trước là ngôn ngữ của người di dân. Bốn mươi tám tiếng đồng hồ sau là ngôn ngữ của những mạch điện. Những mảnh nhỏ, ráp lại thành đời sống của tôi hay của một ai khác? Đứng ở hành lang của từng lầu thứ hai này tầm mắt của tôi bị choáng ngợp bởi những ngọn đồi, trên đó, mùa xuân trải một tấm thảm kết bằng những bông hoa dại màu vàng thắm. Thỉnh thoảng, nổi bật giữa màu xanh lơ của nền trời và mầu vàng sáng trưng của đồi đất, là những chiếc cần kéo gật gù của mấy giếng dầu áng chừng đã hơn ba mươi tuổi.

c.c.b.b.

Buổi tối ngày thứ Năm, khi kéo chăn đắp cho C.C.và

B.B., tôi nói, "Mẹ sẽ phải đi xa hai ngày, các con ở nhà với bác phải ngoan nhé".

Tụi nó giãy lên như hai con giun nhỏ.

"Ơ, mẹ đi đâu?" B.B. hỏi.

"Con muốn đi với mẹ",C.C.nói.

"Không được con à. Chỗ mẹ tới toàn là người lớn, có lẽ con không thích đâu".

"Party hả mẹ?"

"Không. Conference".

"Conferencelà gì?"

"Là… thảo luận. Một số người gặp nhau để bàn về một điều gì đó".

"Bàn là gì?"

"Là nói chuyện".

"Chuyện gì?"

"Chuyện… những bà mẹ nuôi con, chuyện… những người dân di cư, chuyện của những người… giống như con một mai khi con khôn lớn".

"Thôi. Con muốn mẹ. Con muốn mẹ ở nhà với con".

"Đừng hự hự như vậy. B.B. nhỏ hơn con mà nó có nhõng nhẽo như thế đâu".

"Tại sao mẹ phải đi?"

"Mẹ không phải đi. Nhưng có lẽ mẹ cũng cần đi, cũng nên đi. Thôi đừng hỏi nữa. Ngủ đi nhé".

"Hự hự. Con không muốn. Hai ngày…too long".

"B. muốn đi với bố".

"Ừ. Mẹ sẽ gọi bố đón con đi".

"C.không muốn bố. C.muốn mẹ".

"Ờ, mẹ biết. Nhưng thỉnh thoảng, mẹ cũng có chút việc riêng phải làm, giống như lúc con sang chơi với Mi, hay là Heather, mẹ đâu có đòi đi theo con".

"Nhưng mà mẹ to hơn con".

"Lớn hơn con. Không phải to hơn con. Thôi ngủ đi. Ngoan rồi mẹ may cho con bộ đồ cao bồi để con mặc trong ngày Westernở trường nhé".

"Mẹ nhớ ngày seventeen..." (2)

"Nhớ rồi. Mẹ sẽ may cho con một cái áo khoác cộc tay màu xanh đậm có tua trắng hình chữ V trước ngực và sau lưng, trên ngực và gần vai của con, mẹ sẽ điểm thêm mấy viên ngọc giả đủ màu xanh đỏ tím vàng. Con sẽ mặc với một chiếc áo thun mỏng màu hồng nhạt có đính ngôi sao trước ngực và một cái váy hai tầng cùng mầu xanh đậm. Con sẽ đi đôi ủng cao cổ mầu hồng. Trông con sẽ giống hệt một cô cao bồi nhỏ xíu đến từ Texas. Chịu không? Chịu rồi há. Thôi ngủ đi con. Xem B.B. kìa, nó nhắm mắt rồi đó. Ngủ đi. Mẹ hát cho nghe…Đến nay thu tàn, phương xa kìa chiếc én bay về. Khuất trong non ngàn ta đâu còn nhìn thấy bóng quê..."

s.b.

* jasmine, hoa nhài vàng.

Bharati Mukherjee đứng đàng sau một bục gỗ, bà đang nói và nhiều người đang lắng nghe nhưng đôi mắt tôi lại dõi theo bóng dáng nhỏ nhắn của Jasmine (3) đang thấp thoáng đằng sau những chùm cây mướt xanh ngoài khung cửa sổ thật lớn của phòng họp. Jasmine mười bảy tuổi trang phục Ấn Độ cổ truyền màu trắng. Người-con-gái-thiếu-nữ-đàn-bà-góa-phụ Jasmine mang một dấu ấn hình giọt mực trên trán.

Jasmine chạy quanh khu vườn. Nàng cực kỳ sợ hãi. Nàng cực kỳ phẫn nộ. Coi nàng rất bơ vơ. Tôi thấy mắt nàng đầy lệ. Tôi thấy môi nàng thoáng một nụ cười giễu cợt đớn đau. Jasmine ngồi với một đám đông ở phi trường. Chờ đợi. Họ chờ những chuyến bay trễ muộn, những thời khóa biểu bị gạch bỏ. Phi trường Tân Sơn Nhất. Hành lý ngổn ngang. Những khuôn mặt thất thần. Tiếng động cơ nào đó gầm rú xé rách không gian. Đất trời rúng động, vỡ đôi thành hai thế giới. Bên này và bên kia. Cũ và mới. Trước mặt và sau lưng. Không phải Jasmine. Nguyễn Thị Hoa Nhài. Dấu mực bay đi. Những chuyến phi cơ cất cánh. Hoa Nhài-Jasmine chạy quanh những khu vườn, giọt lệ và tiếng cười như những đốm sáng chập chờn trong vùng biển của tiếng động và nhịp sống mới. Một đứa con trai tóc đen trông giống hệt bất cứ đứa con trai nào lang thang trên vỉa hè Sài Gòn đến bên Jasmine mỉm cười. Du (4) cầm trên tay một tấm board chi chít những mạch điện. Những memory location…

Có tiếng vỗ tay cho một nhà văn Mỹ quốc. Hoa Nhài tâm tình với Jasmine trên băng ghế màu trắng đặt giữa khu vườn. Du đứng dựa lưng vào một gốc cây gần đó cắm đầu ráp nối những mạch điện.

Có tiếng ngâm thơ của Ng. vọng sang từ khu vườn kế bên. "Tôi không ở bên này và cũng không ở bên kia. Từ một chốn có tên tôi tới một nơi không tên gọi. Một chốn ở nơi không ở đâu. Tôi đặt hành lý xuống, bắt đầu cuốc đất và cất tiếng hát. Lời ca sẽ vang rền trên những ngọn cây khâu vá lại những mảnh của một thân xác đã rã rời. Tôi gọi tên ngôn ngữ tôi: linh hồn của tình yêu và sự sống, tiếng nói từ chốn không tên, bàn tay tìm nối vòng tay đã đứt…"

Người viết trên đường trốn tránh bạo lực cất tiếng phát biểu, "Văn chương của thế kỷ hiện đại là tiếng nói của những người di dân…" (5)

Hãy thêm, tiếng nói từ những chốn "không-ở-đâu", những nơi không "không-thuộc-về", ngôn ngữ không cảnh thổ lặng lẽ vươn mình đứng cùng thế giới.

* chuyện kể

Trong câu chuyện này, người kể là kẻ mới làm quen với ngôn ngữ Y nhưng người nghe là những bậc thầy chuyên dạy kẻ khác sử dụng thứ ngôn ngữ ấy tạo thành điều gọi là văn chương. Diễn giả, khi viết truyện đã sử dụng ngôn ngữ X, nhưng khi kể về việc viết lại phải dùng ngôn ngữ Y vì người nghe chỉ có thể hiểu ngôn ngữ Y. Nhân vật số ít, kẻ đã tự ôm lãnh trách nhiệm viết truyện và kể chuyện, là người trả lời. Nhân vật số đông sử dụng ngôn ngữ Y là những kẻ đặt câu hỏi.

H: Tại sao người kể chuyện sống ở miền đất sử dụng ngôn ngữ Y nhưng lại chọn ngôn ngữ X để viết?

Đ: Tôi không chọn X. X chọn tôi. Một cách nói khác, tôi sinh ra với X, sống với X, và chết với X. X chính là linh hồn, mọi thứ ngôn ngữ khác đều là tay, chân, mắt, mũi, miệng. Một người có thể thay đổi thân xác, nhưng không thể thay đổi linh hồn. Tôi là tôi. Tôi là X. X là tôi. Tôi có thể thay đổi thân thể, như một người đàn bà có thể quyết định đầu tư hết vốn liếng vào việc trau chuốt sắc đẹp của mình, nhưng tôi hoặc đã không làm, hoặc đã không đủ vốn liếng để làm cuộc đầu tư đó.

Lý do thứ hai: X cần tôi. Y không cần tôi. X không phải chỉ cần tôi như một người sử dụng ngôn ngữ ấy trong việc mua bán, trao đổi, chuyện vãn nắng mưa. X cần tôi tìm cách thế để biến X thành một ngôn từ, một dòng X mới tinh chuyên chở thương yêu, không phải X gầm gừ với nắm tay đe dọa bằng bạo lực, X cần tôi góp sức để gom lại những nhánh củi đã trôi băng theo dòng nước xiết, X cần tôi để hàn gắn vết thương. Một ngôn từ để nối lại một dân tộc.

Và rồi ai cũng biết rằng Carlos Fuentes dậy ở đại học Harvard nhưng vẫn viết bằng tiếng Spanish.

H: Nhưng làm thế nào chúng tôi có thể lắng nghe một thứ ngôn ngữ mà chúng tôi không hiểu? Sự chọn lựa của bạn là một thứ chọn lựa tự trói mình, hoặc bạn lả một kẻ yếu đuối cần được nâng đỡ?

Đ: Trong thế giới hậu hiện đại của văn chương, có nhiều cách để giải thích một sự việc. Mỗi người tự chọn lựa cách của mình. Sự chọn lựa này không có nghĩa sẽ triệt hủy sự chọn lựa khác. Tôi có thể là một kẻ yếu đuối phải đứng trong hàng ngũ thiểu số, tôi cũng có thể là kẻ quá mạnh mẽ để làm được quyết định đứng trong hàng ngũ ấy. Dù một trong hai hoặc cả hai điều đó đều đúng, sự chọn lựa của tôi cũng chỉ đưa tới một con đường chông gai hơn con đường đi vốn đã chông gai, nhưng không có nghĩa là một ngõ cụt. Thế giới xoay mòng, người ta bắt buộc phải lại gần nhau hơn, bằng chứng là cuộc họp mặt hôm nay.

H: Đó là những lý do tâm linh, nhưng đứng trên phương diện vị trí, bạn ở đâu? Bạn là một phần của chúng tôi, tập thể sống trên miền đất Y, hay bạn đại diện cho miền đất nào khác ngoài kia? Bạn là ai, bài viết của bạn ở đâu?

Đ: Chúng tôi là một phần của các bạn, cư ngụ ở một nơi thuộc về một chốn không ở đâu. Chúng tôi là những linh hồn chết oan không đầu thai nhưng những phần tử vẫn tụ lại thành một hiện hữu. Chúng tôi là một chữ đã bị xóa bỏ nhưng vẫn hiên ngang ở lại với cái gạch xóa nằm vắt ngang lưng mình. Chúng tôi hiện diện bằng ngôn từ của những kẻ đối diện với sự sống cùng lúc với nỗi chết, dựa lưng trên bờ thành cũ mở mắt nhìn thế giới mới chòng chành trước mặt. Thế hệ chúng tôi bắt đầu cùng lúc với chấm dứt. Đừng định nghĩa chúng tôi là ai. Đừng đặt chúng tôi vào biên giới quốc gia chủng tộc. Hãy chấp nhận chúng tôi như một tiếng nói, một ngôn từ, một sự có mặt. Miền đất này đã biến chuyển, đang biến chuyển, và còn biến chuyển. Người ta có thể tái định nghĩa dòng chính, vì chính dòng chính đang biến đổi nơi đây, nơi khác, thế giới. Chúng tôi cũng là dòng chính, ở trong dòng chính hoặc dòng chính cũng là chúng tôi.

H: Khi tôi đề cập đến một số tác phẩm ở ngoài nền văn học chính, nhiều học trò của tôi gốc người Đông Dương đã cho rằng họ bị đối xử phân biệt, không công bằng. Họ muốn học những tác phẩm của nền văn minh da trắng. Bạn nghĩ sao về việc này?

Đ: Tôi nghĩ có thể đó là thái độ của những kẻ không nhận diện được chính mình. Đứng trên phương diện tâm lý học, xã hội học, thái độ ấy có thể đưa nhiều cá nhân vào con đường chông phá xã hội. Đó cũng là lý do tại sao tôi tin vào cố gắng tạo lập một vị trí riêng của chúng tôi. Một thế đứng cách biệt mà vẫn hòa hợp. Một vị trí trông chờ ở khả năng dung chứa của tập thể đa số. Khả năng ấy đặc biệt có ở người nữ, thể hiện bằng sự cưu mang một kẻ khác trong chính bà ta. Thời đại của nữ quyền. Những vai trò mâu thuẫn của một bà mẹ.

H: Trong chuyện kể của bạn, có phải cuối cùng, nhân vật mẹ đã giải quyết được sự mâu thuẫn giữa vai trò này và niềm ham muôn viết văn trong bà ta?

Đ: Đúng ra, sự mâu thuẫn đó không được giải quyết, vì nó chỉ là một vấn đề hiện hữu trên bề mặt của sự việc, tìm về tận cùng nguyên lý, sự mâu thuẫn ấy tan biến vì lẽ con cái cũng là văn chương. Chúng là hai sự thể, hai hướng đi ở những quãng nào đó của đời sống, đến quãng khác chúng nhập một, là một. Con cái chính là văn chương tôi.

H: Bạn có đề cập đến nữ quyền, đến sự tạo dựng ngôn từ với một mục đích nào đó, vậy bạn có cảm thấy ham muốn quyền lực?

Đ: (Ô, Michel Foucault ư! Chị là một người đến từ Paris, thảo nào!) Không. Không bao giờ. Ngược lại. Tôi tối kỵ quyền lực. Điều duy nhất đứng đằng sau ngôn từ của tôi là yêu cầu được chấp nhận và được lắng nghe bằng niềm thông cảm và rung động của trái tim. Đối với tôi, quyền lực là một sự sai lầm. Nó không bao giờ là một cần thiết.

H: Nếu các bạn được lắng nghe, vị trí các bạn được nhìn nhận, bạn có âu lo về sự ngắn hạn của nó, do chính ở định nghĩa khởi đầu của ngôn từ của bạn?

Đ: Tôi đã nói, thế hệ của tôi bắt đầu cùng lúc với chấm dứt.

(Đến đây, Lịch sử, một người ở ngôi thứ ba không có mặt trong cuộc đối thoại nhưng luôn theo dõi tất cả những câu hỏi đáp trên màn ảnh truyền hình lập tức gửi lời phát biểu của anh ta tới phòng họp. Giọng anh trầm hùng phát ra từ bộ phận phóng thanh gắn ở một góc tường:

"Sự ngắn hoặc dài hạn không cần thiết đối với Lịch sử. Công việc của tôi là ghi chép tất cả, và giá trị của công việc ấy là sự trung thực và đầy đủ".

Đám đông không nói gì thêm về điều này).

H: Bạn có vui lòng làm một chuyến lên trường đại học ABC để nói chuyện với những sinh viên của tôi?

Đ: Có chứ. Tôi là một bà mẹ làm việc không biết mệt nhưng cũng là một nông phụ cần cù trong lãnh vực văn chương.

* kịch trong kịch

Trên bục gỗ, năm người con gái thanh tân và một chàng trai trẻ giới thiệu phần diễn đọc lý thuyết về thân xác: Dục tính, Sự dối trá và chính trị trong tiến trình biến đổi văn hóa của những người Mỹ gốc Á châu.

Những diễn viên tự giới thiệu mình.

"Tên tôi là Cực Lạnh…"

"Tên tôi là Mặt Trời…"

"Tên tôi là Phi Đảo…"

"Tên tôi là Trung Hoa…"

"Tên tôi là Thái Lan…"

"Tôi là kẻ đến từ một nơi không-ở-đâu…"

Người con gái ngồi gần tôi nhất có đôi mắt một mí coi thật ngộ. Cô mặc chiếc áo đầm màu cánh sen có điểm những vệt đen trông giống như những vết cọ sơn. Tóc cô uốn quăn lọn nhỏ rức buông xõa xuống quá vai. Khi đọc, cô hơi cười, đôi môi tô son hồng nhạt cong lên nũng nịu. Và chiếc cằm của cô, ồ, chiếc cằm quen thuộc làm sao!

Những lời diễn tập lập tức kéo được sự chú ý của khán thính giả bên dưới. Từng tràng cười ngắn rộ lên hưởng ứng. Mặt người con gái áo màu cánh sen bắt đầu thay đổi trong lúc những diễn viên khác mờ dần như những bóng ảnh rút êm vào không gian. Những hàng ghế đằng sau tôi biến mất, những bức tường vụt mọc lên thâu nhỏ căn phòng thênh thang lại, chỉ còn chứa riêng tôi và C.C., người con gái áo màu cánh sen.

Mặt *C.C.* cau có, đầy nét bực bội. "Mommy, I don't want you to sneak on me like that. Why did you have to go through my things while I were not in my room? I have nothing to hide from you. Can I have some privacy here?" (6)

"Con hãy nói với mẹ bằng tiếng Việt".

"Mommy, would you please answer my question". (7)

"Mẹ là mẹ của con. Mẹ có quyền lo lắng cho con. Mẹ phải bảo vệ con…"

"From what, mommy?"(8)

"Nếu con sa ngã, mẹ phải kịp thời ngăn cản. Mẹ không muốn con chơi với Johnny, nó là một thằng nhỏ hoang đàng. Mẹ… nhận rằng mẹ không nên lục soát thư từ của con, nhưng con nên hiểu, mẹ làm thế cũng chỉ vì thương con. Mẹ không muốn con khổ. Con…"

"Thôi được rồi. Mẹ à. Con xin lỗi mẹ. Hồi nãy con giận quá… Mẹ đừng khóc nữa. Mẹ ngồi xuống đây đi".

"C.C.… Lâu nay, con không còn nói với mẹ những điều con nghĩ nữa. Càng ngày, mẹ con mình càng xa nhau. Mẹ càng muốn đến gần con, khoảng cách càng xa. Mẹ lo sợ từng ngày. Mẹ sợ cái xã hội quá phức tạp, quá nhiều sự chọn lựa và quá nhiều áp lực ngoài kia sẽ lấy mất các con của mẹ. Mẹ sợ ma túy, me sợ có những tiếng nhạc điên cuồng, mẹ sợ những đám thanh thiếu niên bỏ học lang thang ngoài đường phố, mẹ sợ các con kém sút thiệt thòi. Con có hiểu không? Mẹ luôn luôn muốn các con phải được ngẩng đầu lên kiêu hãnh dưới ánh mặt trời".

"Mẹ. Con vẫn học mà. You saw my grade report(9). Con biết mẹ thương con. Nhưng mẹ không nên muốn con sống y theo cái gì mẹ nghĩ là đúng. Johnny chỉ là một đứa bạn của con thôi. Nó ăn mặc hơi khác bình thường nhưng nó rất thông minh và hiền. Mẹ à. Lâu nay con không nói với mẹ vì con nghĩ mẹ không chịu hiểu. Bây giờ con biết thêm một điều khác, mẹ sợ. Nhưng không có gì để sợ hãi và lo lắng cả. Có một thứ giá trị nhất mẹ đã cho chúng con, đó là tình yêu của mẹ. The rest you should leave to us. Let us discover the world our way". (10)

"Nhưng nếu trên con đường tìm kiếm đó, con sai lầm

và phải chịu khổ đau?"

"Thì cũng không sao cả. Ngày còn trẻ, mẹ có đau khổ không? Sao mẹ vẫn sống và vẫn nuôi được con? Những khó khăn mà thế hệ mẹ phải qua vẫn là những kinh nghiệm quý hóa, nhưng ở thời của con, mọi việc sẽ khác"

"Khác trong nghĩa nào?"

"Chúng con sẽ không chạy trốn thực tại, cũng không kình chống nó, nhưng sẽ cùng nhau thay đổi nó, vì chúng con đã có đủ sức mạnh, ý chí và tự hiểu mình. Mommy, you'll see, someday, we will be able to reshape this world..."(11)

Những bức tường lùi ra xa, căn phòng trở về kích thước rộng lớn cũ. Những hàng ghế đầy khán giả lại xuất hiện bên trái bên phải và đằng sau tôi. Đám diễn viên sáu người vẫn ngồi nguyên vị trí cũ, năm cô gái vả chàng trai cùng cất tiếng đọc. "We have suffered so much to surrender". (12)

Có tiếng vỗ tay nồng nhiệt của đám đông. Ngoài khung cửa sổ, những hàng cây rung tít trong nắng và gió buổi chiều.

* khi ở s về b.

Giữa đường từ Svề Btôi gặp Neil. Nụ cười của chị, thật hiền hòa. Chị nắm tay tôi, giọng đầy chân tình.

"Tôi tìm cô mãi bây giờ mới được gặp. Tôi rất xúc động về những điều cô nói. Hãy đi với tôi về Bombay chơi một lát. Chúng ta chuyện vãn tâm tình".

Tôi gật đầu theo chị ngay không một giây ngần ngại.

Chúng tôi đi bộ không biết mỏi. Neil chỉ tôi chỗ này là nơi chị thường dẫn các con đi dạo, kia là khuôn viên trường đại học mà sau giờ giảng dạy chị thường đến đó ngồi trầm ngâm nghĩ ngợi tới đoạn tiếp của cuốn tiểu thuyết viết dở dang.

Chúng tôi nói chuyện không biết chán. Dường như người này chỉ chờ kẻ kia ngưng một giây là sẽ tiếp lời. Chị bảo.

"Không hiểu sao, trái tim tôi tràn dâng một nỗi thương cảm khi nghe cô nói về chốn không-ở-đâu mà cô chọn. Hãy viết về chốn ấy và cho tôi đọc để cùng chia sẻ với cô. Hãy coi tôi là bạn hữu. Con đường chúng ta đi còn đầy gai chông, nhưng cô thấy không, những bông hồng thỉnh thoảng vẫn nở rực rỡ nhắc nhở ta rằng bốn mùa trời đất vẫn luân lưu. Cát ven bờ sông Hằng vô tận và đau khổ còn có một vai trò hiển hách là làm cho chúng ta cảm thấy được hạnh phúc".

Tôi dừng lại, nắm tay và nhìn trong mắt chị. "Vâng, hạnh phúc phút này là nhìn thấy nét tuyệt vời trong trái tim rộng lớn của người nghệ sĩ. Cám ơn chị. Chúng ta là bạn hữu, là chị em, dẫu có cách ngoài muôn dặm".

c... c.c.b.b... s.b...

Khi tôi trở lại phòng họp mọi người đã lại đang bận rộn với bài tập mới. Giảng viên mỉm cười trao tôi một bản. Hai tờ giấy kín đặc chữ, tận cùng bằng một dấu hỏi: pointer Cchỉ tới mạch điện nào?

Khi tôi bước chân vào nhà, C.C. B.B. hò reo vang lừng, "Mẹ. Mẹ".

Khi tôi rời SB, đem theo nụ cười của Lim Deidre Neilima Mitsuye Frank Le-Blonde Nera.

C.Mạch điện. Đời sống Hóa đơn. Thực phẩm. Xe cộ. Nơi tạm trú.

C.C. B.B. Mái nhà Quê hương. Tình yêu. Lao động. Bổn phận. Âu lo. Văn chương. Thất bại. Tựu thành. Ước mơ. Hạnh phúc.

S.B. Thành phố. Bờ biển Viếng thăm. Bạn hữu. Niềm vui. Suy tưởng.

Những nụ cười từ những mảnh rời nối lại thành tân thế giới. Pointer Cchỉ về chốn Jasmine tới, chốn Ng tìm, chốn Du khám phá. Pointer chỉ tới ngày mai của tân thế giới tạo thành bởi tư tưởng tinh khôi.

C là tên của một ngôn ngữ mới trong ngành điện toán được bắt đầu nghiên cứu năm 1969 và trở nên rất phổ thông vào khoảng 1988.

Sau khi giảng hài, giảng viên cho học sinh nghỉ giải lao 15 phút.

17.

Jasmine, nhân vật chính trong tiểu thuyết "Jasmine " của Bharati Mukherjee.

Du, nhân vật trong "Jasmine"

Phát hiểu của Salman Rushdie, tác giả "Satanic Verses".

Con không muốn mẹ theo dõi kiểm soát con như vậy. Tại sao mẹ lục lọi đồ đạc của con lúc con vắng mặt? Con không có gì phải giấu giếm mẹ cả. Con có quyền được có một chút riêng tư trong nhà này không chứ?

Mẹ làm ơn trả lời câu hỏi của con.

Bảo vệ con chống lại cái gì?

Mẹ thấy học bạ của con mà.

Phần còn lại mẹ hãy để mặc chúng con. Để chúng con tự mình khám phá thế giới.

Mẹ sẽ thấy, mật ngày nào đó, chúng ta sẽ có thể thay đổi cả thế giới này.

Chúng ta đã chịu đựng quá nhiều để phải đầu hàng.

TRẦN DOÃN NHO

Trần Doãn Nho, bút hiệu, sử dụng khi sáng tác; Trần Hữu Thục, tên thật, sử dụng khi viết tiểu luận. Sinh ngày 25-7-1945 tại Huế. Theo học đại học Huế và Sài Gòn, tốt nghiệp ngành Triết. Trước 1975, dạy học: Phụ khảo Triết Đại Học Văn Khoa Huế; đi lính: sĩ quan quân đội VNCH; viết: cộng tác với các tạp chí văn học Sài Gòn: *Văn, Tân Văn, Bách Khoa, Vấn Đề, Khởi Hành, Đối Diện.*

Sau 1975, ở tù đến 1981. Định cư ở Hoa Kỳ 1993, làm việc cho Sở Giáo Dục Công Lập Thành Phố Worcester, bang Massachusetts.

Cộng tác với các tạp chí văn học giấy hải ngoại: *Văn Học, Hợp Lưu, Thế Kỷ 21, Diễn Đàn Tự Do, Văn, Hợp* và các tạp chí mạng: *Da Màu, Gió-O, Talawas, Diễn Đàn Thế Kỷ, Diễn Đàn Forum, Bauxite Việt Nam, Văn Việt.*

Tác phẩm đã xuất bản:

- *Vết xước đầu đời* (tập truyện ngắn,Thanh Văn, 1995)
- *Căn phòng thao thức* (tập truyện ngắn, Thanh Văn, 1997)
- *Viết và Đọc* (tiểu luận, Văn Học, 1999)
- *Loanh quanh những nẻo đường* (ký và tùy bút, Văn Mới 2000; Một đêm (One Night) được Tôn Thất Quỳnh Du dịch đăng ở tạp chí *Meanjin,* Melbourne University, số 2, 2015)
- *Dặm trường* (truyện dài, Văn Mới, 2001; Thư Ấn Quán tái bản, 2018)
- *Tác giả tác phẩm và sự kiện* (tiểu luận văn học, Văn Mới, 2005)
- *Từ ảo đến thực* (tạp bút, 2006)
- *Ẩn dụ cuộc phiêu lưu của chữ* (biên khảo)

Ngơ ngác và trẻ thơ

Nhờ một ít kinh nghiệm về sách vở khi còn ở Việt Nam, chàng được nhận vào làm việc tại một thư viện trường trung học khi đến định cư ở Hoa Kỳ. Mê sách, mê đọc, lại cần cù và chịu khó đi học, sau đó, chàng được tuyển dụng vào một thư viện đại học, phụ trách phân loại, và sắp xếp sách báo lên giá (shelver) và trông coi phần sách báo tiếng Việt. Đó là một tòa nhà tám tầng, lưu trữ sách báo khoa học nhân văn, nằm trong một hệ thống gồm nhiều thư viện khác nhau. Từ thư viện trường thu gọn trong một phòng học chứa vài ngàn đầu sách (mà chàng gần như thuộc lòng), vừa đến đây, chàng cảm thấy mình như bị ném vào một vùng biển lớn. Cũng là cao ốc như mọi cao ốc khác, nhưng nhìn từ bên trong, mọi sức nặng của nó nằm trong các kệ sách dài có đến hàng trăm, thậm chí cả ngàn cây số, đủ để chứa hàng triệu cuốn sách. Phục vụ cho nó là cả một "đạo quân": không chỉ là một bộ sậu quản lý điều hành và các nhân viên thư viện mà còn gồm cả những kế toán viên, những sinh viên làm bán thời gian, những nhân viên phụ trách máy vi tính rồi nhân viên an ninh, thợ mộc, đầu bếp...

Ngày hai buổi, chàng chẳng biết gì ngoài những gáy, những bìa, những tựa, những năm tháng, những ngôn ngữ, những loại, hạng, những tên, những tấm thẻ. Ghi, chép, phân loại, bê lên giá, bỏ xuống kho. Chỉ toàn là sách và sách. Rốt cuộc, chàng đồng hóa với sách. Làm việc thấy sách đã đành, ăn chàng cũng thấy sách, ngủ cũng thấy sách, đi chơi cũng thấy sách. Chả thế mà chỉ một thời gian ngắn sau, chàng thực thụ trở thành "anh chàng sách"– a book guy –, tục danh mà tay trưởng phòng gán cho bức *The Librarian* của Giuseppe Arcimboldo. Không xương không thịt, không tóc tai, máu huyết. Sách. Sách. Sách. Đầu sách, tay sách, bụng sách, ngực sách, mắt sách, tóc sách. Sách lớn sách nhỏ sách vừa sách dày sách mỏng. Bìa sách nào trông cũng cứng cáp, khỏe mạnh và vững chãi y như để bảo vệ một cách nghiêm túc những gì chứa trong đó. Hằng ngày, nhìn bức *The Librarian* phóng lớn treo ngay trước phòng nhân viên, chàng cảm thấy nó chẳng khác gì tấm gương soi chính mình.

Đi lui đi tới trên những tấm đá hoa cương mòn nhẫn vết chân người, đi lên đi xuống những cầu thang xoáy vào lòng của cao ốc, đi ngang qua hàng hàng lớp lớp những khối giấy bất động, chàng có cảm giác rằng mọi điều hiện hữu ở bên ngoài đều được phản ảnh vào trong những vật thể vô tri vô giác này. Bất cứ nơi đâu, bất cứ thời đại nào, bất cứ chuyện gì, dù hay dù dở, dù đáng đọc hay đáng vứt vào sọt rác, tất cả đều được quyền có mặt ở đây một cách bình đẳng. Nào là hàng ngàn tiểu thuyết được in ở Butan năm 1983, nào là hàng trăm tạp chí xuất bản ở Trung Hoa năm 1949, nào là hàng chục sách trẻ em được in ở Iran năm 1981, nào là vài thi tập được ra mắt ở Ghana năm 1958. Thú vị nhất là có khá nhiều sách báo Việt Nam. Không những tài liệu bằng chữ Quốc ngữ mà còn tài liệu chữ Hán, và cả những tài liệu viết bằng chữ Nôm. Chàng thấy gần nguyên cả bộ *Nam Phong tạp chí*, xuất bản từ đầu thế kỷ XX, tuần báo *Tiểu Thuyết Thứ Bảy*, bản "photocopy" các số tạp chí *Ngày Nay* của Tự Lực Văn Đoàn. Rồi sách báo của hai miền Nam Bắc. Từ nhật báo *Nhân Dân, Quân Đội Nhân Dân*, tạp chí *Cộng Sản*, tạp chí *Học Tập, Nhân Văn giai phẩm*… cho đến công báo *Việt Nam Cộng Hòa*, các tạp chí *Bách Khoa, Văn, Quê Hương*, lại có cả một số các nhật báo như *Sóng Thần, Chính Luận, Điện Tín*. Chàng ngạc nhiên khi nhìn thấy những ấn bản đầu tiên của tạp chí *Mùa Lúa Mới*, xuất bản ở miền Trung vào năm 1956. Và cả những tờ nội san của đại học Đà Lạt hay là một *Bản Tin* của Viện Đại Học Huế, ngày tháng đề từ năm 1958.

Hình thể sách báo thì hao hao, cuốn nào cũng như cuốn nào, nhưng những gì chứa đựng lại hoàn toàn khác nhau. Mỗi cuốn là một thế giới. Chúng xa lạ nhau, đôi khi tương phản nhau và phủ định lẫn nhau. Ấy thế mà chúng nằm bên nhau, chung sống hòa bình. Một hòa bình lặng lẽ và an phận. Người ta thu gom tất cả những gì được viết ra bằng bất cứ ngôn ngữ nào mà dường như không cần biết sẽ có ai sờ đến chúng không. Tất cả đều được trang trọng xếp lên giá, chễm chệ nằm yên đó, chờ đợi…

Ông mê sách như người mê đồ cổ. Nghe ở đâu có sách quý là ông tìm tới dù có phải tốn kém tàu xe và phải bỏ ra cả một món tiền lớn để "rước" người có nhan như ngọc đó về, ông cũng dám chơi một phen cho thỏa chí. Như cuốn "Tự vị" của Paulus Của, nghe đâu như là ấn bản đầu tiên của một ông cụ nào đó bắc bậc làm cao đến tận giời, ông tôi đã phải lặn lội vào tận xứ Thủ Dầu Một xa lắc xa lơ để mua cho bằng được. Công cuộc mua quyển sách đó, chẳng những khiến ông mất đến mấy chỉ vàng, mà còn ốm một trận thừa sống thiếu chết.

Cuốn sách cũ đến nỗi như đã ngàn năm tuổi. Còn hơn một người chơi đồ cổ, ông tôi lại phải tốn thêm một món tiền và nhất là tốn rất nhiều thì giờ để nài nỉ và kiên nhẫn ngồi chờ anh thợ đóng sách đóng lại giùm. Lúc này quyển sách đối với ông như một con bệnh thập tử nhất sinh và anh thợ đóng sách cứ như một bác sĩ. Khi anh thợ tháo bung sách ra, ông đau nhói như thể gan ruột của mình cũng bị lôi ra như thế. Ông hồi hộp theo dõi từng mũi chỉ khâu, nín thở xem anh ta cắt xén, làm bìa. Cho đến khi sách được làm mới một cách khỏe mạnh, xinh đẹp, ông ôm quyển sách trước ngực như một người mẹ ôm đứa con bé bỏng vừa được bác sĩ cứu sống. Ông hết lời cảm ơn anh ta, đưa cho anh một tờ tiền lớn và hào phóng không nhận tiền thối lại. Đem quyển sách về nhà, ông lại mất cả buổi ngồi ngắm đến nỗi quên cả bữa cơm khiến bà tôi phải giục.

Số lượng sách tuôn vào thư viện không hề ngưng. Và mỗi ngày mỗi nhiều. Chàng nghĩ: Có lẽ nhu cầu sách báo của nhân loại là vô giới hạn. Thư Viện Quốc Hội Hoa Kỳ mỗi ngày nhập vào hàng ngàn cuốn sách mới, thêm vào hàng trăm triệu cuốn có sẵn nằm trên những giá sách dài đến gần vài trăm dặm. Đó là chưa kể bao nhiêu tài liệu tích trữ trong máy vi tính, rồi máy *fax*, máy sao chép và hàng tỷ trang trên mạng lưới điện toán toàn cầu. Thư viện chàng làm nhỏ bé hơn, nhưng không có ngày nào là không có đầu sách hay tờ báo mới. Không đủ giá thì xây thêm hoặc chất vào kho lưu trữ. Có vào và có ra. Sách vào sách ra như những đợt thủy triều, lúc lên lúc xuống. Có người ví von các đợt sách vào sách ra ở đây như hơi thở của thư viện. Cứ vào đầu mỗi kỳ, thư viện thở ra sách như những đám mây vần vũ, đến cuối kỳ, nó lại hít sách vào. Ngày xưa, vào thế kỷ XVIII, một người làm thư viện, như một nhân vật trong "Old Librarian's Almanack", trong khi chùi bụi cho những kệ sách mà anh ta phụ trách, đã dành thời gian để đọc hết từng cuốn sách một. Đến cuốn sách cuối, anh ta lại đọc lại từ đầu. Ngày nay thì nội số sách báo nhập vào hằng ngày, đọc cả tháng, không chừng cả năm, chưa hết.

Ngoài giá sách là kho chứa. Đó là một thế giới khác. Sách trên giá là sách thức, sách trong kho là sách ngủ. Chúng chất chứa vô số những tài liệu thuộc về nhà nước, nơi ta có thể tìm thấy những văn kiện được ban hành cách đây cả mấy thế kỷ hay các tài liệu thống kê dân số ghi rõ có bao nhiêu nhà của thổ dân làm bằng bùn và rạ ở tiểu bang Maryland, hay có bao nhiêu người thợ đan rổ hay thợ thuộc da trong mỗi một ngôi làng ở đâu đó ở một tiểu bang miền Nam. Có kho chứa hàng đống tài liệu kịch nghệ với khổ to một cách lạ thường hay những thùng đựng các tài liệu viết tay đâu hồi thế kỷ XVIII. Lại cũng có tài liệu bất ngờ như những tạp chí thân Đức Quốc Xã xuất bản ở Hoa Kỳ trước và ngay trong Đệ Nhị Thế Chiến, tuyên truyền chống di dân, chống Do Thái. Tóm lại, đó là những gì đã đi vào quên lãng. Nhưng nó không có quyền mất. Thiếu chúng là nhân loại thiếu đất đứng. Vì thế, chúng phải hiện hữu, dù là một hiện hữu vô tích sự.

Có lần, chàng đi xuống kho chứa, lục tìm tài liệu cho một học giả đến từ Ấn Độ. Nhìn thấy tài liệu, chàng ngẩn ngơ. Đó là cuốn "Polyanthea" của Nani Mirabelli, xuất bản từ năm 1503 ở Savona nước Ý, lược ghi các tác giả thời trước đó. Đây là một trong những cuốn sách in đầu tiên, sau khi Gutenberg sáng tạo ra máy in vào năm 1452. Sách được in ra từng trang rời, có ghi ký hiệu để phân biệt số thứ tự. Người mua mua từng trang in rồi đến người thợ đóng để đóng lại thành tập, dày mỏng hay đẹp xấu tùy theo sở thích và túi tiền của khách. Các sinh viên thì không đóng sách, mà chia nhau giữ từng trang để giảm bớt chi phí, rồi trao đổi nhau. Những cuốn sách như thế chỉ để nhìn. Chẳng ai dám mạnh tay cầm giữ. Làm thiệt hại nó là làm thiệt hại lịch sử. Vì nó chính là lịch sử.

Những lúc rảnh rỗi khá hiếm hoi, chàng đi dọc theo các lối đi, giữa hai hàng giá sách, lắng nghe sự im lặng, lắng nghe mùi bụi, mùi giấy, có khi là mùi mốc và cả mùi… lịch sử. Chao ơi, những chiếc gáy sách, cái dày cái mỏng, cái chữ vàng cái chữ đen, rất nhiều gáy sách chữ đã mờ, không thể đứng mà đọc được, nằm kề nhau, ôm ấp nhau, dựa nhau, gắn bó với nhau, kệ trên kệ dưới y như thế số phận chúng mãi mãi là như thế! Có những bộ tự điển bách khoa chiếm hết nguyên một dãy kệ dài. Kia là *Lenin toàn tập*, nọ là là tự điển chữ Phạn và những kinh sách viết bằng Phạn ngữ, cuốn nào cuốn nấy dày cộm. Mở chúng ra, chữ nghĩa loằn quằn, chi chít. Biết bao là công trình tim óc, biết bao là tri thức tích chứa! Giở ra mà nhìn là đã thấy hoa mắt, nói gì đến chuyện viết, chuyện đọc. Chàng bần thần nghĩ đến những con người đã cống hiến hết đời mình để chúng ra đời và tồn tại và hiện diện ở đây y như thể chúng có một đời sống riêng, chẳng dính líu gì đến họ. Sức nặng của chúng không phải sức nặng của một khối vật chất mà là sức nặng của một thứ chẳng có chút trọng lượng nào: chữ.

Đôi khi cầm một một cuốn sách trên tay, chàng phân vân không biết là đang cầm một vật thể hay cầm một phi vật thể. Là sinh vật hay tử vật.

Biết đọc vỡ nghĩa sách thánh hiền, từ những ngày nào, cái sở nguyện của viên quan coi ngục này là một ngày kia được treo ở nhà riêng mình một đôi câu đối do tay ông Huấn Cao viết. Chữ ông Huấn Cao đẹp lắm, vuông lắm. Tính ông vốn khoảnh, trừ chỗ tri kỷ, ông ít chịu cho chữ. Có được chữ ông Huấn Cao mà treo là có một vật báu trên đời. Viên quản ngục khổ tâm nhất là có một ông Huấn Cao trong tay mình, dưới quyền mình mà không biết làm thế nào mà xin được chữ. Không can đảm giáp lại mặt một người cách xa y hàng bao nhiêu thế kỷ tài học, y chỉ lo mai mốt đây, ông Huấn bị hành hình thì cái thèm muốn kia chỉ là một cái mộng...

(...) Đêm hôm ấy, lúc trại giam tỉnh Sơn chỉ còn vẳng có tiếng mõ trên vọng canh, một cảnh tượng xưa nay chưa từng có, đã bày ra trong một buồng tối chật hẹp, ẩm ướt, tường đầy mạng nhện, tổ rệp, đất bừa bãi phân chuột và gián. Trong một không khí khói tỏa như đám cháy, ánh sáng đỏ ngòm của một bó đuốc tẩm dầu rọi lên ba cái đầu đang chăm chú trên một tấm lụa bạch còn nguyên vẹn lần hồ (...) Một tên tù cổ đeo gông, chân vướng xiềng, đang đậm tô nét chữ trên tấm lụa trắng tinh căng phẳng trên mảnh ván. Tên tử tù viết xong một chữ, viên quản ngục lại vội khúm núm cất những đồng tiền kẽm đánh dấu ô chữ đặt trên phiến lụa óng.

Và cái thầy thơ lại gầy gò, thì run run bưng chậu mực.

Hôm đó, không ngủ được, chàng thức dậy sớm. Tháng năm, chưa tới năm giờ mà trời đã sáng trưng. Mắt nhắm mắt mở, vừa phóc xuống giường là bật ngay *computer*. Màn hình trắng xóa, không có gì. Lại có vấn đề? Không sao. Vào phòng tắm, rửa vội mặt mày. Trở lại phòng. Màn hình vẫn trắng. Tắt, mở lại. Vẫn thế. Chàng lầm bầm, bực bội. Cái vật thể chiếm chỉ một góc nhỏ của chiếc bàn đó, nó cho ta đủ thứ trên đời. Lúc nào nó có vấn đề là y như ta đánh mất cả thế giới.

Đang loay hoay dây nhợ, nút bấm để tìm xem nó hỏng hóc ở đâu thì tiếng bà vợ đâu đó ở phòng bên léo nhéo anh ơi anh ơi, qua đây nhanh lên, nhanh lên, xem cái gì thế này. Chàng chạy vội qua. Vợ chàng đưa cho chàng một chiếc hộp nhỏ:

- Anh xem nè, chiếc hộp chẳng còn một chữ nào cả. Kỳ cục không. Chính em vừa mới mua nó hồi khuya. Cái hộp phấn này, anh xem, toàn giấy. Không có chỉ dẫn cách dùng thì sao mà dùng đây.

Chàng cầm chiếc hộp lên xoay quanh, người bỗng rợn tóc gáy. Chiếc hộp chỉ toàn là những dải màu. Tuyệt không có một chữ nào.

- Em lấy những chiếc hộp khác cho anh.

Nàng chạy tới tủ thuốc.

- Sao kỳ cục thế này, nàng la lên, sửng sốt.

Chàng chạy lại. Lôi hết hộp thuốc này đến hộp thuộc khác, lớn, nhỏ, vuông, tròn, cao thấp, tất cả đều trống không. Không có chữ. Chàng ném từng hộp xuống sàn nhà. Chạy về phòng, mở *computer* lên. Màn hình vẫn trống không, chỉ là một tấm kính vòng cầu đầy những hạt li ti nhảy nhót loạn xạ. Chàng đến tủ sách, lật tung chồng báo, xô hết sách xuống. Cũng như những chiếc hộp, tất cả sách, báo bây giờ chỉ là giấy. Chàng lật hết cuốn này đến cuốn khác. Trống không.

Không có chữ. Nhìn quanh phòng. Nhừng tờ giấy dán trên đó cũng trống không.

Chàng gọi điện thoại đến thư viện, gọi người này người nọ. Chàng gọi lung tung. Cũng như chàng, mọi người đều không tìm thấy chữ.

Chữ đâu rồi? Chữ đâu rồi? Chữ đâu rồi? Chàng la lên với chính mình, giọng vô cùng kích động. Chữ, ký hiệu bình thường và thân quen biết bao! Những chữ cái, chữ in hoa, chữ in thường, những câu, những đoạn, những dòng, những trang, những dấu chấm phẩy, những hỏi, ngã…Đi đâu chàng cũng thấy chúng, nhìn đâu chàng cũng gặp chúng, cầm cái gì lên, chàng cũng đọc chúng. Nhìn và đọc, đôi khi đọc chỉ để mà đọc, đọc rồi quên. Chữ như một thứ hàng hóa thừa mứa không ai dùng, để rơi vãi khắp nơi. Bây giờ, những ký hiệu lúc nhúc đó bỗng nhiên không còn nữa. Những tờ giấy vẫn còn đó. Màn hình vẫn còn đó. Tủ sách vẫn nằm đó. Những bảng chỉ đường vẫn còn đó. Những tấm bảng quảng cáo vẫn còn đó. Các hình vẽ vẫn còn đó. Đường sá, nhà cửa, ngã ba ngã tư nhà cao tầng nhà trệt…vẫn còn đó. Sạp báo, tiệm sách vẫn còn đó. Cả cái thế giới quen thuộc vẫn quen thuộc, không có gì thay đổi. Nhưng nhìn quanh nhìn quất nhìn tới nhìn lui, chàng cảm thấy ngỡ ngàng và hoảng hốt. Và mất phương hướng. Chàng không thể tìm thấy số điện thoại hay tên của những khách hàng, những người quen. Ra đường, không biết đường nào là đường nào. Chỗ nào là nơi bán bánh mì, chỗ nào là sạp báo. Chỗ nào là trường học. Chỗ nào là bệnh viện. Các chữ STOP trên các ngã ba, ngã tư cũng biến mất, chỉ còn trơ lại những tấm sắt hình tròn hay hình tam giác ngơ ngác.

Thiệu phân phát xong rồi, Quách Đồ tiến lên nói:

- Nay Minh công lấy đại nghĩa mà đánh Tào Tháo. Vậy phải làm hịch loan truyền trong nhân dân, hài tội của Tháo, làm cho rõ cái lẽ khiến ta khởi binh, để cho danh chánh ngôn

thuận thì mới có thêm uy lực.

Thiệu nghe lời, sai viên thư ký Trần Lâm thảo tờ hịch.

"... Hiện nay nhà Hán suy vi, cương duy lỏng lẻo, Thánh triều không có một người nào giúp, tay chân như bị trói, không thể nào vùng vẫy được. Ỷ đất trực thuộc triều đình, những vị giản luyện đều phải cúi đầu xếp cánh, không thể trông cậy vào ai. Tuy có kẻ sĩ trung nghĩa, nhưng bị loạn thần bạo ngược hiếp chế, thì còn phát triển khí tiết của mình làm sao? Hơn nữa, Tháo nó sai hơn bảy trăm tinh binh tay chân ngày đêm vây kín cung khuyết, ngoài mặt giả làm quân túc vệ, kỳ thực là giam cầm nhà Vua.

Mạc phủ sợ rằng cái mầm phản nghịch từ đó mỗi lúc một nảy nở thêm, lúc này là lúc kẻ trung thần phải đem gan óc báo đền, là cơ hội để các liệt sĩ lập công báo quốc. Há chẳng nên cùng hết sức ru? Tháo nó lại hay giả thác chiếu Vua, sai đi gọi binh các nơi tiếp viện. Sợ rằng các châu quận ở xa không rõ mưu gian, lại tưởng rằng lệnh Thiên Tử thực mà giúp lầm kẻ nghịch, thì hóa ra theo giặc phản Vua, mất hẳn danh nghĩa, để tiếng cười cho thiên hạ sau này. Vậy mà những bậc khôn ngoan ắt không làm như thế! Nay mai quân Tinh, U, Thanh, Ký, bốn châu cùng tiến. Thư đưa tới Kinh Châu mời cùng ra binh với Kiến Trung tướng quân hợp làm thanh thế. Các châu quận hãy chấn chỉnh nghĩa binh, liên lạc với nhau nơi cảnh giới, thị vũ dương uy, cùng khuông phò xã tắc, thế là cái công phi thường đã rõ rồi vậy. Ai lấy được thủ cấp Tào Tháo sẽ được phong Hầu năm mươi vạn hộ, thưởng tiền năm mươi vạn. Những Thiên, Tỳ, Tướng, Hiệu và ai đem quân đến hàng, đều không bị hỏi han gì cả. Ta sẵn sàng mở rộng đường ân tín, ban thưởng tuyên dương cho ngay. Nay làm tờ hịch này bố cáo khắp thiên hạ, để bốn phương biết rằng Thánh triều đang bị cái nạn câu thúc nguy cấp!"

Tờ hịch truyền lan tới Hứa Đô, bấy giờ Tào Tháo đang

bị cảm gió nhức đầu, nằm trên giường dưỡng bệnh. Tả hữu đem vào trình, Tháo xem xong, rợn tóc rùng mình, mồ hôi ra như tắm, bất giác thấy hết nhức đầu, ngồi phắt dậy, nhảy xuống đất...

Chưa hết.

Gần trưa, trong lúc đang ngồi ăn, bỗng nghe tiếng vợ chàng gọi thất thanh từ trên lầu hai:

- Anh, lên đây, lên mau.

Chàng bỏ chén bát chạy vội lên lầu. Vợ chàng đang cầm cây viết nguyên tử, chỉ mảnh giấy trắng:

- Em muốn viết mấy dòng gửi đi mà không thể viết được.

Chàng giật lấy cây bút trên tay nàng, thử viết tên họ mình.

Lạ thay, ngòi bút không theo ý chàng. Những gì tuôn ra từ đó chỉ là những vạch ngang vạch dọc, những đường cong queo không ra bất cứ hình thù gì. Y như thể hồi bắt đầu đi học, thằng bé cố hết sức vẫn không thể viết ra được chữ *a*, chữ *b* mặc dầu rất sợ bị đánh đòn. Lạ hơn nữa, càng cố gắng viết thì chàng lại càng không thể viết. Đầu óc chàng đột nhiên trống rỗng. Ý niệm về những nét chữ nhập nhòe. Nét vòng của chữ *a*, nét số thẳng của chữ *t*, nét cong của chữ *c*...như chờn vờn trong óc nhưng lại không thể viết ra được. Dường như giữa hình ảnh có trong đầu không liên hệ gì với ngòi bút và những đường nét vạch ra trên giấy.

Cuối cùng, chịu thua, chàng ném cây bút xuống, vò đầu bứt tai.

Không những chữ đã biến mất.

Mà con người cũng mất cả khả năng viết ra chữ.

Thôi Trữ truyền cho quan thái sử Bá vào chép sử là Tề Trang công bị bệnh sốt rét mà chết. Quan thái sử Bá không nghe, chép vào thẻ rằng:

"Ngày Ất Hợi, tháng 5, mùa hạ, Thôi Trữ giết vua là Quang".

Thôi Trữ nổi giận, giết thái sử Bá. Thái sử Bá có ba người em là Trọng, Thúc, Quí. Trọng lại chép như trước. Thôi Trữ lại giết đi. Thúc cũng chép thế. Thôi Trữ lại giết. Quí lại chép như vậy. Thôi Trữ cầm lấy cái thẻ mà bảo Quí rằng:

- Ba anh mày đều chết cả, còn mày không sợ chết à? Nếu mày chịu chép khác đi thì ta tha chết cho.

Quí nói:

- Chép đúng sự thực là chức phận của người làm sử, nếu trái chức phận mà sống thì chẳng thà chết còn hơn! Ngày xưa Triệu Xuyên giết Tấn Linh công, quan thái sử là Đổng Hồ cho rằng Triệu Thuẫn là chính khanh mà không biết trị tội quân giặc, bèn chép rằng: "Triệu Thuẫn giết vua là Di Cao" thế mà Triệu Thuẫn không lấy làm quái. Thế thì biết chức phận của người làm sử không thể bỏ được! Nếu tôi không chép, trong thiên hạ tất cũng có người khác chép! Tôi không chép cũng không có thể che được sự xấu của quan tướng quốc, mà lại để cho thức giả chê cười, nên tôi liều chết mà chép, xin tướng quốc cứ tùy ý định đoạt!

Thôi Trữ thở dài mà nói rằng:

- Ta sợ nước nhà nghiêng đổ, bất đắc dĩ mà phải làm việc này! Nhà ngươi dẫu chép thắng, thiên hạ cũng xét tấm lòng cho ta!

Nói xong, liền ném cái thẻ đưa trả Quí. Quí cầm cái thẻ đi ra, sắp đến cửa sử quán, lại gặp Nam Sử Thị, Quí hỏi đi đâu, Nam Sử Thị nói:

- Ta nghe nói anh em nhà ngươi đều chết cả, sợ bỏ mất cái việc ngày Ất Hợi, tháng 5, mùa hạ mới rồi, vậy nên ta cầm thẻ đến để chép.

Quí đưa cái thẻ của mình chép cho Nam Sử Thị xem. Nam Sử Thị mới cáo từ mà về.

Thôi Trữ lấy việc thái sử Quí chép thẻ làm xấu hổ, mới đổ tội cho Giả Thụ mà giết đi.

Không phải là sự trục trặc của một người mà là sự trục trặc của loài người.

Và thế giới bắt đầu một kỷ nguyên mới: không có chữ.

Sau những ngày đầu tiên hoảng hốt và xúc động, mọi người tập làm quen với hoàn cảnh đời sống mới, đời sống của một thế giới không còn chữ.

Trước hết là sự biến mất ngoạn mục của cái được gọi là thông tin: báo chí, truyền thanh, truyền hình và internet. Không còn *headline news, breaking new, hot new* kéo theo những phân tích, bình luận đoán già đoán non về con người và thế giới choán hết khoảng trống trên giấy trên màn hình. Mọi chuyện, mọi sự kiện, hay nói một cách hay ho là biến cố, đều phải thông qua chữ, đều là sản phẩm của chữ. Không chữ, không chuyện. Không Tsunami Nhật tang thương, không đám cưới Hoàng gia Anh ồn ào, không vùng cấm bay Lybia, không Dow Jones lên xuống ngột thở, không xì-căn-đan này (nối tiếp xì-căn-đan) kia tràn trìa trên giấy: hết ông thống đốc lấy người giúp việc đến ông thượng nghị sĩ có con với nhân viên đến ông giám đốc quỹ tiền tệ hãm hiếp cô bồi phòng đến ông dân biểu gửi hình khiêu dâm lên Internet…Và không hàng triệu triệu thứ tin tức khác hàng giờ hàng phút. Không còn những bài xã luận khen chê, nâng bi và chửi rủa, khiến người này lên tận mây xanh còn kẻ kia thì ngụp lặn dưới bùn đen.

Trên các diễn đàn quốc hội, thiếu chữ, các ông nghị bà nghị lắp ba lắp búng nói chẳng thành câu, lắm khi câu sau chửi vào câu trước. Diễn đàn vắng khách, những cuộc cãi vã liên tu bất tận về thuế khóa, chiến tranh, hòa bình, lợi tức, an ninh quốc gia, thâm thủng ngân sách chấm dứt. Không còn những văn bản lập quy chi chít chữ đóng thành từng kho tài liệu chất như núi.

Các trường học đóng cửa. Lúc đầu, các cô các cậu trẻ tuổi ngỡ ngàng vì bỗng dưng không được cắp sách đến trường để gặp thầy cô gặp bạn bè, không còn được thấy bảng đen phấn trắng, không còn có chỗ để được nhọc nhằn trong nơm nớp ngóng đợi tương lai. Nhưng rồi các cô các cậu đâm ra vui mừng. Họ cảm thấy bỗng nhiên được giải thoát khỏi một nhiệm vụ bực mình: đầu tư cho tương lai. Họ khỏi cần phải đợi đến lúc "sung sướng quá giờ cuối cùng đã hết/đàn chim non hớn hở rủ nhau về/chín mươi ngày nhảy nhót ở miền quê/ôi tất cả mùa xuân trong mùa hạ". Họ tự do, hoàn toàn tự do. Họ sống. Cuộc sống tự nó chứa mầm mống của tương lai, chẳng cần phải nhọc lòng đầu tư để tính lời tính lỗ.

Nhưng sung sướng nhất là các cháu thiếu nhi. Vừa rời vú mẹ, đang tuổi ham ăn ham chơi, bỗng dưng bị ép phải đến căn phòng gọi là lớp, ngày hai buổi nhọc nhằn cắm cúi vạch những đường ngang nét dọc gọi là chữ, thứ hình vẽ chẳng ăn nhằm gì đến nhu cầu hàng ngày của chúng.

Tòa án đóng cửa. Nhà tù đóng cửa. Các cơ quan an ninh đóng cửa. Không hồ sơ lưu trữ, không giấy tờ tài liệu, các công bộc của dân không biết mò vào đâu để truy cứu một tên tội phạm hay làm sáng tỏ một vụ phạm pháp. Các viên chức anh ninh ngỡ ngàng khi khám phá ra một điều lạ lùng: một người bỗng nhiên như mọi người. Không có ai khác với ai. Y như khi nhìn một đàn cá bơi dưới biển hay một đàn kiến bò trên sân: một con như mọi con, mọi con như một con. Ông chánh án A thì cũng như ông đạp xích lô B cũng như mụ bán hàng rong C cũng như thằng cướp nhà băng X. Ông gác tù cũng như tù.

Không chữ, xã hội đánh mất ký ức của mình. Ký ức vốn là một gánh nặng vô tình. Đánh mất ký ức là trút đi bao nhiêu phiền lụy. Mọi người trở nên vô căn, vô danh, vô lý lịch. Lúc đầu, người ta bực mình vì không thể biết được quá khứ của nhau để thẩm định giá trị của mỗi người, nhưng rồi sung sướng vì từ nay, ai cũng trong sáng, không còn lý lịch đen lý lịch đỏ. Không tên không tuổi. Mang một cái tên, sở hữu một cái lý lịch là mang cả hào quang lẫn đau khổ. Vinh trộn cùng nhục. Hoan lạc lẫn sầu não.

Những nhà thuyết giáo, những tay tu từ chuyên nghiệp lặng lẽ bỏ nghề trở về với đời sống dân dã. Thiếu chữ, họ đánh mất thứ dụng cụ đa năng, biến hóa khôn lường để tạo nên những lý thuyết trơn tru, những ẩn dụ hấp dẫn, những trang giấy chi chít ngôn từ dành cho những độc giả sùng tín, thích ăn chữ và nhai chữ. Kéo theo là sự vắng mặt của tròchơi chữ nghĩa qua những màn tranh cãi liên tu bất tận, có khi chí chỉ còn là những cuộc ném chữ vào mặt nhau (cho đã!).

Nhà văn nhà thơ, những hư-cấu-viên, biến mất. Mất chữ, họ không còn thứ bùa phép vạn năng để vẽ vời, bịa đặt và pha chế hiện thực. Hậu quả là: mọi thứ trong đời sống, kể cả tình yêu, trở nên trần trụi, ngổn ngang, sần sùi. Trời không còn xanh, hoa chẳng còn hồng, kỷ niệm chẳng hề ngọt ngào và đau khổ chẳng hề dằn vặt… Thiếu chữ, cũng mất luôn bâng khuâng, bồi hồi, ngang trái, dịu dàng, cay đắng, mất hết lớp sương mù phủ lên mặt ngoài của mọi sự thể.

Không chữ, đời sống trở nên đơn giản. Không có quá khứ để đào bới. Không có tương lai để âu lo. Không chữ, tình vẫn còn đó, chỉ bớt đi màu mè nhưng những dối trá, lọc lừa mất điều kiện để tăng lên. Không chữ, tinh thần bác ái giảm đi nhưng lòng căm thù khó truyền bá và phát triển. Không có chữ, lấy gì mà nung nấu và huy động tinh thần tuẫn giáo!

Không chữ, cái gọi là lịch sử đột nhiên biến mất. Y như thể nó chẳng hề hiện hữu. Không ai có thể nhân danh nó để gây chiến tranh, để duy trì bản sắc hay để bảo vệ những giá trị vốn dĩ rất mơ hồ.

Lý Tư tâu với Tần Thủy Hoàng:

Thần xin đốt tất cả các sách sử, trừ những sách sử của nhà Tần. Trừ những người làm chức bác sĩ, ai cất giấu Kinh Thư, Kinh Thi, sách vở của trăm nhà thì đều đem đến các quan thú, quan úy mà đốt đi, hai người dám bàn nhau về việc Kinh Thi, Kinh Thư thì chém giữa chợ, lấy đời xưa mà chê đời nay thì giết cả họ. Quan lại biết mà không tố cáo, thì cũng bị tội. Lệnh ban ra trong ba mươi ngày không đốt sách thì khắc vào mặt cho đi thú để xây và canh giữ trường thành.

Chàng trở lại thư viện.

Toàn bộ khu đại học vắng teo. Cây cao phủ bóng trên những lối đi lạnh lùng. Vắng người, cỏ dại phơi phới vươn lên, hân hoan bò lên ghế đá, bao quanh tượng đài, phủ kín bồn hoa. Hoa chen lá, lá chen cỏ. Thiếu bóng những đứa con tìm chữ, cả khu đại học trở thành hoang hóa. Họ – có đứa từ những nơi rất xa trên địa cầu – đến đây, hy sinh mọi thú tiêu khiển của tuổi trẻ, lặn hụp trong thế giới chữ. Bước vào với một tâm hồn trong trắng, lành lặn và hồn nhiên. Sau một thời gian, bước ra với một đầu óc lúc nhúc chữ, lúc nhúc kiến thức, lúc nhúc khái niệm. Họ bắt đầu nhìn cuộc sống với một cái nhìn đầy nghi hoặc và bất trắc. Núi chẳng còn núi, sông chẳng chỉ là sông. Người không là người. Vật không như là vật. Nhìn ở đâu, họ cũng thấy khác.

Chưa từng làm điều ác, nhưng lòng họ bỗng dưng nhiễm đầy vết thương.

Chàng leo lên những tầng cấp thư viện. Rùng mình.

Tấm bảng đồng to, bóng loáng khắc tên thư viện và một câu châm ngôn đầy kiêu hãnh bây giờ trống mênh mông. Mọi cánh cửa mở toang. Chàng bước vào, đi dọc theo hành lang, xuyên qua các phòng làm việc của nhân viên. Im lặng. Trước đây, thư viện cũng im lặng, nhưng là một im lặng thành khẩn, sâu lắng. Trong cái im lặng đó, thỉnh thoảng vang lên tiếng sột soạt đầy ý tứ của giấy, tiếng bước chân thận trọng, tiếng trò chuyện thầm thì. Bây giờ là một im lặng lạnh lùng, trống rỗng. Chàng đưa tay, thử bật điện. Công tắc hư. Không có điện, nhưng ánh sáng bên ngoài hồn nhiên tràn vào, chiếu lên những giá sách im lìm. Sách vẫn còn đó, chịu đựng nhẫn nhục, nối tiếp nhau trong một bất động chờ đợi. Nhưng gáy sách trống trơn. Chỉ còn là những khối vật chất rỗng ruột vô hồn, cuốn này nép sát cuốn kia, đều đặn một cách vô nghĩa. Thiếu những ký hiệu lòng vòng lèo vèo đầy ắp bên trong, chúng như những chiếc vỏ khô. Trước kia, nói đến sách là nói đến những khối lượng giá trị, cái dày cái mỏng cái nặng cái nhẹ. Và chàng vẫn có thói quen nhìn giá trị của chúng qua cái "dày cộm" hay "mỏng tanh". Có cuốn chàng có thể bỏ trong túi như bỏ một món đồ chơi; có cuốn phải chở bằng xe đẩy. Vắng chữ, chúng vẫn thế, vẫn là những khối như thế, không cuốn nào nặng thêm cũng chẳng cuốn nào nhẹ thêm. Chúng lẫn lộn với những ghế những bàn những kệ những bụi.

> *Ôi, các vương tôn miền trí tuệ*
> *Mưu đồ đo đạc cả Vô Biên*
> *Tung ra khắp bãi thời gian lộng*
> *Lượn lượn ưu tư khốc liệt rền.*

Tiếng thơ rền vang như một xa xăm vọng về, sâu lắng. Chàng ngơ ngác nhìn quanh. Không thấy gì cả. Âm thơ cứ như rơi xuống từ khoảng không, vỡ ra từng phiến nhỏ tản mát quanh quanh, tan loãng trong nắng chiều lặng lẽ.

Bất giác, chàng bỏ chạy. Loanh quanh qua các kệ sách, lên thang lầu, lầu một, lầu hai, lầu ba, lầu bốn, lầu bảy, lầu tám. Tiếng thơ đuổi theo chàng. Chàng chạy nhanh, tiếng thơ nhanh, chàng chạy chậm, tiếng thơ chậm. Bước chân quýnh quíu, dồn dập chạm vào giá sách, chạm vào những khối giấy nặng nề, dội lại khô khốc. Tới chỗ làm việc cũ của mình, chàng tìm thấy những tấm thẻ trống không rơi bừa bãi, lung tung trên sàn nhà, trên bàn, trong các hộc tủ. Trong các phòng đọc sách, ghế bàn im thin thít, lạnh vắng, bụi bám chặt. Hằng ngày, khi đi ngang qua đây, chàng vẫn thấy những khuôn mặt trầm ngâm, những dáng ngồi im lìm bất động, những đôi mắt trừng trừng đảo qua đảo lại, nhích lên nhích xuống trên những con chữ chi chít. Góc này là đám sinh viên cần cù, đầu óc căng ra, đánh vật với ký ức, với những câu hỏi, lục lọi, soi mói trên từng trang sách. Góc kia là ông giáo sư kinh tế, gần cửa sổ là ông tiến sĩ nhân chủng, khuất sau khu chứa sách tham khảo là nhà ngữ học nổi tiếng thế giới…Chữ nghĩa đã chật ních trong đầu, vậy mà họ vẫn cứ đến đây, ngày này qua ngày khác, lục tìm hết cuốn sách này đến cuốn sách khác, ghi ghi chép chép.

Chữ và người. Người và chữ. Một đối diện lặng lẽ. Một đối thoại triền miên, đơn độc.

Thay vì ăn, chơi, họ suy nghĩ. Thay vì chỉ suy nghĩ, họ viết. Thay vì mò mẫm trên từng con chữ, bây giờ họ tạo ra những con chữ. Họ kiếm tiền bằng chữ. Họ tìm danh vọng bằng chữ. Họ hạ nhục nhau bằng chữ. Họ giết nhau bằng chữ. Họ chiến đấu bằng chữ. Họ yêu nhau và phản bội nhau bằng chữ. Với chữ, họ vẽ vời quá khứ, họ phịa tương lai. Họ dựng nên đời sau, kiếp trước. Họ phỉnh gạt nhau và phỉnh gạt mọi người.

Ấn bản lần thứ 11 là ấn bản cuối cùng (...) Hằng ngày, chúng ta sẽ phá hủy chữ – hàng chục chữ, hàng trăm chữ. Chúng ta sẽ cắt giảm ngôn ngữ đến tận cùng. Ấn bản thứ 11 sẽ không còn một chữ nào vốn đã trở nên lỗi thời trước năm 2050 (...) Thật là tuyệt vời khi phá hủy chữ. (...) Chắc anh bạn chưa hiểu thấu hết cái đẹp của sự phá hủy chữ đâu. Bạn có biết rằng Ngôn Ngữ Mới (Newspeak) là thứ ngôn ngữ duy nhất trên thế giới mà kho từ vựng cứ nhỏ dần mỗi năm? (...) Bạn không biết rằng toàn thể mục tiêu của Ngôn Ngữ Mới là thu hẹp tầm tư tưởng không? Cuối cùng chúng ta sẽ làm cho thứ tội phạm tư tưởng không có cơ hội tồn tại, bởi vì sẽ chẳng còn chữ để mà diễn đạt chúng. Bất cứ ý niệm nào còn được cần dùng sẽ chỉ được diễn tả chính xác trong một từ, với một nghĩa đã được xác định rõ ràng, còn tất cả các nghĩa phụ khác sẽ bị xóa bỏ và quên lãng (...) Chữ càng ngày càng ít theo thời gian và theo đó, tầm ý thức cũng nhỏ dần (...) có lẽ cho đến trước năm 2050, tất cả mọi kiến thức của Ngôn Ngữ Cũ (Oldspeak) sẽ biến mất. Toàn thể thứ văn chương của quá khứ sẽ bị phá hủy. Chaucer, Shakespeare, Milton, Byron– chúng chỉ hiện hữu trong Ngôn Ngữ Mới, không chỉ được thay đổi thành một điều gì khác hơn, nhưng thay đổi thành những gì trái ngược hẳn với cái chúng đã từng được hiểu. Ngay cả văn chương của Đảng cũng thay đổi. Những khẩu hiệu cũng thay đổi. Làm sao mà ta còn có câu khẩu hiệu đại loại như "tự do là nô lệ" khi ý niệm về tự do đã bị triệt tiêu? Toàn thể lãnh vực tư tưởng sẽ khác hẳn đi. Nói cho đúng ra, sẽ chẳng còn có tư tưởng nữa, thứ ý niệm mà chúng ta đang hiểu hiện nay. Theo chính thống nghĩa là không còn suy nghĩ – không cần suy nghĩ nữa. Chính thống là vô thức"

Tiếng thơ chợt ngừng bặt. Không gian trở nên trống rỗng khác thường.

Chàng giật mình, lòng hoang mang và tuyệt vọng. Nhìn quanh, chờ đợi. Một hồi lâu, không thấy có gì khác lạ, chàng buồn bã trở xuống. Đến lầu hai, trong bóng tối nhờ nhờ, chàng chợt thấy có ánh đèn ở cuối hành lang. Ngạc nhiên, chàng bước đến. Chàng nhớ ra đó là khu sách tham khảo. Ánh đèn phát ra từ căn phòng nhỏ nằm kế phòng đọc, nơi vốn là chỗ nghỉ của nhân viên phụ trách an ninh. Nghe ngóng một lát, chàng mở cửa. Chàng sửng sốt khi nhìn thấy một người đàn ông lặng lẽ ngồi trong góc phòng. Ánh sáng từ chiếc đèn cầy chiếu lên tường một bóng đen xiêu vẹo, nhảy múa chập chờn. Sợ hãi, chàng lùi lại, muốn đi ra, nhưng người đàn ông ngẩng đầu lên nói, giọng bình thản:

- Chào ông bạn. Vào đây.

Chàng ngập ngừng một chút rồi thận trọng bước vào.

Người đàn ông hói đầu, phần tóc còn lại bạc trắng, lơ thơ bám hững hờ phía trên mang tai. Râu nhiều hơn tóc, mọc tua tủa quanh cằm, cả trên và dưới, cũng bạc trắng. Khôn mặt trông rất quen. Sau một hồi vận dụng trí nhớ, chàng nhận ra người đàn ông: nhà ngữ học tiếng tăm, nhiều lần nằm trong danh sách những người được đề cử một giải thưởng nổi tiếng nào đó. Ông ta không lạ gì với thư viện. Thư viện cũng chẳng lạ gì ông ta. Không ngày nào ông không có mặt cuối phòng, ở một góc khuất, bên cạnh những bộ sách nghiên cứu về ngôn ngữ dày cộm. Lúc nào cũng một mình, ghi ghi chép chép. Khuôn mặt đắm chìm trên trang sách. Không thấy ông ta cười, cũng chẳng thấy ông mở miệng nói gì với ai. Con người ông toát ra một sự lặng lẽ lạ thường. Ấy thế mà, thỉnh thoảng hình ảnh ông lại xuất hiện hàng đầu trên báo chí, gây nên một cơn sốt dư luận, có khi vài ba tuần, có khi kéo dài hàng tháng không chấm dứt. Chỉ cần một lời phát biểu của ông xuất hiện đâu đó trên một chuyên san là người ta giành nhau chỉ trích, giành nhau ngợi khen, giành nhau góp ý. Báo chí lại được dịp tràn trề chữ nghĩa. Nhiều từ mới phát sinh. Nhiều khái niệm mới đưa vào sách vở. Mặc! Ông chẳng bao giờ trả lời. Y như thế, ông ta chỉ tung ra một số chữ (tất nhiên là rất mới lạ) để người ta có dịp bày biện chữ của mình trên mặt báo. Thế giới vô cùng im lặng của chữ ấy thế mà vô cùng ồn ào. Mỗi lần đọc các bài tranh luận, chàng vẫn có cảm giác như nghe tiếng gươm, tiếng giáo khua vang trên trang giấy.

Người đàn ông hỏi:

- Ông bạn đến đây làm gì?

- Tôi làm việc ở đây.

- Thế à! Cũng là người của sách vở đó nhỉ.

- Tôi chỉ là nhân viên quèn, chỉ biết xếp sách trên giá thôi.

- Nhằm nhò gì. Cũng như nhau thôi. Giờ thì ai cũng khỏe. Hết chữ rồi!

Chàng ngạc nhiên:

- Khỏe? Một người sống với chữ như ông mà lại gọi là khỏe khi không còn chữ?

Người đàn ông không nói gì, đưa tay với ly nước trên bàn, hớp một hớp rồi để xuống. Chàng nhìn quanh phòng. Không sách vở. Rải rác đó đây là những giấy trắng, có tờ còn nguyên, có tờ đầy những nét vẽ nguệch ngoạc. Trên tường là những hình vẽ vuông tròn, những đường kẻ ngang kẻ dọc loạn xạ. Chàng tò mò:

- Không thấy có sách vở gì cả.

Người đàn ông cười to:

- Sách vở gì nữa ông bạn. Không có chữ, sách vở chỉ là cục đá cục đất mà thôi. Nhân loại đã chịu đựng sự thống trị của chữ mấy ngàn năm, đủ rồi. Thoát khỏi chúng, ta mừng.

Chàng ngạc nhiên:

- Nhưng nếu không có chữ thì làm gì còn có văn minh, làm gì còn có văn hóa, thưa ông?

Người đàn ông cười lớn hơn, đôi mắt mơ màng nhìn vào bức tường trước mặt như như nhìn vào một khoảng xa xăm nào đó, nói như độc thoại:

- Văn minh! Vâng, văn minh nào cũng gắn liền với chữ. Nhưng cũng chính chữ làm đảo lộn văn minh. Bao nhiêu năm ta miệt mài với chữ, ta đào xới chữ để tìm xem bản chất của chúng là gì. Ông bạn ơi, chữ là một hiện tượng kỳ lạ. Và kỳ cục. Chữ nằm sẵn đó, ai cũng nói được, ai cũng viết được, nhưng chúng vẫn là điều bí ẩn. Ta tìm cách giải phẫu chữ y như các nhà sinh vật học giải phẫu cơ thể. Ta mổ văn, mổ thơ, mổ bài viết. Ta mổ từng vần, từng chữ, từng câu. Ta banh chúng ta, ta ghép chúng lại, ta tìm âm vị, hình vị, nghĩa vị. Ta tìm từ láy, từ kép, ta đối chiếu chữ cổ với chữ mới, so sánh tiếng Phạn với tiếng Latin, tiếng Hán với tiếng Anh, thôi thì đủ kiểu. Nhiều lúc, ta tưởng là đã bắt được chúng, tìm ra bản lai diện mục của chúng. Thế mà này ông bạn, ta càng bắt thì nó càng tuột khỏi tay ta. Ông bạn nhìn xem…

Người đàn ông đưa ta ra chỉ trên tường:

- Ông bạn có biết đó là cái gì không?

Chàng nhìn lên những hình vẽ nguệch ngoạc nằm kín cả bức tường, lắc đầu. Người đàn ông cười:

- Chữ đấy. Ông bạn không còn nhận ra chúng sao?

- Không.

- Vậy thì ông bạn thấy gì nào?

- Những vạch ngang vạch dọc, hình vuông vuông tròn tròn…

- Chữ đấy, ông bạn không tin sao!

- Không.

- Thì chữ là những vạch ngang vạch dọc, hình vuông vuông tròn tròn chứ có gì khác đâu.

(iw wnm msh nsw)

Chàng nhìn chằm những hình vẽ trên tường, đầu óc mơ mơ hồ hồ như bơi trong giấc mộng. Bao tháng ngày đã trôi qua từ ngày mất chữ, chàng không còn ý niệm gì những đường nét ghi lại trên giấy. Chàng sống với chúng, nhờ chúng. Những con chữ thân yêu đưa chàng tới những bến bờ xa lạ, kỳ thú. Chúng mang đến cho chàng một thế giới khác, hoang đường và thơ mộng. Giờ đây, nhìn những vạch ngang vạch dọc mà người đàn ông bảo là chữ, chàng có cảm giác buồn cười. Chúng lổn nhổn, vô nghĩa y như lũ sỏi đá vô danh nằm ngoài đường.

Người đàn ông nhìn chàng, vẻ xót xa:

- Chúng ta đang sống lùi lại vài ngàn năm đó ông bạn à. Tổ tiên ta tạo ra những vạch ngang vạch dọc như thế để nối kết sinh mệnh của nhau, để là những phần tử của nhau. Thời văn minh, cũng những vạch ngang vạch dọc đó mà thôi. Ông bạn biết không, cái phiền của chữ, không phải là chính nó. Khốn nạn là cái nghĩa. Nghĩa như mây trời như cá dưới biển, mông lung bất định. Nhiều lúc ta tưởng đã chụp bắt được chúng bỏ vào trong túi để mà lấy ra xài dần. Nhưng chỉ là ảo tưởng. Ông bạn biết không, những chữ ta viết ra là chính xác biết bao, khoa học biết bao, rõ ràng biết bao, thế mà ra ngoài chúng bị hiểu khác, có khi hoàn toàn khác. Thế mới chết. Thế mới có tranh cãi. Mà càng tranh cãi, bạn biết không, nghĩa lại càng xa chữ. Làm như thể chúng có đời sống riêng của chúng. Chúng chỉ mượn chữ, bám lấy chữ để mà tác oai tác quái. Ông bạn nghĩ mà xem, để tồn tại, nhân loại có cần đến ngần ấy sách không, ngần ấy chữ không. Hàng tỷ cuốn! Hàng tỷ tỷ chữ. Và sách vẫn tiếp tục ra đời, chữ vẫn tiếp tục nhiều lên… Để làm gì?

La trahison des images

(Cái này không phải là một tẩu thuốc)

Cái (tẩu thuốc) này không phải là một cái tẩu thuốc
Cái (hình ảnh của một tẩu thuốc) này không phải là cái
tẩu thuốc
Tấm (tranh) này không phải là một cái tẩu thuốc
Cái (câu) này không phải là một tẩu thuốc
Chữ (cái này) này không phải là một cái tẩu thuốc
(Cái này) không phải là một tẩu thuốc

Người đàn ông tiếp tục:

- Nghĩa, chao ôi! Nghĩa là con mụ phù thủy chứa đầy đòn phép. Nó nằm ngoài quy luật. Nó thoắt biến thoắt hiện. Nghĩa vừa độc ác vừa tinh quái. Chúng luồn lọt, chui rúc, giấu mình dưới từng chữ, từng câu để tác oai tác quái. Lúc đầu, ta tưởng nghĩa chẳng qua chỉ là những đồ vật mà ta có thể nhét vào trong chữ y như ta bỏ món quà vào trong hộp và chuyển chúng đi. Người nhận chỉ cần mở chữ và lấy nghĩa ra mà dùng. Khốn nạn thay, chữ không phải là cái hộp và nghĩa chẳng hề là món quà. Ta chuyển vào đó một nghĩa, nhưng người nhận lại lôi ra một nghĩa khác. Không những khác mà đôi khi còn ngược hẳn.

Đầu ta lúc nhúc chữ. Ăn cũng thấy chữ, ngủ cũng nằm mơ với chữ, đi chơi cũng chữ, làm tình cũng chữ. Chữ bao vây tứ phía. Ta mê chữ còn hơn mê con người. Đời ta đầy những *scandal*, mà xét cho cùng, *scandal* nào cũng từ chữ mà ra. Ta là kẻ giải phẫu chữ, rốt cuộc, ta chỉ giải phẫu một bóng ma. Chân cũng là chữ. Thiện cũng là chữ. Mỹ cũng là chữ. Cục đất cũng là chữ. Khối vàng cũng là chữ. Tất cả chỉ là những đống chữ, cái này chồng lên cái kia, ngổn ngang, loạn xạ.

Những nhà hiền triết và những giáo chủ thường được phong tặng là những kẻ đi tìm…chân lý, nghĩa là đi tìm giải pháp cho cuộc nhân sinh. Thực ra, họ chẳng hề đi, cũng chẳng hề tìm. Họ chỉ là những người nói chữ, viết chữ. Khổ thay, người đời sau đọc chữ lại cứ tưởng chân lý nằm trong chữ, cứ thế mà săm soi, đào xới mãi không thôi.

Chàng nghe người đàn ông nói mà như đi trong sương mù. Chàng nói, giọng thán phục:

- Ông đâu có mất chữ nào. Ông còn nhiều chữ quá!

- Thế sao! Người đàn ông cười lớn. Ta còn nhiều chữ quá sao! Trong lúc cả nhân loại mất hết chữ thì ta vẫn còn. Chao ôi, không viết ra được mà chữ thì dính bám trong đầu.

Người đàn ông vỗ vỗ một cách bực mình vào đầu mình. Nhìn đầu ông, chàng bỗng có cảm giác như đó là một cái bình chứa chữ, nhỏ nhưng vô hạn. Ông đã bỏ vào đó bao nhiêu chữ, bao nhiêu nghĩa rồi? Chúng vẫn còn đó hay thoát đi đâu?

Chàng thắc mắc:

- Vậy thì chữ đi đâu hết?

- Làm sao ta biết được. Chúng không hiện hữu, thế thôi. Hãy tưởng tượng đến một bộ lạc sống trong rừng sâu Nam Mỹ, không hề tiếp xúc được với thế giới bên ngoài. Với họ, chỉ có đời sống. Bây giờ cả nhân loại mù chữ rồi, mù chữ rồi, mù chữ rồi.

Người đàn ông đứng dậy, vươn vai, cười lớn. Tiếng cười rung động cả căn phòng, vang vọng khắp hành lang. Chàng rùng mình, bỗng dưng nghĩ đến Tạ Tốn, một nhân vật kỳ dị trong truyện của Kim Dung. Với chữ, Kim Dung đã dựng nên một hình tượng độc đáo, ám ảnh chàng mãi không thôi.

Chàng lẩm bẩm: Mà nghĩ cho cùng, nhân vật nào chả được làm bằng chữ!

Tiếg Việt cũg hay dùg chữ "gì". Cái gì? Món gì? Phố gì? Chúa ui, chán wá đi mất! Hai chữ "g" và "i" đứg cạnh nhau nhìn rất "béo"! Trái lại, chữ "j" đứg ở mụt mìn nhìn rất "gầy", rất "người mẫu"!

Các bạn gái ơi, hãy thay 2 chữ "ye" xấu xí bằng mỗi chữ "i" xin xắn đi! Viết "em iu anh" thì đỡ rủi ro hơn nhiều (hoặc cứ viết "iu an wá trời lun!" cho máu).

Way lại với chuyện nguyên âm, mìn hông hiểu tại sao mụt số người vẫn cứ cho rằg chữ "ă" đẹp hơn chữ "e"!?? Kệ những người đó chứ, họ kiêu lém, cổ hủ lém!

Nhưg hông fải chữ "ê" lúc nào cũg đẹp. Câu "em không biết" chả có j hay cả. Trái lại, câu "em hôg bít j đâu" nghe dễ thươg lém! Các bạn hỉu hông? Mìn fải cố gắg để nói nhẹ chứ, đặc bịt là với fái íu. Nói cứg wá với mụt cô mìn thík thì - chít!

(...) kÁc bẠn cÓ bÍt FíM sHiFt hÔg? MiN sẼ dZùNg kÁi FíM Áy đỂ tRaG tRí vĂn KủA MìN mỤt ChÚt. FảI LuN LuN Cố gẮg Để cHữ kỦa MìN đẸp HơN ChỮ KủA nG`kHáC cHứ! gỌi Là Sĩ dZiỆn ĐiỆn tử đẤy!! Hihi!!!!

Cười xong, nhà ngữ học hồn nhiên ngủ.

Như một đạo sĩ. Nhưng đạo sĩ là gì, chàng quên mất. Thôi, thì là gì cũng được. Chàng thầm chúc ông yên giấc.

Ra khỏi phòng, chàng chậm rãi bước dọc theo hành

lang, đi ngang qua một thế giới đồ vật được sắp xếp gọn gàng trên giá. Gáy, bìa, tờ, màu xám, màu trắng, màu xanh, màu bùn đất, màu đỏ… Chàng lơ đãng nhìn chúng như nhìn những kỷ niệm thời thơ ấu xa xăm.

Chàng bước ra ngoài, như vừa trở về. Thơ thới, hân hoan.

Chàng nhìn trời, nhìn mây, nhìn cây, nhìn cỏ. Chàng thấy trời, thấy mây, thấy cây, thấy cỏ. Chàng nghe gió, nghe tiếng lá chạm nhau lào xào, nghe tiếng chim kêu đâu đó. Chàng nghe cả tiếng hoa rụng, cả tiếng con kiến bò dưới cỏ ướt. Lặng lẽ vô cùng. Sờ vào một cụm hoa, chàng cảm thấy dịu dàng.

Chàng ngơ ngác và trẻ thơ.

Quá đỗi ngơ ngác.

Quá đỗi trẻ thơ.

(6/2011)
Trần Doãn Nho

TRẦN ĐẠI SỸ

Còn có bút hiệu Yên Tử Cư Sĩ

Sinh giờ Thìn ngày 1 tháng 9 năm Kỷ Mão (1939).

Thông suốt Nho học.

Tốt nghiệp Đại học Y khoa Paris (Cochin Porl-Royal) và Thượng Hải.

Từ 1968, dồn hết thời giờ viết bộ Lịch sử tiểu thuyết gồm nhiều tập. Mỗi tập từ 3500 trang đến 5000 trang. Hơn 20 tác phẩm về y học do Arma và Institute Franco-Asiatique xuất bản.

Từ triết học
đến huyền thoại nguồn gốc tộc Việt

1. Sơ tâm về tộc Việt

Tôi học chữ Nho trước khi học chữ Quốc ngữ. Thầy khai tâm của tôi là ông ngoại tôi. Ông tôi không có con trai, mẹ tôi là con út của người. Theo luật triều Nguyễn, thì con trai ông tôi sẽ được tập ấm. Không có con trai, thì con nuôi được thay thế. Tôi là con nuôi của ông tôi, nên người dạy tôi học để nối dòng Nho gia. Tôi cũng được tập ấm, thụ sắc phong của Đại Nam Hoàng đế. (Hiện Đại Nam Hoàng đế vẫn còn sống ở Paris).

Năm lên sáu tuổi, tôi được học tại trường tiểu học do chính phủ Pháp mở tại Việt Nam, cũng năm đó, tôi được học chữ Nho. Thời gian 1943-1944 rất ít gia đình Việt Nam còn cho con học chữ Nho, bởi đạo Nho cũng như nền cổ học không còn chỗ đứng trong đời sống kinh tế, chính trị nữa. Thú thực tôi cũng không thích học chữ Nho bằng chơi bi, đánh đáo. Nhưng vì muốn làm vui lòng ông tôi mà tôi học. Các bạn hiện diện nơi đây không ít thì nhiều cũng đã học chữ Nho đều biết rằng chữ này học khó như thế nào. Nhưng tôi chỉ mất có ba tháng đã thuộc làu bộ Tam Tự Kinh, rồi sáu tháng sau tôi được học Sử.

Tôi được học Nam sử bằng chữ Nho, đồng thời với những bài sử khai tâm bằng Quốc ngữ vào năm bảy tuổi. Thời điểm bấy giờ bắt đầu có những bộ sử viết bằng Quốc ngữ, rất giản lược, để dạy học sinh; không bằng một phần trăm những gì ông tôi dạy tôi. Thầy giáo biết tôi là cái kho vô tận về sử Hoa-Việt, nên thường bảo tôi kể cho các bạn đồng lớp nghe về anh hùng nước tôi. Chính vì vậy, tôi phải lần mò đọc những bộ sử lớn viết bằng chữ Hán như: ĐạiViệt sử ký,

Khâm định Việt sử thông giám cương mục, An Nam chí lược, Việt sử lược. Đại cương, mỗi bộ sử đều chép rất giản lược về nguồn gốc dân tộc Việt Nam như sau:

"Vua Minh cháu bốn đời vua Thần Nông, nhân đi tuần thú phương Nam, đến núi Ngũ Lĩnh, kết hôn với một nàng tiên đẻ ra người con tên Lộc Tục. Vua lập đài, tế cáo trời đất, phong cho con trưởng làm vua phương Bắc, tức vua Nghi; phong con thứ là Lộc Tục làm vua phương Nam. Ngài dạy hai thái tử rằng: Nghi làm vua phương Bắc, Tục làm vua phương Nam, lấy núi Ngũ Lĩnh làm cương giới. Hai người làm vua hai nước nhưng vốn cùng gốc ở ta, phải lấy điều hiếu hòa mà ở với nhau. Tuyệt đối Nam không xâm Bắc, Bắc chẳng chiếm Nam. Kẻ nào trái lời, sẽ bị tuyệt tử tuyệt tôn".

Xét triều đại Thần Nông, khởi từ năm 3118 trước Tây lịch, đến đây thì chia làm hai:

Thần Nông Bắc

Vua Nghi (2889-2884 trước Tây lịch)
Vua Lai (2843-2794 trước Tây lịch)
Vua Ly (2795-2751 trước Tây lịch)
Vua Du Võng, (2752-2696 trước Tây lịch)

Đến đây triều đại Thần Nông Bắc chấm dứt, đổi sang triều đại Hoàng Đế từ năm Giáp Tý (2697 trước Tây lịch). Các nhà chép sử Trung Quốc lấy thời đại Hoàng Đế làm kỷ nguyên. Trong Sử Ký, Tư Mã Thiên khởi chép quyển Một là Ngũ đế bản kỷ, coi Hoàng Đế là Quốc tổ Trung Quốc.

Triều đại Thần Nông Nam

Thái tử Lộc Tục lên làm vua năm Nhâm Tuất (2879 trước Tây lịch), hiệu là Kinh Dương, lúc mười tuổi. Sau này người Việt lấy năm này làm kỷ nguyên lập quốc. Nếu cộng chung, cho đến nay là 4872 năm, vì vậy người Việt hằng tự hào rằng đã có năm nghìn năm văn hiến.

Xét về cương giới, cổ sử chép:

"Thái tử Lộc Tục lên ngôi, lấy hiệu là vua Kinh Dương (2), tên nước là Xích Quỷ, đóng đô ở Phong Châu nay thuộc Sơn Tây. Vua Kinh Dương lấy con gái vua Động Đình là Long Nữ đẻ ra thái tử Sùng Lãm. Thái tử Sùng Lãm lại kết hôn với công chúa Âu Cơ con vua Đế Lai (3). Khi vua Kinh Dương băng hà Thái tử Sùng Lãm lên nối ngôi vua tức vua Lạc Long, đổi tên nước là Văn Lang. Nước Văn Lang, Bắc tới hồ Động Đình, Nam giáp nước Hồ Tôn, Tây giáp Ba Thục, Đông giáp biển Đông Hải".

Cổ sử đến đây, không có gì đáng nghi ngờ, nhưng tiếp theo, lại chép:

"Vua Lạc Long lấy công chúa Âu Cơ sinh ra một bọc trăm trứng, nở ra trăm con. Ngài truyền cho các hoàng tử đi bốn phương lập ấp, to chức cai trị, giáo hóa dân chúng. Mỗi vị lập một ấp, sau trở thành Lạc hầu, theo lối cha truyền con".

Hoàng tử thứ nhất tới thứ mười lập ra vùng hồ Động Đình.

Hoàng tử thứ mười một tới thứ hai mươi lập ra vùng Tượng Quận.

Hoàng tử thứ hai mươi mốt tới thứ ba mươi lập ra vùng Chân Lạp.

Hoàng tử thứ ba mươi mốt tới thứ bốn mươi lập ra vùng Chiêm Thành.

Hoàng tử thứ bốn mươi mốt tới thứ năm mươi lập ra vùng Lão Qua.

Hoàng tử thứ năm mươi mốt tới thứ sáu mươi lập ra vùng Nam Hải.

Hoàng tử thứ sáu mươi mốt tới thứ bẩy mươi lập ra vùng Quế Lâm.

Hoàng tử thứ thứ bẩy mươi mốt tới thứ tám mươi lập ra vùng Nhật Nam.

Hoàng tử thứ tám mươi mốt tới thứ chín mươi lập ra vùng Cửu Châu.

Hoàng tử thứ chín mươi mốt tới thứ một trăm lập ra vùng Giao Chỉ.

Người hẹn rằng: Mỗi năm các hoàng tử phải về cánh đồng Tương vào ngày Tết để chầu hầu phụ mẫu".

Một truyền thuyết khác lại nói:

Vua Lạc Long nói với Âu Cơ rằng:

"Ta là loài rồng, nàng là loài tiên, ở với nhau lâu không được. Nay ta đem năm mươi con xuống nước, nàng đem năm mươi con lên rừng. Mỗi năm gặp lại nhau tại cánh đồng Tương một lần".

Các sử gia Việt tuy lấy năm vua Kinh Dương lên làm vua là năm Nhâm Tuất 2879 trước Tây lịch, nhưng không tôn vua Kinh Dương với công chúa con vua Động Đình làm Quốc tổ, Quốc mẫu, mà lại tôn vua Lạc Long làm Quốc tổ, và công chúa Âu Cơ làm Quốc mẫu. Cho đến nay, nếu các bạn hỏi trăm người Việt ở hải ngoại rằng tổ là ai, họ đều tự hào: Chúng tôi là con rồng cháu tiên, Quốc tổ tên Lạc Long, Quốc mẫu tên Âu Cơ.

Không phải sử gia Hoa-Việt cho rằng các vua Phục Hy, Thần Nông thuộc huyền sử, hay không hẳn là tổ mình, mà cho rằng triều đại Phục Hy, Thần Nông là tổ về huyết tộc, mà không phải là tổ chính trị. Bởi tại phương Bắc từ khi Hoàng Đế lên ngôi vua; tại phương Nam, Lạc Long lên ngôi vua, mới phân hẳn ra Việt, Hoa hai nước rõ ràng.

Chủ đạo tộc hoa, tộc việt

Như các bạn đã thấy, mỗi dân tộc đều có một chủ đạo,

cùng một biểu hiệu. Người Pháp cho rằng tổ tiên là người Gaulois, con vật tượng trưng là con gà trống. Người Anh lấy biểu hiệu là con sư tử. Người Hoa Kỳ lấy biểu hiệu là con chim ưng. Người Trung Hoa lấy biểu hiệu là con rồng. Người Việt lấy biểu hiệu là con rồng và chim âu. Gốc tự huyền sử vua Lạc Long là loài rồng, công chúa Âu Cơ là loài chim.

Người Do Thái tự tin rằng họ là giống dân linh, được Chúa trọn. Vì vậy, sau hai nghìn năm mất nước, họ vẫn không bị đồng hóa. Khi tái lập quốc, với dân số bằng một phần trăm khối Ả Rập, nhưng họ vẫn đủ khả năng chống với bao cuộc tấn công để tồn tại. Đó là nhờ niềm tin họ thuộc sắc dân được Chúa chọn.

Người Hoa thì tin rằng mình là con Trời. Cho nên trong các sách cổ của họ vua được gọi là Thiên tử, còn các quan thì luôn là người nhà trời xuống thế phò tá cho vua. Chính niềm tin đó cùng với văn minh Hoa hạ, văn minh Nho giáo đã kết thành chủ đạo của họ. Cho nên người Hoa dù ở đâu, họ cũng có một tổ chức xã hội riêng, sống với nhau trong niềm kiêu hãnh con Trời. Cho dù họ lưu vong đến nghìn năm, họ cũng không bị đồng hóa, không quên nguồn gốc, cũng chính vì vậy, mà từ một tộc Hoa nhỏ bé ở Lưu vực sông Hoàng Hà, họ đánh chiếm, đồng hóa hàng nghìn nước xung quanh. Nhưng chủ đạo, và sức mạnh của họ phải ngừng lại ở biên giới Hoa-Việt ngày nay.

Từ nguồn gốc lập quốc, từ niềm tin mình là con của Rồng, cháu của Tiên, cho nên người Việt có một sức bảo vệ quốc gia cực mạnh. Tộc Việt đã chiến đấu không ngừng để chống lại cuộc Nam tiến liên miên trong hai nghìn năm của tộc Hoa. Bất cứ thời nào, người Việt dù bị phân hóa đến đâu, nhưng khi bị Bắc xâm, lập tức họ ngồi lại với nhau để bảo vệ quốc gia.

Đi tìm lại nguồn gốc tộc việt

Năm trước, đồng nghiệp của tôi đã giảng cho các bạn sinh viên các giả thuyết về nguồn gốc dân tộc Việt Nam, bao gồm:

Thuyết của giáo sư Leonard Aurousseau về cuộc di cư của người Ư-Việt hay Ngô-Việt sang Âu Lạc.

Thuyết của Claude Madroll về cuộc di cư của người Mân Việt sang Âu Lạc.

Thuyết của học giả Đào Duy Anh, Hồ Hữu Tường về sự di cư do thời tiết của người Việt từ Bắc xuống Nam.

Thuyết của Trần Đại Sỹ theo khoa Khảo cổ, bằng hệ thống y khoa ADN.

Cuối cùng các giáo sư đồng nghiệp đã nhận định rằng: Nhờ vào khoa Khảo cổ, nhờ vào hệ thống khoa học, từ nay không còn những giả thuyết về nguồn gốc tộc Việt nữa, mà chỉ còn lại công cuộc tìm kiếm của tôi, rồi kết luận:

"Tộc Việt bao gồm trăm giống Việt sống rải rác từ phía Nam sông Trường Giang, Đông tới Biển, Tây tới Tứ Xuyên, Nam tới vịnh Thái Lan. Người Việt từ Ngô Việt di cư xống phương Nam. Người Mân Việt di xuống Giao Chỉ. Người Việt di cư từ Nam sông Trường Giang tránh lạnh xuống Bắc Việt đều đúng. Đó là những cuộc di cư của Tộc Việt trong lãnh thổ của họ, chứ không phải họ là tộc khác di cư tới đất Việt".

Phương pháp nghiên cứu

Trong việc đi tìm nguồn gốc tộc Việt, tôi đã dùng phương pháp y khoa nhiều nhất, và phương pháp khoa học mới đây. Tôi đã được giáo sư Tarantino về khoa Anatomie của Ý và giáo sư Vareilla Pascale của Pháp tích cực giúp đỡ.

Dùng biện chứng y khoa vào khảo cổ.

Biện chứng căn bản của người nghiên cứu y khoa là:

"Khi có chứng trạng, ắt có nguyên do".

Biện chứng này đã giúp tôi rất nhiều trong khi nghiên cứu về nguồn gốc tộc Việt. Khi nghiên cứu, những tài liệu cổ, dù là huyền thoại, dù là huyền sử, dù là triết học, tôi cũng coi là chất liệu quan trọng. Như tôi đã từng trình bày, nước ta có một tôn giáo, mà toàn dân đều theo, đó là thờ các anh hùng dân tộc. Tại những đền thờ chư vị anh hùng, thường có một cuốn phổ kể sự tích các ngài. Vì theo thời gian, tiểu sử các ngài bị dân chúng huyền thoại hóa đi, riết rồi thành hoang đường. Cho nên những học giả đi tiên phong nghiên cứu về sử học Việt thường bỏ qua. Tôi lại suy nghĩ khác:"Không có nguyên do, sao có chứng trạng". Vì vậy tôi đã tìm ra rất nhiều điều lý thú.

Tỷ dụ: Bất cứ một nhà nghiên cứu nào, khi khảo về thời vua An Dương cũng cho rằng truyện thần Kim Quy cho vua móng, làm nỏ bắn một lúc hàng nghìn mũi tên khiến Triệu Đà bị bại; là hoang đường, là ma trâu đầu rắn. Nhưng tôi lại tin, và cuối cùng tôi đã tìm ra sự thực: Hồi ấy Cao cảnh hầu Cao Nỗ đã chế ra nỏ liên châu, như súng liên thanh ngày nay. Tôi cũng tìm ra kích thước ba loại mũi tên đồng của nỏ này.(4)

Với lý luận y khoa, với Anatomie, với lý thuyết y học mới về tế bào, với những khai quật của người Pháp ở Đông Dương, của Việt Nam, của Trung Quốc cùng hệ thống máy móc tối tân đã giúp tôi phân loại xương sọ, xương ống quyển, cùng biện biệt y phục của tộc Hoa, tộc Việt, rồi đi đến kết luận về lãnh thổ Văn Lang tới hồ Động Đình.(5)

2. Những tài liệu cổ

Ranh giới phía Nam của nước Văn Lang tới nước Hồ Tôn đã quá rõ ràng. Ranh giới phía Tây với Ba Thục, phía Đông với biển lại tùy thuộc vào ranh giới phía Bắc. Nếu như ranh giới phía Bắc quả tới hồ Động Đình, thì ranh giới phía Tây chắc phải giáp Ba Thục và phía Đông phải giáp Đông Hải.

Vì vậy tôi đi tìm ranh giới phía Bắc.

Dưới đây là huyền thoại, huyền sử, mà tôi đã bấu víu vào để đi nghiên cứu.

"Cổ sử Việt đều nói rằng ranh giới phía Bắc tới hồ Động Đình".

"Truyền thuyết nói: Đế Minh lập đàn tế cáo trời đất, rồi chia thiên hạ làm hai. Từ Ngũ Lĩnh về Bắc cho Đế Nghi, sau thành Trung Quốc. Từ Ngũ Lĩnh về Nam truyền cho vua Kinh Dương sau thành nước Văn Lang".

"Truyền thuyết nói: Sau khi vua Kinh Dương, vua Lạc Long kết hôn, đều lên núi Tam Sơn trên hồ Động Đình hưởng thanh phúc ba năm. Lúc ngài lên núi, có chín vạn hoa tầm xuân nở".

"Truyền sử nói: Sau khi Quốc tổ Lạc Long, Quốc mẫu Âu Cơ cho các hoàng tử đi bốn phương qui dân lập ấp, dặn rằng: Mỗi năm về Tương đài trên cánh đồng Tương chầu Quốc tổ, Quốc mẫu một lần".

"Cổ sử nói: Quốc tổ dẫn năm mươi con xuống biển, Quốc mẫu dẫn năm mươi con lên núi, hẹn mỗi năm gặp nhau một lần ở cánh đồng Tương".

"Sử nói vua nước Nam Việt là Triệu Đà thường đem quân quấy nhiễu biên giới Việt-Hán là Nam quận, Trường Sa (Mậu Ngọ, 183 trước Tây lịch). Như vậy biên giới Nam Việt với Hán ở vùng này".

"Sử nói rằng: Khi Trưng Nhị, Trần Năng, Phật Nguyệt, Lại Thế Cường đem quân đánh Trường Sa, (39 sau Tây lịch) thì nữ tướng Trần Thiếu Lan tử trận, mộ chôn ở ghềnh Thẩm Giang (Sự thực đó là Tương Giang thông với hồ Động Đình). Sau đó ít năm có trận đánh giữa Lĩnh Nam với Hán. Tướng Lĩnh Nam tổng trấn hồ Động Đình là Phật Nguyệt, tướng Hán là Mã Viện, Lưu Long (40 sau Tây lịch)".

Nhưng các sử gia gần đây đều đặt nghi vấn rằng: Làm gì biên giới thời Văn Lang rộng như vậy? Nếu có chỉ ở vào phía Bắc biên giới Hoa-Việt hiện nay trăm cây số là cùng. Tôi căn cứ vào những chứng trạng trên, mà đi tìm nguồn gốc.

Đi tìm biên giới nước văn lang

Núi Ngũ Lĩnh.

Cuối năm Canh Thân (1980), tôi lấy máy bay đi Bắc Kinh, rồi đổi máy bay ở Bắc Kinh đi Trường Sa. Trường Sa là thủ phủ của tỉnh Hồ Nam. Tất cả di tích của tộc Việt như hồ Động Đình, núi Trường Sa, núi Ngũ Lĩnh, sông Tương, Thiên Đài, Tương Đài, cánh đồng Tương đều nằm ở tỉnh này.

Tôi đi nghiên cứu với một thư giới thiệu của giới chức cao cấp y học. Không biết trong thư giới thiệu, các giới chức y khoa Trung Quốc ghi chú thế nào, mà khi tôi tiếp xúc với sở du lịch, ty văn hóa địa phương, họ đều tưởng tôi tới Trường Sa để nghiên cứu về sự cấu tạo hình thể cùng bệnh tật dân chúng tại đây. Thành ra tôi bị mất khá nhiều thì giờ nghe thuyết trình của các đồng nghiệp về vấn đề này. Tôi cư ngụ trong khách sạn Trường Sa tân điếm, nằm trên đại lộ Nhân Dân. Tôi xin cuốn địa phương chí mới nhất của tỉnh, rồi mò vào thư viện ty văn hóa, sở bảo vệ cổ tích, đại học vản khoa, lục lọi những tài liệu cổ, mà ngay những sinh viên văn khoa cũng ít ai ghé mắt tới.

Đầu tiên tôi đi tìm núi Ngũ Lĩnh. Không khó nhọc, tôi thấy ngay, đó là năm dãy núi gần như ngăn đôi Nam, Bắc Trung Quốc.

Một là Đại Dữu lĩnh.

Hai là Quế Dương, Kỳ Điền lĩnh.

Ba là Cửu Chân, Đô Lung lĩnh.

Bốn là Lâm Gia, Minh Chử lĩnh.

Năm là Thủy An, Việt Thành lĩnh.

Về vị trí:

Ngọn Thủy An, Việt Thành chạy từ tỉnh Phúc Kiến, đến huyện Tuần Mai tỉnh Quảng Đông.

Ngọn Đại Dữu chạy từ huyện Đại Dữu (Nam An) tỉnh Giang Tây đến huyện Nam Hùng tỉnh Quảng Đông.

Ngọn Lâm Gia, Minh Chử chạy từ Lâm huyện tỉnh Hồ Nam đến Liên huyện tỉnh Quảng Đông.

Ngọn Cửu Chân, Đô Lung chạy từ Đạo huyện tỉnh Hồ Nam tới Gia huyện tỉnh Quảng Tây.

Ngọn Quế Dương từ Toàn huyện tỉnh Hồ Nam tới huyện Quế Lâm tỉnh Quảng Tây.

Lập tức tôi thuê xe, đi một vòng thăm tất cả các núi này. Tôi đi mất mười ngày, gần 1500 cây số.

Như vậy là Ngũ Lĩnh có thực, nay có núi đã đổi tên, có núi vẫn giữ tên cũ. Một câu hỏi đặt ra: Tại sao khi vua Minh phân chia từ Ngũ Lĩnh về Nam thuộc Lộc Tục, mà lĩnh địa Việt tới hồ Động Đình, mà hồ ở phía Bắc núi đến mấy trăm cây số. Tôi giải đoán như thế này:

Một là vua Minh tế trời trên núi Ngũ Lĩnh là nơi ngài gặp tiên, rồi chia địa giới. Nhưng bấy giờ dân chưa đông, mà sông Trường Giang rộng mênh mông, sóng lớn quanh năm, nên vua Nghi chỉ giữ tới Bắc ngạn mà thôi. Còn vua Kinh Dương thì sinh trưởng vùng này, lại nữa lấy con vua Động Đình (*một tiểu quốc*), nên thừa kế luôn vùng đất của nhạc gia,

Hai là dân chúng Nam ngạn Trường Giang với vùng Nam Ngũ Lĩnh vốn cùng một khí hậu, phong tục, nên họ theo về Nam, không theo về Bắc, thành thử hồ Động Đình mới thuộc lĩnh địa Việt.

Kết luận: Quả có núi Ngũ Lĩnh phân chia Nam, Bắc Trung Quốc hiện thời, vậy có thể núi này đúng là nơi phân chia lãnh thổ Văn Lang và Trung Quốc khi xưa. Ánh sáng đã soi vào nghi vấn huyền thoại.

Thiên Đài, nơi tế cáo của vua Minh

Tương truyền vua Đế Minh lập đàn tế cáo trời đất trên núi Quế Dương, phân chia lãnh thổ Lĩnh Bắc tức Trung Quốc, Lĩnh Nam tức Đại Việt. Đàn tế đó gọi là Thiên Đài. Nhưng dãy núi Quế Dương có mấy chục ngọn núi nhỏ, không biết ngọn Thiên Đài là ngọn nào, trên bản đồ không ghi. Sau tôi hỏi thăm dân chúng thì họ chỉ cho tôi thấy núi Thiên Đài nằm gần bên bờ Tương Giang.

Thiên Đài là ngọn đồi nhỏ, cao 179 mét, đỉnh tròn, có đường thoai thoải đi lên. Trên đỉnh có ngôi chùa nhỏ, nay để hoang. Tuy chùa được cấp huyện bảo tồn, nhưng không có tăng ni trụ trì. Chùa xây bằng gạch nung, mái lợp ngói. Lâu ngày chùa không được tu bổ, nên trên mái nhiều chỗ ngói bị vỡ, bị khuyết. Tường mất hết vữa, gạch bị mòn, nhiều chỗ gần như lũng sâu. Duy nền với cổng bằng đá là còn nguyên, tuy nhiều chỗ đá bị bong ra. Bên trong, cột, kèo bằng gỗ đã nứt nẻ khá nhiều.

Tại thư viện Hồ Nam, tôi tìm được một tài liệu rất cũ, giấy hoen ố, nhưng chữ viết tay như phượng múa rồng bay, gồm 60 trang. Đầu đề ghi:

Thiên Đài di sự lục
Trinh Quán tiến sĩ Chu Minh Văn soạn

Trinh Quán là niên hiệu của vua Đường Thái Tông từ năm Đinh Hợi (627) đến Đinh Mùi (647), nhưng không biết Chu đỗ Tiến sĩ năm nào?

Tuy sách do Chu Minh Văn soạn, nhưng dường như bản nguyên thủy không còn. Bản này là người sau sao chép lại vào đời Thanh Khang Hy. Nội dung sách có ba phần: Phần của Chu Minh Văn soạn, phần chép tiếp theo Chu Minh Văn của một sư ni pháp danh Đàm Chi, không rõ chép vào bao giờ. Phần thứ ba chép pháp danh các vị trụ trì từ khi lập chùa tới đời Khang Hy (1662-1722).

Chu Minh Văn là tiến sĩ đời Đường, nên văn của ông thuộc loại văn cổ rất súc tích, đầy những điển cố, cùng những thành ngữ lấy trong Tứ Thư, Ngũ Kinh cùng kinh Phật. Nhân viên quản thủ thư viện thấy tôi đọc dễ dàng, chỉ lướt qua là hiểu ngay, ông ta ngạc nhiên khâm phục vô cùng. Nhưng nếu ông biết rằng tôi chỉ được học những loại văn đó từ hồi sáu bảy tuổi, thì ông sẽ hết phục! Tài liệu Chu Minh Văn cũng nhắc lại việc vua Minh đi tuần thú phương Nam, kết hôn với nàng tiên, sinh ra Lộc Tục. Vua lập đàn tại núi này tế cáo trời đất, vì vậy đài mang tên Thiên Đài, núi cũng mang tên Thiên Đài sơn. Minh Văn còn kể thêm: Cổ thời, trên đỉnh núi chỉ có Thiên Đài thờ vua Đế Minh, vua Kinh Dương. Đến thời Đông Hán, một tướng của vua Bà tên Đào Hiển Hiệu được lệnh rút khỏi Trường Sa. Khi rút tới Quế Dương, ông cùng nghìn quân lên Thiên Đài lễ, nghe người giữ đền kê sự tích xưa. Ông cùng quân sĩ nhất quyết tử chiến, khiến Lưu Long thiệt mấy vạn người mới chiếm được núi. Về đời Đường, để xóa vết tích Việt, Hoa cùng Nam, Bắc, các quan được sai sang đô hộ Lĩnh Nam mới cho xây ngôi chùa tại đây.

Tôi biết vua Bà là vua Trưng, còn tướng Đào Hiển Hiệu là em con chú của Bắc bình vương Đào Kỳ, tước phong Quốc công, giữ chức Hổ Nha đại tướng quân. Bà Hoàng Thiều Hoa chỉ huy trận rút lui khỏi khu Trường Sa, hồ Động Đình, đã sai Đào Hiển Hiệu đi cản hậu, đóng nút chận ở Thiên Đài, đợi khi quân Lĩnh Nam rút hết, sẽ rút sau. Nhưng Đào Hiển Hiệu cùng chư quân lên núi thấy di tích thời Quốc tổ, Quốc mẫu, đã không chịu lui quân, tử chiến, khiến quân Hán chết không biết bao nhiêu mà kể tại đây.

Ngoài cổng chùa có hai đôi câu đối:

Thoát thân Nam thành xưng sư tổ,
Thọ pháp Tây Thiên diễn Phật kinh.

Hai câu này ngụ ý ca tụng Thái tử Tất Đạt Đa đang đêm ra khỏi thành đi tìm lẽ giải thoát sau đó đắc pháp ở Tây Thiên, đi giảng kinh.

Tam bảo linh ứng phong điều vũ thuận,
Phật công hiển hách quốc thái dân an.

Hai câu này ngụ ý nói: Tam bảo linh thiêng, khiến cho gió hòa, mưa thuận, đó là công lao của nhà Phật khiến quốc thái dân an.

Nơi có dấu vết Thiên Đài, còn đôi câu đối khắc vào đá:

Thiên Đài đại đại phân Nam Bắc,
Lĩnh địa niên niên dữ Việt Thường.

Nghĩa là: Từ sau vụ tế cáo ở đây, đài thành Thiên Đài, biết bao thời, phân ra Nam, Bắc. Núi Ngũ Lĩnh năm này qua năm khác với dòng giống Việt Thường.

Chỗ miếu thờ Đào Hiển Hiệu có đôi câu đối:

Nhất kiếm Nam hồ, kinh Vũ đế,
Thiên đao Bắc lĩnh, trấn Lưu Long.

Nghĩa là: Một kiếm đánh trận ở phía Nam hồ Động Đình làm kinh tâm vua Quang Vũ nhà Hán, một nghìn đao thủ ở Bắc núi Ngũ Lĩnh trấn Lưu Long.

Kết luận: Như vậy việc vua Đế Minh tế cáo trời đất là có thực. Vì có Thiên Đài, nên thời Lĩnh Nam mới có trận đánh hồ Động Đình. Hai sự kiện đó chứng tỏ lĩnh địa Văn Lang xưa quả tới Ngũ Lĩnh, hồ Động Đình.

Cánh đồng Tương.

Có hai huyền sử nói về cánh đồng Tương:

Một là Quốc tổ dẫn năm mươi con xuống biển. Quốc mẫu dẫn năm mươi con lên núi, mỗi năm tái hội nhau trên cánh đồng Tương một lần.

Hai là Quốc tổ, Quốc mẫu truyền các hoàng tử đi bốn phương qui dân lập ấp mỗi năm hội tại cánh đồng Tương một lần.

Tôi đoán: Cả hai vị Quốc tổ Kinh Dương, Lạc Long sau khi kết hôn, đều đem Quốc mẫu lên núi Tam Sơn trên hồ Động Đình hưởng thanh phúc ba năm. Vậy thì cánh đồng Tương sẽ gần đâu đó quanh hồ Động Đình.

Phía Nam hồ Động Đình là sông Tương Giang, chảy theo hướng Nam Bắc dài 811 cây số, lưu vực tới 92.500 cây số vuông, chẻ đôi tỉnh Hồ Nam với Quảng Tây. Vậy cánh đồng Tương sẽ nằm trong lưu vực Tương Giang.

Tôi thuê thuyền đi từ cảng Dương Lâm nơi phát xuất ra Tương Giang là hồ Động Đình, xuống Nam, qua Tương Âm tôi dừng lại, nghiên cứu địa thế cùng thăm chùa Bạch Mã. Đây là địa phận quận Ích Dương. Vô tình tôi tìm ra một nhánh sông Âu Giang và một cái hồ rất lớn, vào mùa nước lớn rộng tới 4-5 mẫu, vào mùa nước cạn chỉ còn 2-3 mẫu mà thôi. Suốt lộ trình từ hồ Động Đình trở xuống, trên sông Tương cũng như hai bên bờ chim âu bay lượn khắp nơi. Đặc biệt trên Âu giang, Âu hồ giống chim này càng nhiều vô kể. Từ Âu Giang, tôi trở lại sông Tương, xuôi tới Trường Sa, thủ phủ của Hồ Nam, rồi tới các quận ly Tương Đàm, Chu Châu, Hành Dương, Quế Dương. Không khó nhọc tôi tìm ra cánh đồng Tương, tức là vùng trũng phía Tây ngạn, giới hạn phía Bắc là hồ Động Đình, Nguyên giang. Phía Nam là Linh Lăng, Hành Nam. Phía Tây là vùng Chiêu Dương, Lãnh Thủy. Nhưng nay cánh đồng Tương chỉ còn khu vực tứ giác: Tương Giang, Nguyên Giang, Liên Thủy và Thạch Khê Thủy.

Sau khi tìm ra cánh đồng Tương, Thiên Đài, cùng những đàn chim âu, tôi giải đoán như thế này:

"Quốc tổ Lạc Long kết hôn với công chúa con Đế Lai, hẳn công chúa cũng có tên. Nhưng vì lâu ngày, người ta không nhớ được tên ngài, nên đã lấy con chim Âu, rất hiền hòa, xinh đẹp ở vùng hồ Động Đình, Tương Giang mà gọi tên là Âu Cơ (Cơ là bà vợ vua). Vì người ta gọi Quốc mẫu là Âu Cơ, thì họ nghĩ ngay đến Quốc mẫu sinh con. Quốc mẫu là chim âu, thì phải đẻ ra trứng. Còn con số một trăm, là con số triết học Việt-Hoa dùng để chỉ tất cả. Như trăm bệnh là tất cả các bệnh, trăm họ là toàn dân. Trăm con, có nghĩa là tất cả dân trong nước đều là con của Quốc mẫu".

Kết luận: Đã có cánh đồng Tương, thì truyện Quốc tổ, Quốc mẫu hẹn mỗi năm hội tại đây một lần là có. Khi sự kiện có núi Ngũ Lĩnh, có Thiên Đài, nay chứng cớ cánh đồng Tương được kiểm điểm, thì lĩnh địa của tộc Việt xưa quả tới hồ Động Đình.

Hồ Động Đình và Tam Sơn.

Hồ Động Đình nằm ở phía Nam sông Trường Giang. Hồ được coi như nơi phát tích ra tộc Việt. Địa khu Bắc sông Trường Giang được gọi là tỉnh Hồ Bắc, tức đất Kinh Châu thủa xưa. Địa khu phía Nam sông Trường Giang được gọi là tỉnh Hồ Nam. Hồ Động Đình nằm trong tỉnh Hồ Nam. Hồ thông với sông Trường Giang bằng hai con sông. Cho nên người ta coi hồ như nơi chứa nước sông Trường Giang, rồi đổ vào cho Tương Giang. Trên Bắc ngạn hồ có núi Tam Sơn. Tôi đã lên đây ba lần. Tương truyền các bà Trưng Nhị, Trần Năng, Hồ Đề, Phật Nguyệt đánh chiếm Trường Sa vào ngày đầu năm, vì vậy tôi cũng tới đây vào dịp này để thấy rõ phong cảnh, còn tả trận đánh trong bộ Cẩm Khê di hận (6). Hồ rộng 3915 cây số vuông, độ sâu về mùa cạn là 38,5 mét, về mùa nước lớn là 39,20 mét.

Tra trong chính sử, thì quả hồ Động Đình thuộc lĩnh địa Văn Lang. Như trên đã nói, triều đại Thần Nông Bắc đến đời vua Du Võng thì mất vào năm 2696 trước Tây lịch, chuyển sang thời đại Hoàng Đế. Sử gia Trung Quốc cho rằng Hoàng Đế là tổ lập quốc. Nói theo triết học Tây phương, thì vua Du Võng gốc từ Thần Nông thuộc nông nghiệp cư trú trong vùng đồng bằng, ở phương Nam, lấy hỏa làm biểu hiệu nên còn gọi là Viêm Đế. Còn vua Hoàng Đế gốc ở dân du mục, săn bắn, từ phương Bắc xuống. Dân du mục nghèo, nhưng giỏi chinh chiến. Dân nông nghiệp giàu, nhưng không giỏi võ bị nên bị thua.

Bộ Sử Ký của Tư Mã Thiên, quyển 1, Ngũ Đế bản kỷ chép rằng:

"… Thời vua Hoàng Đế, họ Thần Nông (Bắc) đã suy, chư hầu chém giết lẫn nhau, khiến trăm họ khốn khổ vô cùng. Vua Thần Nông không đủ khả năng chinh phục. Vua Hiên Viên Hoàng Đế thao luyện càn qua, chinh phục những chư hầu hung ác. Vì vậy các nơi theo về rất đông. Trong các chư hầu, thì Sưu Vưu mạnh nhất.

Vua Du Võng triều Thần Nông định đem quân xâm lăng chư hầu, nhưng chư hầu chỉ tuân lệnh Hoàng Đế. Vua Hoàng Đế tu sửa đức độ, luyện tập binh mã, vỗ về trăm họ, giúp đỡ bốn phương, luyện tập thú dữ rồi đại chiến với vua Du Võng ở Bản Tuyền, thành công.

Sưu Vưu làm loạn, không tuân đế hiệu. Hoàng Đế triệu tập chư hầu, cùng Sưu Vưu đại chiến ở Trác Lộc, bắt sống Sưu Vưu. Chư hầu tôn ngài làm Thiên tử thay họ Thần Nông. Trong thiên hạ, nơi nào không thuận vua Hoàng Đế đem quân chinh phạt.

Lãnh thổ của Hoàng Đế, Đông tới biển, vùng núi Hoàn Sơn, Đại Tông. Phía Tây tới núi Không Động, Kê Đầu. Nam tới Giang, Hùng, Tương…" (7).

Sông Giang đây lức là sông Trường Giang. Hùng đâylà Hùng Nhĩ sơn, Tương là Tương Sơn. Bùi Nhân đời Tống tập giải Sử Ký nói rằng Tương Sơn thuộc Trường Sa.

Kết luận: Từ chính sử, huyền sử đều cho biết lĩnh địaVăn Lantới hồ Động Đình. Khivua HoàngĐế dứt triều Thần NôngBắ, thì triều Thần Nông Nam tức là Hồng Bàng còn kéo dàitới2439 năm nữa. Lĩnh thổ Trung Quốc thời Hoàng Đế cũng chỉ tới sông Trường Giang. Từ Nam bao gồm khu Trường Sa hồ Động Đình vẫn thuộc Văn Lang.

Khichính sử ghi chép như vậy, thì việcQuốc tổ, Quốc mẫu với hồ Động Đình, núi Tam Sơn, không còn lại huyền thoại nữa, nữa thành sự thực lịch sử. Vậy truyện các ngài lên núi hưởng thanh phúc nên ghi vào chính sử.

Biên giới lãnh địa tộc Việt thế kỷ thứ 2 trước Tây lịch.

Sử Hán-Việt đều ghi rằng vào thế kỷ thứ nhì trước Tây lịch, thời Triệu Đà cai trị lĩnh địa tộc Việt, biên giới vẫn còn ở vùng Trường Sa, hồ Động Đình.

Sử Hán, sử Việt đều chép chi tiết giống nhau về vụ Triệu Đà lập quốc ở lãnh thổ Lĩnh Nam. Tần Thủy Hoàng sai Đồ Thư mang quân sang đánh Âu Lạc, chiếm được vùng đất phía Bắc, lập làm ba quận: Nam Hải (Quảng Đông và một phần Phúc Kiến), Quế Lâm (Quảng Tây, Hồ Nam và một phần Quý Châu), Tượng Quận (Vân Nam và một phần Quý Châu). Vua An Dương sai Trung tín hầu Vũ Bảo Trung và Cao cảnh hầu Cao Nỗ đem quân chống, giết được Đồ Thư, tiêu diệt nửa triệu quân Tần. Tuy vậy vua An Dương cũng không chiếm lại vùng đất đã mất.

Sau nhân thời thế loạn lạc, một viên quan Tần là Triệu Đà trấn vùng Nam Hải, đem quân chiếm vùng Tượng Quận, Quế Lâm, rồi dùng gián điệp trong vụ án My Châu – Trọng

Thủy mà chiếm được Âu Lạc, lập ra nước Nam Việt. Lĩnh thổ nước Nam Việt gồm những vùng nào? Không một sử gia ghi chép rõ ràng. Nhưng cứ những sự kiện lẻ tẻ, ta cũng có thể biết rằng lĩnh địa Nam Việt là lĩnh địa thời Văn Lang.

Trong khi Triệu Đà lập nghiệp ở phương Nam, thì cuộc nội chiến ở phương Bắc chấm dứt: Hạng Vũ, Lưu Bang diệt Tần, rồi Lưu Bang thắng Hạng Vũ lập ra nhà Hán. Lưu Bang lên ngôi vua, sai Lục Giả sang phong chức tước cho Triệu Đà. Đúng ra Triệu Đà cũng không chịu thần phục nhà Hán, nhưng họ hàng, thân thuộc, mồ mả của Triệu Đà đều ở vùng Chân Định. Triệu Đà sợ nhà Hán tru diệt họ hàng, cùng đào mồ cuốc mả tổ tiên lên mà phải lùi bước.

Năm 183 trước Tây lịch, Cao Tổ nhà Hán là Lưu Bang chết, Lã Hậu chuyên quyền, cấm bán hạt giống, thứ vật cái, kim khí sang Nam Việt. Triệu Đà không thần phục nhà Hán, xưng đế hiệu, rồi đem quân đánh Trường Sa, Nam Quận.

Kết luận: Trường Sa là quận biên cương của Hán, vậy ít nhất lãnh thổ Nam Việt, Bắc tới Trường Sa. Nam Quận là quận ở phía Bắc sông Trường Giang. Mà Nam Quận là quận biên cương Hán, thì biên giới Nam Việt ít nhất tới Nam ngạn sông Trường Giang.

Lĩnh địa về thời vua Trưng (39-43).

Trong những năm 1978-1979 khi dẫn phái đoàn y khoa nghiên cứu tại các tỉnh cực Nam Trung Quốc như Quảng Đông, Quảng Tây, Vân Nam, Quý Châu, tôi tìm ra khắp các tỉnh này không ít thì nhiều đều có đạo thờ vua Bà. Nhưng tôi không tìm được tiểu sử vua Bà ra sao. Ngay những cán bộ Trung Quốc ở địa phương, họ luôn đề cao vua Bà, mà họ cũng chỉ biết lờ mờ rằng vua Bà là người nổi lên chống tham quan. Khắp bốn tỉnh, tôi ghi chú được hơn trăm đền, miếu thờ những tướng lĩnh thời vua Bà.

Bây giờ tôi lại tìm thấy ở Hồ Nam nhiều di tích về đạo thờ vua Bà hơn. Tại thư viện bảo tồn di tích cổ, tôi tìm thấy một cuốn phổ rất cổ, soạn vào thế kỷ thứ tám chép sự tích Nữ vương Phật Nguyệt như sau:

Ngày xưa, Ngọc Hoàng thượng đế ngự trên điện Linh Tiêu, có hai công chúa đứng hầu. Vì sơ ý, hai công chúa đánh vỡ chén ngọc. Ngọc Hoàng thượng đế nổi giận lôi đình, truyền đày hai công chúa xuống Hạ giới. Hai công chúa đi đầu thai được mấy ngày, thì tiên lại giữ sổ tiên giới tâu rằng có 162 tiên đầu thai xuống theo hai công chúa.

Ngọc Hoàng thượng đế sợ công chúa làm loạn ở Hạ giới, ngài mới truyền Thanh Y đồng tử đầu thai theo để dẹp loạn. Thanh Y đồng tử sợ địch không lại hai công chúa, có ý ngần ngừ không dám đi. Ngọc Hoàng thượng đế truyền Nhịthập bát tứ đầu thai theo.

Thanh Y đồng tử đầu thai, sau là vua Quang Vũ nhà Hán. Nhịthập bát tú đầu thai thành hai mươi tám vị văn thần, võ tướng thời Đông Hán.

Còn hai công chúa đầu thai xuống quận Giao Chỉ, vào nhà họ Trưng. Chị là Trưng Trắc, em là Trưng Nhị. Lúc Trưng Trắc sinh ra có hương thơm đầy nhà, lớn lên thông minh quán chúng, có sức khỏe bạt sơn cử đỉnh; được gả cho Đặng Thi Sách.

Thi Sách làm phản, bị Thái thú Tô Định giết chết. Trưng Trắc cùng em là Trưng Nhị phất cờ khởi nghĩa, được 162 anh hùng các nơi nổi lên giúp sức, nên chỉ trong một tháng chiếm hết sáu quận Trung Quốc ở phía Nam sông Trường Giang: Cửu Chân, Nhật Nam, Giao Chỉ, Quế Lâm, Tượng Quận, Nam Hải. Chư tướng tôn Trưng Trắc lên làm vua, thường gọi là vua Bà.

Vua Quang Vũ nhà Đông Hán sai Phục Ba tướng quân

Tân tức hầu, Long Nhương tướng quân Thận hầu Lưu Long đem quân dẹp giặc. Vua Bà sai Nữ vương Phật Nguyệt tổng trấn hồ Động Đình. Mã Viện, Lưu Long bị bại. Vua Quang Vũ truyền Nhịthập bát tú nghênh chiến, cũng bị bại. Nữ vương Phật Nguyệt phép tắc vô cùng, một tay nhổ núi Nga Mi, một tay nhổ núi Thái Sơn, đánh quân Hán chết xác lấp sông Trường Giang, hồ Động Đình. Oán khí bốc lên đến trời.

Ngọc Hoàng thượng đế sai Thiên binh, Thiên tướng trợ chiến, cũng bị bại. Ngài phải sai thần Du Liệt sang Tây phương cầu cứu Phật Như Lai. Đức Phật sai mười tám vị Kim Cương, ba nghìn La Hán trợ chiến cũng bị bại Cuối cùng ngài truyền Quan Thế Âm bồ tát tham chiến. Nữ vương Phật Nguyệt với Quan Thế Âm đấu phép ba ngày ba đêm, bất phân thắng bại. Sau Quan Thế Âm thuyết pháp, Nữ vương Phật Nguyệt giác ngộ, bỏ đi tu.

Ta nhân ngày lành, viết lại truyện xưa, xin dâng đôi câu đối:

Tích trù Động Đình uy trấn Hán,
Danh lưu thanh sử lực phù Trưng.

(Một trận Động Đình uy rung Hán
Tên còn trong sử sức phò Trưng).

Như thế, tôi đã tìm ra được: Đạo thờ vua Bà tại năm tỉnh Nam Trung Quốc là di tích của lòng tôn kính thờ anh hùng dân tộc của tộc Việt trên lãnh thổ cũ của người Việt còn sót lại. Vua Bà, mà người Trung Hoa thờ như một thứ tôn giáo, chính là vua Trưng.

Kết luận: Quả có Nữ vương Phật Nguyệt đánh trận hồ Trường Sa hồ Động Đình. Mà có trận hồ Động Đình thì lãnh thổ thời Lĩnh Nam quả tới phía Nam sông Trường Giang.

Huyền sử nói rằng: Khi bà Trưng Nhị cùng các tướng Trần Năng, Hồ Đề, Phật Nguyệt, Lại Thế Cường đánh Trường

Sa vào đầu năm Kỷ Hợi (39 sau Tây lịch), thì nữ tướng Trần Thiếu Lan tử trận; được mai táng ở ghềnh sông Thẩm Giang (8).Thẩm Giang chính là đoạn sông ngắn ở Bắc, tiếp nối với hồ Động Đình. Một cuốn phổ khác, chép vào thời Nguyễn nói rằng: Các sứ thần Lý, Trần, Lê khi qua đây đều có sắm lễ đến cúng miếu thờ bà Trần Thiếu Lan. Cho nên năm 1980, tôi đã đến đây tìm hiểu. Không khó nhọc, tôi tìm ra trong cuốn Địa phương chí, do sở du lịch Trường Sa cung cấp, một đoạn chép; "Miếu thờ liệt nữ Trần Thiếu Lan ở đầu sông Tương. Hồi cách mạng văn hóa bị phá hủy. Tượng đồng bị nấu ra. Vệ binh đỏ phá luôn cả bia đá". Tôi tìm tới nơi, thì miếu chỉ còn lại cái nền bằng đá ong, mộ vẫn còn.(9)

Kết luận: Thời Lĩnh Nam quả có việc Trưng Nhị, Trần Năng, Hồ Đề đánh trận Trường Sa, trong trận, nữ tướng Trần Thiếu Lan tuẫn quốc. Khi có trận đánh này, thì lãnh địa thời Lĩnh Nam quả gồm có Trường Sa, hồ Động Đình.

Nghiên cứu những khai quật

Vào những năm 1964-1965, giáo sư Thạc sĩ luật khoa Vũ Văn Mẫu đang soạn thảo tài liệu về cổ luật Việt Nam. Người giúp giáo sư Mẫu đọc sách cổ là Hoàng triều Tiến sĩ Nguyễn Sỹ Giác. Cụ Giác tuy thông hiểu kinh điển, thư tịch cổ, nhưng lại không biết ngoại ngữ, cùng phương pháp phân tích tổng hợp Tây phương. Cụ giới thiệu tôi với giáo sư Mẫu. Tôi với cụ đã giúp giáo sư Mẫu đọc, soạn các thư tịch liên quan đến cổ luật. Chính vì vậy tập tài liệu "Cơ luật Việt Nam và tư pháp sử" có chương mở đầu "Liên hệ giữa nguồn gốc dân tộc và cổ luật Việt Nam" (10). Bấy giờ tôi còn trẻ, lại không có đủ tài liệu khai quật của Trung Quốc, của Bắc Việt Nam, nên có nhiều chi tiết sai lầm nhỏ. Hôm nay đây, tôi xin lỗi anh linh Hoàng triều Tiến sĩ Nguyễn Sỹ Giác, anh linh giáo sư Vũ Văn Mẫu, xin lỗi các vị đồng nghiệp hiện diện, xin lỗi các vị sinh viên về những sai lầm đó.

Triều đại Hồng Bàng của tộc Việt xuất phát từ năm 2879 trước Tây lịch, tương đương với thời đại đồ đá mài (le néolithique), tức cuối thời đại văn hóa Đắc Sơn (11). Trong những khai quật về thời đại này tại Bắc Việt, Đông Vân Nam, Quảng Đông, Hồ Nam, người ta đều tìm được những chiếc rìu thiết diện hình trái xoan, trong khi tại Nhật, Đắc Trường Giang lại chỉ tìm được loại rìu thiết diện hình chữ nhật, chứng tỏ vào thời đó, có một thứ văn hóa tộc Việt giống nhau.

Sang thời đại văn hóa Đông Sơn (12) hay đồ đồng (âge du bronze).Trong thời gian này đã tìm được trống đồng Đông Sơn bên bờ sông Mã (Thanh Hóa). Sự thực trống đồng đã tìm thấy ở toàn bộ các tỉnh Nam Trường Giang như Hồ Nam, Quý Châu, Vân Nam, Quảng Đông, Quảng Tây; Nam Dương, Lào (13), Bắc và Trung Việt. Nhưng ở Nam Dương, Lào rất ít. Nhiều nhất ở Bắc Việt rồi tới Vân Nam, Lưỡng Quảng. Phân tích thành phần, gần như giống nhau:

Đồng 55%, thiếc 15-16%, chì 17-19%, sắt 4%. Một ít vàng, bạc.

Khảo về y phục, mồ mả, cùng xương trong các ngôi mộ, qua các thời đại, cho đến hết thế kỷ thứ 1 sau Tây lịch, tôi thấy trong các vùng Nam Trường Giang cho đến Trung, Bắc Việt, cùng Lào, Thái đều giống nhau.

Tổng kết: Tộc Việt quả có lĩnh địa Bắc tới hồ Động Đình, Tây tới Tứ Xuyên như cổ sử nói.

Kết luận: Các bạn đã cùng tôi đi vào những chi tiết từ huyền thoại, huyền sử, cổ sử cùng triết học, suy luận để tìm về nguồn gốc dân tộc Việt Nam. Trong chính sử Việt đều ghi rõ ràng về nguồn gốc tộc Việt. Hồi thơ ấu, tôi sống bên cạnh những nhà Nho, chỉ đọc sách chữ Hán của người Hoa, người Việt viết. Mà những sách này đều chép rằng tộc Việt gồm có trăm họ khác nhau, mang tên Bách Việt. Những tên như Âu Việt, Lạc Việt, Đông Việt, Nam Việt, Việt Thường đều thuộc

Bách Việt cả. Cái tên trăm họ, hay trăm Việt (Bách Việt) đều phát xuất từ huyền thoại nói vua Lạc Long sinh ra trăm con. Trăm có nghĩa là toàn thể, tất cả, chứ không hoàn toàn là con số như ta tưởng ngày nay (14).

Từ cổ, tộc Việt sống rải rác từ phía Nam sông Trường Giang, xuống mãi vịnh Thái Lan.

Sau này tộc Việt, tộc Mã đã giao tiếp với nhau ở vùng Kampuchea, Nam Việt Nam. Tộc Việt hỗn hộp với tộc Ấn ở phía tây Thái Lan.

Giống Thái, một trong Bách Việt chính là tộc Thái từ Tượng Quận, Bắc Việt di chuyển xuống lập ra nước Lào, nước Thái.

Người Việt từ sông Trường Giang, từ Phúc Kiến đi xuống Bắc Việt, không có nghĩa ở Bắc Việt không có giống Việt, phải đợi họ di cư xuống mới có. Mà có nghĩa là người Việt di chuyển trong đất Việt.

1- Diễn văn khai mạc niên khóa 1992-1993 tại viện Pháp-Á (Institut Franco-Asiatique) ngày 10-10-1992.

2- Sau này được tôn thụy hiệu là vua Lục Dương.

3- Như vậy vua Lạc Long lấy con gái của anh con bác.

4- Độc giả có thể tìm đọc tài liệu nghiên cứu này trong phần bạt Quyển I, Anh hùng Lĩnh Nam do Nam Á Paris xuất bản 1987 mang tên "Bản phụ chú nghiên cứu về nỏ thần".

5- Phương pháp và máy móc mà các giáo sư Tarentino, Vareiila Pascale với tôi dùng để biện biệt những bộ xương khai quật cổ mộ vùng Hồ Nam, Vân Nam, Quảng Đông, Quý Châu không khác các chuyên viên trong ủy ban tìm kiếm tử sĩ Hoa Kỳ tại Việt Nam đã sử dụng. Có điều các chuyên viên Hoa Kỳ gặp nhiều khó khăn hơn, vì phải đi vào chi tiết từng cá nhân, còn chúng tôi chỉ phân chủng loại.

6- Xin xem Cẩm Khê di hận, cùng tác giả do Nam Á Paris xuất bản 1992, để biết hai trận hồ Động Đình. Một trận do Chu Tái Kênh, Đinh Xuân Hoa, Phật Nguyệt, Đinh Bạch Nương, Đinh Tĩnh Nương, Quách Lăng đánh với Lưu Long, Mã Viện. Một trận do Hoàng Thiều Hoa cùng với các tướng trên đánh với mười hai đại tướng quân Hán.

7- Tư Mã Thiên, sử Ký, quyển 1, Ngũ Đế bản kỷ, Trung Hoa thư cục xuất bản 1959, trang 3-6.

8- Độc giả muốn biết chi tiết trận đánh lịch sử này, xin đọc Động Đình hồ ngoại sử, cùng tác giả, do Nam Á Paris xuất bản (1990).

9- Xin đọc tài liệu "Mùa Xuân trên hồ Động Đình tưởng nhở Trưng Vương" trong phần bạt Anh hùng Lĩnh Nam, quyển 2, cùng tác giả, do Nam Á xuất bản 1987.

10- Vũ Văn Mẫu, Cổ luật Việt Nam và Tư pháp sử, quyển thứ nhất, tác giả xuất bản 1973, trang 9-51.

11- Chữ văn hóa Bắc Sơn ở đây chỉ có ý nghĩa rằng cuộc khai quật ở núi Bắc Sơn (Lạng Sơn), đã tìm thấy cổ vật thời đồ đá.

12- Chữ văn hóa Đông Sơn ở đây để chỉ cuộc khai quật ở Đông Sơn đã tìm thấy đồ đồng thời đồ đồng.

13- Hè năm 1992 sau khi cùng phải đoàn Pháp du khảo về cây Phản phì (trị Cholesterol) ở Vân Nam, thời gian còn lại, tôi đi khảo cứu xương người, cùng các khai quật ở Vân Nam (Trung Quốc), các tỉnh Bắc Thái như Nùng Khai, Sakhon Nakhon, Sakhon Thanom, U-Bon, U-Don Tha-Ni. Tôi tìm lại được hai trống đồng thời vua Trưng, một tại Miến Điện, một ở Vân Nam, để trong bảo tàng viện địa phương. Tôi mất rất nhiều tiền, càng trăm nghìn khó khăn mới mua được, và đưa lọt về Paris. Tôi đã tìm ra nguồn gốc hai trống đồng Vân Nam cùng Miến Điện như sau: Hồi Trưng Phụ, Mộc Thạch đánh nhà Hồ, họ cướp về một số trống đồng. Mộc Thạch cất ở Mộc Vương phủ Vân Nam. Năm 1659 Vĩnh Lịch hoàng đế được Mộc Vương cuối phò lên làm vua ở Vân Nam, bị Ngô Tam Quế dẫn quân Thanh đánh phải chạy vào Miến Điện. Năm 1661, người Miến Điện bắt hoàng đế Vĩnh Lịch nộp cho Ngô Tam Quế. Ngô Tam Quế chia một số báu vật tại Mộc Vương phủ cho Miến Điện, trong đó có mấy trống đồng họ Mộc cướp từ Việt Nam về. Vì vậy tôi không kể đến trống đồng Miến Điện, vì đó là trống đồng Việt Nam.

14- Chữ trăm trong ngôn ngữ Việt có rất nhiều nghĩa.

Có nghĩa là đời người như:

Trăm năm trong cõi người ta.
Chữ tài chữ mệnh khéo là ghét nhau.
(Đoạn Trường Tân Thanh)

Trăm năm se sợi chỉ hồng,
Bắt người tài sắc buộc trong khung trời.
Trăm năm, trăm tuổi trăm chồng,
Hễ ai có bạc thì bồng trên tay.
(Ca dao)

Có nghĩa là chết:

Khi nào cụ trôi trăm năm đi rồi.

Nhân sinh hách tuế vi kỳ (Người ta sinh ra, lấy trăm năm làm hẹn)

Trăm năm như cõi trời chung,
Có nghề cũng phải cố công mới thành.
(Ca dao)

Có nghĩa là tất cả:

Trăm họ, hay trăm bệnh

Trăm hoa đua nở mùa xuân,
Cớ sao cúc lại muộn tuần thế kìa?
(Ca dao)

Trăm dâu đổ đầu tằm (Tục ngữ)

Trăm con trong huyền sử Việt hay Bách Việt có nghĩa này.

Trần Đại Sỹ

Nguyễn Xuân Hoàng by Duy Thanh

 **TRẦN HẠ VI**

Tên thật là Nguyễn Yến Ngọc. Sinh năm 1979, tại An Giang. Sống 12 năm ở Melbourne, Úc và hiện sống ở Canada từ 2015. Tiến sĩ ngành tài chính tại trường Monash (Úc) và hiện giảng dạy tại trường Đại học Saint Francis Xavier (StFX), thuộc Nova Scotia, Canada.

Thơ đăng trên các tạp chí văn chương trong và ngoài nước như: *Sông Hương, Áo Trắng, Văn Nghệ Gia Lai, Nhật Lệ, Mục Đồng, Gia Đình Việt Nam, Bông Tràm, Môi Trường Đô Thị Việt Nam, Lao Động Thủ Đô, Bản Sắc Việt, Vuông Chiếu, DuTuLe…*

Tác phẩm đã xuất bản

- *Lật Tung Miền Ký Ức* (thơ, NXB Hội Nhà Văn, 2017).

Hào khí Việt Nam

Hồng Hà ầm ào sóng cuộn dâng
Cửu Long Giang lâm đầu thọ địch
Lớp lớp sóng dồn
sóng sau
sóng trước
Sóng tiền nhân hào hùng mấy ngàn năm

Dã tâm Bắc phương bao đời không đổi
Lấn sân
chiếm đất
nô dịch
lầm than
Nhìn Tây Tạng đi máu nhuộm bạt ngàn
Rút ruột châu Phi đớn đau oằn mình rên xiết
Bành trướng Bắc Kinh – vạn đời khinh miệt
Bản tính lưu manh
mắt chỉ có tiền
vơ vơ vét vét

Trơ tráo khoác lên "chữ vàng mười sáu"
Bạn chung lòng có chung máu đỏ của dân?
Thiên An Môn – máu chảy thành sông
Xưa có ông rậm râu
nay người mặt trơ trán bóng

Hoàng Sa Trường Sa tồn vong còn hay mất?
Giàn khoan bồi đảo sân bay tính kế đã nhiều ngày
Đường lưỡi bò nghiến ngấu hải phận gần xa
Đặc khu kinh tế đẩy nhà nhà vào cùng quẫn

Chiếm dần từng tấc đất
tấc biển
tấc đảo
thỏa tham vọng bá vương điên rồ
Lớp lớp thủy triều máu lẫn bọt sóng xô
Nghe bóng hình sông núi vang lời nhắc nhở

Tiếng Lý Thường Kiệt rền vang muôn thuở
"Nam quốc sơn hà Nam Đế cư"
Hổ cho con cháu hám một chút lợi dư
Cõng rắn cắn gà nhà
rước voi về xéo giày mã tổ!

Trong mỗi trái tim hùng anh hớn hở
Ta quyết giữ gìn tấc đất tổ tiên
Người Việt Nam – rạng rỡ nụ cười hiền
Nhưng nguyện chắt máu tim hòa cùng hồn non nước

Mấy ngàn năm nhắn nhủ
Con cháu giống Lạc Hồng
Dòng máu lửa xung phong
Đánh lùi quân cướp nước.

Nhiệt đới gió mùa

Lưỡi sắt xoàn xoạc cưa ký ức
Con ngải già ngồi hút máu buồng tim
"Độc tâm thuật" lời kệ trần truồng giãy giụa
Đàn đàn xác gái đẹp đóng đinh

Hôi thối theo gió kinh hoàng màu mục rữa
Đỏ máu mặt trời chiều tuẫn tiết
Lửa u minh thống hận
lửa u minh mải miết
Xương xẩu Quỷ Vương vặn xoắn những mảnh hồn

Ảo tưởng ma vương
Ảo tưởng ngai vàng

Cởi áo moi tim trích máu thân dẫn ngải
Lấp lánh bùa mê
lập lòe lửa ma quái
Ý chí bẻ gãy…
vạn vật lệ nô!

Ma dẫn thân vong
liều bán mảnh hồn trần

Sợ sệt bủa giăng
bốn bề rên xiết!

Chiều nay cơn gió mới về trong trẻo
Sấm chớp đầy trời diệt sát ma trơi
Tà bất thắng chính – sông núi chuyển dời
Cánh cung thần Cupid lắt lay…
Tình yêu và niềm tin chói lòa tươi sáng

Vi bất thiện giã,
thiên báo chi dĩ họa (*)
Vạn ác bất thành
Vĩnh quyết bất siêu sinh!

(*): câu của Khổng Tử. Nghĩa: Kẻ làm điều bất thiện, trời lấy họa mà trả lại.

Huyễn ảnh

Ngày tàn dần
nắng lụi chết phía triền sông
Tôi phơi tôi
hứng u sầu theo câu hát
Áo nâu lấm bùn cõng con cò con vạc
Câu hát ru tôi cõng cả đời người
À ơi
lũy tre xanh rì rào đón gió
Con đường làng va vấp nếp rơm thơm
Giọt mồ hôi chan trắng thơm nắng hạt cơm
Thăng trầm thế sự chan cõi lòng chát đắng
Bốn ngàn năm quần nặng
Ông cha ta đã sống ra sao
Cuộc sống hiện nay có đáng tự hào
Huyễn ảnh mơ hồ phất cờ thay áo
ngàn cơn sóng lòng lạo xạo
chiều ngập ngừng cõng cánh thiên di.

Tôi và những mùa thu

Những người đàn ông của tôi đã
dịu lòng lắng lại nghĩ suy
giằng xé không gửi tràn đại hải
yêu hay không yêu
nhớ hay không nhớ
vờ vĩnh quên

Tôi nhặt một ngọn lá đỏ cong vênh
thổi vào chiều bốn mươi thu
Canada ẩm ướt vô hình lướt phướt
mắt cay cay

Lặng lẽ mòn vẹt gánh trần đời
tôi chở đời cơm áo thơ ai
Dụm dành yêu thương đôi vai tần tảo
Mùa thu 1945 khóc mếu máo
tôi vội vã quay đi
Một vì sao ngôi chúa vừa thiên di
rấp ranh tóm thâu quyền lực
Thơ rùng mình bạc nhược
cõng nợ tình hay nợ nước non xa
Những người đàn ông của tôi đã đi qua
Mặt trời mọc những người khác sẽ đến
Mẹ Nấm sẽ về Mỹ và tự do
Những cuộc đấu tranh tự xứ người
Và mải miết tôi đi
mình tôi
tôi
tôi
tôi.

TRẦN HOÀI THƯ

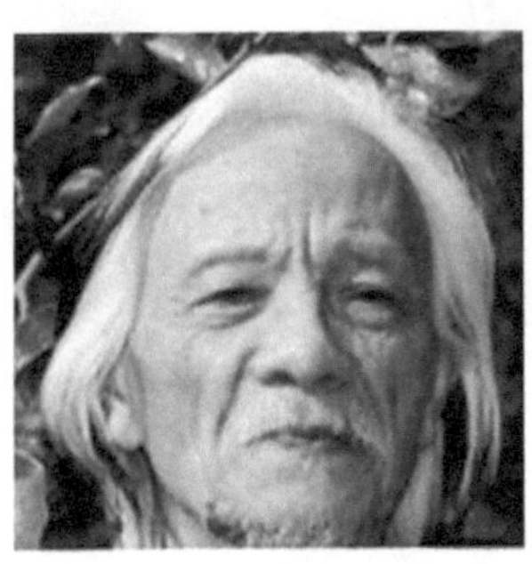

Tên thật Trần Quý Sách. Sinh ngày 6 tháng 12 năm 1942 tại Đà Lạt. Cựu Sĩ quan Việt Nam Cộng Hòa. Khởi viết năm 1960 trên các báo *Bách Khoa, Văn, Bộ Binh, Ngàn Khơi, Vấn Đề, Khởi Hành, Ý Thức, Đời,...* Tại hải ngoại có bài trên *Nhân Văn, Hồn Việt, Dân Quyền, Độc Lập, Lửa Việt, Phụ Nữ Diễn Đàn, Sóng, Văn Học, Quê Mẹ, Đời Mới, Sóng Văn,...* Chủ trương đặc san *Thư Quán Bản Thảo*, tự in và tự phát hành tác phẩm của mình và của nhiều văn hữu, kể cả những người còn tại quốc nội.

Tác phẩm đã xuất bản:

Trước 1975:

Nỗi Bơ Vơ Của Bầy Ngựa Hoang (tập truyện, Ý Thức, 1968), *Những Vì Sao Vĩnh Biệt* (tập truyện, Ý Thức, 1970), *Ngọn Cỏ Ngậm Ngùi* (tập truyện, Ý Thức, 1971), *Một Nơi Nào Để Nhớ* (tập truyện, Con Đuông, 1974).

Sau 1975:

Ra Biển Gọi Thầm (tập truyện, 1995), *Ban Mê Thuộc Ngày Đầu Ngày Cuối* (tập truyện, 1997), *Về Hướng Mặt Trời Lặn* (tập truyện, 1998), *Đại Đội Cũ Trang Sách Cũ* (truyện ngắn), *Thế Hệ Chiến Tranh* (truyện ngắn), *Đánh Giặc Ở Bình Định* (truyện ngắn), *Thơ Trần Hoài Thư* (thơ, 1998), *Mặc Niệm Chiến Tranh* (tùy bút), *Đêm Rừng Tràm* (truyện ngắn), *Hành Trình Của Một Cổ Trắng* (truyện ngắn), *Thủ Đức Gọi Ta Về* (hồi ức), *Qua Sông Mùa Mận Chín* (thơ), *Tháng Bảy Hành Quân Xa* (thơ), *Phố Xa* (thơ), *Ngày Vàng* (thơ), *Ô Cửa* (thơ), *Quán* (thơ), *Xa Xứ* (thơ). *Truyện Trần Hoài Thư* (từ 6 tạp chí cũ), *Truyện Từ Văn* (Thư Ấn Quán), *Truyện từ Bách Khoa* (Thư Ấn Quán, 2014), *Truyện Từ Vấn Đề* (Thư Ấn Quán, 2015), *Vịn Lục Bát* (thơ), *Truyện Ngắn Thời Chiến* (2018),...

Nói với cha già ngoài Huế

Gởi về ba cái hình này
Để ba thấy được mặt mày của con
Mai này, nhảy xuống Trường Sơn
Lỡ mà mất xác, ba còn có con.

Tấm hình của tôi

Tấm hình của tôi lem luốc lắm phải không?
Bởi bộ quần áo bết be bùn non bùn già lịch sử
Bởi vầng trán kia đã cằn lên những tháng ngày sinh tử
Và những nỗi buồn của thế hệ chó đẻ:
                chiến tranh…

Tấm hình của tôi chỉ dùng để hù trẻ con
Như một thuở nào thám báo chúng tôi hù quân phương Bắc
Hãy nhìn đôi mắt của tôi, hướng về phía trước
Lưng có bao giờ còm, vẫn đứng thẳng, phải không?

Chiếc schoolbag và người lính già

*(Viết cho tôi, người cựu chiến binh miền Nam, nhân ngày Veterans
của Hoa Kỳ.)*

Ta trở lại trường khi tuổi vào trung niên
Sách vở học trò đôi khi nỗi buồn phủ kín
Lớp học người đông, mắt xanh da trắng
Chỉ lẻ loi một gã tị nạn già

Chỉ lẻ loi một chiếc bóng mình ta
Soi trên vách tường trong phòng trong lớp
Trong những đêm khuya một mình phòng Lab
Trong nhà ăn, giữa những bàn ghế trơ câm
Chữ nghĩa mở ra sao nặng trĩu tâm hồn
Tiếng nói là nhịp cầu
sao miệng đành câm nín!

Đồng hành với ta là người tài xế già xe bus
Đêm đưa ta về lại một chỗ gọi: slum

Slum có nghĩa là khu xóm tối tăm
Slum có nghĩa là nơi có nhiều tội ác
Chiếc xe chạy qua những ngôi lầu san sát
Tuyết bên ngoài, tuyết trắng xóa, tuyết mênh mông
Tuyết loạn cuồng, tuyết hùng hổ tấn công
Trời rất lạnh, và lòng người lính già lạnh lắm

Chiếc schoolbag vẫn ngủ yên trên lưng người cựu lính
Mà ngày xưa là chỗ của ba lô
Mà ngày xưa bảy ngày gạo với lương khô
Một tấm poncho thêm tấm hình đứa con chưa đầy 6 tháng

Thay vào đó là những bó tràm bó tranh bó lác
Trên lưng người thất trận "ngụy" quân
Ôi! Chiếc lưng ngày xưa thật tội quá chừng
Mấy chục đốt xương mà phải gánh bao nhiêu tấn hàng lịch sử!

Bây giờ chiếc lưng của ta không còn oằn xuống nữa
Bởi vì chiếc schoolbag thì quá nhẹ tênh
Ta đi đến trường với chiếc lưng thẳng lên
Để chứng tỏ người lính miền Nam vẫn còn đứng thẳng!

TRẦN HỒNG CHÂU

Tức giáo-sư Nguyễn Khác Hoạch. Sinh năm 1921, tại Hưng Yên, Việt Nam và mất ngày 7-12-2003 tại California, Hoa Kỳ.

Học tại Trung Học Khải Định, Huế (1936-1943) rồi Trường Đại Học Luật Hà Nội cho tới năm 1945.

Học Đại Học Sorbonne, Paris, đậu Cử nhân Văn Chương năm 1950, và Tiến Sĩ Văn Chương Quốc Gia (Doctorat D'Etat) năm 1955.

Về nước năm 1957, gia nhập ban giảng huấn Đại Học Văn Khoa Sài Gòn, phụ trách các môn Văn chương Pháp và Văn chương Việt Nam. Đồng thời cũng giảng dậy tại Đại Học Sư Phạm Sài Gòn, Học Viện Quốc Gia Hành chính và Viện Đại Học Huế. Khoa Trưởng Đại Học Văn Khoa Sài Gòn từ 1965 đến 1969, giáo sư biệt thỉnh về văn chương Pháp và văn chương, văn hoá Việt Nam tại Southern Illinois University trong thời gian 1970-1974.

Thành viên của Ủy Ban điển chế văn tự và Ủy Ban soạn thảo từ điển Bách khoa Việt Nam (1968-1970). Thành viên Hội Đồng Viện Đại Học Sài Gòn từ 1958 đến 1970.

Khai đường mở lối cho Viện Việt Học: Giáo sư Nguyễn Khắc Hoạch đã được Hội Đồng Viện Việt Học mời vào Ban Cố Vấn từ ngày thành lập Viện, 26-2-2000 và được mời làm Viện Trưởng Viện Việt Học (2001-2003).

Cộng tác với các tạp chí *Gió Mới* và *Tiền Phong* (1945-1946) tại Hà Nội.

Chủ trương tạp chí văn nghệ *Thế Kỷ 20* tại Sài Gòn (1960). Viết cho các tạp chí văn nghệ với bút hiệu Trần Hồng Châu: Trước 1975, tại Sài Gòn: *Văn, Vấn Đề, Thế Kỷ 20.* Sau 1975, tại hải ngoại: *Văn, Văn Học, Thế Kỷ 21, Khởi Hành, Chủ Đề, Dòng Việt,...*

Tác-phẩm đã xuất-bản sau 1975:
- *Thành Phố Trong Hồi Tưởng* (tùy bút; An Tiêm, Los Angeles, 1991).
- *Nửa Khuya Giấy Trắng* (thơ; Thanh Văn, Los Angeles, 1992).
- *Nhớ Đất Thương Trời* (thơ; Thế Kỷ, Los Angeles, 1995).
- *Hạnh Phúc Đến Từng Phút Giây* (thơ; Văn Học, Los Angeles, 1999).
- *Dăm Ba Điều Nghĩ về Văn Học Nghệ Thuật* (tiểu luận; Văn Nghệ, 2001).
- Vietnam Culture Series (Series Editor), Việt-Học Publishing, 2001-2003
- *Để Tưởng Nhớ Nguyễn Du* (thơ; Viện Việt Học, 2002)
- *Suối Tím* (thơ; Văn Nghệ, 2003)
- *Tuyển tập Trần Hồng Châu* (thơ, tùy bút, tiểu luận; Viện Việt Học, 2004).

Thương nhớ lại về

Em trở về đầu tháng ba lạnh ngắt
Mắt đất hoài khao khát giọt nắng vàng
Vừa rời tay nghe thương nhớ hoang mang
U ẩn giữa hàng mây ngàn nỗi nhớ

Chiều tháng Ba biển buồn như hơi thở
Run niềm đau chìm lắng xuống dòng sâu
Em trở về nghe sóng vỗ bạc đầu
Mùa thương cũ lai về như thuở nọ

Ở đằng xa một giọt xuân trong gió
Là dáng em bài thơ nhỏ đượm hồng
Anh dang tay đón em bờ môi đỏ
Hôn từng cơn nhung nhớ chảy thành dòng

Em trở về đường tháng Ba trông ngóng
Có anh yêu trên muôn vạn nẻo đường
Trao linh hồn làn gió mới tình thương
Thương, thương mãi vần thơ dài năm tháng.

Đoạn cuối của một cuộc tình

Bật tiếng nấc như trẻ thơ lạc mẹ
Nhặt thơ buồn ôi đau thắt ruột gan
Từ giã giấc mơ đi lượm hoa vàng
Bên lề dại rải hoang mang thương nhớ

Ngoảnh mặt đi anh như lằn dao cắt
Một lần đau rồi chết cuộc trăm năm
Từ giã nợ ân, hoài bão về nằm
Nghe tơ nhện giăng đời bên song cửa

Hai mùa xuân đốt tàn rồi ngọn lửa
Cát bụi về như từ buổi sơ khai
Ta như nhau đi hết tháng cùng ngày
Thì tạm bợ nghĩa gì đâu giây lát

Níu làm chi một mảnh tình rách nát
Khờ khạo em khi đen tối nguồn căn
Không cửa nhà không mái ấm dừng chân
Đi hay ở góc đường nào cũng vậy

Dường như sợ bên đường người nhìn thấy
Bài thơ em chán ngắt tự hôm nao
Biết gởi về đâu thân ái ngọt ngào
Trong bóng tối từ đây về ở trọ

Anh ở lại ấm êm đời mưa gió
Có người thơ xách giỏ lượm ngọt bùi
Phố phường xưa lễ hội cuộc mua vui
Vui em đã bán rồi đâu còn nữa.

Giang hồ

Mười phương quán gió đời ly loạn
Ta vẫn ngồi đây, mộng vẫn xây!
Nửa đêm trừ tịch cờ dăm ván
Trà thanh vị đắng ngát giang hồ

Viễn khách bụi trần nhòa hương phấn
Tình dài nửa đoạn vút lời thơ
Cánh hoa tỉ muội cười như ngọc
Em thương bé bỏng tóc cài mây

Bèo nước lênh đênh chẳng hẹn ngày
Gianh hồ rót mãi giọt buồn say
Ai đi ngang dọc cho ta nhắn
Ta vẫn ngồi đây, mộng vẫn xây!

(*Chủ Đề*, số 1, Xuân 2000)

Nửa khuya giấy trắng

Mênh mông sầu gợn mẫu đơn
Nửa khuya giấy trắng tủi hờn tuyết trinh
Vắng em nương bóng tạc hình
Rưng rưng lệ sáp bên mình cô miên

Gió về tám hướng ưu phiền
Đìu hiu tuyết phủ mấy miền tình thơ
Trắng đêm hồn nhỏ bơ vơ
Lênh đênh suối cảm đợi chờ hoa tiên

Vắng em hồn mộng đỗ quyên
Nước non hiu hắt tiếng huyền bâng khuâng
Ly tao dòng cạn khơi vần
Mưa đan đan mãi gợi nhầu ý thơ

Cỏ vong ưu khói lam mờ
Nửa ly mai lộ nguyệt hờ tắm suông
Bút say vọng tưởng dòng Tương
Mực say ảo mộng lạc đường héo hon

Ngỡ ngàng giấy trắng lòng son
Tuyết rơi rơi mãi gói tròn thương đau.

TRẦN HỒNG HÀ

Sinh tại Bắc Việt Nam.
Du học Tiệp Khắc
Cộng tác với một số báo ở Đông Âu và Mỹ.
Đã từ trần tháng 10-1995.

Kẻ đào tẩu

Một sự ngẫu nhiên

Tốt nghiệp xong Đại Học, có bao nhiêu mơ ước phần lớn sẽ mãi là mơ ước cho đến già – tôi bước vào đời. Ra khỏi phòng thi quốc gia như trút được gánh nặng trên vai. Năm năm học, năm chục kỳ thi, những khuôn mặt rất khó thương của mấy ông giáo sư già lần lượt được cái bộ óc nửa già nửa trẻ của tôi xếp vào chỗ gọi là ký ức để sau này còn có cái mang ra dọa trẻ con. Hôm nhận bằng, tôi vơ túm tụm nhét vào túi không biết bao nhiêu tờ A4, A5 quảng cáo việc làm. Chỗ này rất tiện đi lại, chỗ nọ lương cao, chỗ kia tập thể nhân viên dễ chịu… Tôi như thằng tướng tồi lạc vào bát trận đồ.

Cuối cùng tôi quyết định đi dạy ở một trường nghề. Chẳng phải vì hôm nhận bằng, một cậu Tiệp đã thốt lên những câu đầy tâm huyết: "Chúng tôi hứa sẽ truyền lại kiến thức tích lũy được dưới mái trường này cho các thế hệ mai sau". Cái chính vì tôi thấy cảnh bọn học trò ở tuổi 16, 17 lố nhố trong lớp học chỉ chờ thầy giáo sơ hở để trêu trông ngồ ngộ. Nhưng có lẽ hình ảnh một thằng Việt Nam nhỏ bé (ra đường chắc skinheads đuổi chạy không kịp) lên lớp cho hơn bốn chục cô đầm cậu Tây đã đưa tôi đến quyết định này.

Sau cú phone, ông Hiệu Trưởng gọi tôi đến xem mặt. Từ chỗ ông, tôi ra về với một xấp các loại hợp đồng. Tôi bảo cho tôi thời gian suy nghĩ thêm trước khi nhận lời, nhưng bụng bảo dạ tuần tới cũng nên đến lấy tài liệu còn kịp soạn giáo trình cho năm học.

Đang say sưa với những viễn cảnh do tự mình vẽ ra, nào là phải vay tiền ở đâu để mua bộ áo quần tử tế mà lên lớp, nên nghiêm khắc hay thân thiện với học trò, có nên cho điểm bốn, lúc học trò sửng cồ có nên bỏ chạy không… thì Barbara, cô bạn gái người Tiệp, gọi điện thoại cho tôi.

"Mày làm cho tờ báo lâu, chắc quan hệ với người Việt nhiều. Bộ Nội Vụ đang cần một phiên dịch tiếng Việt cho Trại Tỵ Nạn, mày cố tìm cho tao một đứa được không?" Xưa có lần tôi lỡ bảo vì cô ấy tôi có thể làm tất cả mọi chuyện trên đời. Đương nhiên không thể nói "Không" lần này.

Chắc các bạn đã có lần được dịp khổ sở với lời hứa của mình. Tôi chạy khắp từ Đông sang Tây. Bạn bè tôi, đứa thì mải lo làm ăn, đứa thì mải làm bằng Tiến Sĩ. Bắn không nên, ắt phải đền đạn. Tôi phải tự ra nộp mạng. Hôm sau tôi gọi điện trả lời ông Hiệu Trưởng. Chắc ông không nghĩ tôi sẽ từ chối nên rất buồn. "Tao đã lo xong nhà cho mày". Tôi thấy mình là thằng khốn nạn, định tự bạt tai một cái chợt nhớ ông Hiệu Trưởng đằng nào cũng không nhìn thấy nên thôi. Sau khi cảm ơn ông, tôi vớt vát thêm một câu chắc chắn rằng suốt một đời tôi sẽ mãi mãi tôn trọng nghề sư phạm.

Bộ Nội Vụ cho xe Tatra chở tôi lên Trại Tỵ Nạn. Trời tháng mười đã bắt đầu lạnh. Tôi lơ đãng nhìn hai hàng cây bên đường với cảm giác càng đi là chúng càng có vẻ vàng thêm. Thỉnh thoảng tôi nghe lõm bõm câu chuyện của hai bà luật sư đi cùng.

"Nó vừa tăng giá thịt xong. Mày tưởng tượng giờ tao không dám mua thăn nữa".

"Ừ, đi tàu điện giờ không có vé bị phạt gấp đôi hồi trước đây".

Tài xế chốc chốc lại quay sang tôi, "Việt Nam mày ăn đũa phải không… Có lần tao xem ti vi thấy quay cảnh dân cày Việt Nam nghỉ lao ăn cơm ở ngoài đồng. Họ trải chiếu bày ra nào tôm, thịt… Mà sao họ dùng đũa khéo thế nhỉ…"

Tôi định nói, "Đấy làmày thấy cảnh dân cày ăn cơm trong phim thời sự chính phủ…" nhưng lại thôi. Cứ để cho gã bị lừa có khi hay hơn.

Xe càng đi, mọi người càng ít nói. Tôi lim dim mắt tựa cửa xe giả vờ ngủ. Được một lúc chiếc xe chợt cua sang phải, sang trái rất mạnh, làm tôi mở mắt ra. Nó đang chui vào rừng. Vòng vèo nửa tiếng, anh tài dừng lại trước một cánh cổng sắt cao chừng 4 mét, trên còn hai, ba hàng rào dây thép gai. Một anh chàng bận quần áo cảnh sát đen dắt chó ra mở cổng. Mọi người trình thẻ có dấu Bộ Nội Vụ Liên Bang. Cặp mắt tên bảo vệ lướt đến tôi, nửa ngạc nhiên, nửa tò mò. Tôi không có thẻ. Khi nghe nói tôi là phiên dịch mới lên nhậm chức, mặt hắn giãn ra một tý rồi quay vào ấn nút nhấc cái rào cản lên.

Kẻ đào tẩu

Người Tiệp dành cho dân ty nạn một danh từ nghe không lọt tai mấy: *uprchlik – kẻ đào tẩu. Cách đây không lâu, một anh bạn tôi đã làm rùm beng ở đây vì danh từ này. Anh đâm đơn xin ty nạn chính trị, vào trại họ gọi là "kẻ đào tẩu" anh sửng cổ cãi rằng anh không "đào tẩu" từ đâu cả. Anh sang bên này đi học là sang tự nguyện, thậm chí trước khi đi còn tự tayviết babản cam đoan, hứa sang bên này chuyên tâm rèn luyện, học đạt điểm khá hoặc tốt để mai này còn về phục vụ Tổ quốc Xã Hội Chủ Nghĩa. Khi chúng tôi đi cũng vậy, mượn một bản mẫu về ngồi chép lấy chép để. Nhà trường ra lệnh cấm đánh máy vì hai lý do: thứ nhất đánh máy (kể cả không kẹp giấy than) thuê người khác làm được, như vậy có thể đánh giá thiếu phẩm chất. Thứ nhì, phải tự tay viết đi viết lại bảy, tám trang thì nó mới nhớ. Tôi nhớ đến tận bây giờ câu nói của một ông giáo, "Xưa các thế hệ cha anh còn lấy máu viết cam đoan, nay các anh bút máy Hồng Hà, mực Cửu Long mà còn than phiền à?"* Trở lại chuyện, anh bạn tôi nhất định không chịu nhận nhãn hiệu kẻ đào tẩu.Nhân viên trại cuối cùng phải giở luật ra. Trên giấy trắng mực đen in thành dòng chữ đậm:

"luật 498 ngày 16-11-1990 về những kẻ đào tẩu".

Luật là luật. Anh không thích làm kẻ đào tẩu ở Tiệp, chỉ còn cách xin anh "tẩu" sớm về Việt Nam. Anh bạn tôi chắc phải suy nghĩ lung lắm trước khi quyết định để cho họ ghi ba chữ quý hóa kia vào hộ chiếu. Khó nghe thật đấy, nhưng dù sao chúng cũng hợp pháp hóa sự có mặt của anh ta ở đất nước này.

Hy vọng

Khu dành cho những "kẻ đào tẩu" nguyên là trại lính Nga. Sau khi rút hết khỏi Tiệp Khắc năm 1991, những ông khách không mời này để lại một gia sản chẳng mấy đẹp đẽ. Bao nhiêu bãi mìn gỡ không hết, bao nhiêu vùng đất bị ô nhiễm nặng bởi xăng dầu và chất hóa học, bao nhiêu bãi tập trọc trụi, cỏ cây sợ không dám mọc. Tệ nhất là những khu trại được xây dựng nơi rừng sâu núi thẳm, các "vị trí chiến lược" – sửa lại làm nhà ở cũng dở, làm trường học còn dở hơn. Chính phủ Tiệp vì vậy quyết định tu bổ lại một số nơi làm khu nghỉ mát cho các cụ phụ lão đã hết tuổi vui thú chốn đô thị ngột ngạt. Số còn lại không "nghỉ mát" được đành dùng làm "trại an dưỡng" cho những "kẻ đào tẩu". Nói đến trại lính, lại lính Nga, chắc ai cũng mường tượng được nó trông ra sao (Chỉ xin lưu ý một số người có trí tưởng tượng quá phong phú rằng ở đây không có lò tra tấn và không có ma). Mấy ngôi nhà xây "thần tốc" nằm lổn ngổn giữa khu đất rộng. Mấy cây thông xen dọc con đường vào để lộ tuổi thọ của trại; chúng đã cao gần bằng ngôi nhà ba tầng. Dân tỵ nạn hằng ngày vẫn qua đây đến nhà ăn. Đây là lúc duy nhất người ta thấy trại có vẻ còn sống. Tốp tốp người các màu da, các tiếng nói mặt mày tươi tỉnh hơn lúc bình thường, lũ lượt kéo nhau vào căn phòng rộng tầng 1 nhà chính. Tôi cảm tưởng những kẻ khốn khổ này đặt khá nhiều hy vọng, nếu không nói là tất cả vào mấy bữa ăn. Hình như phía trước họ cái gì cũng mờ nhạt, cũng xa vời. Chỉ có những bữa ăn có vẻ hiện hữu mà thôi.

Nhà ăn được chia làm hai phần, cho nhân viên và cho dân ty nạn. Tôi được xếp vào hạng một, nhưng thường ngồi ăn phía ngoài cùng ty nạn. Hình như mình gần với họ hơn. Phòng ăn bé nên trại phải chia làm nhiều ca. Ca 1 từ 12:15 đến 12:45 giờ trưa, ca hai từ 12:45 đến 13:15 giờ trưa… Nhân viên được vào trước, lúc 12 giờ. Dân ty nạn đứng chờ ngoài cửa. Mỗi bữa một người được phân công đứng chặn cửa ra vào. Tôi cảm tưởng nếu người kia sơ ý buông tay giữ cửa, chắc phía ngoài sẽ ùa vào như dân mình cướp kho thóc Nhật năm 45 vậy.

Đôi khi đang ăn, bất giác nhìn ra cửa ngoài tôi bắt gặp ánh mắt của mấy đứa trẻ chờ cơm. Nếu ai về Việt Nam, qua vỉa hè thấy cái nhìn của những đứa bé hành khất, ánh mắt những đứa trẻ ở đây cũng gần giống như vậy. Chúng bị bỏ đói chăng? Mỗi ngày ba bữa, bánh mì không hạn chế, chắc không phải vậy. Chúng cũng không phải là người lớn để suy tư về tương lai, nhìn thấy cái mờ mịt của nó khiến những hy vọng mất đi điểm tựa mà quay về với cái tầm thường như miếng ăn. Tôi đoán chắc ở quê những đứa trẻ kia bị đói không phải một lần. Chúng sợ, nỗi sợ thật giản đơn: biết đâu cái người giữ cửa kia một lúc nào đó sẽ nói rằng thức ăn chẳng may bị thiếu, không còn phần chúng…

Việc nước việc nhà

Chiếc xe dừng trước cửa nhà chính. Sau khi giới thiệu tôi qua loa với nhân viên trong trại, Giám đốc đẩy tôi cho bà quản gia với yêu cầu lo chỗ ăn ở. Bà dẫn tôi vào kho, vừa đi vừa thanh minh, hiện khu nhà dành cho nhân viên đang sửa nên bà phải nhét tạm tôi vào cùng dân ty nạn. Bà phát cho tôi một cái chăn chiến, bộ ga (draps) trải giường, khăn mặt, khăn lau tay, xà phòng thuốc đánh răng, bàn chải; chắc theo thói quen vì xưa nay dân tỵ nạn đến bà vẫn làm vậy. Tôi phì cười trả lại gần hết, chỉ giữ lại bộ ga và cái chăn.

Khu nhà tỵ nạn ở được chia làm nhiều buồng. Mỗi buồng có hai phòng lớn, nhà bếpvà chỗ vệ sinh. Nhà bếp được sửa thành phòng ở, và vì nó bé nên chỉ đủ kê một cái giường. Bà cho tôi vào đây. Việc đầu tiên tôi phải đi mượn xô để lau nhà vì trước tôi có anh đào tẩu nào đó ở khá bẩn. Tôi ra buồng tắm hứng xô và vặn vòi. Có tiếng ồ ồ vọng lên từ rất xa nhưng nước không chảy. Nhớ đến những ngày ở Việt Nam tôi định thò mồm vào hút, nhưng nghĩ không tiện lắm lại thôi (ở nhà ngày trước nước thường rất hiếm, có chăng cũng chỉ lưng lưng ống; thằng cuối nguồn chửi thòng qua thằng đầu nguồn được). Chuyện rửa ráy cũng đành tạm gác, vì sau đó tôiđọc trên bảng thông báo nước chỉ chảy từ 22 đến 24 giờ. Cũng nhờ nó tôi biết thêm rằng, tội phí phạm nước uống bị phạt rất nặng. Tuy nhiên đối với tôi không phiền hà gì lắm, bởi bình thường tôi chỉ tắm vào chủ nhật, khi người ta đi rửatội ở nhà thờ.Đôi khi vào những ngày lễ lớn, như Quốc tế Lao động chẳng hạn.

Treo quần áo vào tủ xong, tôi quyết định đi thiết lập quan hệ ngoại giao. Gõ phòng bên cạnh nghe tiếng léo nhéo tôi đẩy cửa vào. Một mùi rất lạ suýt đẩy bật tôi ra ngoài. Quyết tâm giao hảo kéo tôi vào. Căn phòng cỡ 15 mét vuông, kê bốn giường và hai cái tủ. Để còn chỗ đi lại, người ta phải chồng giường lên nhau. Nhìn qua, tôi đoán những người dân cư phòng này là dân Ấn Độ, sau mới biết họ từ SriLanka. Đó cũng là thông tin duy nhất tôi thu nhận được sau nửa tiếng đồng hồ chuyện trò. Họ tưởng tôi cũng là thằng đào tẩu nên mang một đống quần áo cũ ra cho. Tôi lịch sự từ chối về nhà nghĩ lại mới thấy hoảng: chẳng lẽ mình rách rưới đến mức dân tỵ nạn họ thương mang cho quần áo. Soi gương, thấy có hơi xộc xệch nhưng vẫn lành lặn, tôi thấy hơi yên tâm. Ở một thời gian, tôi mới biết mấy thứ đó họ xin được trong đống đồ đạc dân tỉnh quyên góp.

Ngủ ở nhà mới hai ngày, tôi thấy hình như thiếu thiếu cái gì đấy. Thực ra,nếu thiếu thì thiếu nhiều thứ lắm: đài, tivi, tủ lạnh, bếp, cốc chén, ấm đun càphê.Nhẩm đi nhẩm lại hóa ramình thiếu cái gối.Tôi xuống than phiền với bà quản gia. Bàchỉ đường cho tôi ra ga-ra, đưa chìakhóa rồi bảo thích cái nào cứ tha hồ chọn. Mở cửa,bật đèn,tôigiật mình khi nhận thấy mấy trăm cái gối nằm lẫn với những tấm lót giường thànhđống ngồn ngộn. Tôi leo lên đỉnh (quên không tháo giày) và dừng lại thở. Vừa lôi cái gối từ trong đống ra, tôi chợt rợn người khi liên tưởng đến cảnh người ta lôi một xác chết từ ngôi mộ tập thể. Tôi nghĩ, biết đâu đầu của chú lính Nga gối cái gối này đã bay đâu mất theo mảnh đạn pháo. Quay trở vào, tôi bảo với bà, không tìm thấy cái nào đủ mềm, để mai tôi đi mua thôi. Bà nhìn tôi hồi lâu, bảo hình như tôi bị trúng gió, để bà đi tìm cho viên thuốc. Tôi nói nhà mới gửi sang cao sao vàng, bà khỏi lo. Đêm đấy tôi không ngủ được. Gần sáng, thiêm thiếp, tôi thấy có bóng đen đến rờ vào người. Tôi hất mạnh, bỗng cánh tay hất rụng ra rơi xuống đất. Vùng dậy, tôi bật đèn rồi để vậy cho đến sáng.

Gặp đồng hương

Hôm đầu tiên vào nhà ăn, tôi thoáng thấy lác đác một vài đồng hương của tôi. Trông họ chẳng khác gì tôi, cũng mũi tẹt, tóc đen, da vàng, cũng nói một thứ tiếng rất khó lẫn mà bọn Tây thường bảo là tiếng ếch nhái kêu về đêm bởi nghe cứ òm ọp, èm ẹp. Tôi thấy hơi lạ, con cháu nhà Rồng sao lại kêu giống ếch nhái được. Nhưng nghĩ, giải thích cho mấy ông Tây ngố rằng người Việt tao sinh ra từ cái bọc trăm quả trứng nghe chừng còn kỳ hơn. Tiếng Tây chúng mày nghe cứ xì xì như rắn hổ gặp lợn lòi thì đã sao. Mấy đồng hương trông thấy tôi không được tay bắt mặt mừng như tôi tưởng. Phần mình, tôi cũng giữ thái độ lạnh nhạt, cốt để còn "nghiên cứu" tình hình. Mấy người phiên dịch cũng chẳng mấy hân hạnh khi đón thêm tôi vào cái văn phòng vốn đã khá chật. Tôi về tôi nghĩ, chắc mình đang "đi giữa hai làn đạn" đây.

Bà già kính cận Judová phòng tiếp nhận ngày đầu đã gọi tôi lên than phiền về người Việt. "Mày biết không? Chúng nó không đi học tiếng Tiệp. Ngày nào cũng ngủ nướng đến mười một mười hai giờ. Chui vào trốn trại mang bia rượu vào uống, đập phá ầm ầm cả đêm. Chưa kể còn đánh cảnh sát".

Ra thế.

"Dân tôi ngày xưa đánh Pháp, quen vượt rào kẽm gai, đốt đồn địch, chắc thành di truyền mất rồi. Bà thông cảm".

Nói thì nói vậy, nhưng tôi thấy là lạ. Đã vào đến trại tỵ nạn, nhất là một nơi thanh tịch, khỉ không có mà ho, cò không có mà gáy, vẫn còn nổi máu hiếu chiến lên được. Tôi về nằm vắt tay lên trán nghĩ đến hai giờ sáng. Phải thuyết cho mấy ông này một bài mới được; vừa là để lập lại trật tự, vừa để ra oai một tí.

Đại khái thế này: "Chắc các bạn cũng thừa biết, tôi lên đây không phải vì không tìm được những chỗ làm khác tiện lợi hơn (Chắc họ sẽ hiểu tôi lên đây vì chính nghĩa đây). Tôi biết, chỉ có những người bị đẩy vào con đường cùng mới vào đây. Nếu có tiền, người ta có thể ở lại hợp pháp bằng cách mở công ty, hoặc nộp đơn xin vào một công ty đã tồn tại sẵn. Trước hết, tôi muốn mọi người nhớ rằng không ai bắt các bạn phải vào đây cả. Nhưng đã vào rồi, phải biết tôn trọng luật lệ một chút…" Tôi nói chừng nửa tiếng đồng hồ về luật tỵ nạn, về chuyện trục xuất sau khi thua kiện ở Tòa, về chính sách nhân đạo của chính phủ Tiệp Khắc, về con người Havel, về sự tận tình giúp đỡ và tấm lòng của những nhân viên trại mà tôi đã từng được tiếp xúc sau mấy ngày làm việc ở đây… và nhiều chuyện nhảm nhí tương tự giờ tôi không còn nhớ hết. Nói xong, tôi mới biết mình mang dao mổ trâu đi thịt chim sẻ. Trước họ không tiếp xúc với tôi vì sợ chứ không phải như tôi nghĩ. Họ biết tôi làm báo, nhưng tính đa nghi của người Việt bắt họ thận trọng – xem tay này có phải Bộ Nội Vụ cử xuống thăm dò xem họ bịa đơn ra làm sao không.

"Diễn văn ra mắt" của tôi không kéo họ gần lại, ngược lại càng làm họ sợ thêm. Ít nhất… nhưng họ cũng nghe tôi. Thôi thì cũng được. Tôi bảo họ, nếu muốn Giám đốc bỏ "cấm vận", thỉnh thoảng chớ có nện cảnh sát. Ngủ đến 12 giờ thì dễ chịu hơn, nhưng bảo đi học thì cố dậy sớm lúc chín rưỡi mà có mặt cho đầy đủ. Ai cũng ừ ừ gật gật. Đã hơi hài lòng, bỗng sực nhớ cha ông sau bao nhiêu vụ bị lừa trăn trối lại: Bút sa gà mới chết. Tôi mang giấy bảo họ ghi tên vào.

Được một tuần, tôi lên hội kiến với bà giáo dạy tiếng Tiệp. Bà cỡ xấp xỉ 50, người nhỏ nhắn (còn bé hơn cả tôi). Mặt bà trông giống công trình nghệ thuật của một họa sĩ tài ba, rất tiếc ông ta chết trước lúc hoàn thành tuyệt tác của mình. Bà chìa tay cho tôi bắt rồi mời ngồi. Nhớ lời dạy của ông…, tôi khen kiểu tóc của bà rất hợp với khuôn mặt. Nói xong câu đấy tôi thấy hài lòng với kết quả hai tuần dùi mài Đắc Nhân Tâm và thầm cảm ơn thằng bạn đã mua tặng tôi quyển này trước lúc tôi bước chân vào đời (Chắc ý nó muốn bảo trước đây tôi cư xử với nó tệ quá).

Câu đầu tiên của bà chắc ai cũng đoán được, "Anh nói tiếng Tiệp khá quá. Nếu không nhìn thấy anh, chắc tôi không nghĩ anh là người ngoại quốc".

Tôi lắp bắp cảm ơn bà.

"Ai giới thiệu anh đến đây?"

"Thưa bà, tôi có ý muốn đến thăm bà. Hơn nữa cũng

muốn bà đóng góp một phần, nếu có thể, vào việc lập lại quy củ giữa những người Việt ở đây".

"Tôi cũng có đôi điều muốn tâm sự với anh".

Nghe hai chữ tâm sự, tôi sợ quá. Bọn tôi trong Ban Biên Tập rất dị ứng với từ này. Một đống con trai với nhau – tâm sự. Hhhmmmm…

"Anh biết không, cua tiếng Tiệp ở trại chỉ có hai tuần, dạy abc thôi. Người Việt các anh phần lớn ở đây lâu, họ cũng biết đôi chút. Tôi nói chắc họ hiểu vì thấy gật đầu lia lịa. Chỉ phiền họ nói tôi không hiểu gì cả".

Tôi bảo bà chuyện đấy chẳng có chi lạ. Trước tôi có anh bạn còn biết "cười tiếng Tiệp nữa cơ" (Lúc không hiểu người kia nói gì, anh lại nhoẻn miệng cười thật tươi. Thường thì lúc nào anh ta cũng cười). Chuyển câu chuyện sang đề tài khác, tôi nói đang muốn tìm hiểu sưu tầm phong tục những vùng quê Tiệp Khắc, cảm phiền bà kể tôi nghe những tập quán quê bà. Bà say sưa. Tôi ngồi, mắt nhìn chăm chú, thỉnh thoảng gật gật đầu nhưng chỉ chực thời cơ ngắt lời bà. Cuối cùng sau gần nửa tiếng đồng hồ, tôi lồng vào được một câu: "Bà xem, người Việt đã có nhiều cố gắng, ít nhất họ đã bắt đầu đi học đều đặn như bà thấy. Vậy tôi mong bà nói giùm với Ban Giám Đốc bỏ lệnh cấm vận, thỉnh thoảng cho họ ra ngoài đôi chút". Bà gật đầu, chắc để đáp lễ mấy chục cái gật đầu của tôi suốt lúc bà kể chuyện. Tôi đứng dậy ra về sau khi hỏi mượn bà quyển giáo trình, nói để giới thiệu với người Việt, nhưng kỳ thực cốt để khen bà soạn mạch lạc dễ hiểu lúc trả.

Khi nghe tôi báo tin kể từ mai họ được trại cho ra ngoài, những đồng hương của tôi không nhảy cẫng lên vui sướng như tôi tưởng. Hóa ra bất chấp lệnh cấm vận của Giám Đốc, ngày ngày họ vẫn chui rào đi chơi. Giờ phải đi đường cái quan, vừa phiền phức khi phải trình thẻ, vừa khó chịu khi không xách được bia vào. Rốt cục tôi cũng thuyết phục được họ rằng, ra vào cổng nó đàng hoàng hơn, ngoài ra còn tránh bị đuổi khỏi trại nếu chẳng may chui rào bị bắt quả tang. Chắc có cái về sau nên họ mới chịu, tôi nghĩ vậy.

Bù cho những cố gắng của tôi, đồng hương mời tôi tôi đến ăn cơm rau. Trên cánh đồng gần lỗ hổng ở hàng rào, những hạt cải rơi rụng đã mọc thành cây. Một phần sẽ được cày úp làm phân, một phần đồng hương tôi hái về nấu ăn. Bữa chiều hôm đó có hai món: gà kho à la khu bốn và rau cải xào. Hơn chục con người xúm quanh cái xô nhôm ngày thường chị em vẫn làm nhiều việc khác, giờ lưng lưng rau xào. Một cậu thay băng nhạc rock vào chiếc máy cassette, bảo mọi người theo nhịp trống mà thò thìa vào xô cho đều đặn. Không am hiểu âm nhạc lắm, nhưng cứ nhìn tốc độ ăn tôi nghĩ chắc nhạc này ít nhất phải chơi ở gam Đô trưởng. Mười phút sau cái xô hoàn thành phận sự của mình và bị quẳng xuống sàn nhà một cách không thương tiếc, nhường chỗ cho mấy cái cốc vại cùng loại với bọn trong nhà ăn. Một cậu vừa nhận được chè ướp sen từ Việt Nam. "Chè tam, rượu tứ", hơn chục người uống vào vẫn thấy ngon. Sự ngờ vực đối với cá nhân tôi cũng giảm đi được phần nào, tôi có hứa thỉnh thoảng sẽ đi mua bia cho họ (Tôi thuộc dạng nhân viên, không chịu sự kiểm tra của đội bảo vệ khi ra vào trại).

Sau tuần trà, tôi đứng lên cáo muộn ra về. Kỳ thực, lâu không ăn rau tươi, cái dạ dày tôi phải mất khá nhiều thời gian để ôn lại những ngày ở Việt Nam trước khi hiểu rằng ngày xưa nó vẫn thường xuyên bị tra tấn bởi những thứ đại loại như vậy.

Mỗi người một vẻ

Ở trại một tuần, nỗi buồn bắt đầu dần dần xâm chiếm tôi. Những con đường nhỏ trải đầy lá rụng, hàng thông reo vi vu theo điệu hát của bà chúa thiên nhiên lúc đầu có vẻ thật thơ mộng, nhưng ngày thứ hai, thứ ba nó vẫn vậy, chẳng hề đổi thay. Thêm vào đó là những khuôn mặt chẳng vui mà cũng chẳng buồn của những kẻ đào tẩu ngày ngày thơ thẩn trong sân ngoài vườn, không phải đi dạo để hưởng không khí mát lành mà lang thang giết bớt chuỗi thời gian vô tận của những ngày dài tỵ nạn. Tôi ra khỏi trại, định đi bộ xuống cái quán cách đây 3km dưới chân dốc làm một cốc bia. Bầu không khí mờ mờ khói thuốc, mùi chua của bia cộng với tiếng pippo của cái automat làm tôi muốn trở ra. Bỗng có tiếng gọi, "Anh giai vào đây đã". Ở một góc, nơi ánh sáng từ cửa sổ sau khi vất vả lọt qua màn khói thuốc đến được nơi này đã đuối sức, bên cạnh cốc bia, tôi thấy một thanh niên Việt để tóc dài đến vai. Nhận ra cậu ta, tôi kéo ghế ngồi đối diện.

"Em tên Hoàng". Cậu ta vừa nói vừa ra hiệu cho chủ quán mang bia đến. "Em nghe tiếng anh giai đã nhiều, mãi hôm nọ mới được thấy mặt".

Tôi làm một cử chỉ thiếu tự nhiên. "Anh vào trại lâu chưa?"

"Báo cáo anh giai, em mới vào đượchai tuần. Em ít tuổi, sinh 70, vậy cho tiện xưng hô".

Chết thật, tôi thầm nghĩ. Cậu này còn kém tôi hai tuổi mà trông đã như ông già. Nhất là cách nói chuyện.

"Trong này buồn bỏ mẹ, anh giai còn vào làm gì?"

Tôi đang định lặp lại một khúc bài "Diễn văn ra mắt" hôm nọ thì cậu ta tiếp, "Thế cũng may. Trước không có phiên dịch, bọn nó thuê đâu được một ông ở CKD, xưa làm Trưởng vùng hay đại khái gì đấy cho Sứ Quán. Bọn Tiệp cũng ngu, thuê một thằng Cộng sản đỏ đít vào phiên dịch cho dân tỵ nạn cộng sản... Nó làm cho bà con mình lúc phỏng vấn ngượng không dám chửi bọn ở nhà. Nay anh giai vào đây, em rồi em chửi cho nó sướng cái mồm".

Tôi nhìn cậu ta không nói gì, và nhớ cảnh cái quán nước bên đường xe chạy bụi mù mịt cạnh trường đại học Ngoại Ngữ Thanh Xuân. Trong cái quán tranh tạm bợ ấy, một bà già ngồi ngáp ruồi. Bên cạnh vài cái chén sành, lâu ngày không kỳ cọ thành ra có hoa, cây đèn vặn nhỏ tiết kiệm dầu run rẩy mỗi bận có xe tải chạy thốc qua. Cái lọ thủy tinh lèo tèo dăm ba cái kẹo lạc, vài thỏi bánh đậu. Một cậu thanh niên mới lớn, chắc sinh viên bỏ học, ngồi cà kê hút điếu Sông Cầu chửi đời.

Cậu ta chăm chú nhìn làn khói uốn lượn từ điếu thuốc đang hút dở, tọp một ngụm bia rồi tiếp: "Anh giai tính xưa nay em đâu đến nỗi này. Riêng năm 90 em làm được hơn một trăm ngàn, mua hai cái xe vừa đi vừa phá. Chỉ phải cái tội ham đánh bạc. Bán xe, còn ít tiền, em tính vào đây tiêu cho nó sướng…"

"Sao hôm nọ cậu nện thằng cảnh sát?"

"Đâu mà anh giai. Nó bắt được tụi em chui vào rào. Đi cả hội, em không muốn nó nhìn thấy bọn còn lại mới vung tay che mắt nó lại. Ai ngờ quá đà…"

"Ngày xưa ở nhà cậu làm gì?"

"Ông già em là Tổng Giám Đốc Bộ Xây Dựng, nhà ở Sài Gòn. Hồi em ở nhà đâu có thiếu tiền, anh giai, ông già em xưa là lính miền Bắc, vào được chia cho khu nhà một tư sản bỏ chạy hồi bảy lăm. Em đương đi học đại học, ông già lại bắt thi bằng được vào ngành công an. Vất vả lắm anh giai. Chương trình đào tạo nặng, nhiều lúc em tưởng trường này đào tạo quân giết người chuyên nghiệp. Mỗi ngày hai tiếng học võ… Được gần một năm em bỏ… ông già bực lắm. Ông bảo, mày không thích công an hả, được… Tuần sau ông dẫn em vào ghi tên Trường Thiếu Sinh Quân. Vào đây em thấy thoải mái hơn. Toàn con ông cháu cha. Bọn em lập hội, ít khi đi đâu vắng nhau. Nghe nói đến lính, có gì đó có vẻ phong trần phải không anh giai? Vui lắm. Dăm bữa nửa tháng lại vác súng đi bắn chó về làm. Tuần nào cũng có thằng về mang lên một vài chỉ quẳng vào tiêu chung. Cái sướng chẳng mấy khi được lâu. Một bữa em về nhà lên, đang đi dọc bờ sông thấy hai thằng công an đang đánh một đứa con gái – chắc đang vào nghề, có khi còn ít tuổi hơn em. Một thằng túm tóc, thằng kia sờ soạng khắp người. Con bé vừa khóc vừa kêu, em xin các anh, các anh đừng bắt em về đồn. Em nóng máu chạy đến quát, chúng mày làm trò mèo gì thế, bỏ con người ta ra. Hai thằng giật mình quay lại, chắc trước giờ chưa thằng nào dám quát chúng nó. Thấy em mặc áo lính, bọn nó khinh khỉnh, oắt con tránh ra. Em nhảy đấm vào mặt một thằng; thằng đang túm tóc bỏ con bé ra đạp em một cái. Em tránh được lùi mấy bước. Hai thằng nhảy bổ vào. Không biết bao lâu sau em tỉnh dậy thấy mình vẫn nằm ở bờ sông. Sờ người thấy máu nhầy nhầy. Lết về đến trường, hội bạn ngủ hết. Thằng ra mở cửa thấy em hô hoán ầm lên. Nghe em kể, bọn nó phát khùng vác tiểu liên ra vây đồn công an, lôi cả em theo nhận mặt hai thằng khốn nạn lúc chiều. Tiểu liên cứ thế, bọn nó nện lên mái ngói. Phải điều hai xe bọc thép cảnh sát dã chiến về dẹp. Sau vụ ấy Bộ ra lịnh giải thể nhà trường… Em bị giam, hai ngày sau ông già lôi ra…”

Cậu ta dốc nốt chỗ bia trong cốc, châm điếu thuốc mới. “Anh giai xem đây”. Cậu ta chìa tay ra bên cạnh chiếc sẹo dài vết chàm ghi ngày tháng năm (giờ tôi không còn nhớ rõ). “Ngày này đấy anh giai ạ”.

Tôi bỗng thấy mình hình như đang sống trong một cuốn tiểu thuyết của một tác giả mới tập viết. Nhân vật chính đang ngồi trước mặt tôi, nhàu nát như tờ giấy đánh máy mà ông nhà văn nọ sau bao nhiêu lần viết đi viết lại vẫn không thành, bị vò vứt vào sọt rác. Nhân vật chính đang ngồi trước mặt tôi, bế tắc như dòng suy nghĩ của ông nhà văn tội nghiệp kia.

Tôi đứng dậy định gọi bồi trả tiền hai cốc bia.

"Anh giai cứ để em. Mà anh giai uống nữa đi chứ".

"Tôi sợ cái dạ dày nó bãi công thì dở lắm".

"Ừ vậy anh giai cứ về trước. Em còn thiếu bốn gầu nữa mới đủ đô".

Bước ra ngoài tôi cảm thấy dễ chịu hẳn. Đang cố giãn mấy chục cái xương sườn ra để tạo khoảng trống cho không khí trong lành chui vào phổi, tôi nghe, "Này, gà già không?" Phía bờ ao, mấy cô gái làng đang nhìn tôi cười khúc khích.

Tôi tưởng bọn nó trêu, nên bảo, "Gà non như mấy cô cũng được".

Mấy cô đấu nhau la oai oái. Cái ao mùa thu vài con vịt bơi thong thả. Mấy cô con gái mới lớn soi bóng bên cầu và nhất là hai cốc bia làm cảm xúc tôi tự nhiên dào dạt. Đi lên dốc ba bước chập một mà tôi cứ thấy nhẹ như không, về đến trại, tôi để nguyên quần áo giày dép lăn ra cái đi văng. Có lẽ ít khi tôi ngủ ngon như vậy.

Vikend (Cuối tuần) ấy tôi không về Praha. Trưa đi ăn cơm, mấy cậu rủ chiều đi câu cá. Hồi ở nhà tôi hay đi câu, không phải do sở thích mà chính để cải thiện thêm cho bữa ăn, vì đồng lương giáo viên của mẹ tôi thường ít thịt, nhiều rau, sang bên này lâu lâu cũng thấy nhớ. Chúng tôi đến một cái hồ khá rộng giữa cánh đồng lúa mì mới gặt xong. Hải được phân công đi bắt châu chấu (Một nhiệm vụ không đơn giản, đòi hỏi nhiều về bản năng). Tôi và một cậu tên Thành ngồi giữ cần câu, một cái que vừa được bẻ trong bụi. Thỉnh thoảng nháy phao, giật lên được một con bằng hai ngón tay.

"Cá ở đây vừa ít vừa bé. Trước em đi biên giới, qua rừng nhiều vùng dọc suối, cá chép nổi lưng lên trông cứ như trong ao cá bác Hồ...”

“...”

“Anh tính, vào trại hơn năm trời, buồn chân buồn tay, thỉnh thoảng phải bày trò mà chơi cho đỡ cuồng. Trước hồi chưa vào đây, em làm đâu phải ít tiền. Mỗi tuần vài lần cõng thuốc qua biên giới. Chỉ tính đơn giản: mỗi bao Select mua bên này 11 Cu, sang Đức bán 1 Mác, lời cỡ 7 Cu. Một thùng 100 tút. Mỗi chuyến cõng ít nhất cũng một thùng, em toàn hai thùng”.

Những bắp thịt trên vai và hai cánh tay chứng tỏ cậu ta nói thật.

“Trò này chỉ làm được mùa đông. Xe bên này chở thuốc đến sát biên giới. Bọn em bốc hàng cửu vạn qua đến bên kia đã có xe chờ sẵn. Đi toàn xuyên rừng, tuyết ngập đến đầu gối. Sang được đến điểm hẹn coi như từ bắp chân trở xuống bấm không thấy đau. Mỗi thằng đi bốn, năm đôi tất mà cũng chẳng ăn thua gì”.

“Thế nhỡ gặp cảnh sát biên phòng thì sao?”

“Cũng thỉnh thoảng. Lúc ấy chỉ còn bỏ của chạy lấy người chứ còn biết sao nữa. Có những lần của bỏ rồi mà người không kịp chạy. Anh tính, gặp bọn nó đúng lúc vừa ra khu rừng mới trồng. Nghe động, bọn em vứt hết thuốc chui vào trốn trong bụi. Chạy không được vì rừng lúp xúp, chạy chết ngay. Bọn biên phòng Đức xài toàn loại đèn ba bin, sáng như đèn pha ô tô. Có một ông vứt thuốc không kịp, đeo cả chui vào bụi, vướng víu thế nào mà chúng soi thấy liền. Hai thằng còn lại một lúc sau chó cũng lôi được ra. Nó chở ba thằng về giam ở đồn một ngày, không cho ăn uống gì. Nó còn lôi bọn em ra đứng cạnh mấy thùng thuốc rồi đứng vào chụp ảnh chung, y như kiểu mấy thằng cao bồi đi săn bò tót về chụp ảnh cùng con mồi để khoe vợ. Nó moi thuốc trong thùng mình ra hút ngon lành, trông vừa thèm lại vừa tức. Đến gần tối, một thằng mang vào cho mấy lát bánh mì với phó mát. Chưa kịp ăn xong, chúng tống lên xe chở qua trả cho bên Tiệp. Bọn biên phòng Tiệp nhìn nhau cười cười rồi đem thả vào đất nó, cách biên giới mấy chục cây, mặc xác bọn em muốn đi đâu thì đi".

"Thế còn thuốc?"

Cậu ta nhìn tôi cười, ra vẻ thông cảm với anh học trò dài lưng tốn vải.

"Nó thu hết. Tiền bao nhiêu nó cũng lột sạch. Bình quân, cứ đi bốn chuyến, bị bắt một thì coi như hòa vốn. Nhưng xác suất chỉ một trên mười".

Tôi gật đầu ra vẻ hiểu. "Thế sao cậu vào đây?"

"Lần ấy, bọn em liều đánh lớn. Chở một xe thùng, thuê hơn chục thằng cửu vạn. Cho một toán đi đường tắt đến điểm bốc dở trước, nếu có động thì đặt một khúc cây ngang đường làm dấu. Bọn nó hỏng xe giữa đường. Bọn em chở thuốc đến không thấy có dấu má gì, cứ thế bốc xuống. Đang bốc thì biên phòng ập đến. Bọn em bỏ chạy hết. Lính biên phòng Tiệp cũng nhát, chỉ dắt chó đi ngoài bìa rừng chứ không thằng nào dám vào. Tán loạn bọn em mỗi đứa một phương. Có đứa sáng hôm sau về đến nhà. Có thằng mãi chiều hôm sau mới lần ra được. Bận ấy mất hết…"

"…"

"Bọn em đi nhiều, thông thổ nên thỉnh thoảng cũng mở dịch vụ dẫn người qua biên giới. Trò này làm được tứ mùa. Rách việc nhất là đưa bà già và trẻ con. Bà già thì đi không được. Trẻ con chẳng may nó khóc thì lộ sạch. Hễ thấy có động là phải nằm rạp xuống, im thin thít. Có lần hai đoàn đi cạnh nhau mà không biết. Đoàn này tưởng đoàn kia là biên phòng, không đoàn nào dám cựa, như kiểu hai thằng trộm ban đêm mò vào cùng nhà. Mỗi đường chỉ qua được dăm ba lần là lộ, phải tìm đường khác. Anh không biết chứ lúc đầu người ta đi Đức còn chuyện trò râm ran như đi chợ. Sau này nó lùng tợn mới khổ thế. Xù (tiếng lóng Tiệp chỉ người Việt) mình còn dẫn Tàu vượt biên sang Đức. Gái Tàu bị Xù hiếp giữa đường là chuyện thường; không dám kêu vì sợ bị lộ...”

Cái liều hoặc đưa người ta lên làm ông chủ, hoặc biến người ta thành thằng cùn, chẳng lý gì sự đời. Anh chàng ngồi cạnh tôi chắc chắn không thuộc dạng thứ nhất. Tôi lượm một hòn đất quẳng xuống hồ.

Hôm ấy cá chê mồi. Thành bảo tôi: “Thôi, vào trong kia bắt con gà về làm thịt”.

Chúng tôi vào nhà một ông già Tiệp. Đến cửa tôi nhận ra một cô hôm nọ ngồi cạnh bờ ao.

“Gà già phải không?” Cô hỏi. “Vậy chúng mày tự vào mà chộp. Bọn nó nhanh lắm, tao không đuổi được”.

Trong mảnh vườn có cỡ hai chục con gà mái đẻ đang thơ thẩn. Thành tự nhiên ngã sấp xuống, lúc đứng dậy đã thấy ôm gọn một con. Lúc trả tiền, tôi cực ngạc nhiên vì chỉ hết 20 korum, trong khi gà thịt rồi ngoài cửa hàng phải đến 50 korum một cân. Cô gái còn tặng thêm hai quả ớt. Thành kể, cách đây nửa năm nhà ông này có hơn trăm con gà mái đẻ đến tuổi hưu. Từ ngày có bọn Xù vào trại, ông cả mừng vì thanh toán được món nợ này. Có lần ông còn gạ bán con dê già.

“Anh em đã định mua, nhưng nghĩ đến đoạn phải treo ngược hắn lên đánh cho toát hết mồ hôi ra trước khi thịt, e không hợp với phong tục bản xứ lắm”. Thành cười.

Con gà trong túi kêu quang quác. Không hiểu nó sẽ nghĩ gì về người Việt nếu chẳng may hiểu được câu nói của Thành.

Vạn sự khởi đầu nan

Mỗi tuần có thêm một vài người nhập trại. Như ở khắp các trại ty nạn khác, thủ tục đầu tiên là nộp hộ chiếu. Phần lớn người Việt đều khai mất. Người đánh mất ở sân bay, người mất ở bến xe, ai cũng bỏ trong túi, lớ ngớ kẻ trộm xách mất. Nhiều khi nghe chuyện, tôi cứ tưởng Praha ít nhất phải có tới hai chục cái ga Hàng cỏ, và trong ba người đứng chờ tàu phải có một tay trộm lành nghề.

Những cái hộ chiếu chẳng mất đi đâu cả. Chúng đang nằm trong thùng rác, ở một xó xỉnh nào đây, dưới dạng một đống tro nếu chủ nhân nó là người cẩn thận, hoặc một đống giấy vụn trong trường hợp ngược lại. Tại sao số phận chúng lại hẩm hiu đến vậy? Chỉ vì chúng vô tình phải mang trên mình những vết tích không làm đẹp lòng chủ nhân. Đó có thể là một dấu giả mua ở Hotel Kosik, hoặc con dấu thật hẳn hoi cho kéo dài hộ chiếu hay về phép, một cái vizumđi Đức, hay tệ hơn chút là con dấu "nhân vật bất hảo" do biên phòng Đức đóng vào lúc luồn rừng vượt biên trái phép, vân vân và vân vân… Tất cả đều không có lợi cho chủ nhân có ý định nạp đơn xin được làm kẻ đào tẩu.

Tiếp đến thủ tục làm tờ khai. Lúc này tôi phải có mặt để thông ngôn. Họ tên, tên bố mẹ, còn sống hay chết, anh em… Thấy ông nào cũng khai năm sáu người, sau này thằng cảnh sát chỉ hỏi gọn một câu, "Có anh em ở nước ngoài không?" và sung sướng khi nghe câu trả lời "Không".

Làm xong tờ khai, mỗi người phải viết một lá đơn, gọi nôm na là đơn ty nạn, nhưng nếu muốn viết chính xác thì phải là "Đơn xin được chấp nhận tư cách người đào tẩu". Người Việt mình mắc nhiều nhất là ở đoạn này. Tôi bị cấm không được tiếp xúc với người mới đến cho tới khi anh ta viết xong đơn. Quả là một công việc quá vất vả và khó khăn. Có người ngồi cả tiếng không nặn ra được chữ nào. Tôi nghĩ đây có lẽ là lần đầu tiên anh ta viết đơn không có mẫu. Xưa viết đơn gia nhập Đoàn, Đảng, thứ duy nhất phải tự nghĩ mà điền vào chắc chỉ có họ tên. Những lời tâm huyết, những đoạn chói ngời lý tưởng đều có sẵn. Những loại khác như đơn xin bỏ vợ cũng chỉ cần một vài lý do đơn giản là đủ. Ở đây phải lý giải cho được tại sao không dám về Việt Nam. Về nhà chết đói ư? Không có công ăn việc làm ư? Sự thật là vậy đấy, nhưng không viết vào đây được. Trộm cắp ư? Giết người ư? Ở đâu mà chả có. Con cái không có học, thầy chẳng ra thầy, trò chẳng ra trò ư? Đâu có đe dọa đến tính mạng hay danh dự. Những người đã ở đây, vì vậy bao giờ cũng bắt đầu bằng "Trong quá trình lao động và công tác ở Tiệp Khắc, tôi đã được chứng kiến tận mắt cuộc cách mạng Nhung của các tầng lớp công dân Tiệp Khắc và sự sụp đổ hàng loạt của các chế độ Cộng sản ở Đông Âu. Tôi chợt nhận ra rằng chế độ Cộng sản là hiểm họa của loài người. Đâu có Cộng sản, đấy có bất công, ở Việt Nam hiện nay vẫn còn Cộng sản…"

Mấy người ở nhà mới sang có kiểu khác: "Trong suốt quá trình sống ở Việt Nam, tôi tận mắt chứng kiến những bất công do chế độ Cộng sản gây ra. Cán bộ tham nhũng, cửa quyền, cuộc sống ngột ngạt, thiếu nhân quyền…" Việt Nam thiếu tự do, không có dân chủ thật đấy, nhưng cứu ai, anh A, anh B? Họ đều bị đói khổ như nhau. Hay là nhận tất? Nước Tiệp đâu phải cái thùng rác. Đấy là cách tôi hiểu thái độ và kiểu làm việc của quan chức Tiệp Khắc – Và đơn vẫn cứ bị bác đều đều…

Vậy những ai được may mắn rơi vào mấy phần trăm ít ỏi ấy? Trừ những người hoạt động chính trị thực sự ra, chỉ còn những kẻ khôn khéo hơn người, ở nhà mua giấy truy nã, đọc thật nhiều chuyện vụ án để có thể kể trôi chảy và tỉ mỉ "quá trình hoạt động cách mạng" của mình, và một số rất ít gặp may, tùy hứng của mấy ông trên Bộ Nội Vụ.

Số phận

Nhiều khi tôi có cảm giác, lúc vào trại những đồng hương tôi không viết đơn mà xin tờ giấy điền một loại xổ số đặc biệt. Chỉ có giải nhất và giải nhì. Giải nhất là cuốn hộ chiếu Geneve, giải nhì là cái vizum trục xuất. Khác với những loại xổ số còn lại, ở đây người ta không quay bằng máy; người chờ xổ số sống trong lo âu nhiều hơn hy vọng. Họ là những người ở đây đã lâu, hết hạn hợp đồng, không đủ tiền nộp vào công ty để ở lại hợp pháp. Mùa đông sắp đến, có thể sẽ đói rét, nên vào trại. Phần khác đã bỏ tiền mua vé và giấy tờ từ Việt Nam sang, lạ đất lạ người, mất phương hướng hóa liều. Họ là những người lao động bình thường, biết đọc biết viết, chạy trốn cái những chính trị gia sa-lông quen gọi là cuộc khủng khoảng toàn diện ở Việt Nam. Đấy là Tuấn, một sinh viên trước học trường mỏ ở Tiệp, về thăm nhà sang chán quá phát điên, suốt ngày đi ra đi vào, lẩm bẩm chửi trời chửi đất. Đấy là anh Thà, người vừa hết hạn hợp đồng, ngồi nói chuyện với tôi cứ run bần bật mặc dù tôi đã gắng sức trấn tĩnh anh rằng tôi không muốn làm hại bất cứ ai trên đời này cả. Đấy là chị Hằng với hai đứa con thật kháu sang du lịch thăm chồng, hết hạn hộ chiếu vào trại, với cái giọng chợ búa của con phe tỉnh lẻ nhưng cũng thật tình cảm, thỉnh thoảng vẫn mang quần áo của tôi về là hộ vì thương tôi không có người nâng khăn sửa túi. Đó là Hải, một cậu người bé nhỏ, tóc tai bù xù trông như con chuột chù phải mưa.

Hải vào trại đã gần một năm. Hai lần đầu đơn bị bác cả hai. Quyết định bác kháng đơn được gửi kèm với vizum trục xuất có giá trị trong vòng hai tháng. Cậu lên chỗ tôi, vừa nói vừa khóc: "Chết thôi anh ạ. Về nhà kiểu này em không biết thế nào. Hồi ở nhà đi cày thuê, quấn suýt-von-tơ, phụ nề còn có tiền giúp đỡ bố mẹ. Sang bên này đã không giúp được gì, về còn thêm gánh nặng cho gia đình. Em có mấy lần đi biểu tình, về nhà chỉ cần mỗi tuần nó gọi lên hạch họe một lần là đủ chết. Mấy hôm nay em có ngủ đâu".

Tôi bảo, "Mai đi bơi với anh, để một vài tuần cho bớt căng thẳng rồi anh giúp cho viết đơn kiện ra Tòa. Trường hợp chú còn nhiều hy vọng, đừng lo".

Nửa tháng sau, tôi bảo cậu viết đơn. Sáng hôm sau cậu mang lên hai tờ giấy. Tôi đọc từ đầu đến cuối không thấy gì ngoài sự sợ hãi thật sự của người trong cơn hoảng loạn. Đưa cho cậu tờ giấy, cái bút, tôi bảo ngồi xuống tôi đọc cho viết. Gửi xong bản dịch đơn lên Tòa, cậu ta có phần an tâm hơn vì hạn trục xuất được kéo dài thêm hai tháng chờ Tòa gọi. Hai tháng ấy, đối với tôi chỉ là hai lần lĩnh lương với số tiền tổng cộng khoảng 10.000 korum, nhưng đối với cậu ta là sáu mươi ngày sống trong hy vọng, một niềm hy vọng mong manh mòn mỏi như khoản tiền tiêu vặt 8 korum mà người ta bố thí cho cậu mỗi ngày.

Vạn sự khởi đầu nan, kết thúc chẳng mấy sáng sủa hơn.

Quê hương của tôi đâu

Nêu ai đã từng sống tha phương ở đất châu Âu này mới thấy hết cái bùi ngùi của mỗi mùa Giáng Sinh. Nô-en là dịp để mỗi người tìm về tổ ấm nho nhỏ của mình trong căn hộ ở khu nhà lắp ghép hoặc bên lò sưởi lúc nào cũng đỏ lửa ở một vùng quê xa xôi. Bố mẹ, vợ chồng con cái quây tụ quanh bữa ăn chiều, không nhất thiết phải thịnh soạn nhưng ấm cúng. Tôi đã trải qua sáu mùa đông ở đất nước này. Năm mới về với tôi trên ký túc xá sinh viên, ngày thường vẫn nhộn nhịp, lúc ấy vắng tanh vắng ngắt. Dăm bảy đứa bạn ngồi tụ lại với nhau, mở chai rượu ngồi nuốt để vui với cái vui của người ta. Tàu xe không chạy. Đường phố chìm đi, hình như cũng muốn nghỉ ngơi sau cả một năm trời mệt mỏi vì tiếng ồn ào náo nhiệt của thành phố lớn. Năm nào cũng vậy, tối 25 tôi thường lang thang một mình giữa cái vắng lặng ấy, nhìn lên những khuôn cửa sổ hồng hồng ánh đèn, nghe tiếng chuông nhà thờ, để yên cho lòng mình tê đi…

Nô-en năm nay tôi ở lại trại. Trời rất lạnh. Tuyết rơi nhiều vì trại nằm giữa rừng trên đỉnh đồi. Để ít nhiều có không khí Nô-en, người ta mang chùm đèn xanh đỏ mắc lên cây thông ngoải cổng. Chiều 23, ngày làm việc cuối cùng, nhân viên trại tổ chức cho dân tỵ nạn buổi liên hoan mừng Giáng Sinh lấy tiếng, trước khi ai về nhà nấy. Bàn trong phòng ăn hôm ấy trải khăn, hình như bằng ga giường nên màu trắng không được tinh khiết lắm. Tất cả dồn vào đây, không đủ chỗ nên ngồi cả xuốngđất. Bà già kính cận Judová ngày thường vẫn lớn tiếng nạt nộ hôm nay cầm cái máy ảnh chạy đi chạy lại. Trẻ con có mặt hết vì hôm nay chúng được hứa cho quà. Không có rượu, không có hoa quả, mấy cái bàn trải khăn thành ra vô dụng. Thay cho rượu, ban nhạc folklore nghiệp dư rót vào tai họ những bản nhạc buồn buồn. Không hiểu lời những bài hát, hình như mỗi người lắng nghe một thứ nhạc cụ, loại gợi họ nhớ lại những âm thanh quen thuộc ở quê hương mình. Tiếng sáo làm tôi nhớ nhà. Tự nhiên mắt đỏ cay cay. Phía cuối nhà ăn, mấy bà mẹ người Nam Tư chạy loạn cũng đưa khăn lên dụi mắt. Lũ trẻ chưa nếm trải mùi đời như người lớn để xúc động nên ngồi đần ra, mắt thỉnh thoảng lại liếc về phía đống quà. Ban nhạc, chẳng biết có phải muốn kết thúc sớm cuộc tra tấn tinh thần mấy đứa trẻ con hay muốn về sớm mà chỉ chơi có mấy bài.

Bà Kubicková đến chỗ đống quà, cầm từng gói lên đọc tên. Mấy đứa nhận được tìm một xó riêng rồi bóc ngay. Bọn còn lại ngước mắt hồi hộp. Tôi đứng cạnh có cảm giác nghe tim chúng đập thình thình, "Biết đâu mình không có tên trong cái đống đang vơi dần kia".

Tôi đi ra. Đến cửa một cô gái người Nam Tư bẻ đưa tôi một mẩu Sokola, chắc nó thấy tôi không có quà. Ừ, hóa ra mình cũng chẳng khác gì họ. Cũng không cửa không nhà, không cha không mẹ. Koe Doma Miy, Quê Hương Của Tôi Đâu, bài quốc ca Tiệp, oái oăm thay lại đúng cho tôi. Phép so sánh làm tôi phì cười. Nhà mình, quốc ca bắt đầu bằng, "Đoàn quân Việt Nam đi…"

Những câu chuyện không đáng cười

Công việc của tôi ở đây khá nhàn. Một tuần dịch vài lá đơn, thỉnh thoảng ngồi thông ngôn cho thằng cảnh sát làm phỏng vấn. Sau khi nộp đơn xong, người nhập trại được bố trí chỗ ở. Lúc này họ đã có thời gian đến hỏi tôi nên trả lời phỏng vấn thế nào. Tôi đã dịch đơn của từng người trước thành thử biết họ viết gì trong đó.

Có một anh ngoài ba mươi vào trại vì hết hạn hộ chiếu. Anh ta cặp một cô người Tiệp nhưng không lấy được vì cô này chẳng may đang vướng một ông chồng. Anh ta viết đơn thế này:

"Tôi quyết định xin ty nạn vì những lý do sau đây:

a) Cha mất sớm, mẹ già yếu. Anh chị em ai lo phận nấy nên tôi về nhà không có ai nuôi.

b) Gia đình tôi đã đồng ý cho tôi xin ty nạn ở đây.

c) Nếu điều kiện thuận lợi, tôi sẽ chuyển cả nhà sang đây.

Vậy kính mong các ngài chiếu cố giải quyết…"

Hôm sau lên gặp tôi, câu đầu anh hỏi: "Mày thấy thế được không?"

"Em thấy vậy cũng tạm tạm, nhưng đáng lẽ anh nên viết: *Tôi ở nhà có đặt mìn ở Lăng Bác nhưng pin Văn Điển làm tôi không nổ*, hoặc *Tôi có đột nhập vào sân bay quân sự, cướp được Mig 21 nhưng không biết lái nên bị tóm*".

"Vậy mày đưa tao viết lại đi".

Tôi bảo muộn rồi vì bọn cảnh sát đã cộp dấu vào đơn của anh.

"Vậy giờ làm sao?"

"Muốn được ty nạn anh phải có bằng chứng cụ thể. Em bày cho anh: ra trước cửa Đại Sứ Quán nằm tuyệt thực".

"Bên này kiếm sâm đâu ra?"

"Không cần", tôi bảo, "Tuyệt thực được uống sữa mà".

"Không được, tao uống sữa là bị táo tỏng ngay".

"Hay là thế này. Em sẽ tin cho báo chí biết ngày này, tháng này có anh tên này tự thiêu phản đối độc tài Cộng sản ở quảng trường. Anh cứ mang xăng ra tưới cho đẫm, nhưng diêm nhớ nhúng nước trước. Trong lúc anh đang cố gắng bật thì em gọi cứu hỏa, thế là xong".

"Mày nói thế không ổn. Nhỡ trong bọn nhà báo có thằng thù Cộng sản đến mức cho tao mượn bật lửa thì nguy".

"Vậy em chịu".

Nửa tháng sau, lúc phỏng vấn, tôi mừng thầm khi được dịch lại lịch sử gia đình anh. Ông nội xưa làm cho Pháp, bị Việt Minh vào nhà giết bêu đầu trước cổng làng. Bố bị đấu tố, uất ức thắt cổ chết trong tù. Anh em đều thất học vì lý lịch gia đình, người đi buôn lậu biên giới Trung Quốc bị công an bắn chết, người vượt biển bị đắm thuyền… Tháng trước, tôi có cho anh mượn cuốn tiểu thuyết của Dương Thu Hương.

Cuộc phỏng vấn nào cũng có diễn trình tương tự: người chất vấn cố khai thác những kẽ hở; người bị chất vấn cố bịt những kẻ hở, hay nói văn hoa hơn là bảo vệ những lý do chính đáng của mình. Tôi là phiên dịch, nhưng hình như phải đóng vai đạo diễn sân khấu. Thằng cảnh sát ngồi sau bàn là khán giả khó tính. Người ngồi đối diện với tôi là diễn viên mới vào nghề. Nhiệm vụ của đạo diễn phải lèo lái sao cho diễn viên khỏi bị ăn cà chua và trứng thối. Nếu thằng cảnh sát hỏi: "Nếu giờ anh về Việt Nam thì sao?" thì tôi dịch ngay "Nếu giờ anh về Việt Nam có bị tù không?"; hoặc "Trong thời gian ở đây anh có quan hệ gì với sứ quán không?" thì tôi dịch "Trong thời gian ở đây, anh có quan hệ gì với sứ quán Cộng sản không?"

Sau mỗi lần phỏng vân, tôi rất hài lòng vì mình dịch vừa sát nghĩa lại vừa rõ ràng. Đôi khi, tuy nhiên, tôi cũng "bị từ". Đây là trường hợp anh Thái, ngoài 40. Anh vào trại với hai tờ lệnh tha bổng, một sau khi cải tạo, một sau khi ngồi tù vì tội "tham gia tổ chức phản động". Cuộc phỏng vấn trôi chảy từ đầu đến gần cuối. Anh là quân nhân Việt Nam Cộng Hòa, đi cải tạo về vượt biên cả thảy 9 lần không thành, tức chí cùng bạn bè lập hội kín, chẳng may bị lộ. Anh bị bắt và phạt tù hai năm. Ra tù bị ngược đãi, không tìm được công ăn việc làm, buôn bán vớ vẩn kiếm ăn. Nhờ có họ hàng bên Canada gửi tiền về cuối cùng sang được bên này.

"Vậy anh sang bên này bằng cách nào?" Tôi dịch lại câu nói của thằng cảnh sát.

"Tôi sang đây dưới tên giả. Qua đường dây mafia, tôi mua được hộ chiếu, vizum…"

"Vậy cái này mua được không?" Thằng cảnh sát vừa nói vừa chỉ vào mấy tờ lệnh tha…

Tôi cười. Nó cũng cười. Ai cũng biết câu trả lời sẽ hoàn toàn vô giá trị.

Những người đã ở Tiệp vài ba năm may mắn hơn số ở nhà mới sang, vì trong những năm đó sinh viên ở đây có ra mấy tờ báo chống cộng và có tổ chức vài ba cuộc biểu tình. Thằng cảnh sát đọc đơn gặp những đoạn "tham gia biểu tình", "thường xuyên theo dõi báo chí", nhiều đến mức nhớ nhập tâm tên tuổi mấy tờ báo tiếng Việt và ngày tháng những cuộc biểu tình. Có lần tôi đang dịch, "Trong quá trình sống và công tác ở Tiệp Khắc, tôi thường xuyên theo dõi báo chí…" thằng cảnh sát chợt ngắt lời, "Đien Đan hay Đem Tin Bao Khi, hay là cả hai?" Tôi chưa kịp trả lời thì hắn tiếp, "Mày hỏi xem nó có tham gia hai cuộc biểu tình ngày 16.5 và 15.6 để tao ghi luôn".

Thỉnh thoảng một vài người từ Việt Nam mới sang, ngồi kể nghèo kể khổ một hồi, cuối cùng lỡ lời nói mất cả thảy 9 ngàn đô-la chạy vé và thủ tục. Có chị sau khi phỏng vấn xong, mặt hớt ha hớt hải. Tôi hỏi sao. Chị bảo, "Lúc nãy chị nói nguyện vọng được cư trú ở đây đến lúc Việt Nam có tự do dân chủ. Lỡ vài năm nữa Việt Nam có thật, nó bắt chị về thì nguy". Tôi an ủi chị, Việt Nam có đến năm chục năm nữa cũng chưa thể có dân chủ được. Chị thở phào. Tối hôm đó chị mang cho tôi lạng chè Việt Nam.

Mấy lời, không thể thay phần kết

Một vài tuần tôi lại về Praha một lần. Bạn bè gặp tôi thường trêu, "A, anh giáo mang mật gấu xuống thủ đô đổi muối đây hả".

Hoặc, "Thế nào, dân bản dạo này ra sao?"

Tôi cười, "Dân bản viết nhiều đơn lên chính phủ lắm, nhưng cái miệng dân bản nó bé như cái lỗ tò vò, kêu chẳng có thấu ai".

"Thế còn anh giáo làm gì?"

"Thì vẫn sáng ra bờ suối, tối vào hang thôi".

Năm thì mười họa có đứa vào thăm trại. Kim lúc về bảo tôi, "Tao vào thấy mấy đứa cứ thơ thơ thẩn thẩn, chốc chốc lại ngồi xuống ghế, chốc chốc lại đứng lên, mắt chẳng nhìn đi đâu cả. Sao nó giống trại điên thế mày?"

Rồi cậu tiếp, "Mày cũng cẩn thận. Vài ba tháng nữa anh em vào thấy mày cũng đi đi lại lại, tay bắt chuồn chuồn. Thỉnh thoảng lại ngửa mặt lên trời mà cười một mình thì khổ lắm".

Ấy là tôi, biết tiếng nên thỉnh thoảng còn "tâm sự" được với người Tiệp, có vài ba chữ trong bụng để còn dám nhìn về tương lai. Những con người ở đây mỗi năm trời đôi ba lần ra ngoài, ngày ngủ 14, 15 tiếng, mơ chẳng ra mơ, tỉnh chẳng ra tỉnh. Suy rộng ra, ở Đức, ở Hồng Kông có hàng trăm nghìn người như thế. Họ đang rong ruổi trên đường chạy trốn. Họ chạy trốn vì cái gì?

Thay cho câu trả lời, tôi đính kèm lá đơn của một đảng viên Cộng sản. Đọc xong, ai muốn cười thì cười, ai muốn khóc thì khóc. "Nhiễu điều phủ lấy giá gương". Tôi là miếng giẻ rách, chẳng biết có phủ được gì không. Ai còn gì lành lặn, mang ra giúp họ một tý.

Đơn xin tỵ nạn chính trị

CISLO

Kính gửi Ngài Giám Đốc Bộ Nội Vụ Liên Bang Tiệp Khắc.

Đồng kính gửi các Ngài trong Ban Lãnh Đạo Liên Bang Tiệp Khắc.

Tôi tên là: N. H.

Ngày sinh: … 1959

Ngày sang Tiệp: … 1988

Nơi làm việc tại Bratislava. Kết thúc hợp đồng làm việc vào tháng 4 năm 1992.

Thưa Ngài Bộ Trưởng Bộ Nội Vụ Liên Bang Tiệp Khắc,

Đồng kính gửi các Ngài,

Sau đây là những tường trình và lý do, nguyên nhân của bản thân tôi xin nguyện vọng ở lại Tiệp Khắc.

Thưa Ngài,

Trong thời gian cư trú tại đất nước Tiệp Khắc, được sự giúp đỡ của các cơ quan lãnh đạo, thì chính bản thân tôi là những người đã được tiếp nhận giữa hai luồng tư tưởng, thay đổi giữa hai chế độ, thành chế độ đa đảng. Chính vì sự lớn mạnh đó, nó đã xâm nhập vào chính bản thân tôi cũng như thâm nhập vào toàn thể loài người trên thế giới luồng tư tưởng lành mạnh và dân chủ.

Thưa Ngài Bộ Trưởng Bộ Nội Vụ Tiệp Khắc,

Bản thân tôi từ khi trưởng thành, tôi đã có sự suy nghĩ và làm việc theo quyền tự chủ của con người. Tôi muốn có một sự bình đẳng trong cuộc sống và làm việc có một tổ chức, có làm có hưởng. Trước kia bản thân tôi là một quân nhân được phục vụ trong Quân đội Nhân dân Việt Nam, tôi đã tự mình rèn luyện và đem phần đời của mình để phục vụ và cống hiến cho Tổ quốc. Cho đến khi hoàn thành nhiệm vụ của Tổ quốc giao phó, tôi trở về địa phương. Sau một năm rưỡi, tôi nhận được quyết định đi hợp tác lao động tại Tiệp Khắc. Đó là tự hào của bản thân tôi. Vì sao tôi lại tự hào và vui sướng. Bởi vì là tôi đang sống ở một đất nước dưới chế độ Cộng sản đầy dẫy những bất công vô lý. Đây là một chế độ độc tài, không có biến đổi và tiến hóa. Người tài thì bị vùi dập, chúng chỉ toàn những kẻ bè phái, quan liêu, lợi dụng chức quyền địa vị để bóp méo sự thật. Không phải thế đã hết, mà chế độ Cộng sản Việt Nam hiện hành còn dùng nhiều thủ đoạn để lừa bịp dân đen, dùng báo chí để mị dân. Vì sao tôi lại nói như vậy, là vì chính bản thân tôi đã tận mắt nhìn và tai nghe thấy những việc làm của Cộng sản, đây đúng là một chế độ độc tài, độc trị. Người tài thì bị bịt miệng vu khống đưa và giam hãm, tù đầy, để che đậy những việc làm sâu sa của Cộng sản độc quyền.

Thưa Ngài Giám Đốc Bộ Nội Vụ Liên Bang Tiệp Khắc. Đau khổ bao nhiêu thì càng căm phẫn bấy nhiêu, vui thú gì khi chúng tôi là những nạn nhân của chế độ độc tài Cộng sản ấy, bản thân tôi là những người đứng trong hàng ngũ của Đảng, lại là người đã cầm súng để bảo vệ quê hương, tôi rất khổ tâm khi tôi đã vào Đảng mà tôi không phát huy được đường nối chính sách của Đảng Cộng sản, vì chúng tôi hoàn toàn là những nạn nhân bị chế độ Cộng sản độc trị lừa bịp, nói và tuyên truyền thì hay nhưng việc làm thì không được.

Thưa Ngài Giám Đốc, qua lá đơn này tôi muốn nói lên tất cả những gì tôi đã biết, tôi muốn nói nên sự thật của bản thân tôi, qua những năm tháng sống trong quân ngũ, chính tôi đã là người đảng viên bị đơn vị kỉ luật, Chi bộ đảng khiển trách và lưu đảng 6 tháng, vậy tất cả các sự tiến bộ của tôi đều bị các tổ chức kiềm hãm, đây là tôi nói sơ qua về tiểu sử đời tôi, đã vấp phải trong quân ngũ, đúng là một sự bất công mà tôi biết cũng chẳng làm gì được.

Thưa Ngài Giám Đốc, khi tôi bước chân sang đất nước các anh, thì tôi giật mình và ngỡ ngàng, khi nhìn thấy đất nước của các anh đang chuyển hóa từ chế độ Cộng sản sang chế độ dân chủ, tự do và đa đảng, từ những nguyên nhân để lật đổ chế độ độc tài, tôi đã tìm hiểu được, đó là xuất phát từ những nhóm sinh viên đã dám nghĩ dám làm, đòi hỏi chế độ Cộng sản bằng tự do dân chủ, trong khi đó tôi lại là một người đang bị chế độ Cộng sản trù dập. Cán bộ chi bộ đảng thì nay dọa tôi, là khai trừ ra khỏi Đảng, chỉ vì một tư tưởng không thực hiện theo nghị quyết của Chi bộ đề ra và không ủng hộ đảng, nhưng với nghị lực và tầm nhìn của tôi, tôi đã dám nghĩ dám làm đã tự mình hỏi thăm tới các nhóm báo sinh viên Việt Nam ở Plzen và Praha để cùng họ cộng tác làm tư tưởng cho những người Việt Nam đang sống làm việc và học tập trên đất nước Tiệp Khắc. Tôi đã từng gửi tiền tới những tờ báo để viết lên đòi quyền dân chủ và tự do ở Việt Nam, hơn nữa là chính bản thân tôi đã từng tham gia cùng một nhóm sinh viên đi biểu tình ở Praha, trước Tòa Đại Sứ Việt Nam để đòi hỏi chế độ tự do, dân chủ và chả lại tự do cho một số nhà tù chính trị, cũng như tự do, dân chủ cho toàn loài người trên thế giới. Tự tôi đã viết thư kiến nghị và ký bạch thư gửi về Hà Nội (qua tòa soạn báo) cùng các cơ quan có trách nhiệm để đòi thả (Dương Thu Hương, Nguyễn Trí Hùng và Nguyễn Mạnh Tường).

Trong thời gian lửa bỏng này, trên đất nước các anh liên tục có những cuộc biểu tình ở khắp nơi đòi hỏi chế độ đa đảng, trong những cuộc biểu tình ấy tuy rằng tôi chỉ là một thành viên rất nhỏ bé của khối biểu tình, tuy không tên tuổi và không bí danh nhưng một phần nào nó đã góp phần sức lực nhỏ bé vào phong trào đòi tự do và dân chủ ở Việt Nam.

Thưa Ngài Giám Đốc, ở đây không có ngòi bút nào kể nổi những bất công của Cộng sản và những việc làm sâu xa của nó, tôi muốn viết lên lá đơn này đây cũng chỉ là những tâm sự nhỏ và những suy nghĩ thiết thực của bản thân tôi, tôi rất yêu quê hương tôi, nhưng tôi không muốn sống giữa một đất nước mà chế độ Cộng sản độc tài, thông trị và lừa bịp, là một con người có tư tưởng tự do và bình đẳng, lành mạnh, sự thật tôi không sợ gì khi tôi đã viết lên đây, vì đây tất cả nó đều là sự thật. Thưa các Ngài.

Bản thân tôi đã học tập từ đất nước các anh những tư tưởng lành mạnh, được hưởng thụ tự do, bình đẳng của luật pháp các anh, chúng tôi vô cùng kính phục, không chỉ riêng tôi mà toàn thể thế giới cũng phải thừa nhận rằng, đất nước Tiệp Khắc là công minh chính đại, tôi rất muôn hòa mình vào đất nước các anh, để tương lai sau này đem sự tiến bộ và tốt đẹp cho quê hương Việt Nam của chúng tôi, đồng thời kêu gọi mọi tầng lớp lật đổ chế độ Cộng sản thối nát, để biến thành một chế độ đa đảng, dân chủ và tự do ở Việt Nam, cũng như bình đẳng cho mọi người.

Khi đã đứng lên chống lại chính sách của đảng, phản lại Tổ quốc, tôi nghĩ rằng chúng tôi là những người hoàn toàn có tội với đất nước, là kẻ thù của chế độ Cộng sản. Bản thân tôi là một công dân, nhưng khi kết thúc hợp đồng lao động mà lại không cho tôi về Tổ quốc, hơn nữa ít nhiều tôi đã tham gia vào những hoạt động biểu tình để đòi hỏi lật đổ chế độ Cộng sản Việt Nam, lập một chế độ mới đa đảng và dân chủ, tự do, có quyền bình đẳng cho mọi công dân. Thưa các Ngài trong Bộ Nội Vụ Liên Bang Tiệp Khắc, qua lá đơn này tôi nguyện vọng thiết tha mong rằng, các anh tạo mọi điều kiện giúp tôi để tôi được cư trú tỵ nạn chính trị trên đất nước nước các anh, một đất nước có nền độc lập dân chủ, tự do và bình đẳng cùng với quyền con người được tôn trọng.

Cuối cùng tôi xin chân thành cám ơn Ngài Giám Đốc cùng toàn thể các Ngài trong Ban Lãnh Đạo Bộ Nội Vụ Liên Bang Tiệp Khắc.

Tmava, ngày 7-10-92.

Người viết đơn ký tên,

N. H.

Tường trình từ Cerveny Ujezd 20.1.1992

Trần Hồng Hà

TRẦN LONG HỒ

Tên thật Trần Trúc Quang, sinh tại Vĩnh Long, lớn lên lại Sài Gòn.

Bác sĩ Y khoa. Khởi viết từ năm 1972, ngưng viết từ 1975 và viết lại từ năm 1989.

Nguyên chủ tịch Trung Tâm Văn Bút Miền Đông Hoa Kỳ, nhiệm khóa 1991- 1992. Từng cộng tác với *Văn, Văn Học, Thế Kỷ 21*.

Tác phẩm đã xuất bản:
- *Ngày Quanh Quẩn* (tập truyện, 1991)
- *Niềm Vui Ung Thư* (tập truyện, 1992)
- *Kẻ Đào Mồ* (tập truyện, 1993)
- *Cõi Sa Mù* (truyện dài, quyển 1 trong bộ trường thiên Dung Thân, 1993)
- *Cửa Địa Ngục* (truyện dài, quyển 2 trong bộ trường thiên Dung Thân, 1993)
- *Bóng Thiên Đường* (truyện dài, tập một, quyển 3 trong bộ trường thiên Dung Thân, 1994)

Vết sẹo

Lớp học đã chấm dứt từ lâu mà trời vẫn mưa rỉ rả. Bên ngoài, trời u ám. Cả nền trời chỉ là một màu trắng đục. Mưa rơi không ngừng, nghiêng qua mái thư viện, bay xuống bờ hồ, dưới tàng me xanh rậm.

Những cơn mưa chiều thường như thế, dai dẳng, muộn phiền. Ngoài kia, bụi nước bao trùm cả đại giảng đường và khu thực tập. Tiếng nước mưa dội lên gạch phát ra những âm thanh xạch xè. Tôi cảm thấy vừa buồn vừa ray rứt. Tôi không biết phải làm gì, ra về hay nán lại trong căn phòng thực tập vắng lặng như thế này.

Trên hành lang từ đại giảng đường dẫn vào khu thực tập chỉ có xác lá khô vàng úa, cong queo, và ướt đẫm. Chúng bám víu, chênh vênh bên bờ thềm, cạnh lan can, hoặc dính chùm, xoắn xuýt lấy nhau trên sàn gạch.

Tôi định đóng cửa phòng thì chợt thấy một người đang lủi thủi đi lại. Tướng người đó loắt choắt, lưng gù xuống, không ai khác hơn Ba Thung, một bộ đội phục viên, ngành y sĩ, đang học lớp bác sĩ chuyên tu.

Ba Thung vừa đi vừa ngó dáo dác. Hắn quay đầu lại cuối hành lang rồi rướn cổ ngó về phía trước. Có lúc hắn nghiêng đầu nhìn xuống khu hành chánh quản trị. Mặc dù vừa đi vừa trông chừng mà Ba Thung tiến rất nhanh. Thoáng qua, hắn đã đến gần phòng thực tập, kê sát mắt vào cửa. Khuôn mặt hắn ép sát vào mặt kính, lép hẳn một bên. Hai mắt hắn trợn to lên cố nhìn cho rõ. Chợt hắn nở một nụ cười méo mó trên khuôn mặt vốn héo hắt từ lâu. Nụ cười kéo lớp da mặt đem sạm và nhăn nheo của hắn ra nhiều lần. Nó trì cái mũi tẹt qua một bên, níu con mắt bên trái, và lôi theo cả cái chân mày đen đậm của hắn xuống.

Cũng may, Ba Thung không tựa mặt vào kính nữa và

nụ cười cũng ngưng bặt. Hắn mở cửa bước vào, xoa hai tay, có vẻ lúng túng. Hắn đưa ngón tay xương xẩu lên gãi cằm rồi đảo mắt nhìn quanh phòng.

Ba Thung vẫn mặc bộ đồ xanh cũ kỹ như tự bao giờ. Cái áo vẫn rộng thùng thình, quần vừa ngắn vừa chật, còn vải đã bạc màu qua năm tháng.

Tôi không biết Ba Thung muốn gì. Hắn vừa rời phòng học chừng mười lăm phút, bây giờ, đột nhiên hắn quay trở lại.

Ba Thung đứng giữa phòng, yên lặng. Người hắn đã ốm, bây giờ lại đứng còng lưng lại như muốn sụm xuống. Tôi nhớ ngày nào cách đây một năm, lúc Ba Thung và các học viên khác mới nhập khóa, vẫn trong bộ quần áo màu xanh, chân mang dép râu như bây giờ. Nhưng lúc đó, bộ tướng Ba Thung khác hẳn. Hắn thường đứng thẳng lưng, nói rổn rang. Hắn là học viên nhưng nói như ra lệnh, như phán truyền cho kẻ khác. Thú thật, lúc đó tôi ghét hắn nhất trong đám y sĩ học chuyên tu. Nhưng lâu dần, gần một năm qua, tôi không còn cái cảm giác ấy nữa mặc dù Ba Thung là một kẻ kém thông minh, một tên học trò chậm hiểu. Có thể, sự chân thật của Ba Thung làm tôi cảm thấy gần gũi với hắn chăng.

Thấy tôi yên lặng Ba Thung đứng tần ngần một lúc rồi nói:

"Tớ có một chuyện muốn hỏi cậu?"

Tôi không ân cần mà cũng chẳng lạnh nhạt với Ba Thung làm gì. Đối với tôi, con người Ba Thung chẳng có gì hấp dẫn được kẻ khác, thì tất cả những gì thuộc về hắn đương nhiên không thể gây cho ai một chút cảm hứng nào.

Thấy tôi không hỏi han mà cũng chẳng tỏ vẻ gì ngạc nhiên về chuyện quay trở lại của hắn, Ba Thung lắc đầu, phân bua:

"Không phải chuyện trong lớp đâu, tớ có điều này

muốn thỉnh ý kiến của cậu". Câu nói của Ba Thung làm tôi e ngại. Mặc dù hắn là học viên nhưng không phải là học trò bình thường. Ba Thung có quyền hạn cao, có khả năng chấm điểm tư tưởng người phụ giảng. Hắn có quyền đề nghị tôi làm kiểm điểm hay bắt tôi vào tổ kiểm thảo. Như thế, câu nói úp mở của Ba Thung làm cho tôi xao xuyến lắm. Nhưng khi nhìn lại Ba Thung, tôi cảm thấy bớt lo. Hắn đang đứng cú rũ, mặt sụ xuống, hai mắt thất thần. Trông hắn chẳng có oai phong của một đảng viên, có chức sắc và quyền hạn. Trái lại, ánh mắt Ba Thung có vẻ muốn nhờ vả điều gì.

Tôi nhìn qua cửa sổ. Ngoài trời, mưa còn rỉ rả. Trận mưa chiều không đáng để cầm chân bất cứ ai. Tôi có thể đạp xe, dầm mưa về nhà bất cứ lúc nào.

Thấy thái độ thờ ơ của tôi, Ba Thung biết để tôi về thì hắn mất một cơ hội tốt. Do đó Ba Thung vội đi ngay vào vấn đề:

"Này, tớ có chuyện nhờ cậu thật mà. Cậu làm gì mà phải ngại tớ như vậy?"

Tôi bực mình, xẵng giọng:

"Tại sao tôi phải sợ anh?"

Ba Thung nhếch mép cười. Khuôn mặt hắn trông dữ dằn nhưng nụ cười lại thật hồn nhiên:

"Tớ thật tình có chuyện muốn nhờ cậu giải thích cho".

Vẻ thành khẩn của Ba Thung làm tôi cảm thấy vừa yên lòng lại vừa tội nghiệp hắn. Tôi gật đầu:

"Được rồi, anh cứ nói đi".

Ba Thung xoa hai bàn tay, ấp úng:

"Tớ có chuyện này lạ lùng lắm". Tôi quan sát nét mặt Ba Thung, vẻ trịnh trọng trên khuôn mặt hắn không phải là thái độ nghiêm nghị thường ngày. Chân mày hắn hơi cau lại, đôi môi thâm mím chặt. Còn ánh mắt Ba Thung thì bộc lộ rõ ràng trong lòng hắn đang bối rối ghê lắm. Tuy nhiên tôi vẫn tỏ vẻ hờ hững:

"Anh cứ nói thử xem".

Ba Thung nhìn tôi có vẻ khó chịu:

"Nhưng cậu không được cười".

Câu nói của Ba Thung làm tôi cảm thấy hơi bất ngờ. Mọi khi Ba Thung mở miệng ra chỉ nói toàn những câu lý luận khô khan. Ít khi nào hắn tỏ lộ nỗi lòng một cách chân thành như hôm nay. Tôi nghe hắn nói xong, trong lòng đã bắt đầu có chút thông cảm với hắn:

"Tôi cười là quyền của tôi".

Ba Thung lắc đầu, có vẻ bực tức:

"Nhưng cậu nhạo báng tớ thấy rõ. Cậu không được làm như thế".

Tôi bật cười, hỏi vặn:

"Tôi chế nhạo anh lúc nào?"

Ba Thung thành khẩn nói:

"Tớ nhìn mặt cậu thì biết ngay cái bụng cậu nghĩ gì. Như lần trước…"

Tôi lắc đầu:

"Tại lần trước anh cho biết chuyện đó lạ lùng lắm nhưng tôi không thấy lạ gì hết".

Ba Thung đồng ý nói:

"Chuyện đó hết lạ rồi".

Tôi vừa nghe xong phải buột miệng hỏi:

"Tại sao chuyện hết lạ?"

“Thì tớ bảo hết lạ là hết lạ chứ sao. Cậu đừng hỏi nữa”.

Tôi phản đối ngay:

“Không được, chuyện gì cũng phải có lý do của nó”.

Ba Thung gật đầu, xuống giọng:

“Được, lần này tớ nhờ cậu đành phải chịu lép vậy. Chuyện hết lạ vì nó không còn linh nữa. Tớ ngồi cố niệm Bác mãi chẳng thấy linh gì cả. Một chốc sau chịu không nổi tớ phải cho cả ra quần…”

Tôi cảm thấy tội nghiệp cho Ba Thung, đành phải nói giả lả:

“Tôi đâu bắt anh phải nói như vậy. Thôi, bây giờ tôi nghe đây. Anh cứ nói chuyện lạ của anh đi”.

Ba Thung nhíu chân mày lại, vẻ mặt nghiêm trọng:

“Chuyện này lạ lắm”.

“Thì anh nói đi”.

Ba Thung quay đầu nhìn quanh quẩn rồi hạ thấp giọng:

“Có ai trong phòng không?”

Thấy thái độ lạ lùng của Ba Thung, tôi vội đáp:

“Không có ai cả ngoài anh với tôi thôi”.

Ba Thung gật gù:

“Tốt, tớ chỉ sợ có kẻ nghe trộm. Này nhé, tớ có một cái sẹo rất to”.

Nghe Ba Thung nói như vậy tôi cảm thấy bất mãn:

“Anh có cái sẹo thì có gì hay ho đâu. Mà cái sẹo của anh có lớn hay nhỏ cũng chẳng có gì lạ”.

Ba Thung lúng túng hỏi:

“Nhưng cậu có tin, một cái sẹo có thể gây đau đớn hay không?”

Tôi nhìn Ba Thung, im lặng một lúc. Hình như mồ hôi hắn đang rịn ra lâm tấm trên trán, đọng lại trên mấy nếp nhăn. Vài giọt sắp lăn xuống chân mày hắn. Hôm nay, trông Ba Thung già hẳn đi. Tôi ngẫm nghĩ một lát rồi nói:

"Thường thì vết sẹo không làm đau bao giờ".

Ba Thung vỗ tay một cái tán đồng:

"Đúng vậy, tớ nhớ, ba tháng trước đã hỏi cậu chuyện này. Chính cậu xác định với tớ là cái sẹo không gây đau".

Tôi gật đầu rồi hỏi tiếp:

"Đúng vậy".

Nói xong tôi chợt nhớ ra câu hỏi của Ba Thung đặt ra ba tháng trước:

"Thì ra anh đã bị cái sẹo làm cho đau đã ba tháng, nhưng anh bị vết sẹo này đã bao lâu rồi?"

Ba Thung gãi đầu, ấp úng nói:

"Thật ra, tớ bị vết sẹo này do mảnh bom trên đường vượt Trường Sơn vào Nam, nhưng tớ chỉ mới bị đau khoảng nửa năm thôi. Này, tớ nói cho cậu nghe, có điều lạ lắm".

Ánh mắt lo lắng và vẻ mặt nghiêm trọng của Ba Thung làm tôi tin những điều hắn nói. Lần trước, cách đây ba tháng, hắn đã hỏi tôi một lần. Lúc đó tôi đang chuẩn bị dụng cụ thực tập cho học viên nên không để ý chuyện đó. Hơn nữa, Ba Thung chỉ hỏi thoáng qua, không màng tới câu trả lời cho lắm. Tôi quên ngay và Ba Thung cũng không nhắc lại. Lần này, hắn khẩn khoản hỏi lại điều đó với tâm trạng lo lắng, gần như run sợ khiến tôi không thể xem thường nó được.

Trong khi tôi đang suy nghĩ, Ba Thung nhích lần lại quầy bày dụng cụ rồi tự kéo cái ghế lại gần. Cái ghế xoay, có bánh xe, vừa tròn và lại cao khiến Ba Thung loay hoay hoài mà không ngồi lên được. Hắn nhón chân lên, tựa mông vào cái ghế thì nó chạy lùi ra sau. Hình như Ba Thung không để ý đến chuyện hắn muốn ngồi lên ghế.

Ba Thung cứ diễn đi diễn lại cái trò ngồi ghế không được ấy đến mấy lần. Hắn nhón chân, tựa mông, rồi cái ghế xoay một vòng, chạy trợt ra sau. Có lẽ Ba Thung không biết hắn đang làm cái trò chướng mắt đó. Hắn nhỏ nhẹ hỏi:

"Cậu có thì giờ nghe tớ nói hay không?"

Tôi thở hắt ra, gật đầu:

"Tôi rảnh mà, nhưng trước khi anh nói, làm ơn ngồi yên lên ghế".

Ba Thung lại nhón chân cố ngồi lên ghế. Hắn cố mãi vẫn không leo lên được.

Cái ghế tròn, có bánh xe, cao lêu nghêu còn hắn nhỏ người, thấp quá. Ba Thung thót lên lại tuột xuống. Hắn quay lại, nói giả lả:

"Xin lỗi cậu nhé".

Tôi phải bước tới, xoay cái ghế nhiều vòng để hạ thấp nó xuống. Ba Thung xuống giọng nói:

"Chuyện lạ lắm nhé".

Tôi vịn cái ghế cho Ba Thung ngồi lên rồi thở phào, cảm thấy nhẹ nhõm:

"Xong rồi, anh nói đi".

Ba Thung lẩm bẩm:

"Cái sẹo chỉ làm tớ đau về đêm thôi. Ban ngày thì tớ chẳng cảm thấy gì cả".

Tôi nhìn Ba Thung, ngạc nhiên hỏi:

"Anh có chắc không?"

"Chắc chứ. Tớ bị đau mà. Rõ ràng, mỗi đêm nó hành tớ

đau đớn đến không thể chịu nổi".

Tôi thấy chân mày Ba Thung nhíu lại cùng lúc với sự ngạc nhiên và bối rối của tôi. Điều hắn nói thật khó hiểu. Một vết sẹo gây đau đã khác thường rồi mà chỉ đau về đêm mới kỳ lạ. Trong khi đó Ba Thung càng lộ vẻ lo lắng hơn. Hắn quệt mồ hôi lấm tấm trên trán, nói tiếp:

"Ban đầu, thỉnh thoảng tớ mới bị đau, về sau cứ mỗi tuần tớ bị vài lần. Gần đây, đêm nào tớ cũng bị vết sẹo hành, đau nhức quá, không ngủ được".

Ba Thung càng nói càng lo sợ hơn. Da mặt hắn tái nhợt, mắt mở lớn, đôi môi mấp máy như muốn nói tiếp mà không mở lời được. Tôi nhìn hắn mà cảm thấy hồi hộp lây. Dường như sự xúc động từ Ba Thung đang truyền qua tôi, càng lúc càng nhiều hơn.

Tôi lẩm bẩm:

"Vết sẹo không thể làm người ta bị đau được".

Ba Thung càu nhàu:

"Cậu cứ nói mãi như thế thì chẳng có ích lợi gì. Cậu phải làm gì đó để giúp tớ chứ".

Tôi trầm ngâm suy nghĩ. Tôi không trả lời Ba Thung vì tôi không biết phải giải thích như thế nào cho ổn và phải làm gì để giải quyết vấn đề. Tôi ngập ngừng hỏi lại:

"Anh có chắc đau chỗ vết sẹo hay không?"

Ba Thung gật đầu, bực bội nói:

"Chắc chứ, tớ bị nó hành cả nửa năm rồi. Làm sao tớ lầm được. Nếu cậu không tin thì tớ cho cậu xem".

Ba Thung vừa nói vừa ngước đầu nhìn tôi như muốn thăm dò phản ứng của tôi. Hắn cũng biết đưa cái sẹo cho người khác xem là chuyện chẳng hay ho gì.

Tôi gật đầu, im lặng. Ba Thung vén ngay ống quần bên trái lên. Cũng may ống quần rộng nên Ba Thung kéo một cái, ông quần bị rút lên ngay tận đùi. Ba Thung ốm nhom nên cái đùi hắn cũng khẳng khiu. Trên lớp da trắng, tái nhợt lộ ra một vết sẹo dài khoảng hơn một tấc, bề ngang chừng một phân, vết sẹo màu nâu đậm, nổi gồ lên, sần sùi.

Ba Thung nhìn tôi với ánh mắt lo lắng. Tôi công nhận vết sẹo dài thật, lại xấu xí quá, nhưng nó không có vẻ gì đặc biệt đến nỗi gây cho Ba Thung đau đớn như vậy.

Trong khi tôi thẫn thờ suy nghĩ, Ba Thung hỏi nhỏ:

"Cậu nghĩ thế nào?"

Tôi đưa tay sờ vết sẹo. Lập tức, tôi có cảm giác như chạm phải một thứ đá cẩm thạch láng bóng và mát lạnh. Ngón tay tôi trợt ngay trên vết sẹo cứng trơ trơ. Tôi hỏi:

"Anh có cảm thấy đau hay không?"

Ba Thung lắc đầu:

"Bây giờ thì không. Nó chỉ đau ban đêm thôi".

Tôi im lặng nhìn qua cửa sổ. Ngoài kia mưa còn rỉ rả. Vài chiếc lá vàng bay lượn ngoài hành lang lộng gió. Tôi nhìn ngoài trời một lúc rồi quay vào trong. Thật tình tôi không biết phải làm gì để giúp Ba Thung.

Thấy thái độ trầm ngâm của tôi, Ba Thung càng lo lắng hơn. Hắn cúi đầu quệt mồ hôi trán, rồi nhìn quanh quẩn trong phòng. Mỗi lần hắn cử động cái ghế lại kêu lên kèn kẹt.

Hai người ngồi như thế rất lâu. Tôi im lặng suy nghĩ còn Ba Thung cứ cử động liên tục. Cái ghế kêu rít không ngừng. Âm thanh xoáy vào tai làm tôi cảm thấy thật khó chịu.

Một lúc sau tôi nghĩ được một cách giải quyết, liền lấy mớ thuốc giảm đau đưa cho Ba Thung:

"Anh uống thuốc này thử xem có đỡ không".

Ba Thung nhìn tôi có vẻ không tin tưởng mấy viên thuốc nhỏ xíu đó, nhưng hắn cũng nhét chúng vào túi, ngập ngừng hỏi:

"Nếu tớ không thấy bớt thì trở lại tìm cậu phải không?"

Tôi gật đầu. Ba Thung lí nhí nói cám ơn rồi xô cửa, lủi thủi bước ra ngoài. Thoáng một cái hắn mất hút vào khoảng hành lang tối mờ của khu thực tập.

*

Một tuần trôi qua, tôi không gặp lại Ba Thung. Tôi không biết mấy viên thuốc có giúp hắn được chút nào không. Tôi chờ nhóm thực tập của hắn trở lại. Bỗng dưng, tôi trông ngóng được gặp hắn, một người mà tôi chưa có chút cảm tình nào. Do đó, một tuần trở nên lâu quá.

Đến ngày thực tập của nhóm Ba Thung, tôi vào thật sớm. Nhưng tôi tìm mãi không thấy hắn đâu. Người nhóm trưởng cho biết Ba Thung cáo bệnh xin nghỉ.

Hết giờ thực tập, lúc học viên về hết, tôi đang chuẩn bị đóng cửa phòng thì Ba Thung đột ngột xuất hiện. Hắn đứng sát cửa kính nhìn vào.

Ba Thung ốm hốc hác, mặt tái nhợt. Hắn đưa mắt lờ đờ nhìn tôi rồi đẩy cửa bước vào. Ba Thung tự kéo ghế ngồi. Lần này đã có kinh nghiệm nên hắn thót một cái đã ngồi gọn lỏn ngay trên ghế.

Tôi không đợi Ba Thung nói, hỏi ngay:

"Anh thấy có đỡ chút nào hay không?"

Ba Thung lắc đầu:

"Chẳng ăn thua gì, mấy viên thuốc của cậu cứ như bột mì".

Tôi chột dạ, lại tự ái, hỏi lại:

"Anh có uống đúng liều hay không?"

Ba Thung cau có nói:

"Có chứ, chẳng những tôi uống đúng giờ mà còn tăng gấp đôi liều thuốc nữa".

"Vậy thì, anh cảm thấy thế nào?"

"Tớ chẳng cảm thấy tác dụng của thuốc gì cả".

Rồi Ba Thung xuống giọng, năn nỉ:

"Cậu làm ơn cho tớ thuốc nào mạnh hơn".

Tôi lắc đầu:

"Không có thuốc nào mạnh hơn nữa, chỉ có cách khác là chích cho anh thôi".

Ba Thung mừng rỡ nói:

"Thế thì cậu chích cho tớ ngay đi".

Tôi hỏi lại:

"Anh không sợ chích chớ?"

"Tớ chẳng sợ gì cả. Cậu làm sao cho tớ hết đau là tốt rồi".

Tôi liền lấy một liều thuốc thật mạnh, chia ra sáu góc, chích dưới vết sẹo. Thuốc này có tác dụng làm giảm phản ứng lồi của những sẹo mới. Ngoài ra tôi còn pha thêm thuốc tê vào mục đích làm cho vết sẹo của Ba Thung phải tê dại đi. Ba Thung vừa nhìn vừa khoan khoái. Hắn xuýt xoa:

"Cám ơn cậu nhiều lắm".

Tôi không muốn tạo cho Ba Thung quá nhiều hi vọng, lỡ thuốc không giúp được gì, hắn lại chán nản:

"Anh đừng cám ơn vội. Tôi không dám chắc thuốc có giúp được cho anh hay không".

Ba Thung giật mình hỏi:

"Nếu lần này vết sẹo vẫn gây đau thì cậu có cách gì khác giúp tớ hay không?"

Tôi gật đầu:

"Có chớ, chúng ta chỉ còn một cách là cắt nó đi, nhưng…"

Ba Thung hồi hộp hỏi:

"Cậu nói nhưng là sao?"

Tôi đành phải giải thích:

"Vết sẹo của anh lớn quá, nếu muốn cắt bỏ nó đi thì phải lấy da ở một chỗ khác để đắp vào".

Ba Thung chợt hiểu ra, thất thần hỏi:

"Vết sẹo này có hết không hay là…"

Tôi lắc đầu:

"Vết sẹo này sẽ mất đi nhưng có thể anh lại có hai cái sẹo mới".

Ba Thung trợn mắt lên, la hoảng:

"Không được, một cái đã hành tớ chết đi sống lại thì hai cái chắc chúng sẽ giết tớ ngay".

Thấy Ba Thung quá sợ hãi, tôi đành phải an ủi:

"Lần này, có thể thuốc sẽ tác dụng tốt. Nhưng anh phải chích đến ba lần, mỗi lần cách nhau một tuần".

Ba Thung gật đầu, lắp bắp nói:

"Bao nhiêu lần cũng được miễn là cậu làm cho nó im là được rồi".

Ba Thung bỏ ống quần xuống, đi lui dần ra cửa. Hắn vừa đi vừa lí nhí nói cám ơn.

Ba Thung đi rồi thì tôi cũng đóng cửa phòng thực tập. Bên ngoài, trời đã sẫm tối. Cái bóng gầy gò của Ba Thung còn loáng thoáng ở cuối hành lang.

Sau đó tôi chích cho Ba Thung liên tiếp hai lần thuốc nữa. Vết sẹo của hắn vẫn như thế, chẳng thuyên giảm chút nào. Càng về sau Ba Thung càng ốm xanh xao hơn. Mắt hắn thâm quầng, mặt thóp lại, thân hình càng tiều tụy hơn. Sau lần chích thứ ba thì nhóm Ba Thung đã hoàn tất phần thực tập. Ba Thung chuyển qua khu khác và từ đó tôi không còn gặp hắn nữa.

*

Ba tháng sau, tôi bị chuyển công tác về Hậu Giang. Ngày cuối lúc tôi sắp rời trường thì bỗng nhiên Ba Thung xuất hiện. Tôi không ngờ Ba Thung thay đổi quá nhiều như vậy. Đối diện với Ba Thung trong hành lang mà tôi không nhận ra hắn.

Bây giờ Ba Thung không mặc bộ đồ xanh màu cứt ngựa như trước kia. Hắn mặc bộ quần áo dân sự thật sang trọng. Người hắn mập ra, trắng trẻo. Tóc hắn để dài, mặt tươi tắn. Tôi thấy Ba Thung mà không nhận ra cho đến khi hắn cất tiếng hỏi:

"Này, cậu không nhận ra tớ sao?"

Tôi nhìn hắn, ngờ ngợ một lúc rồi hỏi lại:

"Ba Thung… anh…"

Ba Thung cười hề hề:

"Tớ đây mà, cậu chóng quên thế".

Tôi thấy Ba Thung đổi mới như vậy cũng vui lây:

"Làm sao tôi nhận ra anh được. Trời ơi, Ba Thung đây sao!"

Ba Thung vỗ vai tôi, gật gù:

"Tớ là Ba Thung mà. Cậu làm như bị ma quỷ hớp hồn sao ấy".

Tôi lui lại một bước nhìn ba Thung cho rõ hơn, rồi buột miệng:

"Anh trông lạ quá, còn…"

Ba Thung cười khoái chí:

"Tớ biết cậu muốn hỏi gì rồi, vết sẹo phải không?"

Tôi gật đầu. Ba Thung đáp gọn:

"Tớ khỏi rồi, bây giờ vết sẹo với tớ là đôi bạn tri kỹ. Nó chẳng hành hạ tớ như xưa nữa".

Tôi thoải mái, liền hỏi:

"Trông anh khỏe mạnh, vui vẻ như vậy thì tôi biết ngay anh qua khỏi rồi, có lẽ nhờ thuốc của tôi".

Ba Thung lắc đầu nguây nguẩy:

"Không, tớ cám ơn cậu nhiều lắm nhưng thuốc của cậu chẳng giúp tớ chút nào.

Sau lần chích cuối cùng tớ càng bị đau dữ dội hơn. Tớ chịu không nổi định quyên sinh. Đêm đó, trước ngày tớ định uống thuốc rầy thì thời may…"

Ba Thung nhìn tôi, hớn hở cười. Chưa bao giờ tôi thấy Ba Thung vui vẻ như vậy. Từ hình dáng đến cung cách của hắn đã hoàn toàn thay đổi. Hắn không còn mặc bộ quần áo màu cứt ngựa, hết nét mặt hận thù, hết kiểu nói giáo điều hay lên lớp người khác. Bây giờ hắn là một Ba Thung khác.

Không muốn tôi chờ đợi lâu Ba Thung nói tiếp:

"Đêm đó, tớ bỏ họp đảng, ra ngoài đường tìm mấy chai la de uống đến ngất ngư. Tớ uống cho thật say để chết khỏi phải đau đớn. Nào ngờ, tớ về đến nhà, suốt đêm, lạ thay, vết sẹo bớt đau hẳn".

Tôi nhìn Ba Thung, không biết hắn nói thật hay không. Có thể hắn lại nói cho tôi biết thêm một điều mới nữa. Tôi không ngạc nhiên về điều hắn vừa nói, có lẽ vết sẹo của hắn bớt đau do một sự tình cờ. Rượu cũng có thể làm cho hắn cảm thấy bớt đau.

Ba Thung nheo mắt nhìn tôi, gật gù nói:

"Tớ biết cậu đang nghi ngờ. Cậu không chịu tin tớ chứ gì. Này, để tớ kể nốt cho nghe. Đêm sau tớ không đến gặp đồng chí bí thư để bị kiểm điểm chuyện bỏ họp đảng. Tớ uống la de nữa, say bí tỉ. Lần này, tớ càng tin tưởng tợn. Vết sẹo chỉ làm tớ khó chịu nhưng không đau như mọi khi".

Tôi nghe Ba Thung kể đến đây, phải bật cười:

"Anh say quá, có đau cũng không biết".

Ba Thung lắc đầu, nghiêm giọng nói:

"Ban đầu tớ cũng nghĩ như cậu nhưng sau đó tớ mới phát hiện ra, không phải nhờ rượu".

Tôi lắc đầu nhìn Ba Thung, gặng hỏi:

"Anh không nhờ rượu thì anh nhờ thứ gì để bớt đau?"

Ba Thung bực tức hỏi lại:

"Cậu cho tớ uống mấy thứ thuốc rồi chích cho tớ những ba lần mà có hiệu quả gì đâu. Trái lại, tớ càng đau nhiều hơn. Bây giờ cậu không thấy gì sao? Tớ chẳng bị vết sẹo hành hạ nữa. Cậu muốn biết lý do hay không? Nếu cậu không tin thì tớ đi vậy".

Nói xong Ba Thung quay lưng định bước đi. Tôi vội níu vai hắn lại:

"Anh cứ nói thử xem, anh đã nhờ thứ gì?"

Ba Thung gật gù, cười:

"Tớ biết ngay mà, làm sao cậu chịu cho nổi một khi cậu chưa biết được tớ đã được điều trị bằng phương pháp gì. Này, tớ nói cho nghe. Một tuần sau nữa, đến kỳ họp chi bộ đảng, tớ lại bỏ đi uống rượu. Không những thế, tớ cởi phứt bộ đồ xanh bộ đội ra. Lạ thay tớ làm như thế thì vết sẹo lại bớt đau".

Tôi bực bội nói:

"Anh lại uống rượu thì đâu còn biết vết sẹo hành nữa".

"Không phải nhờ rượu đâu, sau đó tớ cứ bỏ họp đảng, sống thoải mái ra. Tớ không uống rượu mà vết sẹo bớt đau dần. Cho đến một ngày…"

Ba Thung đưa mắt nhìn tôi rồi ngập ngừng nói:

"Đến một ngày kia, chi bộ đảng họp lại và tuyên bố quyết định của cấp trên, đã khai trừ tớ ra khỏi đảng".

Tôi nhìn Ba Thung, chờ đợi hắn nói tiếp. Nhưng Ba Thung không nói gì nữa. Hắn nhìn qua vai tôi, ngó mông lung ra khung trời phía trước. Ánh mắt hắn thật xa vắng. Tôi không biết hắn đang buồn hay vui. Tôi ấp úng hỏi:

"Thế thì vết sẹo của anh…?"

Ba Thung lặng lẽ đi về cuối hành lang. Đi được vài bước, hắn nói với lại:

"Chúc cậu mạnh khỏe và gặp nhiều may mắn. Bây giờ tớ đã hết đau, vết sẹo chẳng bao giờ hành hạ tớ được nữa".

Tôi ngẩn ngơ nhìn theo Ba Thung cho đến khi hắn đi khuất xuống cầu thang. Suốt khoảng hành lang không có một bóng người, chỉ có lá khô nằm rải rác trên lối đi. Bên kia, trước lầu thư viện, lá me vẫn rơi đều đặn xuống mặt hồ.

TRẦN MỘNG TÚ

Sinh ngày 19 tháng Chạp năm 1943 tại Hà Đông, Bắc Việt. Lớn lên ở Hà Nội, Hải Phòng, vào Nam năm 1954, sang Mỹ năm 1975. Hiện cư ngụ tại tiểu bang Washington, Hoa Kỳ, với gia đình. Từ 1975, làm thơ và viết truyện ngắn, tùy bút.

Cộng tác với các tạp chí và báo *Thế Kỷ 21, Hợp Lưu, Văn, Văn Học, Việt Nam Hải Ngoại, Quê Hương, Hồn Việt; Phật Giáo Việt Nam, Thời Điểm Công Giáo ở Hoa-Kỳ, Trăm Con, Làng Văn, Sóng, Nắng Mới* ở Canada và *Độc Lập* ở Đức.

Tác-phẩm đã xuất bản:
- *Thơ Trần Mộng Tú* (thơ, Người Việt 1990)
- *Câu Chuyện Của Lá Phong* (tập truyện, Thế Kỷ 1994)
- *Để Em Làm Gió* (thơ, 1996)
- *Cô Rơm và Những Truyện ngắn Khác* (tập truyện ngắn 1999)
- *Ngọn Nến Muộn Màng* (tập thơ 2005)
- *Mưa Sài Gòn Mưa Seattle* (tạp văn 2006)
- *Thơ Tuyển Trần Mộng Tú* (2009)

Sau đám tang

Đêm hôm qua một cơn bão tuyết đổ xuống tỉnh ly Dillon, biến những cánh đồng, nông trại, chuồng gia súc thành một con sông trắng khổng lồ. Sáng nay, khi đám tang của bà Nhàn vừa ra khỏi cửa nhà thờ thì một đám tuyết lông ngỗng từ trên cao lại đổ tung xuống. Vòng hoa trên nắp áo quan, lạnh dưới 50 độ F, đông cứng thành đá ngay trước khi áo quan được chuyển vào xe tang. Khi hạ huyệt ở nghĩa trang chỉ có vị linh mục và người anh chồng bà Nhàn đứng bên cạnh áo quan dưới cơn mưa tuyết, còn tất cả những người đi đưa đều ngồi ở trong xe nhìn ra, ngay cả người con gái của bà, cô Lan và chồng cô cũng không muốn ra đứng dưới cơn mưa tuyết phất phới càng lúc càng dày đặc. Lan đã cố giữ bác Tôn của nàng trong xe mà ông nhất định cứ đòi ra. Gió bên ngoài thổi mạnh, từng đám tuyết hắt phủ lên hai người đàn ông và chiếc áo quan. Vị linh mục giơ tay làm dấu thánh giá lần cuối cùng rồi hấp tấp chui vào xe, chỉ còn lại bác Tôn, bác vẫn đứng thẳng, hai tay nắm vào nhau cúi nhìn chiếc áo quan trắng xóa. Lan nhìn ra, nàng không còn nhìn ở đâu là mắt, mũi bác nữa, hình như có ai vừa đội lên bác một thùng vôi bột trắng khổng lồ. Lan quay kính xe, thò đầu ra gọi:

"Bác Tôn, bác Tôn".

Tuyết và gió bay thốc vào mặt nàng, bác Tôn vẫn không nghe tiếng nàng gọi, Lan phải mở cửa xe, chạy ra để kéo bác đi, tuyết ngập gần đầu gối, nàng phải khó khăn lắm mới đến được bên bác, nàng lôi bác như đứa trẻ con lôi "thằng người tuyết" của chúng.

Một con chim không biết từ đâu bay lại, đâm bổ xuống chiếc áo quan rồi lại vụt bay đi.

*

Chiếc xe của Lan là chiếc cuối cùng về đến nhà. Bà

Vân, người hàng xóm tốt bụng đã về trước, đang xếp đặt một buổi họp mặt sau đám tang ở nhà, căn nhà mẹ nàng ở trước khi mất. Các cửa ngõ đóng kín ngăn cái lạnh ở ngoài trời không cho lọt vào nhà, củi trong lò sưởi nổ lách tách. Sau mấy ngày bận rộn, mệt mỏi vì tang lễ, mọi người hình như muốn thở phào nhẹ nhõm. Bà Vân thì đã mệt nhọc về mẹ nàng cả mấy tháng trước khi bà cụ mất. Ai cũng nói cụ qua đời là điều may cho cụ và dù không ai nói, họ cũng nghĩ đó là một giải thoát cho người sống.

Những người đàn bà đang bận rộn xếp đặt những món ăn do chính họ đem lại, bày lên bàn. Những người đàn ông thì tụ lại ở phòng giữa mở truyền hình xem trận bóng rổ trên màn ảnh. Tiếng chén đĩa va chạm, tiếng cười nói, tiếng động từ máy truyền hình dội ra, chẳng có vẻ gì là họ vừa trở về sau một đám tang, nếu không có một vài vòng hoa, ai đó tiếc rẻ đem từ nhà quàn về để ở một góc phòng.

Lan dắt tay bác Tôn đến chiếc ghế dựa gần sát lò sưởi, nàng cởi áo ngoài cho bác và rũ những mảng tuyết còn lại bám trên cổ, trên tóc ông. Từ lúc ở nghĩa trang về cho đến lúc vào nhà bà Nhàn, ông vẫn không nói một câu. Lan xoa xoa hai tay lên má của bác:

"Bác ơi! Mặt bác lạnh quá. Để cháu rót cho bác một ly cà phê thật nóng".

Bà Vân, khuôn mặt tròn, nước da bánh mật và mái tóc quăn tự nhiên, nheo mắt can thiệp:

"Lan này, đã đến lúc cô phải kiếm cho ông bác cô một bà góa chồng để săn sóc ông rồi đấy".

Bà Vân nói xong, quay lại bà bạn đứng cạnh than phiền:

"Cái ông Tôn này kỳ lắm, đến bây giờ mà vẫn không chịu lấy vợ, chẳng bù cho ông bố của Lan, mới 20 tuổi đã lấy bà Nhàn rồi. Hai anh em mà khác nhau quá, một người lấy vợ lúc trẻ, chết trẻ. Một người thì sống đến già mà nhất định ở độc thân".

Ông Tôn đang ngồi trên ghế nhìn lửa trong lò sưởi, quay đầu lại nhìn bà Vân, bà vội vàng để một ngón tay lên miệng im bặt cả gian phòng bỗng im lặng một phút vì câu nói lỡ lời của bà. Rồi không ai bảo ai, họ lặng lẽ đem đĩa đồ ăn của mình sang phòng giữa nhập bọn với những người đàn ông đang xem truyền hình, để ông Tôn ở lại với những tiếng nổ lách tách trong lò sưởi đỏ.

Câu chuyện của anh em ông Tôn lại được tiếp tục. Họ đã quên ngay câu nói lỡ lời của bà Vân. Mỗi người lại góp một câu, bà Vân bao giờ cũng là người lên tiếng trước:

"Hồi đó tôi cũng mê ông Tôn lắm chứ, nhưng ông đâu có để mắt đến tôi, tôi phải đi lấy ông Phan".

Ông Phan đang chăm chú vào trận bóng rổ, nghe loáng thoáng vợ nói tên mình quay ra hỏi:

"Em nói cái gì, ai mê ai?"

Bà Hà đứng cạnh đổ vội nói to lên cho cả phòng cười:

"Tôi, tôi mê ông, bằng lòng chưa?"

Ông Phan tính hay cả thẹn, hai tai đỏ nhừ, nín im không dám hỏi thêm tiếng nào. Các bà bao giờ cũng thế, ở đám đông là các bà luôn luôn làm chủ tình hình.

Bà Vân nhấc ghế ngồi ra một góc trống để mọi người có cơ hội kéo ghế lại gần bà. Bà để đĩa đồ ăn trên lòng, tiếp tục câu chuyện.

"Hồi đó ở Lái Thiêu, cả năm chúng tôi, hai anh em ông Tôn, Hải, Phan, Nhàn và tôi, cùng học chung một trường Tiểu học. Tôn học lớp Nhất, Hải, Phan học lớp Nhì, Nhàn và tôi ở lớp Ba. Khi lên Trung học chúng tôi cũng vẫn học chung một trường, vì lúc đó cả Lái Thiêu mới có một trường

Trung học".

Bà Nhàn xinh đẹp lắm, từ Tiểu học cho đến Trung học, mấy anh con trai ở lớp trên bao giờ cũng đi theo chiều chuộng, còn Hải thì ngang ngược, tính bay bướm, thích chỉ huy và không cưng chiều phụ nữ. Tôn ngược lại, nhã nhặn, hiền lành, được lòng hết cả mọi người. Hai anh em họ giống nhau như hai giọt nước, cùng thông minh, đẹp trai. Đây các bà xem, ông cụ Tôn năm nay đã gần 70 tuổi rồi trông vẫn còn đẹp đấy chứ. Những năm ở Trung học, Nhàn vẫn được coi như là bồ của Hải còn Tôn thì chẳng có bạn gái nào đặc biệt cả. Họ hay đi chơi bộ ba Tôn, Hải, Nhàn. Gọi là đi chơi chung với nhau, nhưng ông Tôn lúc nào cũng phải đóng vai ông anh để dỗ dành Nhàn những lúc bị Hải hắt hủi hay làm nàng hờn giận. Có một lần tôi nhớ hai anh em họ vật nhau ở trong vườn măng cụt của ông Tám vì Tôn bắt gặp Hải hôn một cô gái khác, anh ta không chịu được vì cho như thế là Hải đã phản bội Nhàn. Một lần khác Tôn phải mượn xe gắn máy chở Nhàn lên Sài Gòn ăn kem để Nhàn không nhìn thấy Hải đi chơi với các cô khác. Nhàn đi về còn khoe với tôi là được ông anh của bồ cho đi ăn kem và chụp cho một tấm ảnh, cô nàng lúc đó đâu có biết là Tôn chỉ muốn điệu hổ ly sơn không cho nàng thấy Hải đang bay bướm.

Tôn tốt với em lắm, hồi đám cưới Hải và Nhàn, chính tay Tôn dựng cái cổng bằng lá dừa có kết hoa hai chữ Tân Hôn ở trước cửa nhà của cha mẹ họ. Nhưng chẳng hiểu tại sao anh ta không chịu lấy vợ, hồi đó ở Lái Thiêu nhiều cô để ý đến anh ta lắm…

Bà Vân nói đến đây ngửa cổ lên trần nhà cười: "Trong đó có cả tôi nữa đó nghe". Mọi người đều cười theo bà khi nhìn khuôn mặt tròn, nước da bánh mật của bà ửng đỏ có pha một chút thẹn thùng rất dễ thương.

Lan lấy cái chăn len quấn quanh người bác Tôn, nàng

kéo chiếc bàn nhỏ đến gần bác, đặt lên đó một đĩa đồ ăn và một ly cà phê nóng. Nàng âu yếm vuốt lại những sợi tóc bạc lòa xòa trên trán bác. Bác Tôn nhắm nghiền hai mắt để yên cho cháu săn sóc, Lan thấy hai giọt lệ lăn trên má bác, nàng lấy khăn vừa lau vừa nhẹ nhàng trách:

"Con đã bảo bác đừng có đứng dưới tuyết mà bác không nghe con, bây giờ bác lại bị cảm rồi, nước mắt nước mũi đang chảy ra đây này".

Nàng thấy môi bác rung nhẹ lên như định nói điều gì lại thôi. Một mối thương cảm dâng lên tràn ngập hồn nàng. Sau đám tang, những người sống cảm thấy họ thân thiết nhau hơn. Lan ngồi phệt xuống sàn ngả đầu vào lòng bác. Bác Tôn hai mắt vẫn nhắm nghiền, thò một bàn tay ra khỏi chăn đặt lên tóc nàng, Lan thấy bàn tay bác run rẩy vì xúc động. Nàng ngồi im lặng rất lâu, đầu vẫn để nguyên trong lòng bác, nàng nhớ lại quãng đời thơ ấu, trưởng thành trong sự săn sóc dạy dỗ của bác. Dĩ vãng như một giọng hát từ xa vọng lại, tiếng còn, tiếng mất, nhưng âm thanh của bài hát thì kéo dài vô tận trong hồn nàng. Lan nhớ đến những buổi sáng sớm mẹ nàng dắt nàng đến nhà bác, giao nàng cho bác rồi mẹ theo xe trái cây lên Sài Gòn bán. Bác đón nàng ở tay mẹ, bao giờ bác cũng bế thốc nàng lên đặt vào giường quấn chăn cho ngủ lại. Khi bác đi dạy học, (bác dạy ở một trường Tiểu học gần nhà) bác cho nàng đi theo, rồi gửi cho vợ chồng ông gác trường, đến giờ ra chơi bao giờ bác cũng đi tìm nàng, bế lên lòng, lục túi đưa cho nàng một miếng bánh hoặc một viên kẹo. Mẹ nàng đi từ sáng sớm đến xế trưa mới về, dù phải đi qua nhà bác mới về đến nhà bà nhưng không bao giờ bà ghé đón con. Bác Tôn dạy học xong, dắt cháu về, nấu ăn cho hai bác cháu, rồi mới đưa nàng về ngủ với mẹ. Bác bảo:

"Con là con gái, con phải về ngủ với mẹ, để mẹ ôm ấp, dạy bảo con những điều bác không biết".

Có nhiều khi hai bác cháu về đến nhà nàng lại phải quay về nhà bác vì mẹ nàng ngủ lại ở Sài Gòn, không về ngày hôm đó, mà cũng chẳng bao giờ báo cho bác biết trước.

Suốt quãng đời thơ dại, Lan lớn lên với bác. Cha mất từ khi còn rất bé, Lan chỉ biết có bác là người đàn ông duy nhất yêu thương, dạy bảo nàng. Bác dạy cho nàng học vỡ lòng, học đọc, học viết, lớn lên đến tuổi đi học thì học ngay ở trường bác dạy. Nàng tuy là ở với mẹ nhưng chỉ có tối về ngủ, còn cả ngày đi học về chỉ quanh quẩn với bác. Mẹ nàng giao được con cho anh chồng thì yên trí, bà có khi đi buôn bán, ngủ lại ở Sài Gòn cả tuần lễ mới về.

Mẹ nàng chắc là hồng nhan đa truân, góa chồng từ năm 24 tuổi (sau khi lấy cha nàng được 6 năm), mà vẫn không tái giá, mặc dù bà không có ý định ở vậy. Có lần nàng đã tưởng mẹ sẽ lấy một người đàn ông góa vợ mà mẹ đi lại suốt hai năm liền, thế mà cũng không thành. Nàng nghe những người lớn xầm xì là mẹ nàng may mắn có một ông anh chồng tốt bụng lo cho cháu gái rồi nên bà chẳng cần tái giá với ai nữa. Mẹ nàng cũng định nhiều lần làm mai, làm mối bác Tôn cho những người bạn của bà nhưng lần nào bác cũng gạt phắt đi, có khi lại giận dỗi không nói chuyện với bà đến hai, ba ngày.

Đối với Lan, bác Tôn còn hơn cả một người cha, ông lo lắng cho nàng từ lúc bé cho đến khi trưởng thành, lấy chồng. Khi mất nước, ông chạy ngang, chạy dọc để đem được hai mẹ con nàng đi bằng bất cứ giá nào. Sang đến Mỹ, ông cũng lo chỗ ăn, chỗ làm cho bà Nhàn đâu vào đó rồi mới lo đến thân ông. Căn nhà ông thuê cho mẹ con nàng chỉ ở cách khu chung cư của ông ở một ngã tư đường. Hơn 15 năm nay, khi nào sang nhà bà Nhàn, ông cũng chỉ ngồi ở một chỗ duy nhất trong bếp, nơi chiếc ghế kê sát cửa sổ. Ông ít khi ra đến phòng khách và không bao giờ bước vào phòng ngủ của mẹ nàng. Khi Lan còn bé thì bác có vào phòng ngủ của nàng, nhưng đến khi nàng khôn lớn thì chỉ những lúc yếu đau thôi.

Những lần bà Nhàn ốm, ông chỉ đứng ở cửa buồng bà hỏi vọng vào:

"Thím đã khá chưa? Thím có cần tôi mua cái gì cho thím không?"

Ông hỏi bằng giọng rất âu yếm, ngọt ngào. Bao giờ mà ông chẳng ngọt ngào với mẹ con nàng! Có một lần bà Nhàn bị mổ ruột dư, khi bà ở nhà thương về, ông sang ngủ lại nhà với mẹ con nàng, ông kéo chiếc ghế dựa đến sát cửa buồng em dâu, ngủ ngồi suốt đêm vì sợ Lan ngủ say không nghe mẹ gọi, ông dỗ Lan:

"Con cứ đi ngủ đi, bác lớn tuổi rồi, bác không cần ngủ nhiều, bác vừa đọc sách vừa canh mẹ cho con".

Lan lớn lên trong tình thương của ông, nàng gần gũi và thân với bác hơn là mẹ, có chuyện gì hai bác cháu cũng kể cho nhau nghe. Nhưng có một điều làm nàng không được vui cho lắm là bác Tôn không chịu lấy vợ và gương mặt bác lúc nào cũng buồn buồn. Trong đời nàng chỉ có hai lần Lan thấy mặt bác vui là hôm đám cưới nàng và hôm nàng sinh thằng bé đầu lòng. Hôm đám cưới nàng, ông đứng chủ hôn theo tập quán của Việt Nam "sẩy cha còn chú". Khi đứng bên cạnh cô dâu, chú rể và bà Nhàn để chụp ảnh như cha mẹ cô dâu, Lan thấy hai mắt ông long lanh ướt. Hôm đến nhà thương thăm nàng sanh cũng vậy. Khi bà Nhàn ôm thằng bé đặt vào lòng ông nói: "Cháu ngoại của ông đây", ông đưa hai tay đỡ thằng bé, hai cánh tay ông ôm cả thằng bé lẫn hai bàn tay bà Nhàn kéo vào lòng, Lan cũng thấy mắt ông nhỏ lệ…

*

Đám khách ở phòng giữa đã ăn uống xong, họ đang lục tục ra về, Lan rời bác Tôn đứng lên chào khách, bà Vân ra đến cửa còn kéo nàng ra một góc dặn dò lần nữa:

"Lan ạ, mai mốt cháu về nhà cháu rồi, ngôi nhà này

cũng sẽ trả lại chủ nhà, bác Tôn cháu sẽ bơ vơ lắm, cháu phải kiếm cho ông một người bạn đời".

Lan vâng dạ cám ơn, hứa sẽ để ý đến lời bà Vân dặn, dù trong tâm nàng biết đó là một việc làm rất khó khăn. Suốt một quãng đời son trẻ, bác Tôn nàng đã không chịu lấy vợ, bây giờ gần 70 tuổi rồi, kiếm đâu cho ra được một người bạn đời? Quãng đời còn lại được bao nhiêu?

Nàng quay vào nhờ chồng đưa bác Tôn về, nàng còn bao nhiêu việc trước mắt phải làm. Hai vợ chồng nàng ít nhất còn phải ở lại đây cả tuần lễ để xếp đặt lại nhà cửa của mẹ nàng trước khi trả nhà lại cho chủ. Nàng cũng nghĩ đã đến lúc phải mời bác Tôn dọn về ở chung với vợ chồng nàng để nàng săn sóc cho tuổi già của bác. Lan đã ân hận nhiều là từ lúc lấy chồng, ở xa mẹ và bác quá, khi mẹ đau ốm thì chỉ có bà Vân và bác là hằng ngày chạy qua, chạy lại, còn vợ chồng nàng thì chỉ có gọi điện thoại và cả tháng mới về thăm mẹ được một lần.

Lan đứng lên mở cửa sổ nhìn ra ngoài vườn, tuyết đã ngừng rơi, nhưng gió vẫn mạnh, thỉnh thoảng lại thổi những đám tuyết bám trên những cành thông rơi lả tả như những cánh bướm bay lạc vào vườn, nàng nghĩ đến bác Tôn. Bác Tôn có đi lạc vào đời sống của mẹ con nàng không? Sao bác không thoát ra được, bác cứ đứng mãi trong một khu vườn để săn sóc mẹ con nàng, có phải cái bổn phận "sẩy cha còn chú" đã giữ chân bác lại? Ngoài cái hàng rào khu vườn của mẹ con nàng, có bao nhiêu bóng sắc đã đi qua, sao không ai dắt được bác ra, cái điều gì thật sự đã ràng buộc bác? Lan hít mạnh một hơi dài khí lạnh tinh khiết vào hai buồng phổi, rồi nàng thở nhè nhẹ. Bao giờ cũng thế, khi bị xúc động chuyên gì nàng vẫn tập trung tư tưởng vào để thở và điều này giúp nàng giảm bớt được xúc động. Nhưng có nhiều khi Lan nhớ đến mà lại không muốn tập trung tư tưởng để thở, nàng cứ để mặc cho sự xúc động muốn lôi nàng đi đến đâu thì đi và nàng cứ bồng bềnh giữa cái thân và cái tâm, cho đến khi cái thân không kháng cự nổi nữa, nó sắp làm nàng ngộp thở thì lúc đó nàng phải vội vàng chú ý đến cách thở của mình.

Chồng nàng đã trở về cùng đứa bé, anh đến bên vợ đặt tay lên vai nói:

"Anh đã đưa bác vào tận giường, đắp chăn cẩn thận cho bác. Bác Tôn có vẻ xuống tinh thần lắm. Bao giờ cũng vậy, một người già nhìn thấy một người già khác qua đời cũng làm họ lo âu. Sáng mai mình phải sang thăm bác sớm sớm một chút em ạ".

Lan quay lại gục đầu lên vai chồng, nàng bỗng khóc ngon lành, khóc òa như đê vỡ. Từ hôm mẹ mất đến giờ nàng chưa được khóc thoải mái một lần nào vì còn để cả tâm trí vào đám tang, tuyến nước mắt của nàng bị chặn lại vì những lo lắng sắp đặt. Bây giờ nghe chồng nhắc đến cái chết của mẹ, cái cô đơn của bác, Lan khóc nức lên như một đứa trẻ trong lòng chồng.

*

Lan đưa con cho chồng dắt, nàng lấy chìa khóa riêng mở cửa vào nhà bác, nàng đi nhè nhẹ xuống bếp, sợ bác còn ngủ, nàng đặt ấm nước sửa soạn pha cà phê cho cả ba người. Nàng đẩy hé cánh cửa buồng ngủ xem bác đã dậy chưa? Giường ngủ trống, chiếc chăn len một nửa dưới sàn, một nửa trên giường, Lan nhặt chiếc chăn, xếp lại ngay ngắn giường nệm, hướng về phía buồng tắm gọi bác:

"Bác ơi! Chúng con đến rồi".

Căn buồng im lặng, Lan đến đưa tay gõ cửa buồng tắm, không có tiếng trả lời, nàng ngó đầu vào, bác Tôn không có ở trong đó. Chồng con nàng đã ở trong bếp, chàng đang cho con lên ghế lấy sữa cho nó uống. Lan vừa bước ra hiên sau nhà vừa nói với chồng:

"Lạnh thế này, không lẽ bác ra hàng hiên ngồi rồi?"

Mà đúng thật, bác Tôn đang ngồi quay mặt ra sân, một chiếc sân chung cho cả khu chung cư. Cả người bác quấn trong một cái chăn mỏng, đầu không đội nón ấm, mái tóc bạc phơ của bác bay trong gió, bác đang ngồi xem tuyết. Lan sà đến sau lưng bác, bác vẫn ngồi im lặng trên ghế, Lan quàng cả hai tay ra đằng trước ôm lấy bác, tựa cằm nàng vào đầu bác nói âu yếm như dỗ một đứa trẻ:

"Lạnh quá, gió lại đang thổi mạnh, sao bác ra ngoài sớm thế, đi vào, con pha cà phê bác cháu mình uống".

Bác Tôn vẫn im lặng, Lan có cảm tưởng bác nàng đã hóa đá, khi nàng đưa hai tay ôm lấy mặt bác lạnh buốt, nàng bỗng rùng mình như có ai dội lên lưng nàng một chậu tuyết lỏng, Lan bước vòng ra trước mặt bác, nàng quỳ xuống nâng mặt bác lên, bác Tôn không còn thở nữa, gương mặt bác buồn bã, im lìm, trắng bạch, hai mắt nhắm nghiền, đầu bác hơi cúi về đằng trước, hai tay bác thu kín trong chăn như ôm một vật gì trước ngực. Lan lật chăn ra, nàng bỗng ngã xỉu, ngồi xệp xuống đất. Bác Tôn đang ôm tấm ảnh của bà Nhàn, tấm ảnh chụp khi bà còn con gái, đứng trước một tiệm kem ở Sài Gòn.

Câu chuyện bác Tôn chở mẹ nàng bằng xe gắn máy từ Lái Thiêu đi Sài Gòn ăn kem, nàng đã được nghe mẹ và bà Vân kể nhiều lần. Lan nhớ là nàng có xem tấm ảnh này lâu lắm rồi, từ hồi còn ở Việt Nam, hóa ra bác Tôn có giữ riêng cho bác một tấm. Nàng nhớ khi bác hớt hải đem mẹ con nàng bỏ nước ra đi, đâu có ai mang theo được một món gì quý giá, kể cả những giấy tờ cần thiết cũng mất hết. Bác một tay bế nàng một tay lôi bà Nhàn sấp ngửa chạy. Bác đã cất tấm ảnh này ở đâu, nếu không phải trong ngực bác. Lan chợt hiểu tất cả. Nàng thương bác quá, nàng ôm vòng lấy bác, ngả đầu vào lòng bác. Những hình ảnh và những tiếng động lao đao xô nhau chạy vào tâm óc nàng gây nên những va chạm rất mơ hồ. Nàng thấy hình như ở trong vườn măng cụt, vườn dâu hay vườn sầu riêng có hai thanh niên đang chơi trò đuổi bắt với một thiếu nữ, nàng nghe cả được tiếng thiếu nữ cười, nàng nhìn cả được vạt áo bà ba trắng của thiếu nữ lật tung trong gió, khuôn mặt buồn buồn của bác Tôn, nụ cười của bác trong ngày đám cưới nàng, người đàn ông cô đơn đứng dưới cơn mưa tuyết lông ngỗng ngoài nghĩa trang, hai giọt lệ chiều qua lăn trên má bác mà nàng ngỡ giọt nước mắt của người bị cảm.

Lan bất giác đưa hai tay lên ôm mặt khóc không thành tiếng, những giọt lệ chảy ngược vào tâm hồn nàng, nàng vẫn gục đầu vào lòng bác, bác không để tay trên tóc nàng như chiều hôm qua nữa, cả hai tay bác còn đang ôm bức ảnh thời con gái của bà Nhàn. Lan tự hỏi không biết có người đàn ông nào yêu nàng đến thế chăng? Thế hệ nàng còn có ai yêu nhau một cách thầm lặng, sâu xa và bền bỉ như vậy chăng? Nàng không phải chỉ khóc vì mất một người bác. Hình như nàng đang khóc cho một thế giới lãng mạn, những con người chung thủy, giờ đã biến mất trên thế gian này.

Một cơn gió thổi, những đám tuyết bám trên cành thông rơi lã chã như những cánh bướm trắng bay lạc vào vườn.

Montana, tháng 3-1991

TRẦN PHÙ THẾ

Sinh năm 1943 (Hậu Thạnh, Sóc Trăng). Cựu sĩ quan VNCH, định cư tại Hoa Kỳ năm 1992, diện H.O.

Trước 1975, có thơ trên các tạp chí văn học ở Sài Gòn. Tại hải ngoại thơ đăng trên: *Thư Quán Bản Thảo, Khởi Hành* và các báo mạng: Thư Viện Sáng Tạo, Vuông Chiếu, Phố văn, Bạn Văn Nghệ, Da màu, Góc Sân Chơi HD... Có thời gian khoảng hai năm phụ trách "Giới thiệu Tác Giả & Tác Phẩm Thơ" trên tuần báo *Trẻ* (Dallas).

Tác phẩm đã xuất bản:
(Tất cả do Thư Ấn Quán, HK ấn hành)
- *Giỡn Bóng Chiêm Bao* (2003)
- *Gọi Khan Giọng Tình* (2009)
- *Cõi Tình Mong Manh* (2014)

Bậu về

bậu về mắt liếc đong đưa
gió xuân đầy mặt như vừa chín cây
bậu về má đỏ hây hây
ta mười lăm đã lòng say bậu rồi

bậu còn chơi ác nói cười
những câu dí dỏm chết đời ta chưa
bậu về nhớ nắng thương mưa
hình như cây cỏ cũng ưa bậu về

như là có chút nắng hè
như là có cả chùm me chua lừng
như là xoài tượng thơm giòn
thêm vào nước mắm chút đường khó quên

bậu về đại ngải mình ên
bỏ quên kẹp tóc bắt đền tội ta
bậu quên là tại bậu mà
tại sao bậu bắt đền ta một đời

tội nầy không chịu bậu ơi!

(9/ 8/ 2007)

Bậu đi

bậu đi biệt dạng hôm nào
ta trông mút mắt nhớ đau từng hồi
nhớ từ giọng nói tiếng cười
nhớ se tóc bạc cột đời hai ta

bậu đi hình như hôm qua
mà sao ta tưởng như là nhiều năm
bậu đi lạnh gối ta nằm
hình như cái lạnh lạnh ngầm trong xương

bước qua ngưỡng cửa âm dương
bậu đi mình bậu chẳng vương vấn gì
còn ta ở lại sống lì
một thân một bóng cu ky một mình

bậu ơi sao bậu làm thinh
nén nhang cơm lạt bóng hình là đây
phất phơ hồn gió theo mây
mỗi đêm giỡn bóng trăng gầy tàn đêm

bậu về ta thấy lòng êm
như trăng thuở nọ bên thềm thanh xuân
như là tiếng hát bậu ngân
xuống câu vọng cổ tình quân phụ phàng

bậu về trăng sáng ngút làng
hương thơm dậy đất bàng hoàng hồn ta
ngất ngây ôm chặt trăng và
tưởng đâu ôm bậu thịt da vẫn nồng

bậu đi hồn có về không
nhắn tin theo gió cho lòng ta yên
dầu cho bậu ở cõi trên
hay đang cõi dưới trong miền u minh

một mai ta đã dọn mình
quyết theo chân bậu lênh đênh cõi nào
dầu cho đất thấp trời cao
tử sinh là mới bắt đầu cuộc chơi

ngày mai bậu trở lại đời
và ta trở lại làm người bậu ưng
giọt mừng nước mắt rưng rưng
hai tay ôm bậu mà rung dậy tình.

(9/ 9/ 2007)

Tình bậu nhẹ hều

rất nhẹ nhàng hình như không lay động
bậu nhẹ về như hơi thở dòng sông
ta ngây ngất thèm đôi môi đỏ mọng
bởi mê tình nên nuôi mãi tình không

bậu biết đó tình nào không mê mệt
những thiết tha cùng nhịp đập con tim
nên một bửa dạt dào tình dậy sóng
khi tóc thơm phàng phất một mùi quen

như bữa đó bậu về trong cơn gió
gió thênh thang bay khắp nẻo vô chừng
bậu lại nửa lượn lờ không biết mỏi
chỉ riêng ta khan tiếng gọi người dưng

mong đêm nay bậu về trong giấc ngủ
trong mùi thơm hoa sứ trước hiên nhà
con bướm nhỏ quạt hoài chùm hoa sứ
cũng như ta đuổi mệt tình càng xa

ta rất nhẹ nâng niu tình hai đứa
cất trong tim không dám chạm vào tim
ta chỉ sợ một giây hay chút nửa
tình biệt luôn trốn mãi biết đâu tìm

bậu coi nhẹ nhẹ hều tình hai đứa
ta nâng tình dầu chết chẳng hề quên.

(9/ 8/ 2007)

Trần Phù Thế

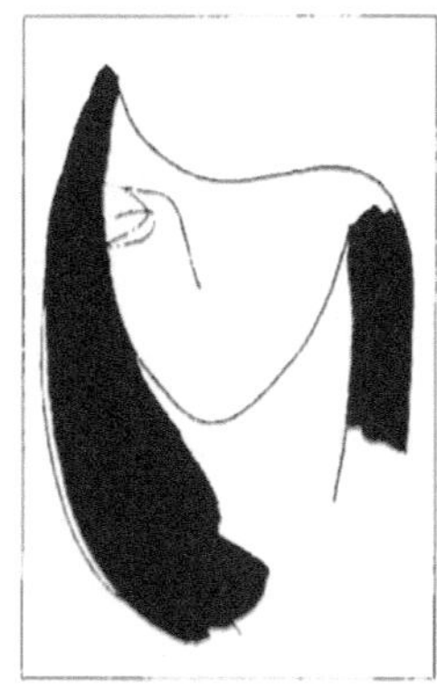

TRẦN THỊ DIỆU TÂM

Chỉ mới xuất bản *Người Về* do Nam Á Paris phát hành năm 1994.
Viết lai rai cho các báo quen.
Sinh sống tại Paris, Pháp.

Thiếu nữ và con mắt trái

Thiếu nữ ấy là bạn tôi. Cô ta có thói quen nhìn cuộc sống bằng con mắt phía trái. Điều này có nghĩa là cô thường nhìn sự việc phía mặt sau của nó.

Cho nên tính tình cô hơi khó chịu, bạn bè không ai ưa vì cái tật nói thẳng, nói như đâm vào tim. Có lẽ thế nên cô chưa có chồng, dù năm nay đã gần bốn chục xuân. Tôi cũng độc thân như cô, tuy nhiên tôi có người yêu. Người tôi yêu đang còn ở Việt Nam. Chúng tôi yêu nhau từ ngày xa xưa, lúc chưa có trại tù mọc lên như nấm trên thân thể quê hương hình chữ S.Tôi chờ chàng ra tù, vì chúng tôi đã hứa hôn.

Thiếu nữ và tôi có hai nghề nghiệp khác nhau, cô ấy hiện là y tá trong một bệnh viện lớn ở Paris, phụ trách phòng hồi sinh, nghĩa là người nào sắp được ăn bát cháo lú quên chuyện đời, bước qua cây cầu biên giới giữa sống và chết thì cô ta kéo ngược họ trở về, bắt họ đổ mồ hôi lẫn nước mắt cho cuộc trần ai này. Còn tôi, đứng bán hàng ở một trung tâm mỹ phẩm và nước hoa danh tiếng tại Champs-Élysées, có thể vì ảnh hưởng nghề nghiệp nên tôi ngửi cuộc đời này bằng mùi hương hoa, còn tô thêm son thêm phấn cho đời thêm diễm ảo.

Chúng tôi thuê chung một căn nhà. Ban ngày có chuyện gì vui, tối kể cho nhau nghe.

"Hôm nay bạn ơi, có một ông người Ý mua một lô nước hoa toàn mùi trứ danh của ba nhà Christian Dior, Chanel và Rochas. Ông ta bắt phải gói thật đẹp để làm quà. Thật ít có người đàn ông nào tặng vợ lịch sự như thế".

Thiếu nữ:

"Người đàn ông như thế phải giàu, mà giàu thì cũng đã năm mươi sáu mươi. Tuổi này ít nhất là một vợ và hai nhân tình".

"Sao biết?"

"Mua 3 loại nước hoa khác nhau nghĩa là tặng vợ một, còn thì tặng bồ".

Tôi ngẩn mặt, hình ảnh ông khách lịch sự trịnh trọng ban sáng trở nên tầm thường.

Tôi cãi:

"Nhưng ông ta đứng đắn lắm".

Thiếu nữ:

"Sự đứng đắn của đàn ông có thể ẩn giấu một khoái cảm đàn bà cao độ".

Tôi hỏi:

"Vậy đàn bà là gì?"

Thiếu nữ:

"Đàn bà là một thứ 'Sex' có quyền lực lớn hơn hết mọi quyền lực ở đời".

"Chỉ có thế thôi?"

Cô bạn trả lời:

"Trong thế giới văn minh này, người đàn bà được trau chuốt óng ả cốt để quyến rũ thu hút dâm tính đàn ông".

Tôi không còn thắc mắc tại sao lâu nay cô bạn mình sống dửng dưng với áo quần thời trang, với son phấn xanh đỏ vàng tím. Đàn ông với cô chỉ là một con thú bất trung tầm thường. Nhưng tôi khơi niềm hy vọng:

"Thế còn tình yêu?"

Thiếu nữ lãng đãng:

"Đó là một sản phẩm trí óc con người. Con người từng đau khổ do sự tưởng tượng về tình yêu của mình. Thật ra tình yêu chỉ là rung động của hai thể xác. Hết rung động là hết yêu".

Tôi nhìn thiếu nữ:

"Không nên tuyệt vọng với đời như thế, hãy giữ gìn một điều tốt đẹp cho mình và cho người".

Thiếu nữ trả lời:

"Tôi không tuyệt vọng vì đã không hề hy vọng bất cứ điều gì". Rồi cô kể tiếp"Sáng nay trong nhà thương có một bà tự tử vì ghen, đem vào cấp cứu thì đã muộn. Trong túi áo có bức thư tuyệt mệnh cho biết vì quá yêu chồng, không muốn thấy người mình yêu chia sẻ tình cho kẻ khác. Tự tử chỉ vì quá tin vào tình yêu".

Tôi trầm ngâm:

"Đời sống lứa đôi là một thảm kịch".

Sau lúc trò chuyện, tôi im lặng vì tôi xót xa cho tôi, một người thích bám víu những màu mè cuộc sống để thấy nó tươi tắn nồng nàn. Tuần này chúng tôi nhận được giấy mời dự buổi họp mặt của một Hội đoàn. Thiếu nữ không thích đám đông, tôi trái lại vì có dịp trang điểm chưng diện, thiếu nữ nhìn tôi cười:

"Coi chừng, diện đẹp thế là nguy".

"Sao lại nguy?"

"Có người tán tỉnh thêm mệt".

Tôi chỉnh:

"Vui chứ. Không có đàn ông theo mới buồn".

Thiếu nữ:

"Nè bạn, hãy trung tín với người đàn ông đang ở trong tù".

"Tôi luôn luôn chờ đợi".

Thiếu nữ nói:

"Chải chuốt bóng bẩy là ngụ ý quyến rũ đàn ông, bạn chờ đợi trong manh nha phản bội".

Tôi bực mình vì cách nói cay độc, nhưng thiếu nữ xin lỗi đã lỡ nói lên điều suy nghĩ thật thà của mình.

Đến buổi họp mặt, gồm những khuôn mặt đàn ông, đàn bà đã thấy nhiều lần. Có ông đến gần thiếu nữ bắt chuyện:

"Có ai lọt vào mắt xanh của cô chưa?"

Tức thì bạn tôi trả lời:

"Xin lỗi ông, tôi là người Việt, mắt tôi không xanh, mắt tôi đen nên thấy mọi điều đen tối cả. Kể cả ông".

Người đàn ông hoảng sợ bỏ đi.

Tôi kéo tay cô bạn gái:

"Quái ác vừa thôi, ông ta mấy lần điện thoại hỏi thăm bạn".

"Ăn mặc bảnh bao, đúng mốt nhưng ngu, ăn nói vô duyên, đuổi thằng cha đi tán cô khác".

Trên bục diễn có một ông đang hùng hổ phát biểu.

Thiếu nữ nói lớn:

"Lão này có bệnh mê mi-crô".

Tôi suỵt bảo nói khẽ chứ. Hơn nửa giờ sau, cái mi-crô mỏi mệt kêu rè rè. Nghỉ, uống nước ăn bánh ngọt. Sau đó có mục trao đổi ý kiến các vấn đề Việt Nam, những nạn nhân Cộng sản, kêu gọi tình người.

Cô bạn nói với tôi:

"Đám đông của bạn là những người có bằng cấp cao,

có tiền có bạc, trông mãn nguyện quá. Họ làm việc xã hội với những toan tính cá nhân làm gì có tâm hồn để đau khổ chân thật mà thương yêu kẻ khác".

Giọng cô ta sắc làm mấy ông bà sang trọng đứng cạnh coi bộ khó chịu.

Có bà nói:

"Con này khùng!"

Tôi ngượng kéo tay thiếu nữ ra về.

Mấy hôm nay trời đã sang Thu, cái lành lạnh làm tôi nhớ nhung người yêu đang ở xa, cảm thấy mình thật đơn độc. Tôi đi mua một lô sách báo Việt về nằm đọc buổi tối. Không còn muốn trò chuyện với cô bạn cùng nhà. Những trang sách chứa đựng khắc khoải, bỗng dưng tôi thèm viết lạ kỳ, biết đâu yêu chữ yêu nghĩa lại sung sướng hơn yêu người. Thiếu nữ vào phòng tôi hỏi han:

"Buồn lắm hả?"

"Ừ".

"Đọc sách viết văn có đỡ buồn không?"

Tôi không biết trả lời, cô bạn gái nói một hơi dài:

"Văn chương tạo ra ảo ảnh. Nhà văn bị ảo ảnh quyến rũ nên vô tình bày ra một thế giới mới nhằm đánh lừa độc giả. Nhưng chính nhà văn là kẻ bị lừa trước tiên. Đau đớn thay bị lừa gạt bởi mình mà mình không hay".

Nói xong thiếu nữ cười lảnh lót, tiếng cười vừa cay đắng vừa ghê rợn làm tôi sợ hãi co người lại không dám nhìn cô bạn mang tính ác quỷ.

Cô ta nhìn tôi thương hại:

"Muốn khỏi buồn đừng mơ tưởng".

Tôi đau nhói, mơ tưởng là điều quý giá nhất khi con người còn lại một mình. Tôi mỉa mai:

"Bạn là người bệnh, trước hết hãy đi bác sĩ chữa mắt, võng mô trong mắt bạn bị cấu tạo ngược chiều".

"A! Chính nhờ con mắt ngược ấy mới thấy rõ sự giả hình của người đời".

"Để làm gì chứ?" Tôi hỏi.

Thiếu nữ chậm rãi:

"Để thương cho họ".

Lòng tôi chùng lại vì câu nói. Tôi thấy tôi cách biệt với bạn. Tôi luôn đi tìm cái ưutú nơi người để yêu thương, còn cô, cô tìm sự tầm thường thấp hơn để yêu mến họ. Đó là cái nhìn vững chắc về cuộc sống, về người. Thiếu nữ không bao giờ tuyệt vọng, cô thản nhiên. Đúng. Hơn nữa, tôi còn biết thêm trước khi cô có con mắt ác quỷ cô đã thiên thần.

Một hôm, thiếu nữ trở về nhà mặt mày thờ thẫn, tôi hỏi tại sao, cô cho biết:

"Vừa mới hồi sinh một ông sống chết vì tự tử".

"Vậy, nên mừng đã cứu một mạng người".

Cô lắc đầu:

"Nếu không vì cái lương tâm vô lý của nhân đạo mà người ta bày đặt ra, tôi để chết luôn cho được việc. Ít ra người đàn ông ấy đã thành công trên đời một lần trong việc chấm dứt cuộc sống của mình".

"Hãy săn sóc ông ta".

Thiếu nữ nhún vai:

"Ông ta hét om sòm khi biết mình còn sống, ông thù hận tôi, mỗi lần đến gần, tôi bị ông ta mắng nhiếc thô bỉ.

Nghĩ cho cùng, tôi đã phạm tội với ông ấy như người giết chết một kẻ đang muốn sống, vì ông cho rằng sau cái chết, ông được hạnh phúc".

Lần đầu tiên tôi thấy nét mặt cô bạn băn khoăn. Băn khoăn vì phạm tội cứu sống một đời người, vì tự hỏi công việc đang làm thực sự đúng hay sai.

Đời sống của hai chúng tôi những buổi tối trò chuyện như thế, tôi chẳng bao giờ giải đáp được điều gì cho nhau. Tôi chợt nói:

"Chúng mình sống, thiêu thiếu một cái gì".

Thiếu nữ cười vang:

"Thiếu đàn ông".

"Ừ, đúng".

Cô bạn khuyên:

"Hãy sống như chẳng bao giờ có đàn ông".

Tôi nói:

"Nhưng Thượng đế sinh đàn ông trước khi sinh đàn bà".

Nhắc đến Trời, thiếu nữ nói một hơi dài:

"Đó là cái nhìn của Thánh Kinh, bạn không hiểu rằng kẻ hậu sinh giải thích Thánh Kinh cho hợp thời, cho hợp với đạo lý xã hội. Trước kia Giáo hội Công Giáo buộc đàn ông đi tu không lấy vợ, cho rằng Chúa không có vợ. Đây giờ họ đang nghiên cứu cho phép linh mục có thể có vợ. Để có lý do chính đáng, họ sẽ giải thích ngày xưa Chúa Giê-su cũng có người yêu là bà Thánh Madeleine. Con người khá thông minh dùng chữ nghĩa linh thiêng biện luận sự sống trần thế: Tôn giáo chỉ là một phương tiện cho đời người".

Tôi đau xót:

"Vậy niềm tin tìm nơi đâu?"

Cô ta nói bâng quơ:

"Có gì vĩnh cửu mà tin".

Vào một chiều thứ bảy trời nắng, tôi đang dọn dẹp áo quần son phấn, thiếu nữ qua phòng hối hả:

"Ê, bạn ơi qua đây nhờ chút việc".

"Gì thế?"

"Vào chọn giùm tôi bộ áo quần nào thích ý nhất".

"Đi đâu?"

"Mặc đi ăn tối nay".

Chuyện lạ, lần đầu tiên cô hỏi han tôi về cách ăn mặc. Mọi ngày cô chỉ jeans, pull, trời lạnh khoác blouson.

"Nhanh đi, kẻo trễ".

Tủ áo của cô toàn màu tối, đen, nâu hay vàng úa như lá khô rụng trên đất. Tôi chọn một bộ màu xanh đen, có lẽ mua từ kiếp nào: Cái váy ngắn và chiếc vest. Tôi cho cô mượn cái sơ-mi màu hồng nhạt bằng lụa mặc bên trong. Tôi đưa cô đôi bông tai vàng óng ả. Thiếu nữ sợ nữ trang. Tôi thuyết phục:

"Đàn bà phải có nữ trang, bạn không muốn mình là đàn bà sao, ít nhất tối hôm nay?"

Sau khi mặc áo quần, đeo bông tai trông thiếu nữ lạ hẳn đi. Trong gương hiện ra người con gái mặn mà duyên dáng. Tôi đề nghị phớt lên đôi má chút phấn hồng. Thiếu nữ đưa tay sờ vào gương như muốn tìm xem đây có phải thân xác thật của mình hay không.

Tôi vui vui nói:

"Đó là hình ảnh phản chiếu con người thật của bạn, không phải là ảnh ảo".

Tôi chải lại mái tóc ngắn cho cô và xứt nhẹ một chút nước hoa Chanel. Thiếu nữ sợ hãi né tránh mùi hương giả tạo. Cô nói:

"Tôi muốn đến với chàng bằng bộ mặt thật của mình không hương phấn".

Lòng tôi bừng nở:

"Có một người đàn ông rồi. Ai?"

Do dự một lát, thiếu nữ cầm tay tôi:

"Người đàn ông mà tôi đã phạm tội cứu sống".

Im lặng, tôi tiếp lời:

"Sau lần thất bại không được chết, ông ta thành công".

Thiếu nữ gật đầu:

"Đó là người đàn ông hiểu rõ tình thương và giá trị của nó".

Từ đấy, tính tình thiếu nữ dịu dàng hơn, tươi mát hơn. Môi luôn luôn sẵn sàng cười. Nói những câu làm dịu lòng người nghe. Cô nhìn cuộc đời bằng hai con mắt phải và trái với một chiều rộng nhân ái. Tâm đạo chìm sâu dưới đáy lòng cô nay thoát hiện, bắt đầu bén rễ trên mảnh đất bụi bặm này.

Bởi vì thiếu nữ đã yêu.

Trần Thị Diệu Tâm

TRẦN THỊ HƯƠNG CAU

Sinh ra tại Sài Gòn nhưng gốc Huế đặc sệt.

Từ khi lên trung học đã tham gia viết báo *Chính Luận* Sài Gòn (trang Mai Bê Bi)

Năm 1974-1975 viết bài cho báo *Dân Chủ.*

Sang Đức năm 1984 theo diện đoàn tụ gia đình, ghi tên học Informatik.

Viết đều đặn cho báo *Làng Văn* (Canada) từ 1997 và báo *Cỏ Thơm* tại Hoa Kỳ từ 2011 đến nay.

Năm 2002, được giải khuyến khích "Viết về Châu Âu" do báo *Viên Giác* tổ chức; sau đó trở thành cộng sự viên của báo cho đến nay.

Năm 2008 cùng những cây bút tại Đức-Ý-Thụy Sỹ xuất-bản tuyển tập *Những cây bút nữ* 1 và 2014 ra tiếp *Những cây bút nữ* 2.

Từ 2012, hằng năm đều tham dự với các họa sĩ trong cùng thành phố triển lãm tranh.

Giao thừa

Đi học về, thấy mẹ đang cúng vái thành tâm trước bàn thờ khói hương nghi ngút, bà quay lại dịu dàng giải thích, hôm nay 30 Tết, với lại cũng để cầu an cho ông nội, ông vô nhà thương lần này không biết là lần thứ mấy, các bác sĩ đều đã lắc đầu vì di căn của ung thư đã lan đi cùng khắp. Lúc sáng đưa ông từ bịnh viện về lại nhà, cô Huyền, em gái bố gọi từ Pháp sang, bảo anh chị và các cháu qua ngay đi, thời gian sống của ông nội bây giờ là tính bằng giờ, bằng phút, không chần chừ được nữa đâu! Mẹ kể, bà lại khẩn khoản cầu xin, nhưng nghe xong, bố lặng lẽ bỏ vô phòng nằm, không bình luận lấy một lời. Chuyện lạ, thường ngày bố luôn nói nhiều, có khi người nghe phải phát điên lên, sao hôm nay…

Qua bao năm tháng sống chung, tôi rút ra được bài học bất biến là cái đúng lúc nào cũng về phận bố. Dù có phẫn uất đến đâu nhưng lần nào tôi cũng đè nén được. Triết lý mang tính gượng ép nhưng lại là cái phanh tốt mỗi khi tôi thấy mình sắp đi thụt lùi từ người thành khỉ: *Có bố thì mới có tôi!* Tương tự như thế, so với ông nội thì bố chỉ là vai con, tại sao bố cứ cố chấp một cách huênh hoang, vô căn cớ hoài vậy nhỉ? Tôi đủ lớn để biết giữa ông nội và bố có chuyện khúc mắc, nhưng hai mươi năm rồi, trí nhớ chỉ nên để dành cho chuyện đáng nhớ, hiện giờ ông nội đang thoi thóp, không biết có qua được cái Tết này không đây.

Bố mẹ tôi sinh hai đứa. Hình hài mặt mũi tôi giống bố như đổ từ một khuôn bánh nhưng tính tình tôi là của mẹ; em gái tôi thì hoàn toàn ngược lại. Trời có luật bù trừ, vậy mà ở em gái tôi toàn thấy được bù: Em gái tôi vừa đẹp lại vừa học hành thông minh xuất sắc. Suốt cả thời gian đi học, em tôi chưa bao giờ xuống hạng hai trong khi tôi trụ lại để không bị ở lại lớp cũng đã là một cố gắng quá sức rồi. Điều đó làm bố tôi thất vọng nhưng ông có cách lý giải hết sức khoa học là vì trí óc tôi chậm lụt giống mẹ, mẹ tôi chỉ vừa học xong tiểu học. Kết luận đó có thể làm ông buồn nhưng nhẹ nhõm. Khuyết tật di truyền không phải thừa hưởng từ phía ông. Bố tôi thôi lo toan những đầu tư cho đứa con đầu lòng, đối tượng quan tâm của bố là em gái tôi. Xong tú tài, em tôi sẽ được gửi sang Anh, sang Mỹ. Con hơn cha là nhà có phước vì ít nhiều gì ông cũng là giám đốc ngân hàng, tuy chỉ là một ngân hàng chi nhánh trong thành phố xấp xỉ 100.000 dân.

Năm nay tôi thi ra tú tài, bố tôi vừa cuống cuồng lo lắng lại vừa răn đe: *Này, nói cho con biết là cả dòng họ nhà bố không có ai mà hỏng tú tài đâu nhé!* Biết là nói suông với thằng con lù đù như tôi rất khó có hiệu quả, nên ông đối phó bằng cách tự ý ghi danh cho tôi vào những trung tâm luyện thi tất cả năm môn thi tú tài. Lầm lẫn hy vọng rằng tôi sẽ được khai sáng sau những ngày đến lớp học thêm vô cùng chán chường đó. Tôi dốt cả toán lẫn văn nên phải liều mạng lấy mấy môn ngán ngẩm khác như chính trị, giáo lý để bù lấp vào cho đủ các môn thi chính. Giờ chính trị nào cũng đọc báo, bình luận, hội thảo về chiến tranh đang ngày ngày xảy ra trên hành tinh xanh vốn đã tả tơi này như cuộc thánh chiến bất tận giữa Israel và Palestine, về đe dọa của Bắc Hàn hăm he bắn tên lửa sang Nam Hàn, Nhật Bản và các căn cứ của Mỹ, rồi mới nhất là bạo lực tôn giáo tại Miến Điện thảm sát bao nhiêu là người Hồi giáo... Chiến tranh! Ôi chiến tranh, đó là hai từ tồi tệ nhất mà không một ai muốn nghe, trừ những tay độc tài bịnh hoạn đang xem thường tính mạng của người dân nước họ. Đến giờ giáo lý cũng không khá hơn. Nếu may mắn được hội kiến Đức Giáo Hoàng, bạn sẽ hỏi câu gì? Trả lời, em không có nhu cầu gặp Đức Giáo Hoàng, nếu có phép lạ thì em sẽ xin được gặp cái người luôn luôn châm chọc nhà thờ, đó là Leonardo da Vinci. Không cần hỏi mà chỉ để im lặng quan sát ông ấy làm việc. Đối với em, đó là một thiên tài về mọi lãnh vực hội họa, y học, toán học, vật lý, khoa học… Ngồi trong lớp chỉ là phần xác còn phần hồn tôi sao mãi quần quại lang thang. Tới ngày tôi có mảnh bằng tú tài trong tay, dù là đậu vớt, bố cũng sẽ thở ra, hết đằng đẳng lo lắng với thằng con sống không chạm đất của ông. Mỗi khi bần thần nhớ đến những lo âu của bố, tôi lại cám ơn ông vô cùng, tuy tôi cứ tự hỏi không biết ông làm cho tôi hay cho chính ông, để ông khỏi bẽ bàng lỡ khi nhân viên cấp dưới, người quen biết được con ông không tốt nghiệp được trung học. Tôi mong đến ngày cầm cái bằng Tú Tài biết là bao, tôi sẽ đi, đi đâu cũng được, miễn là thoát khỏi cái nơi mà mỗi người đều biết tường tận nhà hàng xóm hơn chính nhà mình như chỗ tôi đang cư ngụ.

Trong mười ba môn học, tôi chỉ giỏi hội họa. Thế giới màu sắc nhấn chìm mọi khả năng phản kháng trong tôi. Đứng trước một khung vải tôi như bị thôi miên và cứ thế mà chấp cánh; màu đen huyền hoặc thêm sức cho tôi, màu vàng sa mạc giúp tôi hết phập phồng, màu xanh pha lục chỉ lối ra khi tôi lạc vào ngõ hẹp, còn màu đỏ máu, đó là màu của sự thăng hoa chất ngất. Thấy tôi không bè bạn, không trai gái, đi học về là cứ ở chết dưới hầm nhà, bố tôi sinh ra nghi vấn, ông xóc óc, con định dùng hội họa để tự thỏa mãn tình dục của mình à? Tôi á khẩu nhưng thầm nghĩ, đó là một sự so sánh tuyệt diệu. Sau đó bố trở về trạng thái nghiêm nghị, đằng hắng tuyên bố, họa sĩ đồng nghĩa với chết đói. Chuyện này tôi thấy ông cũng đúng luôn. Thầy giáo dạy vẽ lớp tôi bảo tôi có khiếu, tôi nên dấn thân vào con đường nghệ thuật. Bố tôi không phải là triệu phú để có thể nuôi tôi thong dong suốt đời, chỉ biết mê man sáng tác. Tôi chọn sự trung dung, ra tú tài rồi tôi sẽ đi sư phạm, làm thầy giáo dạy vẽ. Tôi chỉ cần cơm áo vừa đủ và vải cọ cho việc sáng tác, trời, còn hạnh phúc nào bằng…

Tôi yêu mẹ. Mẹ tôi rất đẹp, mang máng Đức Mẹ Đồng Trinh, buồn buồn, hiền hiền và ẩn nhẫn. Trong bộ sưu tập tranh của tôi chỉ có hai chủ đề: Trừu tượng lập thể và Mẹ. Mẹ lúc nào cũng dịu dàng lặng lẽ, gần như chỉ là một cái bóng trong gia đình. Có lẽ vì bà muốn cân đối thần kinh cho con cái sau những giờ nghe bố tôi thao thao bất tuyệt. Đối với tôi, đẹp nhất là hình ảnh mẹ tôi mặc áo tràng ngồi cúng trước bàn thờ. Thanh thoát – thiền tịnh. Bao nhiêu ưu sầu phiền toái theo nhang khói bay cao. Rồi tan biến.

Mẹ tôi sùng kính đạo Phật là chuyện dễ hiểu vì bà mồ côi được nuôi lớn bằng lòng từ bi nơi cửa Phật. Mẹ hay bùi ngùi, chùa nghèo quá nên hồi bà 20 tuổi, có người giới thiệu mẹ đến làm công cho nhà ông bà nội tôi, vì nghe kể là dạo đó bà nội bị đụng xe, liệt nửa người. Mẹ hầu hạ đỡ đần bà nội, làm những việc tạp dịch bẩn thỉu nhất mà ngay cả chồng con cũng không dám mó tay vào, được đâu gần năm năm thì bà tôi qua đời. Mẹ tôi vừa đẹp người vừa đạo hạnh nên ai cũng yêu thương, thậm chí khi hấp hối, bà nội đã khẩn khoản xin mẹ tôi là khi bà nội qua đời thì mẹ tôi thay bà nội gá nghĩa vợ chồng với ông tôi, bà nội mới yên lòng nhắm mắt. Năm năm sống ấm êm giữa những người đối xử với mẹ vô cùng tử tế lại thêm ông nội tướng tá thanh lịch, nên mẹ đã thuận tình. Lo chuyện ma chay cho bà nội xong, sẽ tính đến chuyện chấp nối cho ông nội. Nhưng trái ngang không phải chỉ có trên màn ảnh mà đầy rẫy trong cuộc sống. Gần lắm, chỉ cần đưa tay ra là đụng vào được ngay, do cha tôi về dự đám. Tình yêu là mật ngọt giữa cha và mẹ nhưng lại là mật đắng cho ông nội. Nghe có vẻ cải lương nhưng oái oăm hơn là hai người đàn ông sau vài lần đôi co kịch liệt đã cắt đứt quan hệ. Tin tức về ông nội phải hỏi qua cô Huyền, em gái bố đang ở bên Pháp. Thấy cha mình cứ ở thui thủi một mình, thở ra toàn những lời cay cú, độc địa, cô Huyền nghĩ tốt hơn là mang ông nội sang Pháp, sống chan hòa giữa con cháu, sẽ khiến ông nguôi ngoai phần nào chăng (?) Gia đình tôi ở ngay biên giới Đức-Pháp, qua đó cần chỉ hơn hai giờ lái xe mà cả bố và ông nội không ai chịu đưa tay ra trước. Tội cho mẹ tôi, cứ nghĩ tất cả bi kịch gia đình là do bà, nên có dịp mẹ lại van xin, lạy lục, nhưng bố vẫn cứng cỏi như mình đồng da sắt.

Kỳ lạ, khi ra ngoài, bố lại mềm nhũn như con chi chi. Có lần thấy khoảnh sân đậu xe dành cho khách hàng trước khi vào nhà băng quá trống trải, thiếu rào cản, tạo điều kiện cho bọn cướp sau khi cướp nhà băng xong là vù lên xe dễ dàng chạy thoát ra đường, bố đã làm kế hoạch đệ trình lên cấp tỉnh xin trợ cấp xây một bức tường thấp hoặc trồng cây xanh, rào quanh khu vực này nhưng sếp tỉnh không những chỉ bác bỏ, mà còn chỉ trích nghiêm khắc bố tôi là đưa ra đề án lãng phí, thiếu hiệu suất với dẫn chứng là chi nhánh nhà băng của bố tôi từ khi thành lập đến nay chưa bị đột nhập lần nào. Nói theo văn chương bình dân là bố tôi quỡn quá nên ngồi lo chuyện ruồi bu, chuyện cầm đèn chạy trước ô tô! Vậy mà chưa đầy ba tháng sau, nhà băng bố tôi bị cướp tấn công, vét sạch một vố, tính ra thành tiền là xây được cả ngàn cái hàng rào. Dù báo động tối tân, sau hai phút là cảnh sát có mặt, nhưng bọn cướp chỉ cần hai giây là vọt xe ra đường mất dạng. Lần đó bố bị khiển trách nặng nề từ trên tận trung ương gửi xuống: Là người lãnh đạo mà thiếu cảnh giác!!! Bố nghiến răng nuốt nỗi hàm oan xuống, không thanh minh thanh nga một lời, gặp sếp tỉnh tại hội nghị, bố vẫn giả vờ niềm nở, lon ton chen đến bắt tay nhiệt tình, dù trong bụng nguyền rủa lão này không tiếc lời. Còn đây ông nội là cha mình, đau yếu lọm khọm không biết tắt ngấm khi nào thì bố lại cứ hung hăng giành lấy lẽ phải, không làm sao mà hiểu được!

Thái độ ngạo mạn của bố làm tôi ngộp ngạt, bức bối. Tôi tức tưởi đi tìm khí trời qua cọ vẽ nhưng vô vọng. Màu sắc nào bây giờ cũng không vực được tôi lên. Tôi chưa bao giờ được gặp mặt ông nội nhưng tôi mường tượng ông đang đau khổ biết nhường nào. Cái đau tinh thần tàn phá dữ dội hơn cái đau thể xác. Nó đi theo người ta từ khi thức cho đến vào tận giấc ngủ, thay đổi khăn áo ra ác mộng hãi hùng. Hồi đầu thu tôi bị cúm, đau dần cả người như bị đòn roi đến độ phải phát rên. Mẹ nhét đít tôi thuốc chống đau cũng không hết, tôi đành phải nghiến răng chịu đựng. Lần đó bố đi công tác đến nửa đêm mới về, tưởng tôi ngủ say, ông vào phòng đặt tay lên trán tôi, rồi từ từ ông vuốt ve xuống má tôi…. Tiếng ông thở dài nẫu ruột làm tôi ứa nước mắt, muốn giữ chặt tay ông trên má mình hoài. Đã lâu lắm rồi giữa hai bố con không có sự thể hiện tình cảm nhưng tôi biết, cha mẹ lúc nào cũng yêu thương con cái vô bờ. Vậy mà vài ngày sau khi tôi lành bịnh, mỗi lần nghe bố chì chiết, đay nghiến tôi lại thấy cuộc sống bế tắc cùng quẫn và khâm phục vô ngần những người tự sát.

Đừng đắn đo nữa, có khi càng nghĩ mình càng co cụm lại, tôi đi lên nhà. Bố đã chỉnh tề để cúng Giao Thừa. Mẹ bày biện bàn thờ không thiếu món gì chỉ khác năm trước là với gương mặt xanh xao vô hồn như tờ giấy trắng của một người mang mặc cảm tội lỗi. Cả nhà cúng xong, thay vì tôi và con em chúc Tết bố mẹ để lãnh lì xì, tôi nghe tiếng mình run run đề nghị là nhà mình ra xe đi thăm ông nội đi, có khi ông đang hấp hối hay nhiều khi ông đã yên giấc ngàn thu rồi cũng có. Bố không đi thì tôi sẽ tự lái xe đưa mẹ và em đi. Ai cũng thấy nguyên nhân đưa đến thảm cảnh gia đình đều do ông nội quá cố chấp, hẹp hòi vì tình yêu không bao giờ được ép uổng, mẹ đã chọn bố thì ông nội không có quyền gì oán hận. Nhưng cũng nên hiểu ông nội đã quá già, suy nghĩ quá bảo thủ, không mong gì ông nghĩ lại. Cha mẹ luôn luôn tha thứ mọi lỗi lầm của con cái thì cũng có khi con cái cũng phải biết bỏ qua những cố chấp của cha mẹ. Vậy nên ông nội có chướng khí mấy đi nữa, ông nội cũng là người sinh ra bố, nuôi dạy bố và giờ đây là những giây phút cuối đời của cha mình, mình phải biết bao dung để cha mình được ra đi nhẹ nhàng, kẻo ngày sau kẻ mất người còn, sẽ muôn đời hối tiếc.

Bố tôi há hốc nhìn thằng con vốn lầm lì, ngày thường cạy miệng không ra một chữ mà hôm nay ông ứng bà nhập hay sao lại nói năng khúc chiết, gãy gọn, thấu tình đạt lý đến như vậy (?)

Chúng tôi đến kịp. Bố và ông nội đều khóc tức tưởi như hai đứa trẻ bị đòn oan. Tôi cũng vậy.

[Tháng 5/ 2013]

Trần Thị Hương Cau

Mục Lục